समर्थ

मंजुश्री गोखले

मेहता पब्लिशिंग हाऊस

Please contact us at **Mehta Publishing House Pvt. Ltd.**
✆ +91 020-24476924 / 24460313 / Mob. No. 9545000513
Email : production@mehtapublishinghouse.com
Website : www.mehtapublishinghouse.com

- *या पुस्तकातील लेखकाची मते, घटना, वर्णने ही त्या लेखकाची असून त्याच्याशी प्रकाशक सहमत असतीलच असे नाही.*

SAMARTH by MANJUSHRI GOKHALE
समर्थ : मंजुश्री गोखले / कादंबरी

author@mehtapublishinghouse.com

संस्थापक : सुनील अनिल मेहता

प्रकाशक : मेहता पब्लिशिंग हाऊस प्रा. लि.
१९४१, सदाशिव पेठ, माडीवाले कॉलनी, पुणे ४११०३०

मुद्रक : ट्रिनिटी ॲकॅडमी फॉर कॉर्पोरेट ट्रेनिंग लिमिटेड

मुखपृष्ठ : चंद्रमोहन कुलकर्णी

प्रथमावृत्ती : जुलै, २०२३

किंमत : ₹ ४५०

P Book ISBN 9789357200806
E Book ISBN 9789357200820
E Books available on : amazonkindle Apple Books Google Play Books

जिजाऊ माँ साहेबांच्या प्रेरणेनं ज्यांनी हिंदवी स्वराज्याचं स्वप्न पाहिलं,
आणि त्यांच्याच आशीर्वादानं ते स्वप्न पूर्णत्वास नेलं,
त्या गोब्राह्मण प्रतिपालक क्षत्रिय कुलावतंस सिंहासनाधीश्वर
छत्रपती शिवाजी महाराज यांचे चरणी
समर्पित!

मनसुबा

समर्थ रामदास स्वामी यांच्या जीवनावर कादंबरी लिहिण्याचं ठरवलं आणि संत रामदासांच्या चरित्राचा अभ्यास करायला सुरुवात केली. अभ्यासाअंती प्रकर्षानं लक्षात आलं ते रामदासांचं वेगळेपण. स्पष्टवक्तेपणा, सडेतोडपणा, विचारांची स्पष्ट ठाम बैठक आणि अन्यायाविरुद्ध दंड थोपटून उभं राहण्याचा लढाऊ बाणा. भाबडी भक्ती करून देवावर अधिकार मिळविण्यापेक्षा बलदंड शरीर मिळवून अन्यायाचा प्रतिकार करणं रामदासांना अधिक भावलं. प्रत्येक ठिकाणी तशी कृती त्यांनी प्रत्यक्षात उतरवली. हिंदूंना संघटित करणं, बलदंड, शक्तिशाली आणि अरे ला कारे म्हणणारे, अन्यायाला प्रतिकार करणारे तरुण तयार करणं हा संकल्प आयुष्यभर त्यांनी जपला, जोपासला आणि अवलंबलासुद्धा. हा संकल्प सिद्धीस नेण्यासाठी त्यांनी आपलं अवघं आयुष्य खर्ची घातलं.

अमाप साहित्यसंपदा हेही रामदासांचं आणखी एक वेगळेपण. मनाचे श्लोक, करुणाष्टके, दासबोध, आरत्या, रामायणातील युद्धकांडे, आत्माराम, अन्वय-व्यतिरेक, वैराग्य-शतक, ज्ञान-शतक, उपदेश-शतक, षड्‌रिपू विवेक, भूपाळ्या, स्फूट काव्ये इ. विपुल लेखन समर्थांनी केलं. आणि साहित्यसंपदा ही कशी, तर राष्ट्राच्या कल्याणार्थ तरुणांना उद्युक्त करणारी. यातही त्यांचं वेगळं असणं अधोरेखित होतं. रामदासांचं चरित्र हे कुणाही राष्ट्रभक्ताला मोह घालेल असंच आहे. सर्वार्थानं ते समर्थ आहेत.

'समर्थाचिया सेवका वक्र पाहे
असा सर्व भूमंडळी कोण आहे?'

ही दर्पोक्ती नाही तर तत्कालीन वस्तुस्थिती आहे, आणि समर्थांनी ते वेळोवेळी सिद्धही केलेलं आहे. समर्थांचं जीवन रेखाटताना, मला काही प्रसंग माझ्या कल्पनेने उभे करावे लागले. कल्पनाशक्तीचा आधार घेऊन काही काल्पनिक प्रसंग रंगवावे लागले. माझ्या कादंबरीचे नायक समर्थ रामदास स्वामी आहेत. त्यांना केंद्रस्थानी ठेवून काही काल्पनिक व्यक्तिरेखा निर्माण कराव्या लागल्या; पण कादंबरी लिहायची म्हटलं तर हे करावं लागतं, थोडंसं लेखनस्वातंत्र्य घ्यावं

लागतं, हे रसिक वाचकांना माहीत आहेच.

समर्थ रामदास स्वामींचं सर्वार्थानं समर्थ असणं हे या कादंबरीत अधोरेखित व्हावं हा माझा उद्देश होता; कारण खरोखरीच ते सर्वार्थानं समर्थ होते. म्हणूनच कादंबरीला 'समर्थ' या नावाशिवाय दुसरं नाव शोभलंच नसतं.

समर्थ रामदास स्वामींच्या जीवनावर कादंबरी लिहायची म्हटल्यावर मला थोडं दडपण आलं होतं. कारण रामदास स्वामींचं वादग्रस्त असणं. पण माझे या प्रवासातले गुरू, मार्गदर्शक, संत साहित्याचे गाढे अभ्यासक डॉ. अशोक कामत यांनी मला दिलासा दिला. कादंबरीचा फोकस नक्की करा आणि मग कादंबरी लिहा. असं त्यांनी सुचवलं. आणि स्वराज्य संस्थापनेसाठी रामदासांनी दिलेलं योगदान हा फोकस त्यांच्या मार्गदर्शनाखाली मी नक्की केला. आणि त्यानुसार कादंबरीची बांधणी केली. वेळोवेळी डॉ. अशोक कामत सर मला मार्गदर्शन करत राहिले. त्यांनी मला मानसकन्या मानलंच आहे, पण पिता, गुरू, मार्गदर्शक म्हणून ते या संपूर्ण प्रवासात माझ्या सोबत राहिले. काही वादग्रस्त मुद्द्यावरचं त्यांचं मार्गदर्शनही मला मोलाचं ठरलं. समर्थ रामदास स्वामींना समर्थपणे कादंबरीत रेखाटण्याचं मला जे सामर्थ्य लाभलं ते केवळ कामत सरांच्यामुळेच. त्यांचे आभार मानणं हा करंटेपणा ठरेल. कारण धाडस हा त्यांचा स्थायीभाव त्यांनी माझ्यातही उतरवला. त्यांचं असंच मोलाचं मार्गदर्शन मला सतत राहो.

तसेच माझी मैत्रीण आणि माझ्या कादंबरीची पहिली वाचक लेखिका कमल हर्डीकर हिच्याशी केलेली चर्चा ही कादंबरीला पोषकच ठरली. तिची मैत्री आणि सल्ला माझ्यासाठी नेहमीच मोलाचा ठरतो.

'मेहता पब्लिशिंग हाऊस,' पुणे यांच्या तर्फे ही कादंबरी प्रकाशित होते आहे, त्याबद्दल प्रकाशन संस्थेचे व्यवस्थापकीय संचालक अखिल मेहता आणि त्यांच्या निर्मिती विभाग प्रमुख राजश्री देशमुख यांचे आभार मानते. या कादंबरीला आणि शीर्षकाला समर्पक मुखपृष्ठ चितारणारे चंद्रमोहन कुलकर्णी यांची मी ऋणी आहे. माझे मित्र चैतन्य प्रकाशन, कोल्हापूरचे मेघनाथ भगत यांच्या सहकार्याशिवाय ही कादंबरी मार्गी लागणं शक्यच नव्हतं; पण तो माझा मैत्रीचा अधिकार आहे; मात्र या कादंबरीला ज्या ज्ञात-अज्ञातांचं सहकार्य लाभलं, त्या सर्वांची मी अत्यंत ऋणी आहे.

माझ्या वाचकांच्या हातात ही कादंबरी देताना मला अतिशय आनंद होतो आहे. त्यांनी या कादंबरीलाही नेहमीसारखं प्रेम द्यावं अशी मी त्यांना विनंती करते.

धन्यवाद!

मंजुश्री गोखले

प्रस्तावना

आजवर संतसाहित्यातील भक्ती हीच शक्ती मानली गेली. आज ज्यानी ही शक्ती आपल्या समर्थ भक्तीतून सामान्यांना शिकवली त्या रामदासांची खरी ओळख करून देणे आवश्यक आहे. ते कार्य या कादंबरीतून होऊ शकले आहे.

महाराष्ट्रातील धर्मसंप्रदायात रामदासी संप्रदाय विशेष क्रियाशूर आहे. समर्थ रामदासविरचित उदंड वाङ्मय त्याने संकलित, संग्रहित केले. त्यांची नीट व्यवस्था लावली. संस्था-संग्रहालये उभारून प्रकाशन व्यवस्थाही यशस्वी केली. केवळ शंकर श्रीकृष्ण देव यांनी केलेले कार्य पाहिले तरी या सर्व गोष्टींची प्रचिती येईल.

हे सारे लेखिकेने परिश्रमपूर्वक धांडोळले आहे. म्हणूनच तिच्या लेखणीला एक स्वाभाविक धार येऊ शकली असे म्हणता येते.

लेखिकेची भूमिका तिने लिहिलेल्या प्रस्तावनेत स्पष्टपणे प्रकट झालेली आहे. ती वाचली तर प्रस्तुत कादंबरी कशी प्रभावी आहे, हे कळू शकेल. मला तिच्या परखड, सुस्पष्ट आणि निर्भय वृत्तीचे कौतुक करावेसे वाटते.

गो. नी. दान्डेकर आणि रवींद्र भट या यशस्वी साहित्यिकांनी समर्थकार्य आपल्या कादंबऱ्यांतून मराठी वाचकांपुढे ठेवले आहे. अलीकडे सुनील चिंचोळकर यांनीही फार मोठे लेखनकार्य केले आहे. श्री. रमण चितळे यांच्यासारखे इतर अनेक अभ्यासक आहेत. त्यांच्या कार्यातूनही समर्थसाहित्य अभ्यासकांसाठी तत्परतेने मिळू शकले आहे; पण एकूण संत साहित्याचा जो ठेवा आपल्याला लाभला त्यात रामदास कसे आपल्या कालजयी कर्तृत्वाने प्रभावी ठरतात हे अभ्यासपूर्वक लिहिणे गरजेचे होते. सौ. मंजुश्री गोखले यांनी हे कार्य हाती घेऊन चांगल्या रीतीने तडीला नेले. म्हणून या कादंबरीचे स्वागत करायला हवे.

ज्ञानदेव, नामदेव, एकनाथांनंतर सतराव्या शतकात तीन महापुरुष एकाच वेळी महाराष्ट्रात झाले– संत तुकाराम, शिवाजी महाराज आणि समर्थ रामदास. संत तुकाराम (१६०८ ते १६४९) हे वारकरी संप्रदायाचा कळस ठरलेले. संत नामदेवांचे सांप्रदायिक कार्य वाढवणारे श्रेष्ठ विठ्ठलभक्त. तर समर्थ रामदास

(१६०८ ते १६८१) हे प्रपंच-परमार्थाला राजकारणाची आणि समाज जागरणाची सावधपणे जोड देणारे श्रेष्ठ रामभक्त. शिवाजीराजांच्या कार्यकर्तृत्वावर या दोहोंचा ठसा दाखविता येतो. पूर्वसंतांनी निर्मिलेला महाराष्ट्रधर्म हा या तीन महामानवांनी पूर्णत्वाकडे नेला.

कालमान परिस्थितीचा निर्मळ दृष्टीने शोध-बोध घेतला, तर या तिन्ही महापुरुषांच्या कार्यकर्तृत्वातील परस्परपूरकता ध्यानी येते. तिघांत कुठलेही मतभेद तर नव्हतेच; पण उत्कट वत्सल भावही होता. आजचे काही समीक्षक हे पुरेसे ध्यानी घेत नाहीत. त्यामागचे कारण सहज ध्यानी घेण्यासारखे आहे. नव्हे, घ्यायलाच हवे. त्यासाठी ही कादंबरी सर्वसामान्य वाचकाबरोबरच अभ्यासकांनीही वाचायला हवी.

लेखिकेची भूमिका विचार करण्यासारखी आहे. तिने म्हटले आहे– बहुतेक संत या ना त्या कारणाने ईश्वरशरणी गेले. त्यांनी आपल्या असीम भक्तीने त्याला प्राप्त केले आणि ते कृतकृत्यही झाले.

तुलनेने पाहता रामदास रोखठोक. त्यांच्यामध्ये भाबडेपणा नावालादेखील नव्हता. त्यांनी अवतीभवती काय काय सुरू आहे, त्यात राजकारण आणि सत्ताकारणी यांचा काय आणि कसा सहभाग आहे, याविषयी आपल्या कुशाग्र बुद्धीने विचार केला. बारा गावच्या मावळ्यांना संगे घेऊन शिवाजीराजांनी जो हिंदवी स्वराज्यासाठी उठाव केला, तो ध्यानात घेतला. बालपणीच ते म्हणाले, 'चिंता करितो विश्वाची!'

रामदास सर्वत्र रूढ असलेल्या विठ्ठलभक्तीकडे वळले नाहीत. 'पहिले ते हरिकथा निरूपण' हे मान्य करूनही ते 'दुसरे ते राजकारण' म्हणाले. ते आकळावे म्हणून सावधानता हवी, साक्षेप हवा हे निक्षून सांगत पुरुषोत्तम, पराक्रमी रामचंद्राची भक्ती त्यांनी हिरिरीने केली.

रामदासांनी केलेलं राजकारण पदप्रतिष्ठा, सत्तास्थानासाठी नव्हतं, तर ते समाजकारण प्रभावीपणे करता यावं, क्रूर, धर्मांध सत्ताधाऱ्यांशी लढता यावं, यासाठी होतं.

यवन सत्ताधीश हिंदू मूर्ती-मंदिरांचा विध्वंस करून आपल्या मशिदी तिथे उभारीत होते. हा कार्यक्रम देशभर सुरू असताना रामदास त्याच्याविरुद्ध उभे राहिले. त्यांनी स्वत:ला संत म्हणवून न घेता 'समर्थ' म्हणविले आणि हनुमान, रामभक्तीबरोबर समाजाला सामर्थ्याची महती सांगितली.

आजही आपल्या देशातील लोकशाहीवर नाना प्रकारची आक्रमणे होत आहेतच. ज्या वेळी इथले नागरिक 'समर्थ' होऊन एकवटतील, तेव्हाच खरे सामाजिक परिवर्तन होईल. भक्ती ही सामाजिक शक्ती एके काळी होती. आज

शक्ती प्रत्येक क्षेत्रात वरचढ दिसते. विज्ञान, उद्योगजगत, देशकारण अशा सर्वच क्षेत्रांत 'समर्थव्रत' प्रभावी होईल, म्हणून ही कादंबरी महत्त्वाची ठरेल.

रामदास-तुकाराम-शिवाजी या त्रिवेणीच्या प्रत्यक्ष भेटीगाठी सहज शक्य आहेत असे लेखिकेला वाटते. यासाठी अर्थातच तिने उत्तम अभ्यास केलेला आहे.

रामदासांवर कादंबरी लिहिणे सुलभ नाही. एकतर रामदासांचे अन् त्यांच्या विषयीचे वाङ्मय प्रचंड आणि ते उपलब्धही आहे. शिवाय रामदासांना आयुष्यही सुदीर्घ मिळाले. सारा तुकोबा-शिवरायांचा काळ त्यांनी बारकाईने ध्यानी घेतला. देशभर प्रवास केला – या सर्व बाबी अभ्यासून लिहिणे सोपे नाही. हे आव्हान लेखिकेने चांगलेच पेलले आहे. मी तिचे मन:पूर्वक अभिनंदन करतो.

गुरुकुल प्रतिष्ठान
राष्ट्रीय संरक्षण दिन

डॉ. अशोक कामत
६-९-२०२२

कललेली उन्हं. सूर्य संथ गतीनं मावळतीकडं सरकत होता. शेतातली कामं हळूहळू आवरती घेत बळीराजाही आता घरी परतायच्या विचारात होता. घराघरातून संध्याकाळच्या स्वयंपाकासाठी चूल पेटवायची तयारी सुरू झाली होती. मंदिरातून सायंकाळच्या आरतीची सिद्धता होऊ लागली होती. मावळतीकडं सरकणाऱ्या सूर्याकडं नजर ठेवून पक्षिगण घरट्याकडे ये-जा करत होते. नदीच्या घाटावर काही बायका संध्याकाळच्या कामासाठी लागणारं पाणी भरायला आल्या होत्या. बैलगाडी ओढणाऱ्या बैलांनाही घराकडं परतायची ओढ लागली होती; पण त्यांचा धनी अजून शेतातच काम आवरण्यात गुंग होता. त्यामुळे ते पुढ्यातला चारा खाऊन रवंथ करत बसले होते. जसजसा दिवस कलत होता, तसतसे हात, पाय, पंख वेगानं चालत होते; कारण एकदा सूर्य मावळला की सुरू होणार होतं अंधाराचं राज्य. मग मात्र सगळ्या कामांना खीळ बसणार होती.

आता थोड्या वेळातच अंधार पडायला सुरुवात होणार होती. म्हणून तर राणूआईचा जीव थाऱ्यावर नव्हता. अंधार पडल्यावर पोराला शोधणंही अवघड होतं. अजून थोडा प्रकाश आहे, तोवर ती अख्खा गाव भिरभिर हिंडत होती. सगळी गल्ली पालथी घालून झाली. मंदिरात सगळीकडे शोधून झालं. नदीचा काठ धुंडाळून झाला. गावाबाहेरची आमराई धांडळून झाली. सूरपारंब्या, गोट्या, हुतूतू खेळायच्या रोजच्या जागा पिंजून झाल्या. व्याकूळ आशंकेनं विहिरी, नाले बघून झाले; पण... पण नारबा कुठंच नव्हता. कुठंच त्याचा पत्ता नव्हता. त्याला बाहेर खेळतानाही कुणी बघितलं नव्हतं. त्याच्या मित्रांना तो कुठाय हे माहीतच नव्हतं. गल्लीतही तो कुणाला दिसला नव्हता. त्याला नदीकडं जातानाही कुणी पाहिलेलं नव्हतं. राणू आईचा जीव उडून गेला. घशात आवंढा दाटायला लागला. तसं डोळ्यांत पाणी मघापासूनच भरायला लागलं होतं; पण आता ते

डोळ्यांतली चिंता, काळजी, भय, अशुभाचं सावट आणि दु:ख घेऊन गालावर ओघळायला लागलं. रुसलेल्या, रागावलेल्या या पोरानं कुठं उडीबिडी तर...! अशुभाच्या या शंकेनं राणू आईचा धीर सुटला.

"नारायणा ऽऽऽ!! अरे नारबा! माझ्या बाळा कुठं आहेस तू? कुठं गेलायस रेऽऽ! ये रे राजा! अरे आपल्या आईवर असं रागवतं का कोणी? कुठं शोधू मी आता तुला? ये रे पोरा! नको असा आईला त्रास देऊस! नारायणा, पोराऽऽ! नारबा! नारायणाऽऽ!"

आता त्या माउलीनं हाकांचा सपाटा लावला. अशा हाका मारत जवळपास सगळं गाव हिंडून झालं. होतंच केवढं ते गाव? सगळा मिळून शंभर-दोनशे उंबरठा होता. राणू आईनं प्रत्येक उंबरठ्यावरून आवाज दिला.

"नारायणाऽऽ! इथे आहेस का रे?"

पण एकाही उंबरठ्याआतून प्रतिसाद आला नाही. अख्खा गाव पालथा घालून राणू आई घरी परत आली, तेव्हा अंधारानं आपले हात-पाय पसरायला सुरुवात केली होती. आता मात्र राणू आईचा धीर सुटला.

'कुठं गेला असेल माझा नारायण? त्या एवढ्याशा कारणावरून गाव सोडून तर गेला नसेल? नाही तर नदी-विहिरीत उडी तर मारली नसेल? आणि तेही एवढ्याशा कारणावरून? काय म्हणावं आता? काय करावं आता? आणि कुठं शोधावं याला? प्रभू रामचंद्रा, कुठं गेलं असेल माझं पोर?'

राणू आईच्या डोळ्यांचं पाणी खळेना. हुंदके देतदेतच तिनं रामरक्षा म्हणायला सुरुवात केली होती–

"रामो राजमणि: सदा विजयते। रामं रमेशं भजे। रामेणाभिहता निशाचरचमू रामाय तस्मै नम: ।। रामान्नास्ति परायणं परतरं रामस्य दासोस्म्यहम्। रामे चित्तलय: सदा भवतु मे भो राम मामुद्धर।।"

एकीकडे सवयीनं रामरक्षेचं उच्चारण होत होतं, तर दुसरीकडं मन आक्रंदत होतं. काय कारण होतं त्याला एवढं रुसायला आणि रागवायला? एवढासा, क्षुल्लक तर प्रसंग! नारायणाचा स्वभाव तसा खोडगुणी. सतत काही ना काहीतरी उपद्व्याप करायचा तो. सूरपारंब्या खेळताना तर त्या झाडाच्या सर्वांत वरच्या फांदीवर टोकाला जाऊन बसत असे आणि तिथून धाड्कन खाली उडी मारत असे. अत्यंत धाडसी होता नारायण. तो खेळायला गेला तरी, राणू आईचा जीव घाबराघुबरा व्हायचा. त्यातच बरोबरीच्या मुलांतलं कुणी पडलं, धडपडलं, कुणाला लागलं; तर तहान-भूक विसरून, वेळकाळाचं भान विसरून त्या पोराची मदत करायला धावायचा. त्या पोराचे आई-वडील त्याला घरी घेऊन गेले, तरी हा त्याचाच विचार करत बसायचा. त्या विचारात जेवायचादेखील

नाही. त्या दिवशी असंच झालं. खेळायला गेलेला नारायण अंधार पडल्यावर घरी आला. राणू आई रागे भरली,

"अरे नारायणा, कुठे होतास दिवसभर? घरी आपली आई वाट पाहते आहे याचं काहीच नाही का तुला? करत काय होतास दिवसभर आणि कुठं?"

राणू आईच्या स्वरात राग उतरला होता.

"अगं आई तो गुणाजी आहे ना, तो झाडावरून खाली पडला. माझ्या पाठोपाठ चढत आला शेंड्यापर्यंत आणि पाय निसटला गं त्याचा! आणि पडला खाली! दोन्ही ढोपरांना खरचटलं त्याला. शिवाय खांद्याला मार बसला तो वेगळाच! मग मीच त्याला पाठकुळीवर बसवून त्याच्या घरी घेऊन गेलो. त्याच्या आईला सगळी हकिगत सांगितली. त्याच्या खांद्याला निरगुडीच्या पाल्याचा लेप लावला. पुन्हा नदीवर गेलो. अंघोळ केली आणि थेट घरी आलो. आई, गुणाजी बरा असेल ना? मला चिंता वाटते गं त्याची. त्याच्या खांद्याला जोरात मार बसलाय."

चार-पाच वर्षांचा नारायण, आपण दिवसभर काय काय केलं याचा तपशील सांगत होता. क्षणभर आईच्या डोळ्यांत कौतुक उमटलं. तरीही या पोराच्या या असल्या उद्योगाला कुठंतरी अटकाव केला पाहिजे असं तिला वाटलं. लटक्या रागानं ती म्हणाली,

"काय रे नारबा! आई आपली वाट बघत असेल, तिला आपली काळजी वाटत असेल याबद्दल काही वाटलं नाही का? तुला त्या गुणाजीची चिंता वाटतेय. नारायणा, तू असं कर बाबा! सगळ्या जगाच्या कल्याणाचा भार त्या रामरायानं तुझ्यावरच घातलाय. तू जगाची चिंता कर! या विश्वाची चिंता कर! आणि त्यातून वेळ मिळाला, तर आईकडं बघ!"

असं बोलून, नारायणाकडे एक लटक्या रागाचा कटाक्ष टाकून आई आत गेली. जाता-जाता म्हणाली,

"आता पोटाची चिंता वाटत असेल तर जेवायला ये!"

एवढाच! हा एवढाच प्रसंग घडलेला. त्यानंतर नारायणाला जेवायला वाढून आईनं आपलं जेवण उरकलं. गंगाधर, नारायणाचा मोठा भाऊ बाहेरगावी गेला होता. जेवण झाल्यावर झाकपाक करून आईनं माजघरात अंथरूण घातलं. वाड्याच्या मुख्य दाराला कडी-कोयंडा घातला. दाराजवळच्या कोनाड्यात एक पणती तेवत ठेवली आणि ती आत आली. नारायण ओसरीवर बसला होता. दिवलीची वात बारीक करून तिनं नारायणाला निजायला हाक मारली. आता मात्र तिच्या हाकेसरशी नारायण आत आला. येऊन अंथरुणावर निजला. त्याला थोपटता थोपटता आईनं रामरक्षा म्हणायला सुरुवात केली. नारायणाला लगेचच

झोप लागली. राणू आई मात्र नारायणाचा विचार करत नंतर बराच वेळ जागी होती.

सकाळी आई लवकर उठली. सडासंमार्जन आटोपून तिनं नारायणाला उठवलं. त्याचे सूर्यनमस्कार, दंड, बैठका, आसनं करून झाल्यावर तिनं त्याला दूध प्यायला दिलं आणि ती पुढची कामं करण्यात गुंतून गेली. त्या वेळी तिला नारायण दिसला होता. त्यानंतर आता दिवस मावळला, रात्र झाली, अंधार पडला तरी नारायणाचा पत्ता नव्हता. सकाळी लोटकी भरून दूध पिऊन झाल्यावर राणू आईला तो दिसलाच नाही. दिवसभर ती कामात होती. पोतंभर हुलगे पाखडायचे होते. शेतातल्या गड्यानं बबननं आणून दिले होते. उद्या आणखी निघतील म्हणाला होता. त्यामुळं हे काम आजच करून टाकावं या विचारानं राणू आई दिवसभर त्यात बसली होती. नारायण दुपारी जेवायलाही आला नाही. पोर भुकेजलं असेल म्हणून तिनं थोडा वेळ वाट बघितली. मध्ये थोडा वेळ विश्रांती घेऊन तिनं दूध-भात खाऊन घेतला, आणि पुन्हा ती त्या कामाला लागली. तिचं ते काम संपलं, तेव्हा दुपार उलटून गेली होती. तिथली आवराआवर करून ती नारायणाला शोधायला बाहेर पडली; पण सगळीकडं शोधूनही नारायण सापडला नाही. राणू आईचा धीर खचला. दिवली लावून घेऊन ती देवघरात गेली. देव्हाऱ्यात नंदादीप तेवत होता. त्यातलं तेल संपत आलं होतं.

रामरक्षा तोंडानं म्हणतच राणू आईनं तेलाचं ठावकं काढण्यासाठी फडताळ उघडलं. तिनं सवयीनं ठावकं जिथं ठेवलेलं असायचं, तिथं हात घातला. हाताला काहीतरी मऊ-मऊ लागलं.

"अगंबाई ऽ! फडताळात काय आहे हे?" असं पुटपुटत तिनं दिवली वर उचलली. दिवलीचा मंद प्रकाश फडताळात पडला आणि राणू आईला 'तो' दिसला. तोच तो! नारायण! तो फडताळात बसला होता. ना त्याला अंधाराची भीती वाटत होती, ना काही किडा-मुंगी चावेल याची धास्ती. त्याला तसं फडताळात बसलेलं बघितलं आणि राणू आई ओरडलीच,

"अग्गोऽऽबाई! नारायणा तू? तू इथं फडताळात बसलायस? काय करतोयस इथं बसून?" आईनं जराशा रागानंच विचारलं. नारायणानं एक कटाक्ष आईकडं टाकला आणि म्हणाला,

"आई, मी विश्वाची चिंता करतोय. तू म्हणालीस ना विश्वाची चिंता कर म्हणून? मग मी इथं बसून विश्वाची चिंता करतोय."

नारायणानं अत्यंत आत्मविश्वासानं सांगितलं.

"कर्म माझं! अरे नारायणा, गावभर हिंडून तुला शोधून माझ्या पायाचे तुकडे पडले की रे! सकाळी एकदा काय ते दूध प्यायलायस ते मला आता

दिसतोयस! काय म्हणायचं तुला? अरे, या फडताळात अंधार आहे, किडा-मुंगी काहीतरी चावेल याचा विचार नाही का आला तुझ्या मनात?'' आईनं जरा रागानंच विचारलं. नारायण शांतपणे फडताळातून खाली उतरला. म्हणाला,

''आई, अगं विश्वाची चिंता करायची, तर या क्षुल्लक गोष्टींचा विचार करून कसं चालेल? आता मला भूक लागलीय. विश्वाची चिंता करायला शक्तीची जरुरी आहे आणि शक्ती येण्यासाठी जेवावंच लागेल. तेव्हा मला जेवायला वाढ!'' नारायणानं शांतपणे तपशीलवार उत्तर दिलं.

ती नारायणाची सवयच होती. जशा त्याला अनेक शंका येत असत, तसंच तो कुणी प्रश्न विचारला तर तो त्या शंकेचं निरसनही सविस्तर करत असे. आत्ताही त्यानं आईला सविस्तर उत्तर दिलं. काही न बोलता कपाळावर हात मारून राणूआई उठली. तिनं चुलीवर दूध गरम केलं. नारायणाला एका ताटलीत दूध-भात दिला. म्हणाली,

''आता पोटभर जेव! दिवसभर उपाशी आहेस. जेव आणि आता गपचिप नीज. आता काही उपद्व्याप करू नको अंधारात.''

राणू आईनं दम भरला. नारायणानं नुसती मान हलवली. तरी राणू आई स्वयंपाकघराबाहेर जाता-जाता एक वाक्य तिच्या कानावर पडलंच.

''कशाला आई एवढी अंधाराला घाबरते काही कळत नाही. अंधार म्हणजे तरी काय? सूर्याचा लपंडावच की!''

मागं वळून नारायणाकडं एक कौतुकाचा कटाक्ष टाकून राणू आई माजघरात निजायला गेली. नारायण मात्र शांतपणे एकटाच त्या स्वयंपाकघरात बसून जेवत होता. जेवता-जेवता विचार करत होता की असं फडताळात बसून विश्वाची चिंता करता येणार नाही. त्यासाठी काहीतरी केलं पाहिजे; पण काय करावं हेच त्याला सुचत नव्हतं.

दुसरे दिवशी सकाळी नारायणाचा मोठा भाऊ गंगाधर घरी पतरला. तो आल्या-आल्या नारायणानं त्याला विचारलं,

''दादा, विश्वाची चिंता करण्यासाठी काय करावं लागेल?'' नारायणाला हा प्रश्न पडलेला बघून गंगाधरला हसूच आलं. चार-पाच वर्षांचा तो आणि निघालाय विश्वाची चिंता करायला. गंगाधरनं त्याचं नाक चिमटीत पकडलं. म्हणाला,

''नारबा, तू आधी आपल्या लंगोटीची चिंता कर! ती निसटत नाही ना? चांगली घट्ट बांधली आहे ना ते बघ! मग विश्वाची चिंता कर!'' असं म्हणून नारायणाचा गालगुच्चा घेऊन गंगाधर अंघोळीला गेला.

आता मात्र नारायणाला राग आला. 'आईला सांगितलं तर तिनंही हसण्यावारी

नेलं. दादाला विचारलं तर त्यानं माझीच चेष्टा केली. ते काही नाही. अजून ही सगळी मला लहान समजतात. आपण मोठे झालो आहोत, हे त्यांना दाखवलंच पाहिजे.' नारायणानं ठरवलं.

"आई, मी नदीवर जातो गं!" असं आईला मुद्दाम सांगून नारायण घरातून बाहेर पडला.

"लवकर परत ये रे!" हे आईनं स्वयंपाकघरातून सांगितलेलं त्यानं कानामागं टाकलं, आणि तो पळतच बाहेर पडला. त्यानं थेट नदी गाठली. अंगातला सदरा पळतापळताच काढून त्यानं काठावर टाकला. थेट पाण्यात उडी घेतली. जवळजवळ तासभर तरी तो पाण्यात डुंबत होता. पाण्यातल्या मासोळ्या पायाला येऊन लुचत होत्या आणि हे आपलं खाद्य नाही हे कळलं की दूर जात होत्या. नारायणाला त्याची गंमत वाटत होती. काठावर जाऊन काठावरच्या खापऱ्या[१] गोळा करून, पाण्यात पोहता-पोहता त्या खापऱ्या पाण्याला समांतर अशा भिरकावून पाण्यावर भिंगोऱ्या[२] काढण्याचा त्याचा आवडता खेळ खेळण्यात त्याचे दोन तास कसे गेले हे त्याला कळलं नाही. जेवणाची वेळ झाली, तशी राणू आईला काळजी वाटायला लागली. दोन तास होऊन गेले होते, अजून नारायण नदीवरून परत आला नव्हता. तिचा सगळा स्वयंपाक झाला. तिनं वैल विझवला आणि धुतलेले हात ओच्याला पुसत ती नदीवर धावली. धावताना ती हाकाही मारत होती.

"नारायणा, अरे नारबाऽ! अरे, कुठं आहेस तू?"

तिची हाक पाण्यात उभ्या असलेल्या नारायणाला ऐकू आली, आणि आपला प्रश्न आईनं हसण्यावारी नेला हे त्याला आठवलं. आपल्याला पडलेल्या एवढ्या गहन प्रश्नाची या सगळ्यांनी चेष्टा केली हेही त्याला आठवलं. काही-तरी मनात येत त्यानं नाक दाबलं आणि तो पाण्याखाली गेला. सूर्यनमस्कार, दंड, बैठका, योगासनं यासोबतच तो प्राणायामही शिकलाच होता. पाण्याखाली जाऊन त्यानं श्वास रोखून धरला. आई काठावर येऊन उभी राहिली. एकवार तिनं सगळीकडं नजर फिरवली; पण नारायण कुठंच दिसला नाही. ती कावरी-बावरी झाली. 'आता हे पोर कुठं गेलं? इथं तर कुठंच दिसत नाही!' असा विचार करत ती नारायणाला हाका मारायला लागली.

"नारायणाऽऽ! अरे नारु बाळा! कुठं आहेस तू? अरे, जेवायची वेळ झाली. चल घरी!"

पण तिच्या हाकांना प्रतिसाद आला नाही. आसपास मुलं खेळत होती. राणू आईनं त्यातल्या एकाला विचारलं,

"सहदेव, अरे नारायणाला पाहिलंस काय?" सहदेव म्हणाला, "काकू

त्यानं मघाशी पाण्यात उडी मारलीय डोहाकडच्या बाजूला! तो अजून वर आलाच नाहीय.''

हे ऐकल्यावर राणू आईचा जीव घाबरा झाला. ''नारायणाऽऽ अरे नारायणा नको रे असा आईला त्रास देऊस! रामराया, माझ्या पोराला सुखरूप ठेव रे बाबा! तुला खडीसाखरेचा नैवेद्य देईन!''

काकुळतीला येऊन आई एकीकडे नारायणाला हाका मारत होती आणि एकीकडे रामरायाचा धावा करत होती. तिचा व्याकूळ स्वर नारायणाला पाण्याखाली ऐकायला आला, तसा चट्कन तो पाण्याच्या वर आला. दीर्घ श्वास घेऊन त्यानं हाक मारली. ''आऽऽई!'' तत्क्षणी आईचं लक्ष तिकडं गेलं. तिनं त्या बाजूला धाव घेतली.

''नारायणाऽऽ बाहेर ये बघू आधी!'' तिच्या स्वरातली व्याकूळता बघून नारायण पाण्याच्या बाहेर आला. धावत जाऊन त्यानं आईच्या कमरेला मिठी मारली.

''आऽऽई! तू मला इथं शोधायला आलीस?'' नारायणानं विचारलं.

''काय करू रे मग? तू तासभर दिसला नाहीस की माझं मन घाबरं होतं बघ! नारायणा, असा कुठं जात जाऊ नकोस रे!''

आपल्या ओच्यानं नारायणाचं चिंब ओलं डोकं पुसत आई म्हणाली.

''मग आई, मी विश्वाची चिंता करण्यासाठी रामरायाला शोधायला गेलो तर तू काय करशील?'' नारायणानं विचारलं.

''तेव्हा मी रामरायालाच तुझा पत्ता विचारेन! त्याला निश्चित माहिती असेल तू कुठं आहेस ते! तो सांगेल मला!'' आईनं उत्तर दिलं. तिच्या उत्तरात ठामपणा तर होताच; पण बोलण्यात होता रामरायावरचा अढळ विश्वास.

''पुरे झालं आता नदीत डुंबणं! आता घरी चल!'' असं म्हणत नारायणाच्या हाताला धरून आई त्याला घरी घेऊन आली.

दोघं घरी आले तर नारायणाचे बाबा घरी आलेले होते. आल्यावर आईनं त्यांना इत्थंभूत हकिगत सांगितली. एकीकडे नारायणाला रागवण्याचा आविर्भाव करत बाबा म्हणाले,

''आता यावर मी काय बोलणार? त्याला आता रामरायाच काय ती बुद्धी देईल. कसं आहे ना नारायणाच्या आई, त्याला रागे भरायचं तर कोणत्या कारणासाठी? अभ्यास करत नाही म्हणावं, तर तो एकपाठी आहे. मुळाक्षरे, पावकी, निमकी तो एका दिवसात शिकला. इतरांना एका दिवसात धूळपाटी कशी धरावी तेही येत नाही. रुद्र त्याला सप्ताहभरात पाठ झाला. अगदी आरोह-आघातांसह. रूपावली, समास चक्र, विभक्ती हे तर मी उच्चारत गेलो आणि

मजपाठोपाठ तो म्हणत गेला. तुमचं हे बुद्धिमान पोर शंका तर असल्या विचारतं की भल्याभल्या शास्त्री-पंडितांची भंबेरी उडते. मग आम्हाला सांगा, त्याला रागे भरायचं ते कशासाठी? केवळ हूडपणा करतो म्हणून? अहो, त्याचं वयच आहे हूडपणा करायचं!'' असं म्हणून सूर्याजीपंत नारायणाला रागे भरत तर नसतच; पण ते आईचीच समजूत काढत. असे प्रसंग तर वारंवार घडत.

एकदा तर असं झालं की मंदिरात एक कथेकरी बुवा आले होते. ते फार छान कीर्तन करत. कीर्तन करताना पुराणातील गोष्टी रंगवून सांगण्यात त्यांची हातोटी होती. नारायणाच्या घरातली सगळी जण कीर्तन ऐकायला जायची. त्या दिवशी कीर्तनकारांनी कुरुक्षेत्रावरचा भगवद्गीता आणि विराट दर्शनाचा प्रसंग घेतला होता. ते सगळे प्रसंग त्यांनी अतिशय रंगवून सांगितले. नंतर गोपालकृष्णाचा गजर करत त्यांनी थाळी फिरवली. आपापल्या ऐपतीप्रमाणे लोक त्यात भक्तिभावाने पैसे टाकत होते. कुणी अधेली, कुणी रुपया... थाळी सूर्याजीपंतांजवळ आली. त्यांनी नारायणाच्या हातात अधेली दिली. थाळीत अधेली टाकण्याआधी नारायण म्हणाला,

''बुवा, मला एक शंका आहे. विचारू का?''

ते ऐकलं आणि राणू आईच्या मनात धस्स झालं. आता हा काय शंका विचारणार असा तिच्या जिवाला घोर लागला; कारण मागे आलेल्या दोन-तीन कीर्तनकारांनी नारायणाच्या या शंका विचारण्याबद्दल काहीशी तक्रार केली होती. एकदा एका कीर्तनकाराला नारायणानं विचारलं होतं की, 'आकाशात या चांदण्या आल्या कुठून? त्या कोणी वर फेकल्या? तुमच्याजवळ याचं उत्तर आहे काय?' तर एकदा एका कीर्तनकाराला त्यानं विचारलं होतं की, 'या फुलांमध्ये गंध कुणी ओतला ते तुम्हाला सांगता येईल काय?'

आताही त्यानं, मला एक शंका विचारायची आहे असं सांगितल्यावर राणू आईच्या पोटात गोळा उठला. त्या कीर्तनकाराला माहीत नव्हतं नारायणाची बुद्धिमता किती अगाध आहे ते! राणू आईनं नारायणाला अडवण्याचा प्रयत्न केला; पण त्या कीर्तनकारानं कौतुकाच्या स्वरात नारायणाला सांगितलं,

''वा वा! पोरा, तुला शंका आली म्हणजे तुला ज्ञानलालसा किती आहे हे लक्षात येतंय. विचार तुला काय विचारायचं ते!'' राणू आईला काहीच बोलता आलं नाही. नारायणाच्या चेहऱ्यावर मात्र उत्साह पसरला. तो उठून उभा राहिला. एकवार त्यानं कीर्तनकार बुवांना नमस्कार केला आणि म्हणाला,

''बुवा, मला एक शंका आहे. मला माझ्या वडिलांनी भगवद्गीता शिकवली आहे. मला ती मुखोद्गत आहे. मला एक सांगा, भगवद्गीता जर रणांगणात सांगितली आहे, आणि तिच्यात सगळं जीवनविषयक तत्त्वज्ञान सांगितलेलं

आहे; तर मग भगवद्‌गीता मंदिरात का ठेवायची?''

त्याचा प्रश्न ऐकून कीर्तनकार अचंबित झाले. एवढ्या लहान वयाच्या पोराकडून असली शंका त्यांना अपेक्षित नसावी. दुसरं म्हणजे त्यांच्याकडं या शंकेचं उत्तर नव्हतं. ते क्षणभर गप्प बसले. अचानक नारायणच पुढं बोलला,

''महाराज, मला असं वाटतंय की मंदिरात भगवद्‌गीता शिकवली, तरच ती जास्तीतजास्त लोकांपर्यंत पोहोचेल असा ज्ञानी लोकांचा होरा असावा.'' आपणच विचालेल्या प्रश्नाचं नारायणानं स्वतःच उत्तर दिलेलं बघून राणू आईनं सुस्कारा टाकला. कीर्तनकार प्रसन्न पावले, तर सूर्याजीपंतांच्या चेहऱ्यावर अभिमानाची छटा उमटली. कीर्तनकार बुवांनी नारायणाला शाबासकी म्हणून आरतीच्या थाळीतली एक अधेली काढून दिली आणि म्हणाले,

''बाळा, रामराया तुझ्यावर प्रसन्न आहे. तो सतत तुझ्या पाठीशी आहे.''

कीर्तनकार बुवांचं ते बोलणं ऐकून सूर्याजीपंतांना एक प्रसंग आठवला–

गंगाधर आणि नारायण या दोघांना समोर बसवून ते संस्कृतचे पाठ शिकवत होते. 'राम' हा शब्द विभक्ती प्रत्ययात चालवायला शिकवत होते. दोघंही एकपाठी. दोघांचं पाठांतर लगेचच होई. नारायणाचं तर फारच जलद; पण त्या दिवशी असं झालं की सूर्याजीपंत 'राम' शब्द विभक्तीत चालवायला शिकवत होते तर प्रथमा, द्वितीया, तृतीया असं म्हणायच्या ऐवजी प्रत्येक वेळी नारायण प्रथमाच म्हणायचा. जसं की,

रामः रामौ रामाः - प्रथमा

रामा रामौ रामान् - द्वितीया

रामेन रामाभ्याम् रामैः - तृतीया

असं म्हणण्याऐवजी नारायण सगळीकडे 'प्रथमा'च म्हणत होता. सूर्याजीपंतांनी दोन-तीन वेळा सांगितलं; पण तो 'प्रथमा'च म्हणत राहिला. शेवटी सूर्याजीपंतांनी त्याला विचारलं,

''नारायणा, तुला समजत नाहीय का? तुला विभक्ती प्रत्यय समजत नाहीत का? तू सतत प्रथमाच का म्हणतोयस?'' त्यावर नारायणानं उत्तर दिलं,

''बाबा, राम हा माझ्या दृष्टीनं प्रथमच आहे. तो माझ्यासाठी नेहमीच प्रथम राहील. तो कधीच द्वितीया, तृतीया होणारा नाही. तो माझ्यासाठी प्रथमाच राहील.''

नारायणानं दिलेलं उत्तर ऐकून सूर्याजीपंत थक्क झाले. नारायणाच्या मनात श्रीरामाबद्दल किती प्रीती आहे, किती श्रद्धा आहे, किती भक्ती आहे हे त्यांच्या लक्षात आलं. त्यांना नारायणाचा अभिमान वाटला.

कीर्तन संपलं. सगळी जणं घरी आली. घरी आल्यावर मात्र राणू आईनं

नारायणाला रागे भरायला सुरुवात केली, ''नारायणा, जिथं तिथं तुला मध्ये तोंड घालून प्रश्न विचारायची गरजच काय रे? ते बुवा काय सांगतात ते गप्प ऐकावं आणि त्यातून मिळेल ते ज्ञान घेऊन घरी यावं. ते राहिलंच बाजूला. तू जिथं तिथं ज्याला त्याला प्रश्न काय विचारत बसतोस? अरे, अशानं विप्रजनांचा अपमान होतो, बाळा!''

राणू आईच्या या रागावण्यावर सूर्याजीपंत काही बोलणार तोच नारायण म्हणाला,

''आई, जे सांगितलं जातं ते दगड-धोंडेपण ऐकतातच की! पण मी दगड-धोंडा नाही ना? त्यांनी जे सांगितलं, ते मला समजलं की नाही? समजलं असेल, तर कितपत समजलंय याची चाचपणी करायला नको? आपल्या ज्ञानाची आपणच परीक्षा घ्यायला हवी. त्याशिवाय आत्मोद्धार कसा होणार? आता हेच बघ! तुम्ही माझं नाव नारायण ठेवलंत. माझा जन्म जर राम नवमीचा आहे तर मग माझं नाव राम किंवा रामचंद्र किंवा श्रीराम का ठेवलं नाही?''

नारायणानं जो प्रश्न केला, तो अगदी अनपेक्षित होता. क्षणभर त्याला काय उत्तर द्यावं हे राणू आईलाही सुचलं नाही आणि सूर्याजीपंतांनाही; पण लगेचच सावरले सूर्याजीपंत. म्हणाले,

''त्याचं असं झालं नारबा, रामनवमीचा उत्सव राम जन्माच्या नऊ दिवस आधीपासून म्हणजे चैत्र शुद्ध प्रतिपदेपासून सुरू होतो. आपल्या इथल्या राम मंदिरातही तसाच सुरू होतो. तसा तो सुरू होता. दरवर्षी रामनवमीचे नऊ दिवस मंदिरात कीर्तन, प्रवचन असतं. तसंच ते त्या वर्षीही होतं. ज्या दिवशी तुझा जन्म झाला त्या दिवशी मंदिरात विष्णू सहस्त्रनाम सुरू होतं. ते संपलं आणि मी घरी आलो, तर सुईणमावशीनं सांगितलं, ''पंत, तुम्ही इष्णू सहस्त्रनाम ऐकून आलासा न्हवं! बघा, तुमच्या घरी नारायण जन्मला. नारबा, तसं म्हटलं तर श्रीराम म्हणजे तुझा रामराया हासुद्धा विष्णूचा म्हणजे नारायणाचाच अवतार ना? म्हणून मग तुझंही नाव नारायण ठेवलं. समजलं?''

सूर्याजीपंतांनी सविस्तर उत्तर दिलं. नारायणाचं समाधान झालेलं दिसलं. तोच राणू आईनं मुद्दाम विचारलं,

''मिळालं का प्रश्नाचं उत्तर? पडली का ज्ञानात भर?''

तिच्या या विचारण्यावर नारायणानं मान डोलावली आणि लाघवीपणे आईच्या कमरेला मिठी मारली. सगळी हसली. निजायला गेली. त्या प्रसंगानं नारायणाला ज्ञानाची किती आस आहे हे मात्र अधोरेखित झालं.

नारायण पाच वर्षांचा झाला. सूर्याजीपंतांनी त्याची मुंज केली. आधी तो तयारच नव्हता; पण मुंज झाल्यावर ज्ञान मिळवण्याचे अनेक मार्ग असतात,

असं सांगितल्यावर तो मुंजीला तयार झाला. राममंदिरातच त्याची मुंज केली. मुंज झाल्यावर बटूला रामाच्या पाया पडण्यासाठी गाभाऱ्यात नेलं. श्रीरामाची कोदंडधारी मूर्ती तिथे उभी होती. नारायणानं मूर्तीच्या चेहऱ्याकडे एक गहिरी नजर टाकली आणि नजरेनंच जणू रामरायाला विचारलं,

"रामराया, आता माझी मुंज झालीय. आता सगळ्या ज्ञानाची कवाटं माझ्यासाठी खुली झाली आहेत. आता मला त्यात तुझी साथ हवी आहे. देशील ना?"

रामरायानंही त्याला नजरेनंच उत्तर दिलं, "नारायणा, तू ये! मी आहेच तुझी सोबत करायला!" रामरायानं नजरेनं उत्तर दिलं आणि नारायणालाही ते समजलं. त्या उत्तरावर नारायण म्हणाला,

"रामराया, मी तुझा दास बनून राहीन. जसा हनुमान तसाच मी तुझा सेवक. तू माझा धनी आणि मी तुझा सेवक. आता तू माझा आणि मी तुझा. आता तू मला आणि मी तुला! चालेल ना रामराया?"

नारायणाच्या या प्रश्नालाही रामरायानं मंद हास्यातून उत्तर दिलं. रामाच्या मूर्तीसमोर हात जोडून बसलेल्या नारायणाला खांद्याला धरून उठवताना सूर्याजीपंतांना दिसलं, रामरायाच्या मूर्तीच्या चेहऱ्यावर हास्य उमटलंय. ते खरंच होतं की तो आपल्याला भास झाला याचं उत्तर मात्र त्यांना मिळालं नाही.

आई-वडिलांच्या आणि मोठा भाऊ गंगाधर यांच्या सुसंस्कृत छत्रछायेखाली नारायण असा मोठा होत होता. वडील त्याला मराठी आणि संस्कृत भाषा शिकवत तर गंगाधर फारसी, हिंदी, अवधी भाषेचं त्याला ज्ञान देत असे; मात्र शिक्षणासोबत नारायणाचा खोडसाळपणाही वाढत होता. त्याच्या मुंजीच्या वेळी तर राणू आईला हीच चिंता सतावत होती. मुंजीच्या बोहल्यावर तरी हा शांतपणे उभा राहतोय की नाही? की तिथंही काही खोडसाळपणा करेल? सवयीप्रमाणं मुंज लावणाऱ्या पुरोहितांनाही काही शंका विचारून सतावेल? म्हणूनच मुंज करायची ठरल्यावर तिनं त्याला नाना परीनं समजावून सांगितलं होतं. त्यामुळं की काय आईच्या शब्दाचा मान राखायचा म्हणून का होईना, पण मुंजीच्या वेळी बोहल्यावर नारायण शांत उभा होता. एवढंच की तो त्या पुरोहितांसोबत मंत्र पुटपुटत होता. शेजारी उभ्या असलेल्या गंगाधरनं त्याला दोन वेळा दटावलं तसा तो थोडा वेळ शांत उभा राहिला. नंतर मात्र आपल्या अंगभूत बंडखोरीचा नमुना त्यानं दाखवलाच. नुसता दाखवला नाही, तर आपल्या शंका विचारून त्यानं सगळ्यांना निरुत्तर केलं. मुंजीमध्ये एक विधी असतो. मुंज लागली की त्या बटूला साक्षात नारायण मानून त्याच्या पायाच्या अंगठ्याचं तीर्थ सगळ्यांनी घ्यायचं. तो विधी करायला नारायणानं चक्क नकार दिला. म्हणाला,

"ज्यांच्या पायाच्या अंगठ्याचं तीर्थ घ्यावं असे अनेक ज्येष्ठ आणि श्रेष्ठ समोर असताना माझ्या पायाच्या अंगठ्याचं तीर्थ घ्यावं अशी माझी योग्यता नाही. मी जेव्हा ती मिळवेन तेव्हाच माझ्या पायाचं तीर्थ तुम्ही घ्या. कोणतंही औचित्य नसलेला हा विधी मी करणार नाही."

नारायणानं असं स्पष्टपणे सांगितलं. सगळ्यांनी खूप समजूत घातली; पण नारायण बधला नाही. शेवटपर्यंत आपल्या पायाच्या अंगठ्याचं तीर्थ देण्याच्या

विधीला तो तयार झाला नाही. शेवटी एका पंचपात्रात पाणी घेऊन, मोठ्या मिनतवारीनं सगळ्यांनी त्याला त्या पंचपात्रात उजव्या हाताचं मधलं बोट बुडवायला लावलं आणि ते पाणी सगळ्यांनी तीर्थ म्हणून प्राशन केलं. आपला बंडखोर स्वभाव आणि समाजात असलेल्या विचित्र परंपरांना असलेला आपला विरोध नारायणानं असा पोरवयातच जोपासला होता. प्रसंगी तो विरोध स्पष्ट करायला तो मागे-पुढे पाहणार नाही, याची एक झलकच या प्रसंगानं दाखवली.

या प्रसंगानं नारायणानं आपली मानसिकताही दाखवली होती. काही असो, त्या जांब गावात नारायणाच्या हुशारीची अशी चर्चा सुरू होती. हाच नारायण मोठा झाल्यावर जांब गावाला लोकांच्या अभिमानाचा विषय बनवेल हे कुठं त्यांना माहीत होतं?

'जांब' दोनशे उंबरठ्यांचं गाव! अहमदनगरजवळच्या अंबाड परगण्यात हिवरे गावापासून तीन कोसांवर असलेली ही वस्ती. आसपासची चार-सहा खेडेगावं मिळून झालेल्या त्या विभागाचं कुलकर्णीपद ठोसर घराण्याकडं होतं. दशरथ कृष्णाजीपंत ठोसरांनी काही गवळी समाजातील लोकांच्या मदतीनं जांब, आसनगाव वगैरे बारा गावं वसवली आणि त्या परगण्याचं कुलकर्णीपद मिळवलं. त्यातलं जांब हे कसब्याचं गाव. आसपासच्या खेडेगावांचा मुलकी कारभार जांब गावातून चालायचा. आनंदी नदी या गावाशेजारून वाहायची. पुढं जाऊन गोदावरीला मिळायची. गोदावरीशी होणाऱ्या संगमामुळं असेल कदाचित; पण आनंदी नदीला बारमाही पाणी असायचं. ती गोदावरीची उपनदी; पण गावकरी तिलाही गोदावरी म्हणायचे. त्यामुळं जांब गावाची शेतीही सुफलाम् होती. नदीला डोहही होता म्हणे. त्या डोहात कधी कधी मगरीचं दर्शन व्हायचं.

दशरथ कृष्णाजी ठोसरांचे अठरावे वंशज सूर्याजीपंत ठोसर. ज्ञानानं आणि जागृत संस्कारानं परिपूर्ण असे सूर्याजीपंत जांब गावचं कुलकर्णीपद निगुतीनं आणि न्यायप्रियतेनं सांभाळत होते. भवताली असलेल्या मुसलमानी अंमलापासून आपल्या अंगभूत कौशल्यानं गावाचं, गावातल्या मंदिराचं, गावकऱ्यांचं रक्षण करत होते. तरीदेखील कधी कधी एखाद्या टोळधाडीप्रमाणं यवन सैनिक येत, आणि हाताला लागेल ते लुटून नेत. असं घडलं की सूर्याजीपंत उदास बसून राहत. आपण नीटनेटका कारभार करून या लुटारूंची गुलामीच करतो आहोत असं त्यांना वाटायचं. अशा वेळी ते गप्पगप्प राहत. राणू आईला, गंगाधराला त्यांच्या उदास राहण्याचं कारण कळत असे. ती दोघं परोपरीनं त्यांची समजूत घालत. तो संवाद नारायणाच्या कानावर पडत असे. मग तो सूर्याजीपंतांना काहीबाही प्रश्न विचारी. ते रागे भरले की गंगाधरला विचारी. त्याच्याजवळ त्या प्रश्नांची उत्तरं मिळाली नाहीत की नारायण आईजवळ जायचा. मग राणू आई

त्याची काहीतरी समजूत काढायची; पण कधी कधी हा लुटीचा प्रकार जास्त मोठ्या प्रमाणात झाला की सूर्याजीपंत अतिशय अस्वस्थ व्हायचे. नारायणाला त्यांचा अस्वस्थपणा बघवायचा नाही. मग रागानं तो म्हणत असे,

"बाबा, श्रीकृष्णानं गीतेत सांगितलं आहे ना 'संभवामि युगे युगे' म्हणून. मग त्याच्या या वचनावर आपण विश्वास ठेवला पाहिजे. एक दिवस असा येईल की, या यवनांच्या मुसक्या आवळणारा कोणीतरी नक्की जन्माला येईल. आणि रामरायाचं राज्य होईल. तोपर्यंत या यवनांना अटकाव करण्याची मानसिकता लोकांच्यात निर्माण करावी लागेल. त्यासाठी सामान्यातला सामान्य माणूसही शक्तिशाली बनवावा लागेल, असं मला वाटतं! होय ना हो बाबा?"

नारायण पोटतिडकीनं बोलत होता. सूर्याजीपंत थक्क होऊन त्याचं बोलणं ऐकत होते. आपलं हे पाच-सहा वर्षांचं पोर सामाजिक परिस्थितीचा एवढ्या जाणिवेनं विचार करतंय याचं त्यांना भारी कौतुक वाटत असे.

पाचव्या वर्षी नारायणाची मुंज झाली आणि त्याला ज्ञानलालसेनं जणू झपाटलंच. त्यातच एकदा त्याचं सारखं सारखं प्रश्न विचारणं बघून गंगाधर त्याला म्हणाला,

"नारायणा, अरे किती प्रश्न विचारशील? मला माहिती आहे की तुला सगळं शिकून घेण्याची घाई झाली आहे; पण गुरूशिवाय ज्ञानसंपादनाला अर्थ नाही आणि अनुग्रहाशिवाय ज्ञानसाधना व्यर्थ आहे. तेव्हा नारायणा, आधी त्यासाठी प्रयत्न कर. मग ज्ञानसाधनेला सुरुवात कर." नारायणाला गंगाधराचं बोलणं समजलं. त्या क्षणी तो म्हणाला,

"मग मला कोण देईल अनुग्रह? बाबा देतील का?"

गंगाधराने मान डोलावली. नारायण धावतच सूर्याजीपंतांकडे गेला.

"बाबा, अनुग्रहाशिवाय आणि गुरुकृपेशिवाय ज्ञानसाधना व्यर्थ आहे ना? मग तुम्हीच माझ्यावर अनुग्रह करा अन् मला मार्गदर्शन करा. चालेल काय?"

नारायणानं अगदी आग्रहानं विचारलं. सूर्याजीपंत क्षणभर विचारात पडले. नारायणच्या बुद्धीची झेप त्यांना माहीत होती. आपल्या कुलकर्णी पदाच्या वाढलेल्या कामाचीही त्यांना कल्पना होती. या आपल्या व्यग्र दिनक्रमातून वेळ काढून आपण नारायणाच्या ज्ञानसाधनेकडं नीट लक्ष देऊ शकणार नाही असा विचार त्यांच्या मनात आला. शिवाय नारायणाचा सकाळचा व्यायाम आणि पाठांतर हे तर ते घेतच होते. त्यांनी गंगाधरला हाक मारून नारायणाची ज्ञानसाधना त्याने करून घ्यावी, असं त्याला सुचवलं; पण गंगाधरही नारायणाची कुशाग्र बुद्धी जाणून होता. त्याच्या बुद्धीच्या कुशाग्रतेला आपण न्याय देऊ शकू की नाही या शंकेनं गंगाधरनेही नारायणाला सांगितलं,

"हे बघ नारबा, आपल्या घराण्यात पूर्वापार रामरायाची पूजा आहे. आपल्या सगळ्या पूर्वजांना रामरायानं अनुग्रह दिला आहे. आपल्या बाबांना आणि मलासुद्धा! आता राहता राहिलास तू! तेव्हा तू रामरायाला शरण जा. मीसुद्धा मारुतीच्या देवालयात बसून अकरा दिवस सलग मारुती कवचाचं ओलेत्यानं पठण केलं. त्यानंतर मारुतीरायाच्या विनंतीवरून श्री रामचंद्रांनी मला अनुग्रह दिला. तूही असंच काहीतरी कर. म्हणजे तुलाही अनुग्रह मिळेल. एकदा अनुग्रह मिळाला की मग ज्ञानसाधना सुलभ होईल."

गंगाधरने असं सांगितलं, तेव्हा नारायण निरुत्तर झाला; पण हे बोलणं ऐकून झाल्यावर मात्र त्याच्या हट्टी मनानं ठरवलं की असंच जर आहे, तर ठीक आहे. मीसुद्धा हनुमंताची अशी आराधना करेन की मला अनुग्रह देण्यासाठी त्याला रामरायाला सांगावंच लागेल. नारायणानं असा मनाशी निश्चय केला आणि त्याच्या मनाचं समाधान झालं.

नाहीतरी आपली मुंज झालीच आहे, म्हणजे आता आपल्याला ज्ञानसाधनेचा आणि गुरू अनुग्रहाचा अधिकार आहेच. शिवाय पुरोहितांनी आपली मुंज लावताना,

"आता तू मोठा झालास, तुला स्वावलंबी बनायला हवं. आता आपापलं सगळं करायला शिकायला हवं. गायत्रीची उपासना तर रोजच करायला हवी. तो सूर्य कसा स्वयंप्रकाशी आहे, तसं तुलाही स्वयंप्रकाशी व्हायला हवं." असं अगदी बजावून सांगितलं होतं. ते त्याला आठवलं. तरीही एकदा आईची शिफारस घ्यावी. मग तरी गंगाधर आपल्याला अनुग्रह देतो का ते बघावं असा विचार करून नारायण राणू आईकडं गेला.

"आई, बघ ना, तू ज्याला श्रेष्ठ म्हणतेस ना तो गंगाधर मला अनुग्रह द्यायला नकार देतो आहे. तू सांग ना त्याला! तुझं ऐकेल तो!" नारायणानं आपलं गाऱ्हाणं आईजवळ मांडलं. त्याला वाटलं, आई आता गंगाधरला हाक मारेल आणि त्याला सांगेल की 'नारायणाला अनुग्रह दे रे!'

पण झालं उलटंच! आई भाकरी थापत होती. भाकरी थापता-थापता ती म्हणाली,

"नारायणा, मला सांग, तुला झाडावर पार वरच्या शेंड्यापर्यंत चढायला कुणी शिकवलं? दिवस-दिवसभर हुंदडायला, गोट्या खेळायला, मुलांशी भांडाभांडी करायला, कुणी शिकवलं? कुणीच नाही ना? तरी या सगळ्यात तू प्रावीण्य मिळवलंस ना? त्या उंच झाडाच्या शेंड्यावर सरसर एखाद्या वानरासारखा चढतोस ना? ते तू कुठून शिकलास? वानरांचं बघूनच ना? आणि तूही रामरायाचा भक्त आहेस आणि एक वानर असलेला तो हनुमानही रामरायाचा भक्त आहे. मग त्याच्याकडूनच शीक जा, आणि त्यालाच सांग रामरायाला

सांगायला. नारायणा, असं आहे की एखाद्या गोष्टीची आपल्याला आस असली पाहिजे, आणि ती आस पूर्ण करण्याची आच लागली पाहिजे. ती लागली, तरच कुठलीही गोष्ट साध्य होते हे कायम लक्षात ठेव. तेव्हा तुला अनुग्रह पाहिजे असेल, तर तो तुझा तू मिळव.''

राणू आईनं असं सांगितलं, आणि नारायणाजवळ आता पर्याय उरला नाही. तोही निश्चयी. त्यानं तिथल्यातिथं प्रतिज्ञा केली–

''ठीक आहे आई! माझा मीच अनुग्रह मिळवावा अशी तुमची सगळ्यांची इच्छा आहे ना? मग तसंच होईल. मी आता मारुतीरायाला प्रसन्न करून घेईन अन् त्याच्या शिफारशीवरून प्रत्यक्ष रामरायाच मला अनुग्रह देईल. आता मी ते करूनच दाखवतो.''

नारायणानं अगदी ठामपणे आईला सांगितलं. त्याच्या त्या आविर्भावाकडं आई बघतच राहिली. नारायणाचा चेहरा एका आगळ्या तेजानं उजळला होता. त्याचे डोळे निश्चयानं चमकत होते. धारदार नाकावर आणखी धार चढली होती. निमुळती हनुवटी टोकदार झाली होती. तर भव्य कपाळावरचं विष्णुगंध किंचित आकसलं होतं. हूमदांडगेपणा करणाऱ्या, हूड असलेल्या, ज्याच्याबद्दल रोज गावातलं कुणी ना कुणी तक्रार घेऊन येत होतं, त्या नारायणाचं हे रूप आईलाही नवीन होतं. आईची मायाच ती. तिनं लगेचच मिसळणाच्या डब्यातल्या मिरच्या घेतल्या, दगडीतलं मीठ घेतलं. त्या मीठ-मिरच्यांनी देखण्या नारायणाची दृष्ट काढली आणि त्या मिरच्या चुलीतल्या निखाऱ्यावर टाकल्या. भरपूर खाट उठला[३].

''बघ! कुणा मेल्याची दृष्ट लागलीच होती.'' आईच्या स्वरात माया होती. क्षणभर नारायण आईकडं बघत राहिला. 'मघाशी आपल्याला स्पष्टपणे सुनावणारी हीच का ती आई!' त्याच्या मनात आलं. 'आता आईसाठी तरी प्रतिज्ञेची पूर्तता करायलाच हवी' हा विचार घेऊन तो तिथून बाहेर पडला.

नारायण तिथून बाहेर पडला तो थेट रामाच्या मंदिरात आला. मंदिराचा लहानसा, वीस-तीस माणसं मावतील एवढा सभामंडप तसा रिकामाच होता. एक-दोन माणसं रामाच्या दर्शनाला आली होती. त्या सभामंडपाला लागून दोन अंकणाचं[४] गर्भागार होतं. कोदंडधारी रामाची दोन फूट उंचीची मूर्ती प्रसन्न मुद्रेनं उभी होती. गर्भागाराच्या बाहेरच, गर्भागाराच्या दाराजवळच, सभामंडपात गुडघ्यावर वीरासनात हात जोडून बसलेल्या हनुमानाची मूर्ती होती. श्रीरामाची मूर्ती बऱ्यापैकी सुबक, रेखीव होती; पण हनुमानाची मूर्ती किंचित ओबडधोबड होती. अर्थात 'हनुमान' या त्याच्या नावाला तो मूर्तीचा ओबडधोबडपणा शोभतच होता. नारायण रोजच राममंदिरात यायचा. ती हनुमंताची मूर्ती रोजच बघायचा. वीरासनात

हात जोडून बसलेली ती मूर्ती एरवीही त्याला फार आवडायची. ती वानररूपात असली तरी त्याचे बलदंड बाहू, त्याच्या मांड्यांचे पट, त्याच्या छातीचा भरदारपणा, रुंद खांदे, भिंतीसारखी जाड पाठ, लांब शेपूट. हनुमानाचं हे रूप नारायणाला फार आवडायचं. अगदी लहानपणापासून. तो तीन वर्षांचा असताना आईनं त्याला रामायणातल्या गोष्टी सांगितल्या होत्या. तेव्हा द्रोणागिरी पर्वत उचलून आणणारा मारुती त्याला फारच आवडला होता. तेव्हाही ती गोष्ट ऐकताना पर्वत उचलणाऱ्या मारुतीचा बलदंडपणा त्याला भावला होता. नंतर कित्येक दिवस रात्री त्याला, तो मारुती पर्वत उचलून आपल्या घरावरून चाललाय अशी स्वप्नं पडत होती. आताही त्या हनुमानाच्या मूर्तीसमोर उभा राहिल्यावर त्याला ते स्वप्न आठवलं. त्यानं हनुमानाच्या त्या मूर्तीशेजारी वीरासनात बैठक मारली. अगदी जसा तो हनुमान वीरासनात बसला होता तसाच. गावातली एक-दोघं रामाच्या दर्शनाला आली होती. नारायणाकडं बघून त्यातला एक जण म्हणाला,

"वा नारबा, अगदी हनुमान शोभतोयस; पण दोन गोष्टींचा फरक आहे. एक म्हणजे शेपूट आणि दुसरी म्हणजे शक्ती. तो हनुमान बघ किती बलदंड आहे आणि तुझे दंड बघ!"

असं बोलून ती दोघं हसत हसत मंदिराबाहेर पडली. त्यांचं बोलणं ऐकून नारायणाला राग आला. तो वीरासन सोडून उठून उभा राहिला. हनुमानाच्या समोर गेला. म्हणाला,

"बघितलंस मारुतीराया, हे लोकं मी बलदंड नाही म्हणून मला चिडवतात, आणि घरी श्रेष्ठ मला अनुग्रह देणार नाहीत म्हणतात. आता तूच यातून मला मार्ग दाखव. तुझाच तर आधार आहे मला. तू माझ्यासोबत, माझ्या पाठीशी असलास ना, तर मी बलदंडपण होईन आणि रामरायाचा अनुग्रहपण मिळवेन. मारुतीराया तू जसा रामरायाचा श्रेष्ठ भक्त आहेस ना तसाच मीपण होईन. तू आहेस ना माझ्या पाठीशी?"

नारायण हात जोडून हनुमानाच्या मूर्तीसमोर उभा होता. बोलता-बोलता त्याचा आवाज व्याकूळला. कोणत्याही क्षणी त्याला रडू कोसळलं असतं. तसं त्याच्या डोळ्यांत पाणी भरलंच होतं. तरी बरं माध्यान्हीची वेळ होती म्हणून मंदिरात कुणीच नव्हतं. रामराया, हनुमान आणि नारायण तिघंच होती तिथं. डोळ्यांतून ओघळायच्या मार्गावर असलेलं पाणी आवरून एकटक नजरेनं नारायण हनुमानाकडं बघत होता.

"आहेस ना रे तू माझ्या पाठीशी?" नारायणानं आवंढा गिळून गहिवर परतवत विचारलं,

"होय नारायणा, मी आहे तुझ्या पाठीशी." खर्जातून यावा तसा आवाज

आला. मंदिराच्या सभामंडपात घुमला. गर्भागारातून जणू तो आवाज आत शिरला. कोदंडधारी श्रीरामाला त्या आवाजानं एक प्रदक्षिणा घातली. पुन्हा तो आवाज गर्भागारातून बाहेर आला आणि प्रतिध्वनित होत नारायणाच्या कानावर पडला. नारायण दचकला. कावराबावरा झाला. त्यानं घाबरून इकडं-तिकडं पाहिलं. मंदिरात तर कुणीच नव्हतं. मग कोण बोललं? हा आवाज कुणाचा? नारायणाच्या चेहऱ्यावर भलं मोठं प्रश्नचिन्ह उमटलं. ते तसंच ठेवणं त्याच्या स्वभावातच नव्हतं. त्यानं लगेचच विचारलं,

"कोण आहे? कोण बोललं?"

नारायणाच्या या प्रश्नावर लगेचच आवाज आला.

"नारायणा मी... अरे मीच बोललो. मी तुझा हनुमान!"

पुन्हा आवाज आला आणि नारायणानं चमकून हनुमानाच्या मूर्तीकडं पाहिलं. खरोखरच हनुमान बोलत होता. नारायण पुढं होऊन त्याच्यासमोर हात जोडून उभा राहिला.

"नारायणा ऐक, मी जरी तुझ्या पाठीशी असलो, तरी तुला कठोर तपश्चर्या आणि अपार परिश्रम करावे लागतील. तरच तुझ्या मनात जे आहे ते तुला साध्य होईल. सहज साध्य काही नसतं हे नेहमीच लक्षात ठेव, नारायणा." असं बोलून मारुतीराया गप्प झाला. नारायणाला भरून आलं. पुढं होऊन त्यानं मारुतीरायाच्या चरणांवर हात ठेवला. म्हणाला,

"मारुतीराया, मी वचन देतो. मी तपश्चर्येला आणि परिश्रमाला मागे हटणार नाही." असं वचन मारुतीरायाला दिल्यावर त्याला बरं वाटलं. मनात एक वेगळं समाधान घेऊन नारायण मंदिरातून बाहेर पडला.

मारुतीचं अभिवचन घेऊन, त्याला तप:श्चर्येचं अभिवचन देऊन नारायण घरी आला. त्यानं गंगाधरला मंदिरातली सगळी हकिगत सांगितली. गंगाधर क्षणभर डोळे विस्फारून त्याच्याकडं बघत राहिला. मग मात्र 'पोरवय आहे, काहीतरी बोलत असेल' असं म्हणत तोही आपल्या कामाला निघून गेला. नारायण सूर्याजीपंतांना सांगायला आत गेला. सूर्याजीपंत आजारी होते. त्यांना कसलासा पोटाचा विकार झाला होता. काहीही खाल्लं तरी पचत नव्हतं. तरीही त्यांची नित्यकर्मं चालूच होती. ग्रंथांचा अभ्यास, लेखन, मनन, चिंतन हेही चालूच होतं. फक्त खंड पडला होता तो त्यांच्या व्यायामात. नारायण आत गेला तेव्हाही ते काहीतरी लिहीतच बसले होते.

"नारबा, काय रे? काही काम होतं का?" त्यांनी विचारलं.

"हो बाबा! आपण गंगाधरला सांगितलं होतं मला अनुग्रह द्यायला; पण त्यानं असमर्थता दर्शवली. मला म्हणाला, 'आपल्या घरात सगळ्यांना रामरायानंच

अनुग्रह दिला आहे. तू त्याच्याकडूनच घे ना. मग मी मंदिरात गेलो. मारुतीरायाजवळ हट्ट केला. तर तो म्हणाला, मला तपश्चर्या करावी लागेल. तरच तो रामरायाला सांगेल मला अनुग्रह द्यायला. मग बाबा, मी केव्हापासून सुरू करू, ते विचारायला आलो आहे.''

नारायणानं सविस्तर उत्तर दिलं. सूर्याजीपंत हसले. नारायणाचा हट्टी, जिद्दी स्वभाव त्यांना माहीत होता. त्याच्या स्वभावातली चिकाटी ते जाणून होते. तो एकपाठी आहे हेही त्यांना माहीत होतं. आता नुकतीच तर त्याची मुंज झाली होती. रामराया त्यालाही अनुग्रह देणार हे भविष्य ते जाणून होते. नारायणाच्या जन्मानंतर त्याची पत्रिका बनवून त्यांनी गणाचार्यांना दाखवली होती. तेव्हाचा प्रसंग त्यांना आठवला–

सूर्याजीपंतांनी नारायणाची पत्रिका गणाचार्यांसमोर ठेवली. गणाचार्यांनी ती उचलून हातात घेतली. तिच्यावर एक नजर टाकली आणि ते चमकले. तत्क्षणी त्यांनी ती पत्रिका हातातून बाजूला ठेवली आणि त्यांनी उठून सूर्याजीपंतांना दंडवत घातला. सूर्याजीपंत चमकले, संकोचले.

''अहो!... अहो गणाचार्य! हे काय करताय? अहो, मला दंडवत कशाला घालताय? अहो गणाचार्य शास्त्री! उठा... उठा आधी!'' असं म्हणत सूर्याजीपंतांनी त्यांना दंडाला धरून उठवलं. ''गणाचार्य शास्त्री, हे काय? अहो, मी तुमच्यापेक्षा वयानं, अनुभवानं, मानानं लहानच आहे. मग मला हा दंडवत कशासाठी?'' सूर्याजीपंतांनी थोडंसं संकोचानं विचारलं. गणाचार्य उठले, मांडी घालून सुखासनात बसले. खांद्यावरच्या उपरण्यानं घाम पुसून म्हणाले,

''पंत, हा नमस्कार, हा दंडवत तुम्हाला नाही. तर एका अशा पित्याला आहे ज्याचा मुलगा घराण्याचीच नव्हे, गावाचीच नव्हे तर अवघ्या महाराष्ट्राची, अखंड भारतभूची कीर्ती दिगंत करेल. आसेतू हिमाचलापासून ते त्रिसिंधूपर्यंत त्याचं नाव दुमदुमत राहील. पंत, हा दंडवत अशा एका जन्मदात्याला आहे की त्याच्या मुलाचं नाव आणि त्याचं अस्तित्व हे रामरायाचं नाव आणि अस्तित्वाबरोबरच भूतलावर गाजत राहील. पंत, तुमचा हा मुलगा युगप्रवर्तक होणार आहे. ही तुमच्या पूर्वसंचिताची पुण्याई आहे म्हणून तुम्हांला दंडवत घातला मी!''

गणाचार्यांची ती भविष्यवाणी पंतांना आता आठवली. ते किंचित हसले. मुलखाचा हट्टी, हूड आणि दंगेखोर नारायण त्यांच्यासमोर उभा होता आणि प्रश्न विचारत होता.

''अरे नारबा, तपश्चर्येसाठी मुहूर्त बघावा लागत नाही आणि रामरायाच्या तपाचरणाला तर नाहीच नाही. बाळा, तो रामराया आपल्या श्वासात आणि

उच्छ्वासात नेहमी वसलेला असतो. आपल्या शरीरात राम असतो म्हणून तर आपण जिवंत असतो. राम हेच तर आपल्या देहातलं चैतन्य आहे. मग चैतन्याचं तपाचरण करायला दिवस, वार, वेळ, मुहूर्त कशासाठी बघायचा? आपले डोळे जेव्हा उघडतील तोच सूर्योदय. तू तपाचरणाला कधीही सुरुवात करू शकतोस.''

सूर्याजीपंतांनी उत्तर दिलं. नारायणाचं समाधान झालं. त्याला मारुतीरायानं दृष्टान्त तर दिला होताच. आता बाबांनीही अनुमती दिली होती. त्यानं आता मनाशी नक्की केलं. उद्या पहाटे उठायचं, नदीवर पोहायचं, मंदिरात जायचं आणि हनुमानाला साकडं घालून तपाचरणाला सुरुवात करायची, असा त्यानं मनाशी निश्चय केला. आता त्याच्या मनाला समाधान वाटलं.

दिवसभर तो त्याच विचारात होता. आपण तपाचरण कसं करायचं, काय काय करायचं याचाच विचार तो करत होता. आपण अगदी कठोर तप करायचं म्हणजे हनुमान लवकर प्रसन्न होईल आणि एकदा मारुतीराया प्रसन्न झाला की मग रामरायाही प्रसन्न होईल, अशाच विचारात तो होता. त्यामुळंच की काय त्यानं घरात काही हट्ट केला नाही, अन् बाहेरही कुणाशी भांडण केलं नाही. गोट्या खेळताना त्यानं मुलांच्या जिंकलेल्या गोट्या परत देऊन टाकल्या. तर सूरपारंब्या खेळताना तो दोन वेळा मुद्दाम बाद झाला. कधीही बाद न होणारा नारायण आज दोन वेळा बाद कसा झाला याचं मित्रांनाही नवल वाटलं. लगोरी खेळताना तर दोन वेळा त्याचा नेम चुकला.

''आज या नारायणाला झालंय तरी काय?'' मुलं आपसात कुजबुजायला लागली. नारायणाचं तिकडं लक्षच नव्हतं. सवयीनं तो खेळत होता; पण त्याचं सगळं लक्ष उद्याकडं लागलं होतं. आजचा दिवस कधी मावळतो आणि उद्याची पहाट कधी होते असं त्याला झालं होतं. त्याच नादात रात्री जेवायला बसल्यावर आईनं केलेला गुरगुट्या भातही त्यानं आवडत नसून मुकाट्यानं खाल्ला. आईलाही नवलच वाटलं. तिनं गंगाधरकडं पाहिलं. नजरेनंच त्याला 'काय झालंय?' विचारलं; पण गंगाधरला यातलं काहीच माहीत नव्हतं. त्यानं खांदे उडवले. 'आपल्याला काही माहीत नाही' अशी खूण करून आईच्या प्रश्नाला उत्तर दिलं. आईनं काही विचारलंच नाही. नारायण गुरगुट्या भात मुकाट्यानं खातोय हेच तिच्यासाठी खूप होतं.

जेवणं झाली. रोज रात्री जेवणानंतरही काहीतरी उपद्व्याप करत बसणारा, कुठं सुंद्री उलटी करून लावून ठेव, कुठं दिवलीची वात एकदम मोठी करून चिमटीनं ती विझव, असले काहीतरी उद्योग करणारा नारायण आज जेवण झाल्यावर अंगणात तुळशी वृंदावनाजवळ जाऊन बसला. आईला विशेष वाटलं. तिनं पंतांना विचारलं. त्यांनी दिवसा झालेला त्यांचा आणि नारायणाचा संवाद

सांगितला. तो ऐकून आईनं कपाळावर हात मारला.

"कप्पाळ माझं! हे वाऱ्यावर फिरणारं पोर एका जागी बसून तपाचरण करणार? कल्याण! हा आज दिवसभर जसा वागतोय नं शहाण्यासारखा, तसं कायम वागायची बुद्धी जरी रामरायानं याला दिली ना तरी मी भरून पावले. रामरायाला मी हीच प्रार्थना करेन."

राणू आईनं सांगितलं. नारायण शांतपणे अंगणात बसला होता. रामराया त्याला कसली बुद्धी देणार आहे या भविष्यापासून अनभिज्ञ असलेली राणू आई अंगणात शांत बसलेल्या नारायणाकडं कौतुकानं बघत होती. आई आपल्याकडं बघते आहे याकडे नारायणाचं लक्षच नव्हतं. तो आपल्याच विचारात दंग होता. आपण हनुमानाची भक्ती कशी करायची? त्याला प्रसन्न कसं करून घ्यायचं? तपाचरण कसं करायचं? श्री रामरायाचा अनुग्रह कसा मिळवायचा या विचारात तो अगदी बुडून गेला होता. इतका की गंगाधर त्याच्याशेजारी येऊन उभा राहिलेला त्याला कळलंसुद्धा नाही. थोडा वेळ उभं राहिल्यावर नारायणाला आपली चाहूल लागत नाही हे बघून गंगाधरनं नारायणाच्या खांद्यावर हात ठेवला. त्या स्पर्शानं नारायण एकदम दचकला. त्यानं मागं वळून पाहिलं.

"तू होय? मला वाटलं मारुतीराया आला काय?"

नारायणाच्या बोलण्यात त्याच्या वयाला शोभेल अशी निरागसता होतीच; पण त्यासोबत अपेक्षाही होती. ती बघून गंगाधरला थोडासा आनंद झाला; पण वाईटही वाटलं. 'आपला हा आठ-नऊ वर्षांचा धाकटा भाऊ, पोरवयाचा, पण त्याच्या मनात हनुमान असा वसला आहे की त्याला सगळीकडं हनुमानच दिसतोय; पण त्याचं वय एवढं लहान आहे की तो मारुतीराया इतक्या सहजासहजी प्रसन्न होईल, याला भेटायला येईल हे शक्य नाही, ही गोष्ट त्याच्या लहान वयामुळं त्याला समजत नाहीय. ती त्याला समजावून सांगितली पाहिजे.' गंगाधरच्या मनात आलं. तो पुढं झाला. नारायणाला जवळ घेऊन म्हणाला,

"नारायणा, अरे मारुतीराया असा सहज भेटतो का रे? त्यासाठी तपश्चर्या करावी लागते. तपश्चर्येचा पाठपुरावा करावा लागतो, तेव्हा कुठं तो मारुतीराया प्रसन्न होतो. नारायणा, माझ्या मनात एक सहज विचार आला आहे. बघ तुला पटतोय का? मी मारुती कवचाचे पाठ म्हणून मारुतीला प्रसन्न करून घेतलं. मग मला रामरायानं अनुग्रह दिला. तू थेट रामरायालाच प्रसन्न करून का घेत नाहीस? म्हणजे तुझ्यात आणि रामरायाच्यात हनुमानाची मध्यस्थी नको. कसं?" गंगाधरला नारायणाची चेष्टा करायची लहर आली; पण लहानग्या नारायणाला तो चेष्टा करतोय हे कळलंच नाही. त्याला गंगाधरचं बोलणं एकदमच पटलं.

"चांगली कल्पना आहे. रामरायाला प्रसन्न करून घेण्यासाठी मारुतीरायाची

शिफारस कशाला? तू म्हणतोस ते अगदी बरोबर आहे. मलाही ते पटलंय. मी थेट रामरायालाच साकडं घालतो; पण मला एक सांग. रामरायानं तुला अनुग्रह दिला म्हणजे नक्की काय दिलं? किंवा त्यानं नक्की काय केलं? त्यानं असं काय केलं की त्यातून तुला समजलं की आपल्याला अनुग्रह मिळालाय! मला हे जरा नीट सांगशील का? गंगाधर, बरेच दिवस माझ्या मनात हा प्रश्न घोळत होता. बरेच दिवस मला ही शंका उद्‌भवत होती. तुला विचारायची म्हणत राहूनच जात होतं. आता सांग बरं!''

नारायणानं विचारलेली शंका ही त्याच्या स्वभावाला धरूनच होती. त्याला उत्तर देतानासुद्धा त्याला पटेल असंच द्यावं लागणार होतं. गंगाधरनं जरा शब्दांची जुळवाजुळव केली. क्षणभर थांबला. मग म्हणाला,

''नारायणा, तुला माहितीच आहे, मी जवळजवळ एकशे आठ दिवस ओलेत्यानं मारुती कवचाचं वाचन केलं. एकभुक्त राहिलो. दिवसभर सतत मारुतीरायाच्या नावाचा जप केला. नुसताच जप केला असं नाही, तर जवळपास रात्रभर मारुतीरायाचं नाव लिहून काढलं. त्यानंतर कुठं मारुतीराया प्रसन्न झाला, आणि त्याच्या सांगण्यावरून रामरायानं मला अनुग्रह दिला.''

गंगाधरनं सांगितलं. त्यातलं थोडंसंच नारायणाला कळलं असं त्याचा चेहराच सांगत होता. त्याचा प्रत्यय गंगाधरला लगेचच आला. नारायणानं लगेचच विचारलं,

''गंगाधर, मारुतीरायाला प्रसन्न करण्यासाठी तू काय काय केलंस ते तू सांगितलंस. ते मलाही समजलं; पण मारुतीराया तुला प्रसन्न झाला म्हणजे नक्की काय झालं? मारुतीरायानं प्रसन्न होताना नक्की काय केलं? तुझ्यासमोर येऊन उभा राहिला का? की तुझा हात धरला? की तुला उचलून घेतलं? नक्की काय केलं? मला या प्रश्नाचं उत्तर हवंय.''

नारायणाच्या स्वरात गोंधळ होता, शंका होती त्यासोबत आग्रह होता आणि उत्तराची अपेक्षा होती.

''सांग ना गंगाधर? त्यानं तुला जवळ घेऊन आशीर्वाद दिला का? की तो तुझ्यासमोर येऊन उभा राहिला? आणि उभा राहिला असेल तर कसा? लहान आकारात की मोठ्या आकारात? वीरासनात बसलेला की उभा राहिलेला? हातात गदा होती की हात जोडलेले होते? आणि शेपटी? शेपटी कशी आणि केवढी होती? सांग ना गंगाधर? नक्की काय झालं?''

नारायणाच्या शंका आणि त्याचे प्रश्न. गंगाधरला आता आपण नारायणाची चेष्टा करत असल्याचा पश्चात्ताप झाला; पण आता त्याची सुटका नव्हती. त्याला त्याच्या शंकांचं निरसन करणं भाग होतं. नव्हे, ते त्याचं कर्तव्यच होतं.

त्यानं क्षणभर विचार केला. मग म्हणाला,

"अरे नारायणा, मारुतीराया मला प्रसन्न झाला म्हणजे त्यानं मला दृष्टान्त दिला. म्हणाला, "गंगाधर, मी तुझ्या भक्तीनं प्रसन्न झालो आहे. मी रामरायाला प्रार्थना करेन की त्यानं तुला अनुग्रह द्यावा."

गंगाधरनं सांगितलं. त्याला वाटलं आता नारायणाच्या शंकेचं समाधान झालं असावं; पण नारायणाचा पुढचा प्रश्न तयार होता. "दृष्टान्त झाला म्हणजे? नक्की काय झालं?" नारायणानं लगेचच विचारलं.

"अरे नारायणा, अरे दृष्टान्त झाला म्हणजे मारुतीराया माझ्या स्वप्नात आला आणि त्यानं मला आश्वस्त केलं की त्याला माझी साधना आवडली. त्या साधनेनं तो माझ्यावर प्रसन्न झाला आणि त्यानं रामरायाला सांगून मला अनुग्रह द्यायला लावला." गंगाधरनं खुलासा केला; पण गप्प बसेल तो नारायण कसला? त्यानं लगेच पुढं विचारलं,

"म्हणजे मग मारुतीरायानं रामरायाला बोलावून घेतलं का? तुझ्या स्वप्नात? आणि मग तुला रामरायाकडून स्वप्नातच अनुग्रह मिळाला का?"

नारायणानं स्पष्टपणे विचारलं. आता मात्र गंगाधरचा संयम संपला. तरी स्वत:ला आवरून तो म्हणाला, "होय हो नारायणा! आता तू बरोबर ओळखलंस! हे सगळं माझ्या स्वप्नातच घडलंय आणि मला स्वप्नातच अनुग्रह मिळालाय. नारायणा, मलाच नव्हे तर आपल्या घरात सगळ्यांनाच स्वप्नातच अनुग्रह मिळालाय."

गंगाधरनं असं सांगितलं अन् म्हणाला, "नारायणा, मी आता निजायला जातोय. तूही चल!"

गंगाधर तिथनं उठला. जायला वळला. जाता-जाता त्याच्या कानावर नारायणाचे शब्द आले– "मी अनुग्रह मिळवेनच; पण स्वप्नात नाही. मी अशी तप:साधना करेन की रामरायाला प्रत्यक्ष येऊन मला अनुग्रह द्यावा लागेल!"

त्या वाक्यासरशी गंगाधरनं मागं वळून बघितलं. तुळशी वृंदावनाजवळ बसलेल्या नारायणाचा चेहरा एका आगळ्या तेजानं तळपत होता.

दुसऱ्या दिवशी नारायण भल्या पहाटे उठला. अगदी रात्रीचा तिसरा प्रहर संपल्या संपल्या. घरात कोणीच जागं नव्हतं. हळुवार पायानं तो वाड्याचा दिंडी दरवाजा उघडून बाहेर पडला. तिथून बाहेर पडल्यावर धावत सुटला ते थेट त्यानं नदी गाठली. नदीच्या घाटावरून त्यानं थेट नदीत उडी घेतली. नदीचं पाणी कोमटसर होतं. तो गारठ्यातून धावत जरी आला होता, तरी घाम आलेल्या अंगावर थंडीनं शहारा येतच होता. नदीच्या पाण्याच्या उबेनं त्याला बरं वाटलं. अगदी आईच्या उबदार कुशीत शिरल्यासारखं. त्यानं नदीत उडी मारली आणि दोन पाणपक्षी त्याची चाहूल लागून कॅऽ कॅऽ करत उडाले. नारायणाला मजा वाटली. त्या उबदार पाण्यात मनसोक्त डुंबून झाल्यावर तो पाण्याबाहेर आला. क्षणभर अंग निथळून झाल्यावर तो तसाच धावत मंदिरात गेला. रस्त्यावर सामसूम होती. शुक्राची चांदणी नुकतीच आकाशात चमकत होती. नारायणाच्या अंगावर फक्त कौपीन होती. तीसुद्धा ओलीचिंब. गळ्यातलं जानवं पाठीला आणि पोटाला चिकटलं होतं. नारायण तसाच धावत मंदिरात शिरला. मंदिर उघडंच होतं; कारण मुळात मंदिराला दरवाजाच नव्हता. नारायण आत शिरला. सभामंडपात वीरासनात मारुती आणि गर्भागारात कोदंडधारी राम. हे दोघं आणि आता तिसरा नारायण. नारायण थेट गेला ते मारुतीरायासमोर जाऊन वीरासनात बसला.

"मारुतीराया, मी आजपासून नव्हे आतापासून तपाचरणाला सुरुवात करतो आहे. एकशे आठ दिवस मी ही तप:साधना करणार आहे. या दरम्यान मला रामरायाचा अनुग्रह मिळवून देण्याची जबाबदारी तुझी आहे, मारुतीराया. अर्थात, मीसुद्धा त्याची सगळी जबाबदारी तुझ्यावर टाकणार नाहीय. मी स्वत:सुद्धा रामरायाची तप:साधना करणार आहे. फक्त तू माझ्या पाठीशी राहा! राहशील

ना?'' असं लाघवीपणानं विचारून नारायणानं मारुती कवचाचा पाठ सुरू केला.

''ॐ अस्य श्री हनुमान कवच स्तोत्र मंत्रस्य।
श्री रामचंद्र ऋषि: श्री वीरो हनुमान।
परमात्म्न् देवता, अनुष्टुप छन्द:।
मारुतात्मज इति बीजम्।
अंजनी सुनुरिति शक्ति: लक्ष्मण प्राणदाता।
इति जीव:। श्रीराम भक्ती रिति कवचम्।
लंका प्रदाहक इति कीलकम्।
मम सकल कार्य सिद्ध्यर्थे जपे विनियोग:।।''

एवढाच मंत्र तो म्हणत होता; पण म्हणण्यात होतं आर्जव, लाघव आणि विनवणी. नारायणाचा कोवळा पण खणखणीत आवाज त्या मंदिराच्या भिंतींवर आदळून प्रतिध्वनित व्हायला लागला. तो लहानसा सभामंडप त्या मंत्रोच्चारानं भरून गेला, भारून गेला, अभिमंत्रित झाला. बाहेर आसमंतात नीरव शांतता होती. झाडं, पानं, फुलं सगळंच शांत होतं. पक्षिगण अजून निजलेलेच होते. त्यामुळं त्यांचाही आवाज नव्हता. वारा शांत होता त्यामुळं त्याचीही काहीच हालचाल नव्हती. येणाऱ्या-जाणाऱ्यांचीही चाहूल नव्हती. अशा नि:स्तब्ध शांततेला छेदत नारायणाचा खणखणीत आवाज अवघ्या आसमंतात निनादला. मंदिराच्या भिंतींना तर जाग आलीच आली; पण सभामंडपात भरून तो आवाज गर्भागारातही शिरला. त्या आवाजानं जणू राममूर्तीलाही जाग आली. एक चैतन्याचा स्रोत त्या गर्भागारात भरला. आपल्या प्रिय भक्ताच्या कौतुकाच्या मंत्रोच्चारानं रामरायाची ती मूर्तीही नखशिखान्त थरारली. त्या आवाजातलं कोवळेपण थेट हृदयात उतरत होतं, तर त्या आवाजातला खणखणीतपणा मनाचा ठाव घेत होता. पद्मासन घालून एकाग्र चित्तानं कुठलाही मंत्र एकदा म्हटला की नऊ आवर्तनं होतात, असं त्याला श्रेष्ठांनी सांगितलं होतं.

अशा प्रकारे बघता बघता बारा वेळा तो मंत्र म्हणून झाला आणि मारुती कवचाची एकशे आठ आवर्तनं झाली, तसा मारुतीरायाला साष्टांग दंडवत घालून नारायण उठला अन् गर्भागारात जाऊन रामरायाच्या मूर्तीसमोर पद्मासन घालून बसला. हात जोडले, डोळे श्रीरामाच्या मूर्तीवर खिळले आणि नारायण म्हणाला,

''रामराया, तुझ्या प्रिय भक्त हनुमानासाठी मी हनुमान कवचाची एकशे आठ आवर्तनं केली. आता तुझा माझ्यावर वरदहस्त राहावा म्हणून मी एकशे आठ वेळा रामरक्षेचा पाठ म्हणणार आहे. मला आशीर्वाद दे!''

असं म्हणून नारायण तिथून उठला. पळतच नदीवर आला. पुन्हा त्यानं नदीत उडी मारून एक डुबकी घेतली. निथळत्या अंगानं तसाच बाहेर आला. आता तो मंदिरात गर्भागारात श्रीरामासमोर पद्मासन घालून हात जोडून बसला. डोळे मिटले. मिटल्या डोळ्यांसमोर कोदंडधारी रामाची मूर्ती उभी राहिली. त्याच कोवळ्या पण खणखणीत आवाजात नारायणानं सुरुवात केली. तो पद्मासनात बसला होता. चित्त एकाग्र केलं होतं. एकदा म्हटलं की 'नऊ आवर्तनं होतात.' श्रेष्ठांचे शब्द त्याला स्मरत होते.

"श्रीगणेशाय नमः। अस्य श्रीरामरक्षास्तोत्रमंत्रस्य।
बुधकौशिक ऋषिः। श्रीसीतारामचंद्रोदेवता। अनुष्टुप् छन्दः। सीता शक्तिः।
श्रीमद्हनुमान कीलकम्। श्रीरामचंद्रप्रीत्यर्थे जपे विनियोगः।
अथ ध्यानम्॥"

रामरक्षेला सुरुवात झाली. आता तो गाभारा त्या मंत्रोच्चारानं इतका भारला गेला की असं वाटायला लागलं, त्या गर्भागाराच्या भिंतीवर प्रत्येक ठिकाणी 'श्रीराम' ही नाममुद्रा उमटत आहे. नारायण रामरक्षा म्हणण्यात इतका तल्लीन झाला होता की रामरक्षेची आवर्तनं जसजशी पुढे जातील तसतसा श्रीरामाच्या मूर्तीचा चेहरा बदलतो आहे, त्यावर कौतुकाचे भाव उमटत आहेत, याकडे त्याचं लक्ष नव्हतं. रामरक्षेची एकशे आठ आवर्तनं झाली आणि नारायणानं डोळे उघडले. रामरायाच्या मूर्तीकडं एक निरागस, निश्चल नजर टाकली. रामरायाला एकदा मनोभावे नमस्कार केला. त्याच्या पावलांवर मस्तक टेकवलं. क्षणभर नारायणाला वाटलं आपल्या पाठीवरून कुणाचा तरी स्नेहार्द्र हात फिरतोय. एक वेगळ्या अनुभूतीची लहर त्याच्या अंगातून गेली. रामरायाला दंडवत घालून नारायण उठला.

'येतो रे रामाराया!' म्हणत गर्भागाराबाहेर आला. 'येतो रे मारुतीराया!' म्हणत हनुमानाचा निरोप घेऊन तो मंदिराबाहेर पडला. आपलं अंग, अंगातली कौपीन दोन्ही वेळा निथळत होती आणि दोन वेळा अंगावरच वाळली याकडे त्याचं लक्षच नव्हतं.

गुरव आला तेव्हा झुंजूमुंजू झालं होतं. पक्षिगणांना जाग आली असावी. त्यांची किलबिल सुरू झाली होती. आसमंतही हळूहळू जागा होत होता. नारायणाचं मन प्रसन्न होतं, तर शरीर ताजंतवानं. तिथून धावतच तो घरी आला. घरालाही नुकतीच जाग आली असावी. परसातल्या चुलवणाचा धूर नुकताच हवेत पसरायला लागला होता. नारायण दिंडी दरवाज्यातून आत शिरला. राणू आई मागच्या परसात या वेळी फुलं काढत असणार हे त्याला माहीत होतं. त्यानं

जाऊन आईच्या कमरेला मिठी मारली.

"उठलं का बाळ माझं?" आईनं कौतुकानं विचारलं.

तोच गंगाधर तिथे आला म्हणाला, "आई, हा पहाटेपासूनच अंथरुणावर नव्हता." गंगाधरचं बोलणं ऐकून आई चमकली.

"होय रे नारायणा? कुठं गेला होतास? खरं सांग!" आईनं थोडंसं जरबेनं विचारलं. क्षणभर नारायण गप्प बसला. मग हळूच म्हणाला,

"आई, मी पहाटे नदीवर स्नान करून मंदिरात गेलो होतो आणि तप:साधना करून आलो. मला अनुग्रह मिळवायचा आहे ना?" गंगाधर हसला.

"अरेच्चा, असं आहे होय! चांगलंच आहे की मग!" त्यानं अभिप्राय दिला. आई मात्र कृतककोपानं म्हणाली,

"नारायणा, जरा जपून हो! प्रकृती बिघडायला नको!"

नारायणानं होकारार्थी मान हलवली. त्याच्या नजरेसमोर ती प्रसन्न चेहऱ्याची कोदंडधारी रामाची मूर्ती उभी राहिली.

मंदिरात काकड आरतीला आलेला विष्णू गुरव मात्र गोंधळून रामाच्या मूर्तीसमोर उभा होता. रामाच्या खांद्यावरचं धनुष्य खांद्यावरून किंचित खाली कसं सरकलं या चकित करणाऱ्या शंकेचा त्याला उलगडा होत नव्हता.

त्यानंतर नारायणाचा हा रोजचा नेम बनला. भल्या पहाटे रात्रीचा तिसरा प्रहर संपतासंपताच तो अंथरुणातून उठत असे. मुखमार्जन करून तो थेट नदीवर जाई. तिथे पाण्यात डुंबून स्नान करून मंदिरात मारुती कवचाचे एकशे आठ वेळा पठण, तिथून परत नदीवर. पुन्हा नदीत स्नान, तिथून पुन्हा मंदिर, तिथं रामरक्षेचं एकशे आठ वेळा पठण. म्हणजे बारा वेळा उच्चारण. मग मारुतीशी अन् रामरायाशी संवाद. मगच घरी. बघता बघता एक महिना उलटला.

एक दिवस राणू आई शेजारणीच्या घरी हळदी-कुंकवाला गेली होती. तिथं एक विचित्र प्रसंग घडला. तिथं चार बायका जमल्या होत्या. इकडच्या-तिकडच्या गप्पा चालल्या होत्या. मध्येच एक बाई पट्कन म्हणाली,

"नारायणाच्या आई, तुमच्या नारायणाला वेड लागलंय का हो? तो असा मंत्रचळ्यासारखा वागतोय म्हणून विचारलं. परवा हे सांगत होते. हे गावाकडून परतत असताना अगदी भल्या पहाटे, अजून उजाडायचं असताना, तो नदीत अंघोळ करत होता म्हणे! बघा हं! काहीतरी लागीर झालेलं असायचं!"

त्या बाईनं सगळं तपशीलवार सांगून आपलं मत मांडलं आणि त्याला इतर बायकांनी दुजोरा दिला. राणू आईला काय बोलावं, काय सांगावं ते समजेना. तप:साधनेबद्दल सांगावं तर एवढ्या लहान वयात आठ-नऊ वर्षांच्या वयात – कुणी असली कडक तप:साधना करतं का, असं बायकांनी विचारलं असतं.

काहीच न बोलावं, तर नारायणाला भुतानं झपाटलंय असा गैरसमज बायकांनी करून घेतला असता. शेवटी कसंबसं ती पुटपुटली,

"पोरवय आहे! काहीतरी खूळ डोक्यात घेतलंय झालं!" असं म्हणून राणू आई तिथनं उठलीच; पण हे पोरगं असंच विचित्र वागत राहिलं, तर पुढं त्याचं कसं होणार हा जिवाला लागलेला घोर घेऊनच ती तिथनं घरी परतली.

नारायणाच्या या वागण्याबद्दलचा विषय कुणाजवळ आणि कसा काढायचा असा प्रश्न तिला पडला. त्याला काही सांगायला जावं तर तो ऐकणाऱ्यातला नव्हता. गंगाधरला सांगावं, तर त्यानं तो विषय झटकून टाकला असता आणि पंतांना सांगायला जावं तर त्यांच्याकडं वेळ नव्हता. तरीही तिनं एकदा नारायणाशी बोलायचं ठरवलं. फक्त वेळ-वकूत बघून बोलायला हवं होतं. नारायण तसा हट्टी होता, जिद्दी होता अन् एककल्लीही होता. एखादी गोष्ट त्याच्या मनानं घेतली की त्या गोष्टीचा पाठपुरावा केल्याशिवाय तो सोडत नसे. म्हणूनच त्याला काही सांगायचं; तर वेळ बघूनच सांगावं लागायचं; पण राणू आईला तसा वेळच मिळाला नाही.

थोरला गंगाधर आता अकरा वर्षांचा झाला होता. तो ज्ञानी, व्यासंगी होताच; पण सूर्याजीपंतांच्या हाताखाली राहून त्यांच्यासोबत कामकाजाला जाऊन कुलकर्णीपदाचं सगळं कामही त्यानं शिकून घेतलं होतं. पंत आता दोन-तीन गावांची कामं त्याच्यावर सोपवायला लागले होते. गावगाड्याच्या महसुलाचं जमा-खर्चाचं काम तर तो अत्यंत नेटकेपणानं करी. पंत आता त्याच्या लग्नाचा विचार करत होते. व्यासंगी असलेल्या गंगाधराला 'श्रेष्ठ' असं म्हणत असत. गावकरीही बोलताना त्याचा उल्लेख 'श्रेष्ठ' असाच करीत. त्याच्या लग्नाचा विचार पंतांनी केला आणि राणू आईलाही बोलून दाखवला. आईला साहजिकच आनंद झाला; पण पुढच्याच क्षणी तिच्या चेहऱ्यावर चिंतेचं सावट पसरलं. त्याचं कारणही पंतांच्या लक्षात आलं. नारायणाच्या खोडकर स्वभावाची तिला चिंता लागून राहिली होती. तो प्रसंगच तसा घडला होता की राणू आईला चिंता वाटणं साहजिकच होतं.

प्रसंग होता गंगाधरच्या मुंजीतला. पाचव्या वर्षी गंगाधरची मुंज ठरवली होती. नारायण तेव्हा दोन वर्षांचा होता. सूर्याजीपंतांच्या घरी बऱ्याच वर्षांनी शुभकार्य होणार होतं. त्यातच सूर्याजीपंत आणि रेणुका म्हणजे राणू आई यांना लग्नानंतर पहिली काही वर्षं मूल झालंच नाही. बारा वर्षं वाट बघितल्यावर राणू आईनं गंगेला नवस बोलून कडकडीत उपवास केले. लग्नानंतर बारा वर्षांनी गंगाधरचा जन्म झाला. गंगा नवसाला पावली म्हणून गंगाधर नाव ठेवलं. त्यानंतर तीन वर्षांनी रामनवमी दिवशी नारायणाचा जन्म झाला. आता संसाराला

पूर्णत्व आलं होतं. म्हणूनच गंगाधराची मुंज थाटात करावयाचं ठरलं. शिवाय गंगाधर अत्यंत गुणी, लाघवी, एकपाठी होता. त्याचा धाकटा भाऊ नारायण मात्र दंगेखोर, हट्टी होता. गंगाधराच्या मुंजीच्या वेळी प्रत्यक्ष मुंज लागताना नारायणानं भोकाड पसरलं. दोन वर्षांच्या नारायणाची कशी समजूत काढावी हे कुणालाच समजेना. त्याचा एकच हट्ट होता. गंगाधरारोबत त्याला त्याचीपण मुंज व्हायला हवी होती. सगळ्यांनी सांगून बघितलं.

"आणखी तीन वर्षांनी तुझी मुंज करायचीच आहे," असं समजावून बघितलं; पण नारायणाची समजूत पटेना. शिवाय, नारायणाचा रडण्याचा आवाज इतका मोठा होता की पौरोहित्य करणाऱ्या ब्राह्मणांना स्वत:च म्हटलेले मंत्र ऐकू येईनात. नारायण काही रडायचा थांबेना. मुहूर्ताची वेळ तर टळून चालली. असा सगळा गोंधळ झाला अन् अचानक, राममंदिराच्या पटांगणात घातलेल्या त्या मांडवात कुठूनसं एक वानर आलं आणि फतकल मारून रडत बसलेल्या नारायणासमोर येऊन बसलं. त्या वानराला बघून नारायण रडायचा थांबला. अगदी पूर्ण थांबला. टुकूटुकू नजरेनं त्या वानराकडे बघायला लागला. नारायणाच्या रडण्याचा आवाज थांबला आणि पुरोहितांनी म्हटलेले मंत्र सगळ्यांना ऐकू येऊ लागले. बोहल्यावर बटूच्या रूपात गंगाधर उभा होता. अंतरपाटापलीकडे पंत पाटावर बसले होते. सगळ्यांनी समजूत घालूनही नारायण ऐकत नाही म्हटल्यावर पंतांनी मुहूर्ताची वेळ टळू नये म्हणून गुरुजींना मुंज लावण्याची विनंती केली होती. त्याप्रमाणे विधी सुरू झाला होता. आता नारायणाच्या या विचित्र हट्टाकडं दुर्लक्ष करून मुंजविधींना सुरुवात केली होती. मुंजविधी निर्विघ्नपणे सुरू झाला.

रडणाऱ्या नारायणाच्या दोन्ही हातांत दोन लाडू होते. समोर येऊन बसलेल्या वानराला त्यातला एक लाडू देण्यासाठी नारायणानं हात पुढं केला. त्या वानरानंही शांतपणे त्याच्या हातातून लाडू घेतला, अन् तो खायला सुरुवात केली. वानराला लाडू खाताना बघून नारायणानंही लाडू खायला सुरुवात केली. रडून रडून भूक लागलीच होती. पाटावर बसलेला नारायण आणि त्याच्यासमोर बसलेलं ते वानर दोघंही शांतपणे लाडू खात होते. इकडे मुंजीचे विधी यथासांग सुरू होते. नारायणाच्या आणि त्या वानराच्या दोघांच्या हातातले लाडू संपल्यावर, मांडवातल्याच कुणीतरी पुन्हा नारायणाच्या हातात दोन लाडू दिले. नारायणानं त्यातला एक वानरापुढं धरला. त्यानंही तो लाडू नारायणाच्या हातातून शांतपणे घेतला. पुन्हा दोघं जण शांतपणे लाडू खात बसले. मुंजविधी पूर्ण झाले. मांडवात जमलेले सगळे जण मुंजविधी बघता बघता त्या वानराकडं आणि नारायणाकडेही बघत होते. मुंज लागली. सनई-चौघडा वाजला, तसं ते वानर नारायणाजवळ गेलं. दोन वर्षांच्या त्या नारायणाच्या मस्तकावर क्षणभर त्या वानरानं आपल्या उजव्या

हाताचा पंजा टेकवला, क्षणभरच! पुढच्या क्षणाला त्यानं मांडवाबाहेर पळ काढला. तिथून ते राममंदिराच्या छतावर चढलं, अन् तिथून उडी मारून कुठेतरी निघून गेलं.

आपल्या रडण्यामुळं झालेला गोंधळ, मांडवातल्या लोकांना झालेला त्रास, मुंजविधीत पडलेला खंड, आपण केलेलं तारांगण हे सगळं विसरून दोन वर्षांचं ते पोर हसत, टाळ्या वाजवत त्या वानराच्या मागे धावलं. ते दृश्य बघून मात्र मांडवात जमलेल्या लोकांनी आनंदानं टाळ्या वाजवल्या. ज्यांना हे माहिती होतं की नारायणाचा जन्म रामनवमीला झालाय, ते लोक म्हणाले की हा चमत्कार झाला. 'पोर ऐकेना म्हणून रामरायानं साक्षात हनुमानाला त्याची समजूत काढायला पाठवलंय.'

तर काही जण म्हणाले की दोन वर्षांचं पोर ते, वानर बघून रडायचं विसरलं यात नवल ते काय? आणि चमत्कार कसला? काही असो, नारायण रडायचा थांबला. मुंज निर्विघ्नपणे पार पडली. मुंज गंगाधरची असली, तरी मांडवात चर्चा मात्र नारायणाचीच झाली. आधी त्याच्या रडण्याची, मग त्याच्या आणि वानराच्या एकत्र लाडू खाण्याची. मुलाचे पाय पाळण्यात दिसतात, तद्वतच प्रसंग कोणताही असो, चर्चा नारायणाचीच होणार, याचीच झलक या प्रसंगानं दाखवून दिली हे खरं!

हा प्रसंग आठवला आणि राणू आईच्या चेहऱ्यावर चिंतेचं सावट पसरलं. त्याचं कारणही सूर्याजीपंतांच्या लक्षात आलं. ते म्हणाले,

''गंगाधरच्या आई, मला तुमची चिंता समजते आहे; पण त्या वेळी नारायण अगदीच लहान होता. शिवाय त्या प्रसंगी रामरायानं आपल्याला वाचवलं होतंच ना? आता तर नारायणाची मुंज झालीय. त्याला आता रामरायाच्या अनुग्रहाचे वेध लागलेत. ध्यास लागलाय. त्या ध्यासातच तो असतो. पूर्ण सकाळ तर त्याची व्यायामातच जाते. दंड-बैठका, शिवाय सूर्यनमस्कार तो रोज घालतो. त्याही आधी रात्रीचा तिसरा प्रहर संपता नदीवर जाऊन अंघोळ करून मारुती कवचाची एकशे आठ आवर्तनं. त्यानंतर पुन्हा नदीवर जाऊन अंघोळ करून रामरक्षेची एकशे आठ वेळा आवर्तनं. तेही ओलेत्याने! ही सहज सोपी गोष्ट नाही, आणि हे करताना त्याचं वय काय? अवघं नऊ वर्षं. आता तो आहे थोडासा हूड; पण बऱ्या-वाईटाची त्याला चांगली जाण आहे. तेव्हा तुम्ही चिंता करू नका. गंगाधरचा विवाह निर्विघ्नपणे पार पडेल!''

पंतांनी राणू आईला आश्वस्त केलं, तसं तिचीही चिंता दूर झाली. 'आपल्या लेकाचं लग्न' या विचारानं तिलाही उत्साह आला. गंगाधरसाठी वधू संशोधन सुरू झालं. पंतांकडे जवळ-जवळ बारा गावचं कुलकर्णीपद होतं. त्यामुळं

त्यांच्या ओळखीही खूपच होत्या. लोकसंपर्कही दांडगा होता. त्यातच एक सत्शील, विद्यासंपन्न, व्यासंगी, विद्वान आणि परोपकारी ब्राह्मण अशी सगळीकडं पंतांची कीर्ती होती. गंगाधरही त्यांच्यासोबत जातच असे. तोही स्वभावानं शांत, लाघवी, मर्यादाशील होता. सांपत्तिक परिस्थितीही चांगली होती. चार-पाच ठिकाणी वधू संशोधन केल्यावर जांबजवळच्याच गावातल्या आंबेडकर-देशमुखांची कन्या पार्वती ही वधू गंगाधरासाठी नेमस्त केली. गंगाधराचा विवाह संपन्न झाला. त्या दिवशी नारायण अगदी शहाण्यासारखा वागला. लग्न लावणाऱ्या पुरोहितांसोबत तो खणखणीत आवाजात विवाहाची मंगल स्तोत्रे म्हणत होता. अर्थात, घरात कार्य आहे म्हणून त्याच्या तप:साधनेच्या नेमात खंड पडला नव्हताच. तो चालूच होता. एका परीनं राणू आईला ते बरंच वाटलं; कारण तसा घरकामात किंवा लग्नाच्या तयारीत त्याचा फारसा काही उपयोग नव्हताच. उलट त्याला काही काम सांगितलं, तर पश्चात्ताप करायची वेळ यायची. असाही एक प्रसंग घडलाच.

त्या दिवशी घरात ग्रहशांतीची पूजा होती. नारायण आपली तप:साधना संपवून पहाटे घरी आला. त्याला घरी आलेला बघून आई म्हणाली -

"नारायणा, बरं झालं तू जरा लवकर घरी आलास ते! आज घरात ग्रहमख आहे. जरा आडाचं पाणी ओढून पाणी भरून ठेव."

नारायणानं 'बरं' म्हटलं. चांगले भले मोठे हंडे घेऊन रहाटानं विहिरीचं पाणी काढून ते हंडे उचलून त्यानं बदा-बदा ओतून घरातले हंडे, घंगाळी, पिंप सगळं भरून टाकलं. इतकं पाणी भरलं की नंतर स्वयंपाक करायला रिकामी पातेली राहिली नाहीत. तसं राणू आईनं बोलून दाखवलं, तर यानं ते भरलेले हंडे उचलले आणि नेऊन पुन्हा विहिरीत ओतले. राणू आईनं कपाळावर हात मारला. आता याला पुन्हा म्हणून लग्नघरातलं काम सांगायचं नाही असा कानाला खडा लावला. एवढा एक प्रसंग सोडला तर गंगाधरचं लग्न निर्विघ्नपणे पार पडलं.

नारायणाच्या तप:साधनेला शंभर दिवस पूर्ण झाले. त्याची आतुरता वाढली. आता आणखी आठ दिवस. मग एकशे आठ दिवस पूर्ण होणार, आणि आपल्याला रामरायाचा अनुग्रह मिळणार. एकदा मनात ठरवलेली गोष्ट पूर्णत्वाला न्यायचीच हा त्याचा जिद्दी स्वभाव. याच स्वभावानं तर तो इथपर्यंत आला होता. पहिल्या दिवसापासूनचा त्याचा जो नेम होता त्यात काडीमात्रही बदल झाला नव्हता. बघता-बघता पुढचे सात दिवस संपले. आजचा दिवस एकशे आठावा. आज तर त्याला अंमळ लवकरच जाग आली. आपल्या अनावर होणाऱ्या उत्साहाला आवर घालण्यासाठी तो काही वेळ तसाच बसून राहिला. आज मन फार अधीर होतं, आतुर होतं, उत्साहित होतं. अर्थात, नेहमीप्रमाणेच आजही

नेम पूर्ण करायचाच होता. मगच रामरायाला साकडं घालायचं होतं.

नारायण उठला. मुखमार्जन आटोपून त्यानं थेट नदी गाठली. आज तो नदीकडं जाताना जरा झपझपच चालत होता. आपण आज जरा भरभर चालतो आहोत याकडंही त्याचं लक्ष नव्हतं. एका वेगळ्याच ओढीनं तो चालत होता. त्याच नादात सवयीनं तो घाटाच्या पायऱ्या उतरून गेला. नदीत सूर मारला. मनसोक्त डुंबून झाल्यावर तो पाण्यातून बाहेर आला. तसाच ओलेत्यानं मंदिरात गेला. हनुमानाच्या मूर्तीशेजारी बसून त्यानं हनुमान कवचाचा पाठ एकशे आठ वेळा म्हटला. तो म्हणून झाल्यावर त्यानं मारुतीरायाला साष्टांग दंडवत घातला. त्याच्यासमोर उभा राहून, हात जोडून, डोळे मिटून, त्यानं मारुतीरायाला साकडं घातलं–

''मारुतीराया, आज तुझ्या बाबतीतला माझा संकल्प पूर्ण झाला. मला आता आशीर्वाद दे की माझा रामराया माझ्यावर प्रसन्न होऊन अनुग्रह देईल. तूही त्याचाच भक्त, मीही त्याचाच भक्त. आपण दोघे स्वामी बंधू. मी तुझा लहान भाऊ. मग मला तू आशीर्वाद देशील ना? माझ्याबद्दल रामरायाला सांगशील ना? सांग मारुतीराया, मला काहीतरी प्रतिसाद दे!''

नारायण कळवळून, आर्त स्वरात मारुतीरायाशी बोलत होता. त्याच्या डोळ्यांतून टपटप अश्रू ओघळत होते. ते अश्रू त्याच्यासमोर वीरासनात बसलेल्या मारुतीरायाच्या उचललेल्या पायाच्या गुडघ्यावर पडत होते. मारुतीरायासमोर असं मन मोकळं केल्यावर नारायण पुन्हा नदीकडं धावला. इतकं विनवूनही मारुतीरायानं काहीच उत्तर दिलं नव्हतं. त्याचं मन दु:खी झालं. चित्त थाऱ्यावर राहिलं नाही. भान हरपल्यासारखं त्यानं न राहवून नदीच्या घाटावर जायचं सोडून नदीच्या कपारीवरूनच पाण्यात सूर मारला. तत्क्षणी...

तत्क्षणी एक जीवघेणी कळ त्याच्या मस्तकातनं उठली. दुसऱ्या क्षणाला रक्ताचा लाल रंग घेऊन पाणी वर आलं. रडवेल्या मन:स्थितीत, नदीच्या घाटावरून पाण्यात सूर मारण्याऐवजी, नारायणानं कपारीवरूनच पाण्यात सूर मारला आणि त्याचं डोकं नदीतल्या तळात असलेल्या एका दगडावर आपटलं. दोन अणकुचीदार टोकं असलेला तो दगड. एका टोकानं नारायणाच्या डोक्याला टेंगुळ आलं तर त्या दगडाच्या दुसऱ्या टोकानं त्याच्या भुवईवर खोक पडली. नारायणानं कपाळावर हात दाबला. तो पाण्याच्या वर आला. तो जिथून वर आला तिथलं पाणी रक्ताळून लाल झालं होतं; पण तिकडं बघायला किंवा ती जखम कुरवाळत बसायला नारायणाकडं वेळ नव्हता.

मस्तकाला उठलेलं टेंगूळ आणि भुवईच्या वर पडलेली खोक, त्यातून भळभळा वाहणारं रक्त, सगळं तसंच घेऊन नारायणानं तडक मंदिरात धाव घेतली. तो थेट गर्भागारात श्रीरामाच्या मूर्तीसमोर जाऊन उभा राहिला. क्षणभर

त्यानं रामरायाच्या चेहऱ्याकडं नजर टाकली आणि त्या मूर्तीसमोरच तो पद्मासन घालून बसला. हात जोडले, डोळे मिटले आणि त्यानं रामरक्षेच्या आवर्तनाला सुरुवात केली. एकामागोमाग एक आवर्तनं सुरू झाली. मस्तकातून रक्त वाहत होतं, माथ्यावरच्या टेंगळातून वेदनेचा कल्लोळ उमटत होता; पण नारायणाचं यातल्या कशाकडंच लक्ष नव्हतं. मुखावाटे रामरक्षेचा उच्चार होत होता तर मिटल्या नजरेसमोर होती रामरायाची मूर्ती. आपल्या कपाळाला झालेल्या जखमेतून वाहणारं रक्त आपल्या अंगावरून ओघळून रामरायाच्या मूर्तीसमोर साचतंय याचंही भान त्याला नव्हतं.

बघता-बघता रामरक्षेची एकशे आठ आवर्तनं पूर्ण झाली. दम घेण्यासाठी नारायण क्षणभर थांबला. तेवढा एक क्षण त्या जखमेचा ठणका त्याला जाणवला. जाणिवेला चिरत ती वेदना आरपार गेली. नारायणानं डोळे उघडले. समोर रामरायाची मूर्ती होती. त्यानं पद्मासन सोडलं. पायावर बसून त्यानं रामरायाच्या शुभचरणांवर आपलं मस्तक टेकवलं. आपल्या जखमेतून वाहणारं रक्त रामरायाच्या चरणावर पडतंय याकडं त्याचं लक्षच नव्हतं. त्यानं आपले डोळे मिटले. क्षणभर तो तसाच बसून राहिला. त्यानं मस्तक उचलून डोळे उघडले आणि तो दचकला. समोर रामरायाची मूर्ती नव्हतीच.

"हे काय? माझा रामराया कुठं गेला? श्रीरामा, अरे कुठं गेलास तू? माझी आवर्तनं आवडली नाहीत म्हणून निघूनच गेलास की काय? रामराया ऽऽऽ!"

नारायण व्याकूळ स्वरात हाका मारायला लागला. त्याला आता रडू यायला लागलं. हुंदका देत तो रामरायाचा प्राणपणानं धावा करणार, तोच त्याला आवाज ऐकू आला,

"नारायणा ऽ! अरे, मी इथेच आहे. तुझ्या बाजूला! तुझ्यासोबत!" त्या आवाजासरशी नारायणानं मान वळवून उजवीकडं पाहिलं. खरंच! खरंच कोदंडधारी श्रीराम त्याच्या बाजूला उभा होता.

"नारायणा, मीदेखील आलोय रे!" डावीकडून आवाज आला. त्याचे डोळे विस्फारले. त्याच्या उजव्या बाजूला श्रीराम तर डाव्या बाजूला मारुतीराया उभा होता. नारायणाच्या तोंडून शब्द फुटेना.

अजून पहाट व्हायची होती. मंदिरातही कुणी नव्हतं. नारायणाच्या उजव्या बाजूला श्रीराम आणि डाव्या बाजूला हनुमान उभे होते. भारावलेला नारायण हात जोडून दोघांच्यामध्ये उभा होता. एका युगप्रवर्तक घटनेची ही नांदी होती. ते अवघं मंदिर, भिंती, सभामंडप आणि गर्भागार एवढेच या घटनेचे साक्षीदार होते. रामराया आणि हनुमान दोघंही सदैव नारायणासोबत राहणार याची ती प्रत्यंकारी ग्वाहीच होती.

दोघांच्यामध्ये हात जोडून उभं राहिलेलं ते आठ-नऊ वर्षांचं पोर मात्र भारावून गेलं होतं. रामरायानं त्याच्या मस्तकावर हात ठेवला होता, तर मारुतीरायानं त्याच्या पाठीवर. विशेष म्हणजे आपण भानरहित झालो आहोतच; पण आपण देहविरहितही झालो आहे, असं नारायणाला वाटत होतं. आपला देह पिसासारखा हलका झाला आहे, अशी भावना त्याच्या मनात निर्माण झाली होती. बाहेर अजूनही अंधारच होता; पण मंदिर मात्र सुवर्ण प्रकाशानं भरलं होतं. सुवर्णकणांनी उजळलं होतं. सुवर्ण वलयांनी प्रकाशलं होतं. लखलखत होतं. तेजाळलं होतं. आणि तेजाचे दोन्ही स्रोत – रामराया आणि मारुतीराया – नारायणाच्या दोन्ही बाजूला उभे होते. हनुमंत म्हणाला,

"नारायणा, माग तुला काय हवंय!"

नारायणानं एकदा दोघांकडे पाहिलं आणि निरागस आवाजात म्हणाला,

"मारुतीराया, तू रामरायाचा भक्त आहेस. मीसुद्धा रामरायाचा भक्त आहे. तू खूपच शक्तिमान आहेस. मला तुझ्यासारखी शक्ती आणि रामरायाची भक्ती हवी आहे. हे दोन्ही मिळवण्यासाठी मला रामरायाचा अनुग्रह पाहिजे आहे. रामराया, देशील ना रे मला अनुग्रह? कारण तो मिळाल्याशिवाय या दोन्ही गोष्टी मला साध्य करता येणार नाहीत. मला, या छोट्या नारायणाला तुझ्या भक्ताला देशील ना अनुग्रह? रामराया, मीपण तुझा सेवक बनून राहीन. या मारुतीरायासारखा! आयुष्यभर तुझी भक्ती करेन. आणि रामराज्य निर्माण करण्यासाठी जो कोणी प्रयत्न करेल, त्याच्या पाठीशी मी माझ्या सर्व शक्तीनिशी उभा राहीन. आयुष्यभर! रामराया, माझ्या आयुष्याचं हेच ध्येय असेल, हाच ध्यास असेल, हाच विश्वास असेल आणि ध्येयपूर्ती हाच माझा श्वास असेल. मग रामचंद्रा, देशील ना मला अनुग्रह? करशील ना या सेवकावर, या दासावर कृपा?"

नारायणाचा स्वर आता रडवेला झाला होता. त्यात इच्छा होती, अपेक्षा होती, प्रार्थना होती, विनवणी होती. थोडा आग्रह होता, थोडा हट्टही होता. लाघव होतं, निरागसता होती, आर्जव होतं, मार्दव होतं आणि त्यातून थोडासा व्यक्त होत होता रामरायावरचा अधिकार!

लहान मुलानं वडिलांजवळ एखाद्या गोष्टीसाठी हट्ट करावा, तसा नारायण बोलत होता. त्याच्या स्वरात एकाच वेळी निरागसताही होती आणि प्रौढत्वही होतं. श्रीरामाला कौतुक वाटलं. गेले एकशे आठ दिवस त्यानं या निरागस पोराची जिद्द बघितली होती, चिकाटी बघितली होती आणि त्याची आपल्यावरची भक्तीही बघितली होती. या पोराच्या हातून युगप्रवर्तक कार्य घडणार आहे, हे रामरायानं जाणलं होतं. त्यानं एक नजर मारुतीकडे टाकली. त्याच्याही नजरेत हेच भाव होते. प्रसन्न चेहऱ्यानं रामराया म्हणाला -

"नारायणा, तुझी भक्ती बघून मी प्रसन्न झालो आहे. तुला तुझ्या ध्येयाप्रत पोहोचण्यासाठी हनुमंताची शक्ती आणि माझी भक्तीच मार्गदर्शक ठरणार आहे. या दोन्हींवर तुझा अधिकार आहे आणि आम्ही तो स्वीकारतो आहोत. नारायणा, मी श्रीरामचंद्र, दशरथ राजाचा पुत्र तुला अनुग्रह देतो आहे. तुला हनुमंताची शक्ती आणि माझा अनुग्रह प्राप्त होवो. नारायणा, 'श्रीराम जय राम जय जय राम' या महामंत्रानं तू सामर्थ्यशाली होशील. हा महामंत्र तुला तुझ्या उद्दिष्टापर्यंत नेईल. नारायणा, मला एक सांग, तू माझा भक्त आहेस ना? माझी भक्ती करतोस ना? स्वत:ला या हनुमंताप्रमाणे माझा दास म्हणवतोस ना? मग तुझं नाव 'रामदास' असायला हवं! खरं ना? रामाचा दास तो रामदास! हनुमंता, योग्य आहे ना?"

प्रसन्न स्वरात रामराया बोलत होता. नारायण कानात प्राण ओतून ऐकत होता. 'रामदास' रामरायानं नाव उच्चारलं. ते आपलं नाव आहे, ते आपल्यासाठी आहे हे समजल्यावर नारायणाला बेहद्द आनंद झाला. 'रामदास!' किती समर्पक आहे हे नाव. आपण रामाचा दास आहोतच. तो अभिमान आहे आपला. म्हणूनच आपलं 'रामदास' हे नाव! आता आपलं हेच नाव! हेच सगळीकडं, सगळ्यांपर्यंत जाईल असं काम करायचं! प्रभू रामचंद्राचं नाव जोपर्यंत या पृथ्वीतलावर राहील, तोपर्यंत 'रामदास' हे नाव राहिलं पाहिजे, असं कार्य आपल्या हातून घडायला हवं. नव्हे, आपण ते घडवायला हवं!"

नारायण मनाशी विचार करत होता, तोच "घडेल नारायणा! नक्की घडेल! नव्हे ते तू नक्की घडवशील!"

नारायणाचं मन वाचून मारुतीराया म्हणाला,

"अरे, या हनुमानाची शक्ती आणि रामरायाची भक्ती या दोन गोष्टी

ज्याच्याकडे आहेत, त्याच्या कर्तृत्वाला क्षितिजाचेही बंधन नाही. अवघी पंचमहातेजेही त्याच्या कार्यात मदत करतील, असा या दोन गोष्टींचा महिमा आहे. नारायणा, प्रभू रामचंद्रानं तुला अनुग्रह दिलाय, मी तुला आशीर्वाद देतो आणि माझी शक्ती तुला बहाल करतो!'' नारायणाला आपल्याजवळ घेत मारुतीराया म्हणाला.

नारायणानं डोळे मिटले. मंदिरातल्या घंटा अचानक निनादायला लागल्या आणि मंदिराच्या भिंतीतून ध्वनी उमटले.

''तथास्तु... तथास्तु... तथास्तु!''

त्या भिंतींना जणू वाचा फुटली. श्री रामचंद्राचा चेहरा अधिकच प्रसन्न झाला. नारायणाचे डोळे पाण्यानं भरले. त्यानं रामरायाच्या चरणावर मस्तक टेकवलं. डोळ्यांतून ओघळणारे अश्रू त्या शुभ चरणांवर पडले. नारायणाच्या मनातल्या कोमल, निरागस आणि कृतज्ञतेच्या भावनेचे त्या शुभचरणांवर प्रोक्षण झाले. रामरायानं नारायणाच्या खांद्याला धरून त्याला उठवलं. त्याच्या मस्तकावर आपला शुभंकर ठेवला आणि शब्द उच्चारले,

''नारायणा, तुझं कार्य युगप्रवर्तक ठरेल, तुझे शब्द या पृथ्वीतलावर अक्षर वाङ्मय ठरतील, तुझी वचनं मनुष्यप्राण्याला मार्गदर्शक ठरतील. तू रामदास होशील, रामदास ठरशील, रामदास या तुझ्या नावाचा ठसा युगानुयुगे उमटलेला राहील. शब्द, शक्ती, ज्ञान, विचार यांनी तू 'समर्थ' ठरशील. समर्थ होशील. समर्थ रामदास म्हणून भक्तांच्या मनावर राज्य करशील!''

अत्यंत प्रसन्न स्वरात रामरायानं आशीर्वाद दिला. त्या दृश्याचा भागीदार असलेला मारुतीराया आणि या अलौकिक घटनेच्या साक्षीदार असलेल्या मंदिराच्या भिंतींवरसुद्धा धन्यतेचे रोमांच उठले. नारायण ऊर्फ रामदासाचं भविष्य आणि महाराष्ट्र भूचं भवितव्य उज्ज्वल आहे याची ग्वाहीच जणू या घटनेनं अवघ्या आसमंताला मिळाली. ही घटना जाता-जाता निदान नजरेखालून घालावी म्हणून चंद्र मागे रेंगाळला, तर या घटनेचे आपणही साक्षीदार व्हावे म्हणून सूर्यनारायणही जरा लवकरच पूर्व क्षितिजावर दाखल झाला. ही घटना पाहावी म्हणून पक्षिगणही लवकर जागे झाले आणि हा मंगल सोहळा बघून त्यांनीही मंगलगान सुरू केले. अवघा आसमंत मांगल्यानं भरून गेला.

उजाडलं तरी रोज याआधीच घरी येणारा नारायण आज अजून घरी कसा आला नाही, या शंकेनं गंगाधर नारायणाला बघण्यासाठी बाहेर पडला. या वेळी नारायण राममंदिरात असणार हे त्याला माहीत होतं. त्यानं थेट राममंदिर गाठलं. रस्ता सुनसान होताच, गाव अजून जागं झालं नव्हतं. मंदिरातही शांतता होती.

गंगाधर मंदिरात शिरला. त्यानं प्रथम मंदिराचं आवार बघितलं. नंतर तो मंदिरात आत गेला. सभामंडपात अजून अंधारच होता. गर्भागारात एक समई

शांत तेवत होती. तिचा मंद प्रकाश राममूर्तीच्या चेहऱ्यावर पडला होता. श्रीरामाच्या चेहऱ्यावर मंद हास्य होतं. मूर्तीच्या चेहऱ्यावर एक आगळी प्रसन्नता होती. एक वेगळाच आनंद होता. काहीतरी गवसल्याचा तो आनंद होता. गंगाधराला नवल वाटलं. तो पुढे आला. गर्भागाराच्या दाराजवळ आला. रामरायाच्या चेहऱ्याकडे नजर टाकून त्यानं एकवार हात जोडून नमस्कार केला. तो मागे वळला. मारुतीरायाच्या मूर्तीकडं त्यानं नजर टाकली, आणि तो दचकला. मारुतीरायाच्या मूर्तीशेजारी हात जोडून, पद्मासन घालून नारायण बसला होता. त्याच्या कपाळावर मोठं टेंगूळ आलं होतं. भुवईच्या वर काहीतरी लागलं होतं. त्यातून थोडं रक्त येत होतं. गंगाधर चमकला. त्या अंधुक प्रकाशात नीट बघण्यासाठी तो थोडा पुढं झुकला. वीरासन घालून बसलेल्या मारुतीरायाच्या पायाजवळ एक पणती तेवत होती. तिचा प्रकाश हनुमानाच्या त्या मूर्तीवर आणि मूर्तीच्या आसपास पडला होता. त्या मूर्तीच्या शेजारीच नारायण बसला होता. त्याच्या कपाळाला लागलेलं दिसत होतं. त्याकडे बघता बघता गंगाधरचं लक्ष नारायणाच्या पलीकडच्या बाजूला गेलं. तो चमकला.

नारायणाच्या पलीकडच्या सारवलेल्या जमिनीवर दोन स्वस्तिक चिन्हांकित, शुभंकर पावलांचे ठसे उमटले होते. गंगाधरनं डोळे चोळले. पुन्हा पुन्हा त्या जागेकडं निरखून पाहिलं. ते खरोखरच स्वस्तिक चिन्हांकित पावलांचे ठसे होते. गंगाधरनं मारुतीच्या पायाशी ठेवलेली पणती उचलली, आणि त्या जागेजवळ नेली. पणतीतली वात थोडी वर सरकवली. आता बऱ्यापैकी लख्ख प्रकाश पसरला. स्वस्तिक चिन्ह असलेल्या त्या चरणमुद्रा त्याला स्पष्ट दिसल्या.

''प्रभू! मी हे काय पाहतो आहे?''

आश्चर्याचा एक उद्‌गार त्याच्या मुखातून बाहेर पडला. त्या आवाजानं डोळे मिटून बसलेल्या नारायणाला भान आलं. त्यानं डोळे उघडले. समोर गंगाधरला बघून तो चट्‌कन उठून उभा राहिला. त्यानं गंगाधरच्या कमरेला मिठी मारली. गंगाधरनं त्याला जवळ घेतलं. त्याच्या पाठीवरनं हात फिरवला.

''नारायणा, अरे काय हे? आज उजाडत आलं, तरी घरी परतला नाहीस? अन् हे कपाळाला काय लागलंय? खोक पडलीय, टेंगूळपण आलंय? अरे इतकं कसं लागलं तुला? बरं, कोणाशी मारामारी केली म्हणावं, तर अजून कुणी उठलेलंही नाही?'' गंगाधर काळजीनं प्रश्न विचारत होता. त्याला मध्येच थांबवून नारायण म्हणाला,

''गंगाधर थांब! ते लागलेलं सोड! मला रामरायानं अनुग्रह दिला. तोही प्रत्यक्ष येऊन. इथे-इथे माझ्याशेजारी उजव्या हाताला रामराया उभा होता आणि डाव्या हाताला मारुतीराया. प्रभू रामचंद्राची भक्ती आणि मारुतीरायाची शक्ती

मला लाभेल, मला दिगंत कीर्ती मिळेल असा आशीर्वादही दिला.'' नारायणाच्या स्वरातून आनंद आणि उत्साह ओसंडून वाहत होता. नऊ वर्षांच्या त्या मुलाला आपल्याला इतकं लागलंय याचं भान नव्हतं. तो सांगत होता रामरायानं दिलेल्या वरदानाबद्दल.

गंगाधरच्या डोळ्यांत कौतुक उमटलं. 'म्हणजे ती शुभचिन्हांकित पावलं रामरायाचीच होती तर! त्याच्याच पावलांचे ते ठसे होते तर!' गंगाधरच्या मनात आलं. त्यालाही आनंद झाला. नारायणानं त्याच्या कमरेला मारलेली मिठी सोडली आणि त्याच्या पायावर डोकं ठेवलं. म्हणाला,

''श्रेष्ठ, मला रामरायानं दिलेला आशीर्वाद सत्यात उतरवण्याची बुद्धी आणि सामर्थ्य मला लाभेल असा आशीर्वाद द्या!''

नारायणानं गंगाधराला सगळं गाव वापरतं ते संबोधन वापरलं. गंगाधराला त्याचंही कौतुक वाटलं. त्यानं नारायणाला उठवून पोटाशी धरलं.

''नारायणा, तू त्यात नक्की यशस्वी होशील. माझा आशीर्वाद कायम तुझ्या पाठीशी आहे.'' श्रेष्ठांनी म्हणजे गंगाधरनं सांगितलं आणि लगेच म्हणाला,

''नारायणा, चल, आता घरी चल! तुझ्या कपाळाला जखम झाली आहे. त्यावर लेप लावावा लागेल. टेंगूळ उठलंय त्यावर रक्तचंदन लावावं लागेल आणि आता उजाडू लागलंय. माणसांची वर्दळ सुरू होईल. एवढ्या पहाटे तुम्ही दोघं मंदिरात काय करताय असं लोक विचारायला लागतील, तेव्हा लवकर घरी चल.''

गंगाधरनं सांगितलं. नारायणालाही ते पटलं. त्यानं पुन्हा एकदा रामरायाला नमस्कार केला.

''येतो रे रामराया! मारुतीराया येतो रे! तुम्ही दोघं आहात ना माझ्यासोबत!'' असं म्हणत मारुतीरायालाही नमस्कार करून त्यानं गंगाधरकडं पाहिलं. त्याच्या नजरेतून कौतुक ओसंडत होतं. त्याच कौतुकाच्या नजरेनं गंगाधरनं नारायणाचा हात धरला. नजरेनंच रामरायाचा निरोप घेऊन तिथून बाहेर पडला. उजाडलं.

विष्णू गुरव काकड आरतीला आला. गर्भागारात जाऊन त्यानं काकडा लावला. त्या काकड्याच्या उजेडात त्याला दिसलं, रामरायाच्या मूर्तीला नेसवलेल्या पीतांबरावर कसलातरी लाल डाग पडला होता. रक्ताचा असल्यासारखा दिसत होता; पण इथं रक्त कुठलं येणार? 'पिंजर पडली असेल!' गुरवानं तर्क केला. 'आता दुपारच्या पुजेच्या वेळी श्रीरामाचे हे वस्त्र बदलायला हवे' त्यानं मनाशी विचार केला आणि तो काकडा करायच्या तयारीला लागला.

नारायण आणि गंगाधर घरात पोहोचले. त्यानंतर पुरतं उजाडलं. गंगाधरनं आत आल्या-आल्या राणू आई आणि सूर्याजीपंतांना मोठ्या आनंदानं, अभिमानानं

सांगितलं,

"नारायणानं प्रभू रामचंद्रांचा अनुग्रह मिळवलान्."

त्या दोघांना साहजिकच आनंद झाला. आईनं तर नारायणाची दृष्टच काढली. सूर्याजीपंत म्हणाले,

"चला, आता नारायणाचा ज्ञानसंपादनाचा मार्ग मोकळा झाला."

त्यांच्या चेहऱ्यावर आनंद पसरला होता. त्या दिवशी नारायणाच्या घरात आनंद पसरला होता. आईनं जेवायला गोडधोड केलं. घरातल्या देव्हाऱ्यात असलेल्या राममूर्तीला गोडाचा नैवेद्य दाखवला. हात जोडले. रामरायाला विनवलं,

"रामराया, माझं हे अवखळ पोर तुझ्या ओटीत घातलं. तू ते घेतलंस. आता त्याचा सांभाळ कर. त्याला चांगली बुद्धी दे. त्याचा हूडपणा थोडा कमी कर. त्याला अवघ्या विश्वाचं ज्ञान लाभू दे अशी त्याच्यावर कृपा कर!"

रामरायाला साकडं घालता घालता राणू आईचा गळा भरून आला. तिच्या डोळ्यांतून अश्रू ओघळायला लागले. ते अश्रू तसेच ठेवून राणू आईनं रामरायाच्या मूर्तीच्या चरणांवर मस्तक टेकलं. अश्रू ओघळून मूर्तीच्या चरणांवर विसावले.

"आता मी एका मातेला वचनबद्ध आहे!" रामराया मनातल्या मनात उद्गारला. त्याच्या त्या उद्गारात नारायणाचं आणि महाराष्ट्र भूचं भवितव्य दडलेलं होतं.

त्यानंतर नारायणानं आपली दैनंदिनी आखून घेतली. पहाटे उठून दंड, बैठका, जोर मारून त्यानंतर सूर्यनमस्कार. मग नदीत पोहणं, त्यानंतर घरी येऊन हनुमानाची भक्ती आणि श्रीरामाची पूजा. हे सगळं त्याचं दिवस उजाडायच्या आत पूर्ण व्हायचं. त्यानंतर मात्र दिवसभर तो उचापती करायला मोकळा. दिवसभर हुंदडक्या करून जेवणापुरतं घरी येऊन दुपारी पुन्हा नदीकाठच्या झाडावर सूरपारंब्या खेळायला हा हजर. तिन्हीसांजेला घरी आल्यावर मात्र भगवद्गीता, पुरुषसूक्त, रुद्र, वैश्वदेव, ब्रह्मयज्ञ इ. चे पाठांतर व धार्मिक शिक्षण, रुपावली, समासचक्रादि याचबरोबर आद्य शंकराचार्यांचं विवेकचूडामणी-सह सर्व ग्रंथांचा अभ्यास हे सगळं चालायचं. नारायणाचं अक्षर तर मोत्यासारखं होतं. या ग्रंथांच्या अभ्यासानंतर समजलेलं सगळं ज्ञान स्वच्छ कागदावर लिहून काढायचं, ते सूर्याजीपंतांना किंवा श्रेष्ठांना दाखवायचं, आणि मगच जेवायचं अशी एक शिस्त पंतांनी लावली होती. ती पाळली गेलीच पाहिजे, असा त्यांचा कटाक्ष होता. इतर कुणालाही न जुमानणारा, कुणाच्याही रागाला भीक न घालणारा, गावकऱ्यांच्या तक्रारींना दाद न देणारा नारायण एक पंतांना मात्र घाबरायचा. ते सांगतील ते निमूट ऐकायचा. पंत सकाळी नऊ वाजेपर्यंत घरात असायचे. तोवर नारायण अगदी आज्ञाधारक असायचा. त्यांच्या अवतीभवती

राहायचा. त्या दरम्यान आईनं सांगितलेली कामं नीट करायचा; पण कुलकर्णी पदाच्या कामासाठी पंत एकदा बाहेर पडले की मग हा सुटला.

ते पाणंदीपर्यंत पोचलेलेही नसायचे, तोवर यानं नदीकाठ गाठलेला असायचा. त्याला माहीत होतं, पंत एकदा सकाळी बाहेर पडले की कधी संध्याकाळी, कधी रात्री उशिरा, तर कधी दोन-तीन दिवसांनी परतत असत. मग तर याच्या हुमदांडगेपणाला आणखीनच ऊत येई. पंत परत आले की राणू आई पंतांच्या अनुपस्थितीत नारायणानं केलेले उपद्व्याप त्यांच्या कानावर घालत असे. पंत नारायणाला रागे भरत. तरीही नारायण त्यांचा लाडका होता. त्याची ज्ञानलालसा, ती मिळवण्याची चिकाटी, जिद्द, त्याला शोभून दिसणारी धाडसी वृत्ती, त्याचं एकपाठी असणं, त्याची प्रचंड आकलनक्षमता, या नारायणाच्या गुणांमुळं तो पंतांचा अतिशय आवडता होता. त्याच्या बेदरकार वृत्तीमुळं कधी-कधी त्यांना त्याची काळजीही वाटत असे. पंत आणि नारायण एकमेकांच्या खूप जवळचे होते. त्यामुळं पंतांनी जेव्हा श्रेष्ठांकडून ऐकलं की नारायणाला प्रत्यक्ष श्रीरामचंद्रानं साक्षात येऊन अनुग्रह दिलाय, तेव्हा त्यांना पराकोटीचा आनंद झाला. नारायणाच्या अफाट बुद्धिमत्तेला आणि विलक्षण धाडसी स्वभावाला फक्त रामरायाच मार्गदर्शक ठरू शकेल, असा पंतांना विश्वास होता. प्रभू रामचंद्रानं नारायणाला साक्षात अनुग्रह देणं ही या विश्वासाची ग्वाहीच होती. पंत त्यामुळं सुखावले होते. नारायण त्यांचा अधिकच लाडका बनला होता. नारायणाला इतकं ज्ञान द्यायचं, त्याची बुद्धी इतकी प्रगल्भ करायची की अवघ्या विश्वाचं ज्ञान त्यानं आत्मसात केलं पाहिजे, असा पंतांनी जणू निश्चय केला.

पण नियतीला जणू हे मान्य नव्हतं. पंतांचा निश्चय तडीस जावा अशी तिची इच्छा नव्हती. दोन-तीन दिवस शेजारच्या गावी गेलेले पंत घरी परतले, ते अंगात ताप घेऊनच. घरी परतायला त्यांना रात्र झाली. त्यांना ताप आलेला बघून राणू आई घाबरली. तिनं त्यांना पारिजातकाचा काढा करून दिला. सोबत सूतशेखरची मात्रा चाटवली. त्या मात्रेतच जायफळाचे चार वळसे उगाळले. त्यामुळं पंतांना झोप शांत लागली. सकाळी त्यांना जाग आली, तेव्हा त्यांना बरं वाटत होतं; पण ताप मात्र उतरला नव्हता. उलट ताप आणखीच चढला. राणू आई मिठाच्या पाण्याच्या घड्या त्यांच्या कपाळावर ठेवत बसली. श्रेष्ठ वैद्यराजांना बोलवायला गेले. वैद्यराज आले. त्यांनी नाडी तपासली. काही चूर्णाच्या पुड्या दिल्या; मात्रा उगाळायला दिल्या; पण दुर्दैवाची गोष्ट अशी की या कशाचाच काही उपयोग झाला नाही आणि दोनच दिवसांत त्या तापानं पंतांचा बळी घेतला. सूर्याजीपंत ठोसर– गंगाधर आणि नारायणाचे वडील, रेणुका म्हणजे राणू आईचे पती यांनी देह ठेवला.

राणू आईचा आधार गेला. पंत मृत्यू पावले त्या वेळी गंगाधर होता तेरा-चौदा वर्षांचा आणि नारायण अवघ्या दहा वर्षांचा. गंगाधर पहिल्यापासूनच समंजस, शहाणा, शांत. बाराव्या वर्षी त्याचं लग्न झालं आणि तो वडिलांच्या हाताखाली काम करायला लागला. आताही वडील गेल्याचं दुःख त्यानं शांतपणे पचवलं आणि वडिलांची कुलकर्णीपदाची जबाबदारी त्यानं आपल्या खांद्यावर घेतली. दोन्ही मुलांकडं बघून राणू आईनंही स्वतःला सावरलं.

पण नारायण? तो मात्र हे दुःख सहज पचवू शकला नाही. वडील आपल्याला सोडून गेले याचा त्याला प्रचंड धक्का बसला. आता तर त्याचा पाय घरात ठरेनासा झाला. दहा वर्षांचा नारायण नियतीच्या या खेळापासून अनभिज्ञ होता. आता तो अधिक खोडसाळ झाला. अधिक दांडगेपणा करायला लागला. श्रेष्ठ आणि राणू आई त्याला आवरायचा, अडवायचा खूप प्रयत्न करत; पण तो त्यांना जुमानत नसे. बरं! असंही नाही की तो नुसताच वांडपणा करी. सकाळचा व्यायाम, दंड, बैठका, नमस्कार, शिवाय नवनवीन ग्रंथांचा अभ्यास हे सगळं तर सुरूच होतं. त्याचबरोबर विहिरीचं पाणी शेंदणं, चुलवणासाठी लाकडं फोडणं, धान्याची पोती नीट रचून ठेवणं अशी ताकदीची कामंही तो करत असे. गावातली आपल्या वयाची पोरं जमवून तऱ्हेतऱ्हेचे व्यायाम करणे आणि त्यांच्याकडून करून घेणे, त्यांच्यासोबत नदीत उंचावरून सूर मारण्याच्या, नदीच्या त्या काठाला पोहोचण्याच्या स्पर्धा लावणे, झाडावर उंच उंच चढून सूरपारंब्या खेळणे, ठिकऱ्या जमवून लगोरी खेळणे असा दिवसभर नुसता त्याचा दंगा चालत असे. हा पोर कामकाजात कधी लक्ष घालणार याचा राणू आईला घोर लागलेला असे. नारायणाचा पाय घरात टिकत म्हणून नसे.

श्रेष्ठ कुलकर्णीपदाचं काम करायला बाहेरगावी जात असत. त्या वेळी नारायणानं घरात थांबून घरात भेटायला येणाऱ्या, कुलकर्णीपदाचं गावातलं कामकाज घेऊन येणाऱ्या लोकांना भेटावं, त्यांचं काम निपटावं असं राणू आईला आणि श्रेष्ठांना वाटत असे; पण त्यांचं ऐकेल तो नारायण कसला? त्याच्या स्वतःच्या उपद्व्यापातून त्याला या कामासाठी वेळच कुठं असायचा? त्याचा दैनंदिन उद्योग ठरलेला असायचा. त्याच्या या वागण्याला राणू आई आणि श्रेष्ठ दोघांनीही हात टेकले. आता या पोराचं काय करायचं? कसा त्याला नीट मार्गाला लावायचा असा प्रश्न त्यांना पडला. राणू आईनं आपल्या जिवाला लागलेला घोर काही जणांजवळ बोलून दाखवला. त्या सगळ्यांनी तिला सल्ला दिला, 'त्याचं लग्न करून टाका. म्हणजे तो मार्गाला लागेल!' राणू आईला हा सल्ला पटला. तिनं हे आपल्या मनाशी नक्की केलं आणि तिनं वधू संशोधन सुरू केलं. दिवस पुढं सरकत होते.

नारायण आता बारा वर्षांचा झाला होता. तसं आता त्याचं लग्नाचं वयही झालं होतं. त्याचं लग्न करून त्याचं आयुष्य एकदा मार्गी लावावं असा तिनं मनाशी पक्का विचार केला. वधू संशोधनाला सुरुवात केली. ही गोष्ट नारायणाला समजली आणि त्याच्या मित्रांनाही समजली. सगळ्या मित्रांनी त्याला चिडवायला सुरुवात केली–

“आता तुझं लगीन होणार! मग तुला घरातली भांडी घासायला लागणार. बायकोची लुगडी धुवावी लागणार. आता तुला घरातनं बाहेरच पडता येणार नाही. आता हिंड तू बायकोचा पदर धरून!”

मित्रांच्या अशा चिडवण्यानं आधीच लग्नाबद्दलची चर्चा ऐकून बिथरलेला नारायण आणखीनच बिथरला. दिवसभर तो घराकडं फिरकेना झाला. शेतातली कणसं खाऊन दिवसभर पोट भरू लागला. रात्र झाली की मगच घरी येऊ लागला. त्याच्या या अशा वागण्यानं राणू आई हैराण झाली. श्रेष्ठ तिची समजूत घालत असत.

“तू नको काळजी करू! आपण त्याची समजूत घालू. ऐकेल तो!” असं सांगत. नारायण आईची भेट चुकावी म्हणून रात्री उशिरा घरी परतत असे; पण राणू आईनं एके दिवशी ठरवलं की आज काहीही करून नारायणाची भेट घ्यायचीच. त्या दिवशी ती लवकर निजलीच नाही. घरात अंधार बघून नारायण घरात शिरला. पाऊल न वाजवता तो आपल्या अंथरुणाकडं निजायला चालला, तेव्हा राणू आई त्याच्या अंथरुणावरच बसली होती. नारायण तिथं येताच तिनं नारायणाचा हात पकडला. नारायण क्षणभर दचकला. तशा अंधारातही त्यानं आईला ओळखलं.

“आई? तू! तू इथे काय करते आहेस?” नारायणानं चमकून विचारलं.

“नारायणा, अरे तू मला दिवसचे दिवस भेटत नाहीस. मग मी काय करणार? बस इथे असा माझ्याजवळ!” असं म्हणत आईनं नारायणाला जवळ बसवून घेतलं. आईचा ओलावलेला स्वर ऐकून नारायण मुकाट खाली बसला. त्याच्या पाठीवरून हात फिरवत आईनं विचारलं,

“नारायणा, रागावला आहेस का रे आईवर? का रागावला आहेस? अरे, तुझे बाबा आता नाहीत. मग तू नको का जबाबदारीनं वागायला? तुला आईबद्दल प्रेम वाटत नाही का? तुला आईची माया नाही का? तिची चिंता नाही का?” आईच्या स्वरात एक गहिरं दुःख होतं. नारायण थोडासा नरमला. खाली मान घालून म्हणाला,

“सांग आई, मी काय करू तुझ्यासाठी?”

आईच्या चेहऱ्यावर समाधान पसरलं. म्हणाली,

"नारायणा, अरे तुझं आता लग्नाचं वय झालंय. मग तुझं लग्न नको का करायला? तुला जबाबदारीची जाणीव कधी होणार?"

नारायण क्षणभर काही बोलला नाही. मग म्हणाला,

"आई, मला संसारात पडायचं नाहीय. मला प्रपंचाच्या बंधनात अडकायचं नाही. माझं ध्येय वेगळं आहे. माझं उद्दिष्ट वेगळं आहे. त्यात प्रपंचाला स्थान नाही. तू मला नको ती गळ घालू नकोस!"

नारायणानं स्पष्ट सांगितलं. आपण याला संसारात पडायचा हट्ट केला, तर तो बिथरेल हे राणू आईच्या लक्षात आलं; पण आईचं मन तिचं. आपण त्याला मायेनं सांभाळून घेतलं की तो आपलं ऐकेल ही वेडी आशा तिला होती. शिवाय एकदा डोक्यावर अक्षता पडल्या की तो निमूट संसाराला लागेल, असंही तिच्या मायाळू दृष्टीला वाटत होतं. तिनं नारायणाच्या पाठीवरून हात फिरवला. म्हणाली,

"बरं बरं! नको घेऊ हं तू संसाराची जबाबदारी! पण माझ्यासाठी एक करशील? नारायणा, तुझ्या डोक्यावर अक्षता पडलेल्या बघायची माझी आंतरिक इच्छा आहे रे! तेवढं माझं ऐक. माझी तेवढी इच्छा पूर्ण कर! डोक्यावर अक्षता पडेपर्यंत बोहल्यावर उभा राहा. तिथून हलू नकोस. नारायणा, एवढं करशील ना माझ्यासाठी? हो म्हण! मला वचन दे की अक्षता पडेपर्यंत मी बोहल्यावर उभा राहीन. तिथून हलणार नाही. तुला तुझ्या आईची शपथ आहे. देशील ना मला वचन!" आई व्याकूळ स्वरात विचारत होती.

नारायण धर्मसंकटात सापडला. 'हो म्हणावं तर आपलं ध्येय? त्याचं काय? नाही म्हणावं तर आईच्या मातृत्वाचा अपमान! आईचा तो ओलावलेला स्वर! तिनं व्याकूळ स्वरात मागितलेलं वचन! आधी आईचं मन राखावं मग पुढं काय होतंय बघू!' त्यानं विचार केला.

"ठीक आहे आई! देतो तुला वचन! डोक्यावर अक्षता पडेपर्यंत मी बोहल्यावरून हलणार नाही, असं मी तुला वचन देतो; पण आई पुढची जबाबदारी माझी नाही. पुढच्या परिणामांची जबाबदारीही माझी नाही. बास? झालं तुझं समाधान?" नारायणानं आईला शब्द दिला.

वचन दिलं आणि राणू आईचा चेहरा उजळला. तिच्या चेहऱ्यावर समाधान पसरलं. आता तिचा नारायण तिला दिलेला शब्द पाळणार होता. दिलेलं वचन मोडणार नव्हता. तिचा उत्साह वाढला. तो 'हो' म्हणाला आहे तेवढ्यात त्याचं लग्न लावावं, असा विचार करून तिनं आपले मावसभाऊ आसनगावचे हरिदास भानजीपंत बोधलापूरकर यांची कन्या वधू म्हणून नेमस्त केली. हरिदासांचं घराणंही धार्मिक, आध्यात्मिक होतं. एकनाथ स्वामींचा त्यांच्यावर अनुग्रह झाला होता.

लग्नाची तयारी झाली. फाल्गुन शुद्ध अष्टमीची तिथी धरली. मुहूर्ताची वेळ माध्यान्हीची होती. वऱ्हाडी जमले. रीतीप्रमाणे सीमान्त पूजन झाल्यावर वधू-वर लग्न मंडपात आणवले. दोघं बोहल्यावर उभे राहिले. नारायण वरकरणी शांत दिसत होता. उपाध्यायांनी अंतरपाट धरला. ते मंगलाष्टक म्हणायला लागले.

"आली लग्नघटिका समीप..." त्यांनी सुरुवात केली आणि म्हणाले,

'ऽशुभमंगल सावधान' वऱ्हाडी मंडळींनी वधू-वरांच्या डोक्यावर अक्षता उधळल्या. नारायणाच्या शेजारी त्याचा मेहुणा, वधूचा भाऊ उभा होता. 'सावधान' शब्द ऐकल्यावर नारायणानं विचारलं,

"हे सावधान का म्हणतायत?"

मेव्हण्याला चेष्टा करायची लहर आली. तो म्हणाला,

"ते सांगताहेत आता लग्नाची बेडी पायात अडकणार आहे. सावध राहा!" नारायणानं ते ऐकलं. तोपर्यंत उपाध्याय दुसऱ्या अंतऱ्यापर्यंत आले होते. त्यांनी पुन्हा 'शुभमंगल सावधान' उच्चारलं. वऱ्हाडी मंडळींनी अक्षता उधळल्या. नारायणाचं काम झालं होतं. आईला दिलेलं वचन पाळलं गेलं होतं. तिला दिलेला शब्द राखला गेला होता. डोक्यावर अक्षता पडल्या होत्या आणि त्या पडेपर्यंत नारायण बोहल्यावर उभा होता. आता तो आईच्या वचनातून मुक्त झाला होता. त्यानं आसपास नजर टाकली. सगळे जण मंगलाष्टकं ऐकण्यात दंग होते. नारायण खाली बसला. त्यानं हातातली माला बाजूला ठेवली. गुडघ्यावरून रांगत तो भवती जमलेल्या गर्दीतून बाहेर आला. उभा राहिला. "आई, तुला दिलेलं वचन मी पाळलंय, मी गेलो गंऽऽ!" असं ओरडून नारायण वाऱ्याच्या वेगानं तिथून बाहेर पडला. कोणाच्या लक्षात यायच्या आत नारायण दिसेनासा झाला.

बोहल्याच्या भोवती जमलेली गावातली प्रतिष्ठित मंडळी पुरोहितांसोबत मंगलाष्टकं म्हणण्यात गुंग होती. अंतरपाटापलीकडे नारायणाला उभं राहिलेलं बघून श्रेष्ठांनीही सुस्कारा सोडला होता. शिवाय, 'नारायण डोक्यावर अक्षता पडेपर्यंत बोहल्यावरून जागचा हलणार नाही, असा त्यानं मला शब्द दिला आहे.' असं आईनं श्रेष्ठांना सांगितलं होतं. नारायण शब्द पाळण्यासाठी किती पक्का आहे, दिलेलं वचन पाळण्यासाठी तो जिवाचं रान करेल हे श्रेष्ठ जाणून होते. त्यामुळेच नारायणाला बोहल्यावर उभा राहिलेला बघून ते निश्चिंत झाले. त्यांच्या मनात पुढच्या विवाह विधींचे विचार सुरू झाले. 'शुभमंगल सावधान'चा पहिला पुकारा झाला. जमलेल्या सुहृदांनी वधू-वरांच्या डोक्यावर अक्षता उधळल्या. पुरोहितांची मंगलाष्टकं सगळी मन लावून ऐकत होती. नारायण खाली बसला, रांगत लोकांच्या कड्याबाहेर पडला, याकडे कुणाचं लक्षच नव्हतं. मुलाचं लग्न आईनं बघू नये या रीतीमुळे राणू आई घरातच बसली होती. नारायण आपला शब्द पाळणार यावर तिचा विश्वास होता. भवतालच्या लोकांच्या कड्यातून बाहेर आलेला नारायण पळून जाण्यासाठी उभा राहिला. जमलेल्या लोकांपैकी कुणाचंतरी लक्ष गेलं. जरीकाठी धोतर, अंगावर उपरणं, माथ्यावर जरीकाठी साफा, मस्तकावर बांधलेल्या मुंडावळ्या असा तो पोरसवदा मुलगा मांडवाच्या बाहेर पळून चालला आहे, हे बघणाऱ्या व्यक्तीच्या लक्षात आलं आणि–

"अरेऽ बघाऽऽ! नवरा पळालाऽऽ! नवरा मुलगा पळालाऽऽ! नवरा मुलगा बोहल्यावरून पळाला!" असा एकच कल्ला त्यानं केला. त्याच्या ओरडण्यानं सगळ्यांचं लक्ष त्या बाजूला गेलं. खरोखरच नारायण, तो नवरा मुलगा पळत सुटला होता. इतरांप्रमाणे श्रेष्ठांचं म्हणजे गंगाधरचंही लक्ष तिकडे गेलं. ते हादरले.

'रामराया, नारायणानं काय ही वेळ आणली?' अशी मनाशी हबकी खात त्यांनी सगळा जीव एकवटून आवाज दिला,

"नारायणाऽऽऽ! थांबऽ! थांब रेऽऽ! असा पळून जाऊ नकोस! नारायणाऽऽऽ!" श्रेष्ठांनी जीव तोडून मारलेली ती हाक धावणाऱ्या नारायणाच्या कानावर पडली. क्षणभर त्याचे धावणारे पाय थांबले. क्षणभरच तो मागे वळला. तिथूनच त्यानं ओरडून सांगितलं.

"श्रेष्ठऽऽ! मला आता थांबवू नका. 'डोक्यावर अक्षता पडेपर्यंत बोहल्यावर उभा राहीन' असं मी आईला वचन दिलं होतं. ते मी पाळलंय! श्रेष्ठ, आईला सांगा मी माझा शब्द पाळलाय. अक्षता डोक्यावर पडेपर्यंत मी बोहल्यावर उभा होतो. आता मला थांबवू नका. आईला सांगा मी गेलो. पुन्हा येईनही! कधी ते सांगता येणार नाही. श्रेष्ठ, तुमचा आशीर्वाद असू द्या!"

पळत पळत जाताना एवढं सगळं बोलून नारायणानं धाड्कन नदीत उडी मारली आणि क्षणार्धात तो दिसेनासा झाला. लग्नमंडपात एकच हलकल्लोळ माजला. जमलेले लोक दहा तोंडांनी बोलायला लागले. बायकांनी तर बोलायचा कहर केला. कुणी म्हणालं, 'या पोराचं हे असलं लक्षण लहानपणापासूनच दिसत होतं.' कुणी म्हणालं, 'आईनं जरा त्याला ताब्यात ठेवायला हवं होतं!' कुणी म्हणालं, 'अजून अवघं बारा वर्षांचं आहे, तर हे असलं वागणं! मोठा झाल्यावर काय दिवे लावणार आहे कोण जाणे?' कुणी म्हणालं, 'लहानपणापासूनच हे असलं अवलक्षणी होतं कार्टं! वडिलांच्या कीर्तीला आणि आईच्या तोंडाला काळं फासलंन मेल्यानं!' कुणी म्हणालं, 'बरं झालं हो त्या पोरीचं लगीन पूर्ण झालं नाही ते! नाहीतर तिचं आयुष्य वैराण वाळवंट झालं असतं!' कुणी म्हणालं, 'सूर्याजीपंतांच्या पोटी हे असलं अवलक्षणी कार्टं निपजलंच कसं? 'सूर्यापोटी शनैश्वर' दुसरं काय?' कुणी म्हणालं 'हे असलं पोर पोटाला आलं त्या बिचाऱ्या आईनं काय करायचं आता!' एक ना दोन. दहा तोंडांनी लोक बोलत होते. श्रेष्ठ निर्जीव पुतळ्यासारखे दिङ्मूढ होऊन उभे होते. त्यांना काहीच सुचत नव्हतं. एवढे बुद्धिमान, समंजस आणि ज्ञानी असलेले श्रेष्ठ विचारप्रक्रिया थांबल्यासारखे स्तब्ध उभे होते.

मांडवातला गलका ऐकून राणू आई बाहेर आली. बाहेर आल्यावर इथं काय प्रकार घडलाय ते तिला समजलं, आणि 'अरे माझ्या कर्मा ऽऽ!' असं म्हणत कपाळ बडवत ती खाली बसली. मूर्च्छित झाली. मांडवात सगळी पळापळ झाली. नारायणाची वाग्दत्त वधू रडत तिथंच पाटावर बसली होती. काही वेळ तिच्याकडे कुणाचंच लक्ष नव्हतं. काही जण नदीकाठी नारायणाला शोधायला गेले होते. एक-दोघांनी तर नदीत उड्याही मारल्या. नदीचा सगळा तळ धुंडाळला;

पण नारायण सापडला नाही. काही जण राणू आई मूर्च्छित झाली होती, तिकडे धावले. तोंडावर पाणी मारून, नाकाला कांदा हुंगायला लावून तिला भानावर आणण्याचे प्रयत्न करत होते. काही जण श्रेष्ठांकडे धावले. श्रेष्ठ डोक्याला हात लावून बसले होते. त्यांना काहीच सुचत नव्हतं. या सगळ्या गोंधळात वधूचे वडील, श्रेष्ठांचे गागा आपल्या रडत बसलेल्या लेकीजवळ गेले आणि तिला पोटाशी धरून तिची समजूत काढायला लागले.

नदीवर नारायणापाठोपाठ गेलेली माणसं हात हलवत परत आली. नदीचा तळ धुंडाळूनही त्यांना नारायण सापडला नव्हता. या गडबडीत तो डोहाकडे गेला असावा आणि एकतर डोहात बुडला असावा किंवा डोहातल्या मगरींनी त्याचे लचके तोडले असावेत असा कयास बांधून दु:खी चेहऱ्यानं ती माणसं परतली. आल्यावर त्यांनी आपले अंदाज श्रेष्ठांना सांगितले. डोळ्यांतून ओघळू पाहणारं पाणी मोठ्या प्रयासानं अडवून श्रेष्ठ उभे राहिले. ते उभे राहिलेले बघून मांडवातला गोंधळ थांबला. श्रेष्ठांनी स्वत:ला सावरलं. खांद्यावरच्या उपरण्यानं डोळ्यांच्या ओलावलेल्या कडा पुसल्या. घसा खाकरून आवाज मोकळा केला, अन् बोलायला सुरुवात केली.

"सुजन हो! आज इथं जे काही घडलं, ते अतर्क्य होतं. नारायण माझा धाकटा भाऊ असं वागेल याची तुम्हालाच काय, मलाही कल्पना नव्हती. अवखळ वाऱ्याला वेसण घालण्याचा प्रयत्न आम्ही केला, हा आमचा अडाणीपणा होता, मूर्खपणा होता. नारायणानं बोहल्यावरून पळ काढला; पण त्याच्या वाग्दत्त वधूचा यात काय दोष? तिच्यावर तर विवाहाचा संस्कार पूर्णही झाला नाही. म्हणजे लौकिकदृष्ट्या आणि सामाजिक संकेतानुसारही, तिचा विवाह झालेलाच नाही. नारायणानं बोहल्यावरून पळून जाऊन आपली संसाराबद्दलची अनास्था दर्शवली असली, तरी यात या वधूचा काय दोष? त्यामुळंच तिच्या वडिलांच्या अनुमतीनं, तिचं पालकत्व घेऊन, याच मांडवात सुयोग्य वर शोधून आम्ही तिचा विवाह लावू इच्छितो. इथे जमलेल्या सगळ्या सुजनांना माझी नम्र विनंती आहे की ज्यांना उपवर पुत्र असेल त्यांच्यापैकी कुणीतरी या मुलीचा पुत्रवधू म्हणून स्वीकार करावा. आम्ही स्वत: तिचे कन्यादान करू आणि त्या व्यक्तीचे आमच्या कुलाशी नाते जोडले जाईल."

श्रेष्ठांनी विनंती केली आणि खरोखर दिगंबर बिडकर नावाचे गृहस्थ पुढे झाले. ते हात जोडून म्हणाले,

"श्रेष्ठ, आपल्यासारख्या संस्कारी, धार्मिक आणि पुण्यवान घराण्याशी नातं जोडायला मी उत्सुक आहे. माझा पुत्र बारा वर्षांचा आहे. आपल्या सर्वांना मान्य असेल, तर या वधूला मी माझी पुत्रवधू म्हणून स्वीकारण्यास तयार आहे!"

दिगंबर बुवांचं ते बोलणं ऐकून श्रेष्ठांसहित सर्वांनाच आनंद झाला. तासाभरानं पुन्हा चांगला मुहूर्त होता. पुरोहितांनी त्याच मांडवात त्या वधूचा दिगंबर बुवांच्या मुलाशी विवाह लावला. श्रेष्ठ आणि त्यांच्या पत्नीनं कन्यादान केलं. राणू आईनं आपल्या गळ्यातली मोहनमाळ त्या वधूच्या गळ्यात घातली. 'हे आपल्या लेकानं केलेल्या अपराधाचं परिमार्जन आहे' असं तिला वाटलं असावं. काही असो; पण सगळ्या मंडळींचा समंजसपणा बघून वधूपिता, श्रेष्ठांचे मामा हरिदास बोधलापूरकर मात्र भारावले. मांडवात मोडू पाहणारं, किंबहुना मोडलेलं, त्यांच्या लेकीचं लग्न आता निर्विघ्नपणे पार पडलं होतं, तेही एका सुयोग्य वराशी. ते समाधान पावले. एक विस्कटून जाणारं, उद्ध्वस्त होणारं आयुष्य श्रेष्ठांच्या समंजसपणामुळे आणि अचूक निर्णयामुळे मार्गी लागलं होतं.

डोक्यावर अक्षतांचं पहिलं प्रोक्षण झालं. पुरोहितांनी 'सावधान' शब्द उच्चारला. तत्क्षणी नारायणाच्या मनानं कौल दिला- 'डोक्यावर अक्षता पडेपर्यंत बोहल्यावर निमूट उभा राहीन असं आईला वचन दिलं होतं, त्याची पूर्तता झाली आहे. पुरोहितांनी 'सावधान' शब्द उच्चारून जणू तुला संदेश दिला आहे. आता सावध हो आणि पळ!' तत्क्षणी मनाचा कौल स्वीकारून नारायण मांडवातून पळाला. चार लोक पाठीशी लागले. त्यानं थेट नदीत उडी घेतली. योग आणि प्राणायामाच्या त्याच्या रोजच्या सरावानं श्वास रोखून धरायची त्याला सवय होतीच. नदीत उडी मारताक्षणी एकदा बुडून तो वर आला आणि नंतर पुन्हा पाण्याखाली गेला. श्वासाचा अवरोध करून तो पाण्याखाली तरंगत राहिला.

नदीपात्रावर चौफेर नजर टाकून शोधायला आलेली माणसं परत गेली. ती परतलेली बघून नारायण पाण्याखालून बाहेर आला. भरभर हात मारून पोहत त्यानं नदीच्या पलीकडचा तीर गाठला. नदीतून बाहेर आल्यावर त्यानं नेसलेलं जरीकाठी धोतर काढून टाकलं. मुंडावळ्या आणि उपरणं तर त्यानं मांडवाबाहेर आल्यावरच पळता पळता काढून टाकलं होतं. नारायणाच्या अंगावर आता फक्त कौपीन होती आणि मस्तकावर साफा.[५] आता त्याला मोकळंढाकळं वाटत होतं.

पलीकडच्या काठावर झाडी होती. त्या सावलीत नारायण जरा विसावला. 'आपण मांडवातून पळून आलो खरं! मांडवातून पळ काढताना आपल्या मनात कसलाही दुसरा विचार नव्हता. त्या क्षणी तिथून दूर जाणं एवढा एकच विचार होता. तो तत्क्षणी अमलात आणणं गरजेचं होतं. आपण ते केलं. तिथून पळालो. लोकांना सापडलो असतो, तर परत त्यांनी धरून नेऊन बोहल्यावर उभं केलं असतं. पकडून ठेवलं असतं. मग पळणंही अवघड झालं असतं. लोकांना सापडू नये म्हणून नदीत उडी मारली. पाण्याखाली श्वास रोखून लपून

राहिलो. नदीच्या पलीकडच्या काठाला आलो. या काठाला आलो खरं; पण आता पुढं काय? इथून कुठं जायचं? कुठं राहायचं? काय खायचं? काय करायचं? हे सगळेच प्रश्न आहेत.' नारायण जसजसा विचार करत होता, तसतसे त्याचे प्रश्न वाढत होते. ओलेती निथळणारी कौपीन अंगात असलेला, अंगावरून पाणी ओघळत असलेला बारा वर्षांचा नारायण झाडाच्या सावलीत विचार करत बसला होता.

समोरून गोदावरी नदी दुथडी भरून वाहत होती. आत्ताच तर तिच्या पात्रातून तो बाहेर आला होता. लहानपणापासून, म्हणजे जवळपास तिसऱ्या वर्षापासून तो गोदावरीच्या अंगाखांद्यावरच तर वाढला होता. दिवसातला त्याचा बहुतेक वेळ गोदावरीच्या सान्निध्यातच तर जायचा. गोदावरीच्या पाण्यात तासन्तास डुंबत राहणे हा तर त्याचा अत्यंत आवडीचा छंद. आईच्या कुशीइतकीच गोदावरीची कूस त्याच्या परिचयाची होती. तो जितक्या सहजपणे आणि लाडिवाळपणे आईच्या मांडीवर लोळत असे, तितक्याच सहजपणे, लडिवाळपणे तो गोदावरीच्या पाण्यात डुंबत असे. आताही तो एकटक गोदावरीकडे बघत मनातल्या प्रश्नांची उत्तरं शोधत होता.

अचानक त्याला आठवलं. इथून पुढं या गोदावरीच्या सोबतीनं गेलं की नाशिकला जाता येतं. तिथं त्याचा रामराया आहे, या विचारानं त्याला उत्साह आला. आता तोच त्याला मार्ग दाखवणार होता. त्यानंच तर त्याला ही अशी बुद्धी दिली होती. त्यानंच तर सांगितलं होतं की, युगप्रवर्तक कार्य तुझ्या हातून घडणार आहे म्हणून. मग आता त्यालाच जाऊन विचारावं. तोच सांगेल आपल्याला आता आपण काय करायचंय ते!' या विचारानं उत्साहित झालेला नारायण उठला. अंगाला लागलेली माती झटकली आणि तो चालू लागला. थोडंसं चालल्यावर त्याचे पाय भरून आले. तसा दिवसही उताराला लागला होता. मानवी वस्ती दिसत होती. त्यानं पाहिलं, ते भागलगाव होतं. आजचा दिवस इथंच कुठंतरी मुक्काम करावा असं त्याच्या मनात आलं. त्याला जास्त शोधावंच लागलं नाही. गावाच्या सुरुवातीला, गावाबाहेरच एक जुनं, थोडी पडझड झालेलं मंदिर होतं. नारायणानं आपला मोर्चा तिकडं वळवला. नदीचं पूर्ण पात्र पोहून आल्यामुळे शरीर शिणलं होतं. त्यात पुढे आणखी दोन-चार कोस चाल झाली होती. मंदिर तसं उजाड होतं. ओसाड होतं. भवताली गर्द झाडी होती. पडझड झालेल्या गर्भागारात वाळलेल्या पानांचा खच पडला होता. नारायणानं शिणलेलं शरीर त्या पानांवर तसंच झोकून दिलं. दगडी फरशी गार होती; पण पानांना ऊब होती. पाय पोटाशी घेऊन नारायण त्या पानांवर पडून राहिला. पाच-दहा मिनिटांतच त्याला झोप लागली. अगदी गाढ. जणू उद्याची त्याला

चिंता नव्हतीच.

खरंच, त्याला उद्याची चिंता नव्हती; कारण त्यानं आपला सगळा भार रामरायावर टाकला होता. म्हणूनच तर तो गाढ झोपी गेला. सवयीनं त्याला पहाटेच जाग आली. क्षणभर आपण कुठे आहोत हे त्याच्या लक्षात येईना; पण दुसऱ्याच क्षणाला त्याला सगळं आठवलं. आपण इथे कसे आलो हेही आठवलं. त्यानं आजूबाजूला पाहिलं. मंदिरात कुणीच नव्हतं. त्याच्या डोईला बांधलेला साफा घरंगळून पडला होता. फाल्गुन महिना. रात्र ही उष्म्याची होती. चिंब भिजलेली त्याची कौपीन जशी त्याच्या अंगावरच वाळली होती, तसाच सुटून घरंगळत गेलेला तो साफाही वाळला होता. राजापूर, गंगावाडीची टेकडी पार करून तो भागलगावला पोचला होता. आता उद्दिष्ट होतं नाशिक गाठायचं. तिथंच तर त्याचा रामराया होता. पंचवटीत राहत होता तो. 'त्याला भेटायचं, डोळे भरून बघायचं, मार्ग पुसायचा आणि मग आयुष्यभर त्यानं सांगितलेल्या मार्गानं चालायचं.' हेच तर ध्येय आहे आपलं. तो झट्‌कन उठला. नदीवर जाऊन त्यानं अंघोळ केली. तो साफा फाडून दोन-तीन लंगोट्या बनवल्या. आता त्याला वस्त्राची चिंता नव्हती आणि दुसऱ्या वस्त्रांची जरुरीही नव्हती. नदीच्या त्या काठावरच त्यानं नित्यनेम केला. दंड, बैठका, सूर्यनमस्कार, योग, प्राणायाम सगळं केलं. आता उजाडलं होतं. नदीवर पक्ष्यांची वर्दळ सुरू झाली होती. गावातला एक पाणक्या कावड खांद्यावर घेऊन पाणी भरण्यासाठी आला.

'हा पोरगा कोन? हा कुणीतरी नवीन दिसतोय! हा या गावचा न्हाई' असा विचार करून त्यानं पुढं होऊन विचारलंच,

"ए पोराऽ! कोण रं तू? कुठनं आलास? कुठं चाललास? नाव काय तुझं?" त्याच्या या प्रश्नांनी नारायण सावध झाला.

'हा आपल्याला चेहऱ्यानं ओळखत नसेल; पण आपली लग्न मांडवातून पळण्याची घटना दहा तोंडांतून एव्हाना पंचक्रोशीत पसरलीच असेल. आपण नाव सांगितलं तर हा आपल्याला नावानं ओळखेल. काहीतरी वेगळंच सांगितलं पाहिजे. नारायणानं धोका ओळखला. वेगळं नाव? काय बरं? हो ऽ! रामरायानं आपल्याला नाव दिलेलं आहेच की! आता तेच आपलं नाव!' नारायणाच्या चेहऱ्यावर स्मित उमटलं. एखाद्या गहन प्रश्नाचं उत्तर सापडावं तसा त्याला आनंद झाला.

"नाही काका! मी या गावचा नाही. मी मारुतीरायाच्या गावातून आलो आहे आणि रामरायाच्या गावी निघालो आहे. माझं नाव रामदास. होय! होय! रामदास माझं नाव! रामदास!" नारायणानं आपलं नाव सांगितलं. पुन्हा पुन्हा सांगितलं. ते ऐकून अवघ्या चराचरावर आनंदानं रोमाचं उभे राहिले. झाडांची पानं सळसळायला

लागली. नदीच्या पाण्यावर लाटांचे तरंग उठायला लागले. कुहूकुहू गाणाऱ्या कोकिळेच्या स्वरात स्वर मिसळून सगळ्या पक्षिगणांनी गायला सुरुवात केली. पूर्व क्षितिज सुवर्णकणांनी भरून गेलं आणि महाराष्ट्र भूची ललाटरेषा सुवर्ण कणांनी झळकणार असल्याची ग्वाहीच जणू त्या सुवर्णरेषांनी दिली. शांत असलेल्या चराचर सृष्टीमध्ये अचानक चाललेला हा आनंदोत्सव बघून 'इथे असं काय झालं समदं?' असा मनाशी विचार करून तो पाणक्या पाणी भरून घेऊन निघून गेला. आता तिथं कुणी नव्हतं. आसपास कुणीच नव्हतं. सगळा परिसर निर्मनुष्य होता. नारायणानं एकदा सभोवताली नजर फिरवली आणि त्यानं जोरदार आवाज दिला.

"मी रामदास ऽऽऽ!" त्याचा तो खणखणीत स्वर विरतो न विरतो तोच चहू दिशातून त्या आवाजाचे प्रतिध्वनी उमटले. 'रामदास ऽ! रामदास! रामदास! रामदास ऽऽ!' त्या प्रतिध्वनीनं दशदिशा व्यापून गेल्या. आकाशावर आदळून ते ध्वनी गोदावरीच्या पाण्यात उतरले. गोदावरीचं पाणी आनंदानं नाचायला लागलं आणि तो ध्वनी तरंगांसोबत गोदावरीच्या प्रवाहाबरोबर वाहत पुढे गेला. अगदी नाशिकपर्यंत पोचला. राममंदिराच्या गर्भागारातून आत जात तो ध्वनी रामरायाच्या पावलापर्यंत गेला. त्यानं जाऊन श्रीरामाला सांगितलं, 'येतोय. रामराया, तुझा रामदास येतोय!' ते ऐकलं आणि राममूर्तीच्या चेहऱ्यावर प्रसन्न हास्य उमटलं. रामरायाचं अंग अंग थरारलं. पूजा बांधायला आलेल्या गुरवाला क्षणभर समजेना की कितीदाही कमळाचं फूल मस्तकावर ठेवलं, तरी रामरायाच्या मस्तकावरचं फूल खाली का पडतंय! आतापर्यंत तर कधी पडत नव्हतं. हाच संभ्रम मनात ठेवून त्यानं मूर्तीची पूजा बांधली. रामदास मात्र अवघ्या चराचरानं आपलं नाव उच्चारलं, पुन्हा पुन्हा उच्चारलं याच आनंदात होता.

दिवस उजाडला. रामदासाला भुकेची जाणीव व्हायला लागली. तो गावात शिरला. गल्लीच्या तोंडाशीच एक घर होतं. दाराशी कदंबाचं मोठं झाड होतं. रामदासानं आवाज दिला.

"ॐ भवति भिक्षां देहि! भिक्षा वाढ माते!" त्या घरातली स्त्री दाराशी आली. रामदासाला न्याहाळून म्हणाली -

"कोण रे बाबा तू? या गावात नवीन दिसतोयस! आनी चांगल्या घरचा दिसतोयस! मग भिक्षा का मागतोयस रं? काय तुझ्या आईनं नवसबिवस बोलल्याला होता काय?" तिनं स्वत:च तिच्या प्रश्नाचं उत्तर दिलं आणि रामदासाला एक कारणही.

"होय माते! मी आईचा नवसच फेडतोय!" रामदासानं उत्तर दिलं.

"थांब बाबा जरा!" असं सांगून ती स्त्री घरात गेली. बाहेर येताना तिच्या

हातात भाकरी, त्यावर भाजी असं होतं. ती भाकरी घेऊन दारात उभी राहिली. रामदासाला सुचेना ती भिक्षा कशात घ्यावी! त्यानं आसपास पाहिलं. त्याचं लक्ष कदंबाच्या झाडाकडं गेलं. त्याचा चेहरा उजळला. तो झाडाजवळ गेला. सरसर झाडावर चढला. कदंबाची दोन-चार भली मोठी पानं काढून तो खाली आला. अंगणात पडलेल्या चार-पाच काड्या घेऊन त्यानं त्या कदंबाच्या पानांची पर्णावळ बनवली. त्या स्त्रीनं दिलेली भाकरी-भाजी त्या पर्णावलीवर घेतली. आता दोघांच्याही चेहऱ्यावर समाधान होतं. देणारीच्याही आणि ते घेणाऱ्याच्याही. ती पर्णावळ तशीच हातात धरून रामदास आणखी चार घरात भिक्षा मागायला गेला. तो त्या ओसाड मंदिरात परतला, तेव्हा जवळजवळ माध्यान्ह होत आली होती.

रामदासाच्या हातातली पर्णावळ अन्नानं भरली होती आणि रामदासाचा चेहरा समाधानानं. रामरायाची भक्ती करताना पोटात काय घालायचं याचं उत्तर त्याला मिळालं होतं. ते अन्न घेऊन तो मंदिरात आला. झाडाची फांदी घेऊन त्यानं मंदिराचा तो पडका सभामंडप झाडून काढला. त्या स्वच्छ जागेवर तो ती अन्नानं भरलेली पत्रावळ घेऊन बसला. अन्नाच्या वासानं दोन कुत्रेही तिथं आले. आपल्या पत्रावळीतल्या अन्नाचा काही भाग त्यानं पत्रावळीच्या डाव्या बाजूला मारुतीरायासाठी ठेवला. काही भाग उजव्या बाजूला रामरायाचा घास म्हणून काढून ठेवला. उरलेल्यातले दोन-दोन घास त्यानं त्या कुत्र्यांना टाकले आणि मगच त्यानं जेवायला सुरुवात केली. तेव्हा त्याला प्रचंड भूक लागली होती. काल दुपारी बोहल्यावरून पळाल्यापासून त्याच्या पोटात काही नव्हतं. बोहल्यावर उभे राहण्यापूर्वी आईनं भांडंभर दूध दिलं होतं तेवढंच. समोरचं पत्रावळीवरचं अन्न त्याला अमृतासारखं लागलं. ती दोन कुत्री त्याच्या अवतीभवती शेपूट हलवत हिंडत होती. आपण खाता खाता मध्येच तो त्यांना एखादा घास देत होता. पत्रावळीवरचं अन्न संपवलं. ती जागा स्वच्छ केली आणि मंदिराच्या गर्भागाराजवळ बसून राहिला. ते जुनं शिवमंदिर होतं. गावाबाहेर असलेलं. बाकी बरीचशी पडझड झाली असली, तरी पिंडी सुस्थितीत होती. बसल्या जागेवरूनच त्यानं पिंडीला नमस्कार केला. काही वेळ तो तसाच बसून राहिला. ते दोन कुत्रे परत त्याच्यासमोर येऊन उभे राहिले. शेपटी हलवू लागले आणि तत्क्षणी... तत्क्षणी रामदासाला एक दृष्टान्त झाला.

'आपण आपले सगळे मायेचे पाश तोडून आलो आहोत तर मग आता कुठल्याही नवीन पाशात अडकायचं नाही. एका जागी जास्त दिवस मुक्काम करायचा नाही. केलाच तर तिथली माया लावून घ्यायची नाही. आता आपली माया, आपला धर्म, आपलं कर्म, आपलं मर्म सगळं काही तो रामरायाच. आपलं आता दुसरं कुणी नाही. कुणीच नाही. आता ही खूणगाठ मनाशी पक्की

बांधली पाहिजे.' रामदासाच्या मनानं त्याला स्पष्ट संकेत दिला. लगेच तो तिथून उठलाच. पुन्हा एकदा पिंडीला नमस्कार केला. कोपऱ्यात ठेवलेल्या, साफा फाडून केलेल्या दोन लंगोट्या उचलल्या, वाळत घातलेली कौपीन घेतली. कमरेला बांधली आणि तो झपाट्यानं तिथून बाहेर पडला.

हिंगणगावच्या शिवारात तो शिरला, तेव्हा दिवस मावळतीकडं झुकायला लागला होता. आता गोदातीर लखलखीत दिसत होते. गोदेचं वाळवंटही विशाल होतं. रामदास गावात शिरला; पण तिथंच थबकला. भीतीची एक विलक्षण लहर त्याच्या अंगातून फिरली. नदीकाठावरच्या एका मोठ्या झाडाला चार प्रेतं लटकत होती. थिजल्यासारखा रामदास तिकडं बघत उभा राहिला. हा काय प्रकार आहे, हे त्याला समजेना. विशेष म्हणजे ती प्रेतं म्हणजे क्रूरतेची परिसीमा होती. कुणाचे हात तोडले होते, कुणाचा अर्धा पाय कापला होता. कुणाचे डोळे काढलेले होते, तर कुणाला ठिकठिकाणी अंगाला भोकं पाडली होती. मृत्यूचं ते भयंकर रूप बघून रामदासाच्या मनाचा थरकाप झाला. तो तिकडं बघत बसला,

"ह्ये असंच चाललंय बाबा हितं! कुनी का इचारायचं न्हाई! कुनी उलटून बोलायचं न्हाई! लेकी-सुना उचलून नेल्या तर आडवं जायाचं न्हाई! मानसाला मानूस म्हणून जगणं अवघड झालंय लेकरा! सध्या जनावरंच सुखी हायेत बघ!"

रामदासाच्या पाठीमागून आवाज आला. रामदासानं मागं वळून बघितलं. डोक्याला पागोटं बांधलेला मध्यम वयाचा एक गुराखी हातात काठी घेऊन त्याच्या मागे उभा होता. त्याच्या गाई-म्हशी त्यानं चरायला सोडल्या होत्या.

"लेकरा, अरं मी म्हनालो जनावरं सुखी हायत म्हनून! पर त्येबी काय खरं न्हाई बघ. अरं, जनावरं दिकूल हाकलून न्येत्यात आनी कापून खात्यात सुदिक. किती जनांची जित्राबं अशी वढून नेलीत त्या राक्षसांनी! त्यो देव तरी कुठं झोपलाय कुनास ठावूक?"

त्या माणसाच्या बोलण्यात जसं दुःख होतं, तसंच संतापही होता. जशी असाहाय्यता होती, तसाच जिवाला लागलेला घोरही होता. सुन्न मनानं रामदास तिथून निघाला. त्याला तिथं राहवेना. त्यानं सरळ गोदातीर गाठला आणि चालायला सुरुवात केली. एकदाही मागं वळून न बघता तो झपझप चालत राहिला; पण लहानपणी पाहिलेला तो भयावह प्रसंग त्याला आठवला आणि आत्ताही त्याच्या अंगाचा थरकाप झाला-

त्याच्या गावात, जांब गावी एका येसकर त्या यवन अंमलदारानं भर चौकात चाबकाच्या कोरड्यानं सोलून काढलं होतं. तो येसकर धुळीत गडाबडा लोळत त्या अंमलदाराला हात जोडून विनवणी करत होता. त्याची बायका-पोरं रडून

भेकून त्या येसकराच्या जिवाची भीक मागत होती. तो घोड्यावर बसलेला अंमलदार मात्र किंचितही दया-माया न दाखवता असुडाचे फटके त्या येसकराला मारत होता. ते बघायला अवघं गाव त्या चौकात जमलं होतं; पण कुणाची मध्ये पडण्याची हिंमत झाली नाही. तो येसकर अर्धमेला झाल्यावर खदखद हसत तो अंमलदार निघून गेला. जाता-जाता क्रूर नजरेनं सगळ्यांकडं बघत म्हणाला,

'अब कोई जुर्रत नहीं करेगा बादशाह के खिलाफ बोलने की!' आणि विजयी मुद्रेनं तो निघून गेला. तो गेल्यावर मात्र भवतालचं सगळं गाव त्या येसकराच्या भवती जमलं. त्याच्या बायकोनं आधार देऊन त्याला कसंबसं उभं केलं. पोरांनी त्याचे दोन्ही हात धरले आणि ते त्याला खुरडत घेऊन गेले. सगळं गाव चुकचुकत आपापल्या उद्योगाला लागलं. आईच्या मागे लपून घाबरलेल्या मन:स्थितीत हे दृश्य बघणारा लहानगा नारायण. त्या दृश्यानं विचलित झाला. त्याला असा घाबरलेला बघून आईनं त्याला कडेवर घेतलं. आईला गळामिठी घालत त्यानं निरागसपणे विचारलं, "आई, त्या काकांना त्या माणसानं का मारलं? आणि कुणीच त्याला हे विचारलं नाही. का गं आई? असा अन्याय झाला तर कुणी विचारायचंसुद्धा नाही? मग माणसानं जगायचं कसं? तक्रार कुणाजवळ करायची? न्याय कुणाशी मागायचा? दाद कुणाजवळ मागायची?" त्या लहानग्याचा स्वर रडवेला झाला होता.

त्याचे प्रश्न ऐकून आईच्याही डोळ्यांत पाणी उभं राहिलं. सुस्कारा सोडून ती म्हणाली,

"नारायणा, आता या तुझ्या सगळ्या प्रश्नांची उत्तरं तो रामरायाच देईल. खरं म्हणजे रामरायाच या प्रश्नाचं उत्तर आहे. त्याच्याकडेच दाद मागायची. त्याच्याजवळच तक्रार करायची. आता तोच एक पाठीराखा आहे आपला."

आईनं सांगितलेलं ते उत्तर रामदासाला आत्ताही आठवलं. आपसूकच त्याच्या पायाला गती आली. पावलं आधीपेक्षा अधिक गतीनं, अधिक झपाझप पडू लागली. आता लवकरात लवकर त्या रामरायाला भेटायचं होतं. त्याआधी त्या कोदंडधारी मूर्तीचं मन भरून दर्शन घ्यायचं होतं आणि मग त्याच्याशी गुजगोष्टी करायच्या होत्या. मनातलं सगळं सांगायचं होतं. विचारायचं होतं. आता रामरायाच्या भेटीची अधिकच ओढ लागली होती. मनाच्या वेगानं पावलं पडत होती, नाशिकच्या दिशेनं. पावलांना गती होती आणि मुखातून रामरायाची आळवणी.

रामदास झपझप चालत होता. त्या भेसूर दृश्यापासून त्याला लवकरात लवकर दूर जायचं होतं. अगदी दूर. तो चालत राहिला... चालत राहिला... चालत राहिला. हिंगणगाव, राक्षसभुवन, बोरगाव सगळं त्यानं मागं टाकलं आणि तो मुंगीला पोचला. पार थकून गेला होता तो. चालून चालून पायाचे तुकडे पडायची वेळ आली. पावलाला फोड उठले. पिंढऱ्यांतून पेटके यायला लागले. फुफाट्यातून चालताना पायाची साल निघाली. रानातून जाताना दोन्ही पायांत काटे रुतले; पण एका विलक्षण ओढीनं तो चालत राहिला. उन्हाच्या जागेवरून चालताना धावत जावं. एखादा सावलीचा तुकडा गाठावा. तिथं क्षणभर विश्रांतीसाठी उभं राहावं. नशिबानं ते झाड पळसाचं असेल, तर त्याची पानं तोडून तळपायाला वेलीच्या साहाय्यानं बांधावीत आणि पुन्हा चालत राहावं. वाटेत ओहोळ आडवा आला, तर घोटभर पाणी प्यावं. अंगावर, तोंडावर मारून तलखी शांतवावी. त्या थंडगार पाण्यात पावलं बुडवून दाह कमी करावा. पावलांचा दाह कमी झाला की डोळे आपोआप शांतवतात, तसं करावं, आणि पुढची वाट धरावी. असं त्याचं चाललं होतं. सोबतीला अधनंमधनं गोदावरी येत होती.

एक वेळ तर अशी आली की त्याच्याच्यानं पाऊलही उचलवेना; पण थांबायचं तर नव्हतं. त्यानं चक्क रांगायला सुरुवात केली. रांगून गुडघ्याची सालपट निघाली, तसा तो मातीत पालथा पडला. सरपटत पुढं जायला लागला. नाशिकला पोचायचं, रामरायाला भेटायचं ही ओढ एवढी जबरदस्त होती की रामदास थांबायचं नाव घेत नव्हता.

असाच धडपडत तो मुंगीला पोचला. आता मात्र तो अगदी गलितगात्र झाला होता. मधनंच डोळ्यांसमोर अंधारी येत होती. नजर भिरभिरत होती.

तोंडाला इतकी कमालीची कोरड पडली होती, आवंढासुद्धा गिळायला येत नव्हता. डोळेही धड उघडता येत नव्हते. किलकिल्या डोळ्यांनी त्यानं सभोवार पाहिलं. मुंगीला नदीच्या तीरावर एक झोपडीसारखं काहीतरी दिसत होतं. क्षणभर त्याला उमेद वाटली. तेवढी उमेद गोळा करून तो कसातरी हेलपाटत त्या झोपडीजवळ आला. झोपडीसमोर दोन हात स्वच्छ सारवलेलं अंगण होतं. मानवी अस्तित्वाची ती खूण बघितली. रामदासाचं गोळा केलेलं अवधान संपलं. त्यानं त्या सारवलेल्या जमिनीवर अंग टाकलं. अर्धशुद्धी-बेशुद्धीच्या सीमेवर रेंगाळत त्यानं आपले डोळे मिटून घेतले.

त्यानं डोळे उघडले, तेव्हा भवताली अंधार पसरला होता. त्यानं मान वळवून बघितलं. एक कुणीतरी साधू-बैराग्यासारखा दिसणारा माणूस त्याच्या शेजारी बसला होता. रामदासानं डोळे उघडलेले बघून त्या साधूच्या चेहऱ्यावर आनंद उमटला.

"जाग गये बच्चा! अब कैसा लग रहा है?" त्याच्या स्वरात आपुलकी होती. रामदास धडपडत उठून बसला.

"अब मैं ठीक हूँ। मुझे पानी मिलेगा?" त्यानं विचारलं.

"हाँ! हाँ! क्यों नहीं?" असं म्हणत तो साधू उठला. तिथंच झोपडीच्या दाराशी पाण्यानं भरलेला माठ होता. त्यानं एका मातीच्या लोटकीतून पाणी आणलं. याला प्यायला दिलं. त्या बैराग्याच्या हातातून ती लोटकी घेऊन रामदास अधाश्यासारखा पाणी प्यायला. खरं तर ते पाणी होतं. अन्न नव्हतं. तरीही त्या पाण्याचे पाच-सहा घोट घशातून उतरत पोटात जाताच त्याला खूपच बरं वाटलं. त्या पाण्याचा गारवा इतका होता की तो पोटात जाताच त्याचे डोळेही पाण्यानं भरले. दिलेली लोटकी रिकामी करूनच त्यानं खाली ठेवली. कृतज्ञतेचा एक कटाक्ष त्या साधूकडे टाकला. रामदास पाणी पीत असताना तो साधू त्याला न्याहाळत होता. त्या बारा वर्षांच्या पोराचं अंग धुळीनं माखलं होतं. तळपाय सोलवटले तर होतेच; पण ठिकठिकाणी फोड आले होते. त्याचा लख्ख गोरा चेहरा उन्हानं लाल झाला होता. गुडघे रक्ताळलेले होते. ढोपरावर खरचटलेलं होतं. एक तर हे पोर कशाच्यातरी भीतीनं पळत आलं होतं किंवा कसल्यातरी ओढीनं, साधूनं अंदाज बांधला. रामदासानं पाणी पिऊन लोटकी खाली ठेवली. साधूनं विचारलं,

"कहाँ जा रहे हो बच्चे? किससे भाग रहे हो?" रामदास क्षणभर गप्प बसला. मग म्हणाला,

"नासिक जा रहा हूँ बाबा!" साधूच्या चेहऱ्यावर प्रसन्नता उमटली.

"अच्छा? प्रभू का दर्शन करने जा रहे हो? तो इतनी भागदौड, वो भी

अकेले और इस छोटी उम्र में करने की क्या आवश्यकता पडी? घरमें कोई तो होगा! किसी को साथ ले लेते!'' साधूच्या स्वरात काळजी होती.

''नहीं महाराज! घरवालोंसे तो भागकर निकला हूँ। प्रभू को देखने की बहुत मुराद है। लेकिन घरवाले मान नहीं रहे। मेरी शादी करवा रहे थे। तो मैं शादी के मंडप से भाग निकला। रामलल्ला को देखना है, उनसे कुछ सवाल पूँछने हैं। यही जीवन का ध्येय रखा है।'' रामदासानं उत्तर दिलं.

''अच्छा! तो ये बात है। लगता है दो दिनसे चलते जा रहे हो। थके हुए दिखते हो। अंदर कुटियाँ में विश्राम करो। अभी तो दिन भी ढल चुका है। पौबारे उठके चले जाना।''

साधूनं सांगितलं. तशी रामदासानं मान डोलावली. मन मागत नव्हतं, पण शरीर मात्र विश्रांती मागत होतं. रामदास त्या झोपडीत शिरला. झोपडीत एका बाजूला धुनी होती. तिच्याशेजारी मृगाजीन घातलेलं होतं. तिथंच कोपऱ्यात रामपंचायतन विराजमान होतं. त्यावर फुलं वाहिलेली होती. समोर पणती तेवत होती. रामदास हे सगळं न्याहाळत होता, तोच बाहेरून साधूची हाक आली.

''बच्चा, पिछे गय्या बाँधी हुई है। मैं दूध दोहके आता हूँ। तुम्हे भूख लगी होगी ना?''

असं म्हणत झोपडीतून एक मातीचा मोठा गडू घेऊन तो साधू झोपडीच्या मागच्या बाजूला गेला. तिथं एक गाय बांधलेली होती. तिच्याशी बोलत बोलत साधूनं तिच्यापुढं चारा टाकला आणि धार काढली. दुधानं तो मोठा गडवा भरून गेला. ते घेऊन साधू झोपडीत आला. एका कोपऱ्यात ठेवलेल्या झोळीतून दोन केळी काढली. त्या मोठ्या गडव्यातलं दूध दुसऱ्या लहान गडूत ओतलं आणि ते रामदासासमोर ठेवून म्हणाला,

''लो बच्चे! कुछ पेटपूजा कर लो! दूध के साथ केले भी खाओ!''

रामदासानं एक नजर त्या साधूकडे टाकली. काही न बोलता तो झटक्यात उठला. सरळ गोदावरीत सूर मारला. नाक दाबून धरून तीन डुबक्या मारल्या. गायत्रीची आवर्तनं केली आणि काठावर आला. तसाच ओलेत्यानं झोपडीच्या मागे गेला. तिथं ठेवलेल्या आपल्या बोचक्यातून दुसरी लंगोटी काढली. ओली लंगोटी काढून कोरडी लंगोटी बांधली. ओली लंगोटी खसाखसा चोळून पिळून झोपडीच्या छतावर वाळत टाकली. केसातलं पाणी झटकत तो पुन्हा झोपडीत आला.

''बहोत खूब! प्रभू के बंदे हो! व्रती हो! अब तो परशाद खाओ।' साधूनं कौतुकानं सांगितलं आणि त्यानं भजन सुरू केलं–

"है नीको मेरो देवता कोसलपती राम।
सुभग सरारुह लोचन सुठि सुंदर श्याम।
सिय-समेत सोहत सदा छबि अमित अनंग।
भुज बिसाल सर धनु धरे कटि चारु निषंग।
हे राम, सिया राम, सिया राम जय जय राम।।"

रामदासाचं खाऊन झालं. साधू नंतर बराच वेळ भजन गात होता. त्याच्या एकतारीचा मंद स्वर त्या भजनाला साथ देत होता. ते ऐकता ऐकता रामदासाला कधी झोप लागली, हे त्याचं त्यालाच समजलं नाही. त्या शांत रात्री श्रीरामाचं ते भजन ऐकतच जणू सारा आसमंत निजला होता, अगदी गोदावरीसुद्धा.

दुसऱ्या दिवशी सवयीनं रामदासाला पहाटेच जाग आली. त्यानं डोळे उघडले. बघितलं, तर त्याच्या अंगावर कांबळं पांघरलेलं होतं. त्यानं इकडं-तिकडं पाहिलं. झोपडीत साधू दिसत नव्हता. रामदास उठून बसला. झोपडीच्या पाठीमागे साधूची चाहूल येत होती. तो गाईच्या आसपास असावा. रामदासानं उठून कांबळं घडी करून ठेवलं. तो झोपडीच्या बाहेर आला. गोदेचं पाणी त्याला खुणावत होतं. त्यानं प्रातर्विधी आटोपले. आपला रोजचा व्यायाम करायला सुरुवात केली. दंड, बैठका, सूर्यनमस्कार झाल्यावर क्षणभर तो विसावला. घाम जरा जिरल्यावर मात्र त्यानं गोदावरीत उडी घेतली. तिच्या अंगाखांद्यावर, कुशीत मनसोक्त डुंबून झाल्यावरच तो बाहेर आला. त्याला आज चार दिवसांनी गोदेच्या पाण्यात असं मनसोक्त डुंबायला मिळत होतं. गेले चार दिवस तो नुसता पळत होता. रात्री थोडा वेळ विसावा मिळत असे तेवढाच. आता जांब गाव बऱ्यापैकी दूर राहिलं होतं. आता इतक्या लांब कोणी शोधायला येईल, असं वाटत नव्हतं. त्यातच श्रेष्ठांना आपल्या या मनस्वी स्वभावाची पूर्ण कल्पना होती. कधी ना कधी आपल्या हातून हे घडणारच असा त्यांचा होरा होताच. त्यामुळं आपल्याला शोधून परत बोलावण्याचा विचार त्यांनी सोडला असणार याची रामदासाला खात्री होती. म्हणूनच आज तो गोदावरीत मनसोक्त डुंबला होता. समाधान झाल्यावर तो पाण्यातून बाहेर आला. गुडघाभर पाण्यात उभा राहून त्यानं गायत्री मंत्राच्या आवर्तनाला सुरुवात केली. एकशे आठ वेळा गायत्रीचा जप झाला आणि रामदासानं बोलावल्यासारखा तो भास्कर पूर्व क्षितिजावर अवतीर्ण झाला. ओंजळीत पाणी घेऊन त्यानं सूर्याला अर्घ्य अर्पण केलं. डोळ्याला पाणी लावलं आणि तो नदीतून बाहेर आला. झोपडीजवळ आल्यावर त्यानं बघितलं, साधू धुनी पेटवत होता.

"आ गया बच्चा? लगता है कसरत के पुजारी हो। अच्छा है। आओ, अब दूध पी लो।"

प्रेमळ स्वरात साधूनं हाक मारली. का कोण जाणे, पण रामदासाला त्याच्याजवळ सगळं बोलावंसं वाटलं. तो येऊन धुनीजवळ बसला. मंद शीतल वाऱ्यात त्या धुनीची ऊब चांगली वाटत होती. त्या धुनीतले निखारे रामदासाचं लक्ष वेधून घेत होते.

"नारायण है मेरा असली नाम। नारायण ठोसर! जांब गाँवसे हूँ मैं। घरमें माँ और बडा भाई है। बचपन से ही मैं हठेला। मेरे भैया को मैंने बहुत सताया। झगडालू था। अडोसपडोस के लोग बुरा बोलते थे। सबके नाकमें दम करता था मैं। हर एक चीज के बारे में मेरे मनमें सवाल उठते हैं। सब से पूछता था। कोई जबाब देता, कोई टाल देता।"

दुधाची लोटकी उचलून रामदासानं बोलायला सुरुवात केली.

"फिर प्रभू का ध्यान कबसे मनमें बसा?"

साधूनं उत्सुकतेनं विचारलं आणि रामदासाच्या डोळ्यांसमोर तो प्रसंग उभा राहिला–

आईनं नारायणाचं लग्न करायचं ठरवलं आणि नारायणाच्या मित्रांपर्यंत ही बातमी पोचली. ते नारायणाला चिडवायला लागले. घरात तर आईच्या तोंडी दुसरा विषय नव्हता. नारायण जास्तीतजास्त वेळ घराबाहेर राहू लागला. राम मंदिरातच जास्तीतजास्त वेळ घालवायला लागला. आपल्या मनातले प्रश्न शंका, तक्रार, कैफियत रामरायासमोर मांडू लागला. वेळप्रसंगी त्याच्याशी भांडू लागला आणि एक दिवस नाशिकच्या दिशेनं निघालेले दोघे... अवलिये त्या राममंदिरात मुक्कामाला होते. अंगाला भस्म फासलेले, अंगभर रुद्राक्षमाला धारण केलेले, कफनी नेसलेले ते साधू एकमेकांसमोर बसून चिलीम ओढायचे. गावातून कोरडा शिधा मागून आणून सगळं एकत्र शिजवून खायचे. त्या दिवशी नारायण घराबाहेर पडता पडता आईनं त्याला चांगलंच धारेवर धरलं.

"आठ-दहा दिवसांत तुझं लग्न लावून देते, तुझ्या पायात बेडी अडकवते म्हणजे तुझा पाय घरात राहील. टाळक्यावर अक्षता पडल्या की मग बघते तू घराबाहेर कसा आणि किती उंडारतोस ते?"

आईनं सज्जड दम भरला. तिचं बोलणं कानाआड करून नारायण बाहेर पळाला. त्यानं थेट राममंदिर गाठलं. रामरायाची मूर्ती समोर बघून त्याला रडू आलं. बघता-बघता त्याला हुंदका फुटला. रडत-रडत बोलायला लागला.

"रामराया काय करू रे? घरात आई माझं ऐकत नाही आणि इथं तू माझं ऐकत नाहीस? मग माझं दुःख मी कुणाला सांगू? मी तुझा भक्त ना रे? मग तू तरी माझं ऐक!" नारायण रामरायाला विनवत होता; पण रामरायाच्या मूर्तीच्या चेहऱ्यावरची रेषसुद्धा हलली नाही.

"वो यहाँ नहीं सुनेंगे तुम्हारी बातें! तुम्हें उनके दरबार में जाना होगा । वहीं पे वह सुनेंगे । वहीं जाकर सुनाओ बच्चा तुम्हारी तकलिफे!"

नारायणाचा हुंदका ऐकून मंदिरात उतरलेल्या त्या दोघा बैराग्यांपैकी एक जण बोलला. नारायणानं मान वळवून त्याच्याकडं पाहिलं.

"ये साधूबाबा सही कह रहे है बच्चा! अगर घरमें इतनी तकलिफे हैं तो छोड दो घर को। और रामलल्ला के शरणमें जाओ। तुम्हारे हर तकलिफ की दवा, हर सवाल का जवाब उसीके पास है। नासिक में ही पंचवटी में वह विराजमान है। हम भी तो वही जा रहे हैं। उनके निवास से नासिक पुण्यभूमी बन चुकी है। हम वही जाकर तप करेंगे। तुम भी वही जाओ। और बन जाओ प्रभू रामजी के बंदे।"

त्या दुसऱ्या बैराग्यानं सांगितलं आणि त्या दिवसापासून 'पंचवटीला जायचं', घर सोडायचं असा विचार नारायणाच्या मनात तरळू लागला. तरीही तो विचार अमलात आणण्याचं अजून त्याचं धाडस होत नव्हतं; पण आईनं लग्नाचा ध्यास घेतला. त्याच्याकडून आपल्या मातृत्वाची आण घालून वचन घेतलं. लग्नासाठी आईला शब्द दिला म्हणून बोहल्यावर उभं राहायला लागलं आणि तत्क्षणी नारायणाचा निर्णय पक्का झाला. तो बोहल्यावरून पळाला.

नारायणानं त्या झोपडीत बसून हे सगळं साधूला सांगितलं. श्रेष्ठांनी आपल्याला संस्कृतसोबत अवधी, हिंदी शिकवली त्याचा आत्ता उपयोग झाला, असं त्याला वाटलं. साधूच्या चेहऱ्यावर हास्य उमटलं. डोळेही प्रसन्नतेनं भरले.

"बच्चा! इतनी छोटी उम्र में इतना बडा साहस? तू जरूर प्रभू का लाडला बंदा बनेगा। और बन चुका भी है। 'रामदास' प्रभू ने ही ये नाम दिया है ना तुम्हें? अब तो तू प्रभू राम का दास है रामदास! अब तो तुझे राम का दास होने से कोई नहीं रोक सकता। बेटा, अब तो तू हनुमानजीका बंधू बन गया। अब हर वक्त प्रभू राम तुम्हारे साथ होंगे। अब भी है। क्यों? यकीन नहीं आता? आओ मेरे साथ।"

असं म्हणत तो साधू रामदासाला त्या झोपडीच्या पाठीमागच्या बाजूला घेऊन गेला. जिथं गाय बांधली होती तिथं घेऊन गेला. गाईच्या सभोवतालची जागा स्वच्छ केलेली होती. गोमयानं सारवलेली होती आणि त्या सारवलेल्या जमिनीवर स्वस्तिक चिन्हांच्या मुद्रा असलेल्या दोन रेखीव पावलांचे ठसे उमटलेले होते. सुबक, रेखीव, निमुळती बोटं असलेल्या पावलांचे ठसे.

"देखा बच्चे! स्वयं प्रभू आये थे तुम्हे बुलाने। यही पे खडे थे। अब तुम देरी मत करो। प्रभू भी तुमसे मिलने तरस रहे है शायद।"

साधूनं प्रसन्न स्वरात सांगितलं. ते ऐकून रामदासाच्या अंगावर रोमांच उभे राहिले. त्याला तिथं तसाच सोडून साधू झोपडीकडं गेला. त्या पावलांच्या ठशांकडं विस्फारित नेत्रांनी बघत असलेल्या, अंगोपांगी शहारलेल्या रामदासाच्या कानावर राम भजनाचे स्वर पडले. तो साधू आनंदित स्वरात, प्रसन्न मुद्रेनं तल्लीन होऊन गात होता. रामदास तिथंच उभा आहे याचं त्याला भानही नव्हतं.

"एक अनीह अरूप अनामा। अज सच्चिदानंद पर धामा।।

ब्यापक बिस्वरूप भगवाना। तेहिं धरि देह रचित कृत नाना।।"

प्रभू रामचंद्राच्या सर्वात्मकतेचं वर्णन करणारं ते भजन साधूच्या किंचित घोगऱ्या स्वरातही कानाला गोड वाटत होतं. भजन संपलं. साधू गायचा थांबला. तो थांबल्यावर गाईनं हंबरून जणू दाद दिली आणि रामदास सावध झाला.

हा साधू कुणी सामान्य बैरागी नाही तर त्याचीही मोठी तपश्चर्या आहे हे रामदासाच्या लक्षात आलं. तो झोपडीकडे धावला. साधू कसल्यातरी पिठाचे गोळे बनवत होता. "आ गये बच्चा!" असं विचारून त्यानं ते गोळे त्या धुनीत भाजायला टाकले. रामदासानं उत्सुकतेनं विचारलं,

"बाबा, आप कौन है?" त्यावर साधू प्रसन्नपणे हसला. म्हणाला, "बच्चा...

जाति न पूछो साधू की, पूछ लो ज्ञान।

मोल करो तलवार का, पडा रहन दो म्यान।।

मैं कौन हूँ, कहाँ से आया हूँ ये सब बाते मैंने मिटा दी है। मेरी अब एक ही पहचान है, मैं राम का भक्त हूँ। और तुम भी अपनी यही पहचान बनाओ।"

रामदासाचे डोळे पाण्यानं भरले.

'अहं! आता कुठंही गुंतायचं नाहीय!' त्यानं आपल्या मनाला बजावलं आणि म्हणाला -

"बाबा, अब मुझे आज्ञा दीजिये।" असं म्हणत का कोण जाणे पण रामदासानं त्या साधूच्या पायावर डोकं ठेवलं. साधूनं त्याला उठवून मिठीत घेतलं क्षणभर. मग त्याच्या मस्तकावर हात ठेवून म्हणाला,

"जाओ बच्चा, प्रभू राम के निकट जाओ। और साथमें ये सातू के लड्डू लेकर जाना। बीच रास्तेमें खाने के लिये कभी कुछ न मिले तभी खा लेना।"

असं मायेनं सांगून त्यानं त्या धुनीतून ते भाजायला टाकलेले गोळे काढून एका पोटलीत बांधून ती पोटली रामदासाच्या हातात दिली. ती पोटली, आपल्या दोन लंगोट्या घेऊन त्या साधूचा निरोप घेऊन रामदास तिथून बाहेर पडला. तोच "ठहरो बच्चा!" साधूची हाक आली. रामदास थांबला. साधू त्याच्या पाठोपाठ आला. त्याच्या हातात एक पिवळ्या रंगाचं मोठं कापड होतं. त्यावर सगळीकडं 'रामनाम' चिन्हांकित केलेलं होतं. त्याच्या दुसऱ्या हातात एक मोठ्या रुद्राक्षांची

माळ होती. साधूनं ते कापड रामदासाच्या अंगाभोवती गुंडाळलं. म्हणाला,

"बच्चा, ये राम प्रभूका वस्त्र है। ये तुम्हे एक नयी पहचान देगा, साथ साथ दुष्ट शक्ती और मौसम के प्रभाव से तुम्हारी रक्षा भी करेगा। ये रुद्राक्षमाला है। लोगोंके हर सवाल से और हर आशंका से ये तुम्हारी रक्षा करेगी। तुम्हे बचाएगी। अब ना कोई तुम्हारा नाम पूछेगा ना काम।" असं म्हणत त्यानं ती रुद्राक्षमाळ रामदासाच्या गळ्यात घातली. त्याच्या मस्तकावर हात ठेवून त्याला आशीर्वाद दिला आणि मागे वळून झपझप पावलं टाकत तो निघून गेला. तो साधू गेला त्या दिशेकडे रामदास काही क्षण एकटक बघत राहिला. साधू अचानक दिसेनासा झाला. तसा चटका बसल्यासारखा रामदास भानावर आला. एका अतर्क्य मन:स्थितीत त्यानं पावलं टाकायला सुरुवात केली. आता लक्ष्य होतं नाशिक.

किती वेळ तो चालत होता कुणास ठाऊक? पण दिवस बुडाला. सूर्य अस्ताला गेला आणि एका गावाच्या वेशीत तो येऊन थांबला. ते होतं पैठण. गावाचं नाव वाचल्यावर त्याला एकनाथांची आठवण आली. त्याची आई नाथांबद्दल त्याला सांगायची. पैठणच्या एकनाथांशी आईचं काहीतरी नातं होतं. ती नाथांबद्दल भरभरून बोलायची. नाथांनी लिहिलेल्या अनेक लिखितांबद्दल सांगायची. नाथांच्या कितीतरी गवळणी तिला पाठ होत्या. नाथांची भारुडं तिला तोंडपाठ होती. नारायणाच्या कारवायांना कंटाळून ती कधीतरी म्हणायचीसुद्धा "नारबा, ते पैठणचे नाथ तुझ्या जन्माआधी दहा वर्षं समाधिस्थ झाले. आज ते असते ना तर त्या श्रीखंड्याऐवजी तुला ठेवलं असतं त्यांच्या घरी पाणी भरायला. त्यांनी लावली असती शिस्त तुला."

आईचं हे बोलणं ऐकलं की नारायण हळूच म्हणत असे,

"बरं झालं माझ्या जन्माआधी दहा वर्षं नाथ समाधिस्थ झाले ते! माझं पाणी भरायचं वाचलं!"

पैठण गाव लागलं आणि रामदासाला ही सगळी आठवण झाली. तो गावात शिरला. सूर्य मावळला होता. तिन्हीसांज झाली होती. घराघरातून दिवली, ठावकी, सुंद्री लावल्या होत्या. देवघरात नंदादीप तेवत होते. जात्यांची घरघर ऐकू येत होती. कुठे कुठे अन्नपूर्णा स्वयंपाकसिद्धीला लागल्या होत्या; पण घराघरातून नाथांच्या ओव्या, गवळणी यांचे शब्द ताला-सुरात कानावर पडत होते. वातावरणात एक प्रकारचा भक्तिरस, स्वरगंधाला सोबत घेऊन भरून राहिला होता. पैठणच्या मातीच्या कणाकणात आणि हवेच्या बिंदूबिंदूत नाथांचे, त्यांच्या भक्तीचे, त्यांच्या शब्दरचनेचे अस्तित्व जाणवत होते. पैठणच्या त्या वातावरणात जणू नाथ भरून राहिले होते. रामदासाला तिथं फार प्रसन्न वाटलं. एक दैवी अस्तित्व त्या वातावरणात त्याला जाणवलं. त्या वातावरणाला भक्तीचा

गंध होता. शब्दप्रभुत्वाचा छंद होता, लोकसेवेचा आनंद होता. गावाच्या सुरुवातीलाच राममंदिर होतं. रामदासानं तिथंच मुक्काम करायचं ठरवलं.

पैठण गाव तसं नांदतं होतं. त्यामुळे ते राममंदिरही निगराणी केलेलं होतं. स्वच्छ, सुबक मंदिर. छोटासा स्वच्छ, नेटका सभामंडप, अगदी स्वच्छ लहानसं गर्भागार. विशेष म्हणजे त्या गर्भागारात रामपंचायतन होतं. फूटभर उंचीच्या, सुबक, सुंदर मूर्ती होत्या. राम, लक्ष्मण, सीता, भरत, शत्रुघ्न पायाशी हनुमान अशा सुबक मूर्ती. देखणी पूजा बांधलेली. धुपाचा मंद गंध दरवळत होता. रामदासाला तिथं एकदम प्रसन्न वाटलं. त्या मूर्तीसमोर दंडवत घालून तो सभामंडपात आला. तिथंच एका बाजूला बसला. मंदिरात बऱ्यापैकी ये-जा होती. मूर्तीचं दर्शन घेऊन बाहेर पडलेले लोक मोठ्या उत्सुकतेनं रामदासाकडे बघत होते. रामदासाचं पोर वय, अंगावरचं भगवं रामवस्त्र, गळ्यातली रुद्राक्षमाला, तेजस्वी चेहरा हे बघून हा कोणीतरी बालयोगी असावा असा कयास ते करत होते; पण त्यांच्याकडं रामदासाचं लक्षच नव्हतं. तो पद्मासन घालून डोळे मिटून बसला होता; मात्र झालं असं की राम मंदिरात येणारे भाविक सोबत आणलेली फळं, मिठाई असं काहीबाही त्याच्यासमोर ठेवत होते. रामदासाला याची जाणीवच नव्हती. तो डोळे मिटूनच बसला होता.

आता अंधार पडला होता. गुरव येऊन मंदिरातले पलिते पेटवून सांजसमया लावून गेला. हातात एक पलिता घेऊन तो सभामंडपात आला. त्याचं लक्ष या पोराकडं गेलं. एक बारा-तेरा वर्षांचा पोर कितीतरी वेळ झाला इथं असाच बसून आहे हे त्याच्या लक्षात आलं. तो पुढं झाला. पलित्याचा उजेड पुढं धरून त्यानं हाक मारली.

"बाळ ऽ! कोन बाबा तू? कुठनं आलास? रामभक्त दिसतोयास."

गुरवानं समोरच उभा राहून प्रश्न विचारले. तसे रामदासानं डोळे उघडले. त्यानं डोळे उघडलेले बघून गुरवानं पुन्हा विचारलं.

"कोन गाव बाबा तू? नाव काय तुजं?" गुरवाला समोर बघून रामदास उठून उभा राहिला.

"रामदास माझं नाव! मी रामाचा भक्त आहे. आजच्या रात्रीपुरतं या मंदिरात मुक्काम करेन म्हणतो. तुमची परवानगी आहे ना? चालेल ना?" रामदासानं मधुर स्वरात विचारलं. त्याचं पोर वय, देखण्या चेहऱ्यावरचं तेज आणि बोलण्यातलं लाघव, गुरव विरघळला नसता तरच नवल.

"न चालाय काय झालं? ही काय खासगी जहागिरी हाय व्हय? अरं, देवाचं देऊळ हाय. हितं समद्यांना जागा हाय. तू बिनघोर हितं ऱ्हा. काय लागलं तर माझ्याकडं माग. अरं, नाथांची भूमी हाय ही. समद्या प्राणिमात्रांवर प्रेम करायला त्यांनी शिकवलंय. तू तर मानुस हायस. आनी त्यात बी न्हानगा. तू

बिनघोरी हितं ऱ्हा.''

गुरवानं अशी मन:पूत अनुमती दिल्यावर रामदासाला बरं वाटलं. त्यानं बघितलं. तो बसला होता तिथे समोर बरीच फळं साठली होती. रामदासानं त्यातली दोन केळी बाजूला काढली आणि म्हणाला,

''काका, तुमच्या घरी लेकरं असतील ना? त्यांना हा खाऊ घेऊन जावा.'' गुरवाला नवल वाटलं. इथे एवढंसं पोरगं त्याच्या पोराच्या वयाएवढंच. समोर जमा झालेली फळं आपल्याला घेऊन जा म्हनतंय. त्यानं विचारलंसुद्धा.

''अरे लेकरा, तू खा की!''

रामदास हसला. म्हणाला,

''काका, ही काय दोन केळी मी माझ्यासाठी ठेवून घेतली आहेत. बाकीची सारी तुम्ही घेऊन जा.''

गुरवानं 'काय तरी एकेक इपरीत' अशा अर्थानं मान हलवली. खांद्यावर असलेल्या फडक्यात त्यानं ती सगळी फळं गोळा केली आणि तो बाहेर पडला. रामदास थेट गर्भागाराच्या उंबऱ्याजवळ गेला. गर्भागारात दोन मोठ्या समया तेवत होत्या. त्यांच्या ज्योतींचा प्रकाश रामपंचायन मूर्तीच्या चेहऱ्यावर पडला होता. त्या सुवर्णप्रकाशाने त्या मूर्तींनाही झळाळी आली होती. मध्येच वाऱ्याची मंद झुळूक आली की समईतल्या त्या ज्योती थरथरायच्या आणि मूर्तीच्या चेहऱ्यावरचा तो सुवर्णलेपही थरथरायचा. त्यामुळं मूर्तीच्या चेहऱ्यावरचे भावही बदलायचे. मूर्तीच्या चेहऱ्यावर होणारा तो छाया-प्रकाशाचा खेळ बघत रामदास कितीतरी वेळ तिथंच उभा होता. रामरायाच्या चेहऱ्यावरचे भाव बदलत होते. ते भाव निरखत रामदास उभा होता. त्याला वाटत होतं की रामराया आपल्याशी बोलतो आहे. कितीतरी वेळ गेला. गुरवाच्या हाकेनं रामदासाची तंद्री भंगली.

''अरे लेकरा, ह्ये घोटभर दूध आनलंय, गाईचं हाय. माझ्या घरच्या गाईचं. घे! एवढं वाईच पिऊन घे!'' गुरवाच्या स्वरात माया होती. रामदास वळला. त्यानं ती दुधाची लोटकी ठेवून घेतली. म्हणाला,

''काका, कशाला त्रास घेतलात? अहो, दोन केळी मला पुरेशी आहेत!'' रामदासाचं बोलणं ऐकून गुरव म्हणाला,

''असू दे लेकरा. माझ्या कारभारणीनं दिलंय!''

असं सांगून गुरव मंदिरातून बाहेर पडला. रामरायाला नमस्कार करून रामदास पुन्हा सभामंडपात आला. मांडी घालून बसला. ती दोन केळी खाऊन त्यावर ते लोटकीभर दूध त्यानं पिऊन घेतलं. आता चंद्र माथ्यावर आला होता. रामदासानं तिथंच जमिनीवर अंग टाकलं. एका कुशीवर तो निजला होता. समोरच त्याला श्रीरामाची मूर्ती दिसत होती. ती मूर्ती डोळ्यांत साठवतच त्याला

झोप लागली. मनात शब्द रुंजी घालत होते...

अनुदिन अनुतापे तापलों रामराया।
परम दिनदयाळा नीरसीं मोहमाया।
अचपळ मन माझें नावरे आवरीता।
तुजविण शीण होतो धांव रे धांव आता।।

सवयीनं रामदास भल्या पहाटेच जागा झाला. सगळं आवरून त्यानं आपला रोजचा व्यायाम केला. घामानं भिजलेलं शरीर घेऊन त्यानं गोदावरीत उडी घेतली. त्या कोमट पाण्याच्या स्पर्शानं त्याला बरं वाटलं. बराच वेळ तो नदीत डुंबत राहिला. हा तर त्याचा आवडता खेळ होता. पूर्व दिशा उजळायला लागली, तसा तो पाण्यातून बाहेर आला. गायत्रीमंत्राचा जप करून त्यानं सूर्याला अर्घ्य दिलं. ओली कौपीन बदलून त्यानं दुसरी लंगोटी बांधली आणि तो पुन्हा मंदिरात आला. मूर्तीसमोर बसून त्यानं रामरक्षेची आवर्तनं केली. रामरायाला एकदा साष्टांग दंडवत घातला अन् तो निघाला. झपझप पावलं टाकत त्यानं पैठण सोडलं. गावाच्या वेशीवर आल्यावर तो क्षणभर मागे वळला. नाथांना स्मरून त्यानं मनोमन त्यांना नमस्कार केला आणि मग मात्र एकदाही मागे वळून न पाहता रामदासाने झपाझप चालायला सुरुवात केली.

चालता-चालता संध्याकाळ झाली. प्रवरा नदी आडवी आली. त्यानं प्रवरेत सूर मारला. प्रवरा ओलांडली आणि तसाच ओलेत्या अंगानं चालू लागला. सुरेगाव, भामठाण, खानापूर, पुणतांबे, कोपरगाव ही सगळी गावं त्यानं मागं टाकली.

भल्या पहाटे उठून आवरून व्यायाम करून चालायला सुरुवात करायची ते अगदी सूर्य माथ्यावर येईपर्यंत. फाल्गुनाचा महिना. उन्हाचा कडाकाही जास्त आणि दिवसही मोठा. जराशा कलत्या दुपारी तो झाडाखाली कुठेतरी थांबे. सावलीत बसे. त्याचं गोजिरवाणं तेजस्वी रुपडं, पोर वय आणि अंगावर पांघरलेलं रामनामाचं वस्त्र, लोकांच्या मनात प्रेम आणि श्रद्धा निर्माण करी. येणाऱ्याजाणाऱ्यांना त्याचं कवतिक वाटत असे. कुणी फळं देई, कुणी दूध, कुणी काही, तर कुणी काही. दुपार पूर्ण कलेपर्यंत तो तिथंच सावलीला बसे. जरा उन्हं कलली की पुन्हा अंग झटकून चालायला सुरुवात करी, ते पार अंधार पडेपर्यंत. एकच ध्येय होतं– नाशिक. एकच आस होती रामरायाच्या दर्शनाची, एकच ध्यास होता रामरायाची भेट, एकच उद्दिष्ट होतं रामरायाला बघणं. ना दुसरा विचार होता, ना दुसरा आचार, ना दुसरा श्वास होता ना दुसरं स्वप्नं, ना दुसरी साक्ष होती ना दुसरी दृष्टी. एकच विषय डोक्यात, मेंदूत, श्वासात, उच्छ्वासात, मनात, शरीरात, हालचालीत, दृष्टीत. एकच विषय होता– राम, राम आणि राम! रामदास चालत होता. चालत होता. चालतच होता.

वाटेत अनेक लहान-मोठी गावं लागली. काही ठिकाणी दाढ्या राखलेले, नंग्या तलवारी घेतलेले घोडेस्वार दिसले. ते धूळ उडवत आले की रस्त्यानं जाणाऱ्या बाया-बापड्या हातात असेल ती वस्तू टाकून पळत सुटायच्या. किंचाळत सुटायच्या. मग ते घोडेस्वार खदाखदा हसायचे. पळणाऱ्या बायकांचा पाठलाग करायचे. मध्येच एखादीला उचलून घेऊन घोड्यावर टाकायचे. त्या बाईच्या किंचाळ्यांनी मग आसमंत दुमदुमून जायचा. एक भीतीची लहर सगळ्या वातावरणात भरून राहायची. रामदास हे सगळं बघत होता. या माणसांना कुणीच अटकाव कसा करू शकत नाही, याचं त्याला कोडं पडलेलं असे. 'ते घोडेस्वार मोजून चार-पाच जण असत. त्यांच्या हातात तलवारी असल्या म्हणून काय झालं? मारुतीरायालासुद्धा रावणाच्या सैनिकांनी पकडून नेलं तेव्हा त्यांच्याकडंही तलवारी होत्याच की! पण शक्तीच्या बळावर मारुतीरायानं त्यांना नामोहरम केलंच. इथं तर गावकरी पन्नासपेक्षा जास्त असतात. चौघाचौघांनी धरायचं एकेकाला आणि द्यायचा चोप.' रामदासाच्या मनात येई. एक-दोन ठिकाणी तर त्यानं तसं गावकऱ्यांना सुचवलंदेखील; पण एखादं भूत बघावं तसं गावकरी त्याच्याकडं बघायला लागले. एक जण तर म्हणाला,

"अरं ए पोरा, तुजं काय डोस्कंबिस्कं फिरलंय का काय? अरं, ती टोळधाड हाय टोळधाड. आम्ही चौघानला मारू; पर नंतर चारशे येतील त्याचं काय? त्यास्नी कोन मारनार? त्ये चारशे येत्यात आनी समदं गाव धुऊन नेत्यात. तवा आमी काय करायचं? कुनाला इचरायचं? कोन येनार आमच्या मदतीला? तवा तू येशील काय? तुजं काय जातंय बाबा वर तोंड करून बोलायला? जा पोरा जा! तू आपल्या वाटंनं जा!"

त्याचं हे बोलणं ऐकून रामदास गप्प झाला; पण 'मारुतीरायाची शक्ती

प्रत्येक शरीरात निर्माण केली पाहिजे, तरच या अन्यायाचा, अत्याचाराचा प्रतिकार करता येईल' असं त्याच्या मनात आलं; मात्र त्या माणसाच्या बोलण्यावर काही न बोलता तो पुढं गेला. एक मंत्र मात्र सतत त्याच्या मनात गुंजत होता.

'शक्तिस्थानं निर्माण करायला हवीत!'

नाशिक जवळ आलं असावं; कारण आता रस्त्यावरून वर्दळ वाढलेली दिसायला लागली. माणसांचे लोंढेच्या लोंढे रस्त्यावर दिसायला लागले. साधू-बैराग्यांचे तांडे, सगळे रामनामाचा जप करत चालले होते, रडत-भेकत जाणारे स्त्री-पुरुष रामरायाजवळ गाऱ्हाणं मांडायला चालले होते. कुणाला कसलं दुःख होतं, तर कुणाला कसली व्याधी. कुणी मागायला चाललं होतं तर कुणी गाऱ्हाणं सांगायला. प्रत्येकाला रामरायाकडं काहीतरी काम होतं. तो एकटा रामराया किती जणांच्या तक्रारींचं निवारण करणार होता ते तो एकटाच जाणे. रामदास हे सगळं बघत, निरखत चालला होता. वाटेत दिसणाऱ्या प्रत्येकाचा चेहरा वाचायचा तो प्रयत्न करत होता. विशेष म्हणजे प्रत्येकाच्या मनात कसली-तरी आस होती आणि ती त्याच्या चेहऱ्यावर स्पष्टपणे उमटलेली होती.

पोरवय असूनसुद्धा रामदासाला ती स्पष्ट वाचता येत होती. आपल्या चेहऱ्यावरपण अशीच आस असेल का? रामदासाच्या मनात विचार आला. काही असो, जसजसं नाशिक जवळ यायला लागलं, तसतशी रामदासाला एक वेगळीच ऊर्जा जाणवायला लागली. त्याची पावलं अधिक झपझप पडायला लागली. आंतरिक ओढ वाढायला लागली. आता आणखी थोड्या वेळातच आपल्याला रामराया भेटणार याची एक वेगळी अनुभूती त्याच्या अंगाअंगावर रोमांच उभे करून गेली. त्याच अनुभूतीच्या धुंदीत रामदास अधिक झपाट्यानं चालायला लागला. त्याला जाणवत होतं की आता अवघ्या काही कोसांवर नाशिक आलंय.

नाशिक, श्रीराम प्रभूंच्या अस्तित्वानं परम पावन झालेली नगरी. श्रीरामचंद्रानं आपल्या कृपाप्रसादानं आपल्या कवेत घेतलेली नगरी. प्राचीन नगरी म्हणावी असा या नगरीचा वैभवशाली इतिहास असलेली नगरी. दुसऱ्या शतकात राजा शालिवाहनानं या नगरीला समृद्ध केलं; पण त्याहीआधी श्रीराम प्रभूंच्या वास्तव्यानं नाशिकमधील पंचवटी पुनित झाली. राम-लक्ष्मणावर आपलं मोहजाल पसरून सीतेला मारण्यासाठी आलेल्या शूर्पणखेचे कान-नाक (नासिका) लक्ष्मणानं कापले म्हणूनही या जागेला नासिक असं नाव पडलं अशीही एक आख्यायिका आहे. तर आणखी एक आख्यायिका अशी आहे की नाशिक इथं ब्रह्मगिरी पर्वतावर उगम पावलेली गोदावरी नदी ही या भागातल्या नऊ टेकड्यांमधून (नऊ शिखरांवरून) वाहते. म्हणून तिला नव-शिखा असं म्हणतात. त्या नव-शिखाचंच पुढे नाशिक

असं झालं असावं. दुसऱ्या शतकात शालिवाहनाचं समृद्ध राज्य इथे होतं. तर तिसऱ्या-चौथ्या शतकात मौर्यांनी नाशिकवर राज्य केलं. त्यानंतर आमिरांच्या हातात नाशिकची सत्ता गेली. सहाव्या शतकाच्या प्रारंभी चालुक्य, त्यानंतर राठोड, तर नवव्या-दहाव्या शतकात राष्ट्रकुटांचं आधिपत्य या प्रदेशावर होतं. त्यांच्यानंतर तेराव्या शतकापर्यंत इथं यादव कुल सत्तेवर होतं. पंधराव्या शतकात नाशिक बहामनी सुलतानाच्या ताब्यात गेलं. सोळाव्या शतकात अहमदनगरचा निजामशहा इथं राज्य करत होता. सतराव्या शतकात मोगलांनी नाशिक काबीज केलं. या मोगली सत्तेचे पडसाद वाटेत ठिकठिकाणी दिसत होते.

रामदास झपाट्यानं चालत होता; पण विचार त्याहीपेक्षा झपाट्यानं पुढं जात होते. विचारांना जशी गती होती, तसाच गोंधळही होता. वादळं होती. आवर्तनं होतीच. आपण नाशिकला चाललो आहोत. रामरायाच्या दर्शनासाठी. आता काही वेळातच आपण नाशिकला पोचणार आहोत. तिथं गेल्यावर आपल्याला रामाचं दर्शन होईलच. तो श्रीराम आपल्याला भेटेलच; पण त्यानंतर काय? श्रीरामाचं दर्शन झालं, त्याची भेट झाली की मग पुढं काय? त्यानंतर आपण काय करायचं? कुठं जायचं? कुठं राहायचं? काय खायचं? खायचं काहीतरी करता येईल; पण काय करायचं? काम, कोणतं काम? आपल्याला कोण काम देणार? आणि आपण काय काम करणार? अरे रामा! काय आणि किती प्रश्न आहेत हे? सगळ्यात महत्त्वाचं म्हणजे कुठं जायचं? परत जायचं जांबेला? आईकडे, श्रेष्ठांकडे? छे: छे: ती परतीची वाट तर आपण पुसून आलो आहोत. मग कसं परतायचं? आणि परतायचंच म्हटलं तर कोणत्या तोंडानं? आपल्याला त्या गावात, त्या घरात परत जायला तोंड आहे का? बोहल्यावरून पळून येताना आपण असे पळालो तर घराण्याची, आईची, श्रेष्ठांची किती बदनामी होईल याचा विचार केला का आपण? आपल्या तीर्थरूपांनी एवढं नाव मिळवलं, ते पार धुळीला मिळवून आलो आपण! आता तिथं परत जायला आपल्याला तोंड आहे का? आपण तिथं परत गेलो, तर लोक आपल्याला दगड मारतील.

'हा आला ठोसरांचा कुळबुडव्या!' असं म्हणतील. म्हणजे आपल्याला तिथं जाताच येणार नाही. ती वाट आपल्यासाठी बंद झालीय. होय! पण मग पुढं काय? पुढं काय? पुढं काय?

रामदासाची पावलं भराभरा पडत होती; पण त्याहीपेक्षा विचार जास्त भरभरा धावत होते. विशेष म्हणजे विचारांच्या त्या साखळीत नुसतेच प्रश्न होते. प्रश्न, प्रश्न आणि प्रश्न. ते प्रश्नही असे होते की त्या पोरवयाच्या रामदासाकडे त्यातल्या एकाही प्रश्नाचं उत्तर नव्हतं. प्रश्नांच्या त्या भोवऱ्यात त्याचं पोरवय नुसतं भिरभिरत राहिलं. ते अगदी नाशिक येईपर्यंत.

नाशिक जसं दिसायला लागलं तसं रामदासानं आपल्या मनातलं हे प्रश्नांचं वादळ बाजूला सारलं. त्याला आठवली त्या साधूनं सांगितलेली गोष्ट. तो म्हणाला होता,

"बच्चा, जो भी समस्या है, जो भी सवाल है, जो भी तकलीफे हैं वो सभी रामलल्लासे ही जाकर पूछो! तुम्हारे ही नहीं बल्की सभी के सभी सवालोंके जवाब उनके पास हैं। सभी आशंकांओं का उत्तर उन्हींके पास हैं। सभी तकलीफोंसे छुटकारा उन्हींसे मिलता है। तुलसीदासजीने कहा है -

तुलसी भरोसे राम के, निर्भय हो के सोए।
अनहोनी होनी नहीं, होनी हो सो होए।।

बच्चा, रामप्रभूपर भरोसा रखो। अपने आप को उनके चरण में अर्पित करो। और अपने सारे सवाल उन्हींपर छोडो।"

रामदासाला साधूचे ते बोल जसे आठवले, तसं त्याच्या मनात उठलेलं प्रश्नांचं वादळ कमी झालं. जवळपास नाहीसं झालं. "आपण तरी किती मूर्ख? त्या सर्व शक्तिमान, सर्वांचं कल्याण करणाऱ्या रामरायाकडं आपण चाललो आहोत आणि आपल्याला येत नसलेल्या प्रश्नांची उत्तरं आपण शोधतो आहोत. हे म्हणजे कल्पवृक्षाखाली बसायचं आणि तहान लागली आता पाणी कसं मिळणार याची चिंता करायची अशी आपली अवस्था झाली आहे. खरोखर आपण मूर्ख आहोत हेच खरं!" विचार करता करता रामदासाला आपल्या मूर्खपणाचं हसू आलं.

किडकिडीत, तेजस्वी चेहऱ्याचा हा पोरवयाचा कुणीतरी अंगावर रामवस्त्र पांघरून कमरेला लंगोटी गुंडाळून भरभर चालला होता. इतका वेळ चिंतित असणारा त्याचा चेहरा बदलून तो अचानक हसायला लागला. हे येणारे-जाणारे लोक बघत होते. हा कुणीतरी विक्षिप्त बालयोगी असावा, असा कयास त्यांनी बांधला. काही लोक त्याच्याकडे आदरानं बघायला लागले, तर काही हसू लागले. काही त्याला नमस्कार करायला लागले. तर काही त्याच्याकडं कौतुकानं बघत राहिले; पण रामदासाला या कशाचीच शुद्ध नव्हती. तो मनाला लागलेल्या ओढीनं आपल्याच तंद्रीत चालला होता. गोदावरीची मात्र सोबत होतीच.

बघता बघता नाशिक आलं. जिथं पोचण्यासाठी रामदासानं इतकी पायपीट केली होती, जिथं पोहोचण्याची आस बाळगून तो एवढ्या दुरून आला होता, जिथं येण्यासाठी त्यानं आपलं मन आणि शरीर थकवलं होतं, जिथं येण्याचा त्याच्या मनाला ध्यास लागलेला होता, ते नाशिक. रामरायाच्या वास्तव्यानं परम पवित्र झालेलं हेच ते नाशिक. रामरायाच्या, एकट्या रामरायाच्याच नव्हे तर सीतामाईच्या आणि लक्ष्मणाच्याही चरणमुद्रा जिथे उमटल्या होत्या ती पवित्र

भूमी नाशिक. रामदासानं पाहिलं, नाशिकची वेस समोर होती. वेशीवर सुंदर कमान होती. कमानीच्या दोन्ही बाजूला कुंभ्या[६] होत्या. वेशीच्या कमानीवर आणि दोन्ही बाजूच्या कुंभ्यांवर केशरी ध्वज फडकत होते. का कोण जाणे, पण त्या कमानीवरचा प्रत्येक ध्वज रामदासाला प्रभू रामचंद्राच्या बाणासारखा भासत होता.

रामदास नाशिकला पोचला तेव्हा उन्हं कलली होती. सूर्याचे तिरपे किरण झुकून जणू नाशिकच्या मातीला मुजरा करत होते. हवेत एक प्रकारचा सुखद गारवा होता, शीतलता होती आणि होता रामनामाचा गंध, रामरायाच्या अस्तित्वाचा सुगंध, प्रभू रामचंद्राच्या वास्तव्याचं मांगल्य, श्रीरामचंद्राच्या कृपाप्रसादाचं पावित्र्य, श्रीरामाच्या भक्तीचं वलय, प्रभू रामचंद्राच्या शक्तीचं सामर्थ्य. नाशिक, नाशिकची हवा, नाशिकची जमीन, नाशिकचं पाणी, नाशिकच्या हवेतली स्पंदनं, श्वास-उच्छ्वास सगळं कसं श्रीरामाच्या वास्तव्यानं पवित्र झालं होतं. मंगल झालं होतं.

मंगल भवन अमंगल हारी
द्रवहु सुदसरथ अजिर बिहारी
सीता राम चरित अति पावन
मधुर सरस अरू अति मनभावन।।

गोस्वामी तुलसीदासानं लिहिलेल्या या भजनाप्रमाणं. तो बैरागी गात असलेलं ते भजन रामदासाला आठवलं आणि ही अशी शब्दांची किमया आपल्याला कधी जमेल असा विचार त्याच्या मनाला स्पर्शून गेला. त्या मंगल वातावरणानं भारलेला, श्रीरामाचं दर्शन होणार म्हणून आसावलेला, आत्तापर्यंतची आपली पायपीट सत्कारणी लागली म्हणून आनंदलेला रामदास आता रामरायाच्या दर्शनासाठी अगदी अधीर झाला होता. आतुर झाला होता.

आपल्या आजूबाजूनं माणसं चालताहेत, कसली कसली दुकानं थाटून लोक बसले आहेत, ते ओरडून आपला माल विकण्याचा प्रयत्न करताहेत. काही माणसं काहीबाही खरेदी करताहेत, सगळीकडे माणसांची वर्दळ आहे; पण तरीही वातावरणात एक प्रकारचं समाधान आहे, शांतता आहे, पावित्र्य आहे, मांगल्य आहे. विशेष म्हणजे इतका कोलाहल असूनही रामनामाचा गजर हवेत भरून राहिला होता. असं वाटत होतं की हवेच्या प्रत्येक कणावर रामनाम कोरलं आहे. हवेच्या प्रत्येक झुळकीवर रामनामाचा एक ओतीव, ठाशीव, नेटका ठसा उमटवला आहे. उमटला आहे. हे सगळं बघून रामदास मंत्रावल्यासारखा झाला.

'आता आपल्याला रामराया भेटेल, आपल्या मनात उठलेला गोंधळ कमी होईल. मस्तकातलं वादळ शमेल. मनात उठलेल्या सगळ्या प्रश्नांची, का आणि

कसे या सगळ्याची उत्तरं मिळतील.’

रामदासाचं मन आता अगदी आतुर झालं होतं. राहिलेलं कोसभर अंतरही त्याला शंभर कोसांसारखं वाटायला लागलं. आतापर्यंत जवळजवळ शंभर कोसांचं अंतर पायी तुडवत तो आला होता; पण हे कोसभर अंतर त्याच्यानं कटेना. उन्हातान्हात, उपाशीतापाशी, तहानेनं-भुकेनं व्याकूळल्या अवस्थेत, काट्याकुट्यातून, दगडधोंड्यातून, तापलेल्या फुफाट्यातून, कधी पायाला पानं बांधून, तर कधी रांगत, कधी सरपटत तर कधी ढुंगण घासत, रानावनातून, साप-विंचू, मधमाश्या, गांधीलमाश्या यांच्यापासून स्वत:ला वाचवत, जंगली झाडं, वनस्पती, विषारी वेली यांच्यापासून स्वत:ला वाचवत हे बारा वर्षांचं पोर जवळजवळ शंभर कोसांचं अंतर पार करून नाशिकमध्ये पोचलं होतं. आता ध्येय अगदी जवळ होतं. अगदी हाकेच्या अंतरावर होतं राममंदिर. प्रभू रामाचं वास्तव्याचं ठिकाण, जिथं रामराया स्वयंभू रूपात अवतरला आहे ते स्थळ, हाकेच्या अंतरावर.

रामदास आता धावत सुटला. त्याला असं वाटलं की आपण असेच धावत धावत श्रीरामापुढे जाऊन उभे राहू. मग रामराया आपल्याला ओळखेल. ‘आलास रामदासा?’ असं प्रेमानं विचारेल. त्याच्या डोळ्यांत स्वागत असेल. नुसत्या या विचारानंच रामदासाच्या मनात अपार उत्साह भरला. त्याच्या त्या पळणाऱ्या पावलांना अधिकच गती आली. धावतच त्यानं नाशिकची वेस ओलांडली. आता पंचवटी हाकेच्या अंतरावर. लोकांचे जथ्थेच्या जथ्थे तिकडेच तर जात होते! रामदास जोरात धावत सुटला. त्याला त्या सगळ्या लोकांच्या पुढे जायचं होतं. त्यांच्याआधी पोचायचं होतं. त्या सगळ्यांच्या आधी रामरायाचं दर्शन घ्यायचं होतं. रामदास जीव खाऊन धावत सुटला. गोदावरी आडवी आली.

रामदास घरातून बाहेर पडला, तेव्हा फाल्गुन लागला होता. जवळजवळ महिनाभर तो धावत होता, चालत होता. आत्ता चैत्राला सुरुवात झाली होती. चैत्र शुद्ध नवमी तर उद्याच होती. राम नवमी, रामजन्माचा उत्सव. म्हणून तर लोकांचे तांडेच्या तांडे रामरायाला भेटायला जमा झाले होते. होत होते. तरीही रामदासाला सर्वांच्या आधी पोचायचं होतं. तो पोचलाही; पण गोदावरी आडवी आली. भलं मोठं पात्र. दुथडी भरून वाहणारं पाणी. पलीकडच्या तीरावर रामरायाचं मंदिर. सुबक, छोटेखानी पण भव्य गोपूर असलेलं. विशेष म्हणजे रामरायाच्या मंदिराच्या पाठीमागच्या बाजूनं गोदावरी वाहत होती. जणू रामरायाला आईच्या मायेनं सांगत होती. ‘तू पुढं बघून दर्शनाला येणाऱ्या भक्ताचं कल्याण कर. मी तुझ्या पाठीशी आहे.’ रामदासानं गोदावरीकडे एक नजर टाकली. रामरायाच्या दर्शनाला जाणाऱ्या प्रत्येक भक्तानं गोदावरीत स्नान करायचं, पवित्र

व्हायचं, शुचिर्भूत व्हायचं, आणि मगच रामरायाच्या दर्शनासाठी जायचं असा जणू गोदावरीनं संकेत दिला होता. रामरायाच्या दर्शनाला येणाऱ्या भक्तांना जणू ती हेच सुचवत होती. रामदासानं तिचं म्हणणं ऐकलं. त्यानं गोदावरीच्या काठावरून नदीत उडी मारली. त्यानं बघितलं. नदीच्या या तीरावर दोनच नावा होता. त्यात बसून पलीकडच्या तीरावर असलेल्या रामरायाच्या दर्शनासाठी जाणाऱ्या भक्तांची एकच गर्दी उसळली होती. जो तो नावेत आधी चढून बसण्यासाठी धडपडत होता. तर नावाडी वीसपेक्षा अधिक लोकांना नावेत बसू देत नव्हता. रामदासानं तो सगळा प्रकार बघितला आणि त्यानं सरळ गोदावरीत उडी टाकली.

गोदावरीत उडी टाकताक्षणीच त्याचं अंग शहारलं. दिवसभराची उन्हाची पायपीट, आता अस्ताला निघालेला सूर्य, गोदावरीवर त्याचे पसरलेले सोनेरी किरण, जणू गोदावरीला सोन्यानं मढवून, तिच्या सर्वांगाला सुवर्ण वर्ख लावून तो भास्करसुद्धा तिच्या लोककल्याणाचा वसा घेण्याला वंदन करत होता. हवेतला किंचित गारवा, सूर्याला निरोप देताना, त्यानं दिवसभरात निर्माण केलेली तलखी कमी करण्यासाठी मंद वाहणारा वारा, त्या वाऱ्यामुळे गोदावरीच्या पाण्यावर उमटणारे आणि सुवर्ण कण अंगभर लेऊन नाचणारे तरंग, त्या तरंगांना कवेत घेऊन गर्जणारा तो रामनामाचा गजर अशा भारलेल्या वातावरणात रामदासानं गोदावरीत उडी मारली. काही वेळातच तो सपसप पाणी कापत गोदावरीच्या पलीकडच्या तीरावर पोचला. तो पाण्यातून बाहेर आला. निथळत्या अंगानं पायऱ्या चढून वर आला. पुढं थोडीशी चढण होती. अंगावरचं पाणी हातानं निपटून तो धावतच चढण चढायला लागला. त्या चढणीवर तुरळक माणसं होती. रामदास झपझप चालत होता. अंगातून, केसांतून, अंगावरच्या वस्त्रातून टपटप पाणी गळत होतं. पायाखालची माती ओली होत होती. कशी कोण जाणे पण त्या टेकडीवर, त्या चढणीवर नीरव शांतता होती. रामदासाला आपल्यासोबत कोणाचातरी पायरव ऐकू आला.

कोणीतरी त्याच्यासोबत चालत होतं. कोण होतं? दिसत तर कुणीच नव्हतं. रामदास चालायचा थांबला, क्षणभर तर तो पायरवही थांबला. त्यानं आसपास पाहिलं. मागं वळून पाहिलं. त्याच्या अगदी जवळ तर कुणीच नव्हतं. आठ-दहा माणसं होती; पण ती दुरून चालत होती. तो पायरव तर त्याच्या अगदी जवळून येत होता. क्षणभर थांबून रामदासानं पुन्हा चालायला सुरुवात केली. पुन्हा तो पावलांचा आवाज ऐकू आला. आता खडकाळ वाट संपली होती. मातीचा रस्ता लागला होता. चालता-चालता रामदासानं पाहिलं. त्याच्या दोन छोट्या पावलांच्या ठशाशेजारी चांगले मोठ्या मोठ्या हातभर लांब-रुंद असणाऱ्या पावलांचे ठसे

उमटत होते.

‘एवढी मोठी पावलं? कुणाची असतील? मारुतीरायाची तर नसतील?’

तत्क्षणी रामदासाच्या मनात आलं.

“होय रामदास. तू बरोबर ओळखलंस! मी रामभक्त हनुमानच आहे. मला रामरायानंच पाठवलंय तुला आणायला!”

असे शब्द रामदासाला ऐकायला आले. भरदार, दमदार आवाज होता तो. त्याचा स्वत:च्या कानांवर विश्वास बसेना. ‘आपण ऐकलंय ते सत्य की आभास? आपण शुद्धीवर आहोत की स्वप्नात? साक्षात मारुतीराया आपल्याशी बोलतोय? आपल्यासोबत चालतोय? आणि काय म्हणाला तो? आपल्याला न्यायला आलाय? त्याला रामरायानं पाठवलंय? छे: छे:! आपल्याला काहीतरी भास होताहेत. किंवा आपण रामरायाचा ध्यास घेतलाय म्हणून आपल्याला असा भ्रम होतोय. खरंच, आपल्याला भ्रम झालाय का? आपली बुद्धी भ्रमिष्ट झालीय का?’

रामदासाच्या मनात शंकांचे भोवरे उमटले. तोच पुन्हा आवाज आला,

“अरे, शंका कसली घेतोस? हा बघ मी तुझ्यासोबत आहे. नाही ना विश्वास बसत? थांब तुला प्रचिती दाखवतो!”

असे शब्द ऐकायला आले आणि रामदासाच्या कपाळाला कसलातरी स्पर्श झाला. त्यानं कपाळाला हात लावून बघितलं, तर हाताला काहीतरी लागलं. त्यानं तो हात डोळ्यांसमोर धरला तर त्याच्या बोटावर शेंदूर लागला होता. तो शेंदूर बघितला अन् रामदासाचं अंगांग थरारलं. सर्रकन काटा आला त्याच्या अंगावर. ‘आपल्या कपाळावर शेंदूर? मारुतीरायाचा शेंदूर? म्हणजे खरंच मारुतीरायाच आहे आपल्यासोबत. तो चक्क आपल्यासोबत चालतोय. तो आपल्याला न्यायला आलाय. तेही रामरायाच्या सांगण्यावरून.’ आनंदानं फुललेल्या, पण गोंधळलेल्या चेहऱ्यानं, तरीही धन्यतेच्या भावनेनं रामदास विचार करत होता. क्षणभर शांतता पसरली. अचानक तो भरदार आवाज पुन्हा ऐकू आला,

“रामदासा, समोर बघ! मंदिराच्या पाठीमागच्या भिंतीजवळ तो उभा आहे. तुझा रामराया! त्याचे विशाल बाहू पसरून तुला बोलावतो आहे! बघ समोर!”

रामदास चमकला. अंतर्बाह्य थरारला, शहारला, रोमांचला. त्याच अवस्थेत त्यानं समोर पाहिलं. पुन्हा पुन्हा पाहिलं, निरखून पाहिलं आणि पाहतच राहिला.

मंदिराच्या बरोबर पाठीमागच्या बाजूला जिथे मूर्तीची पाठ येईल, तिथे तो उभा होता. तोच तो! कोदंडधारी राम! त्याच्या डाव्या खांद्यावर धनुष्य होतं. दोन्ही बाहू समोर पसरून तो उभा होता. तोच तो रामराया. प्रभू रामचंद्र, श्रीराम! सावळा, प्राचीवर उगवणाऱ्या त्या भास्करासारखा, तेजाचा लोळ. रामदासाला

समजेपर्यंत तो त्या रामचंद्रासमोर पोचला. आपल्या संपूर्ण देहाला नेत्र लाभले असते तर, असा विचार त्याच्या मनात तरळून गेला. जवळ आल्यावर क्षणभर त्याला काही दिसलंच नाही. तेजाचा तो लोळ त्याच्या डोळ्यांसमोर पसरला. त्या तेजानं डोळ्यांसमोर अंधारी आली. क्षणभरच. क्षणभरातच त्याला समोरचं दृश्य स्वच्छ दिसायला लागलं. खरोखरच! खरोखरच समोर रामराया उभा होता. रामदासानं स्वत:ला चिमटा काढून बघितला. वेदना झाल्यावर तो कण्हला. गालावर थपडा मारल्या. चांगल्याच लागल्या. त्या वेदनांनी त्याला जाणीव करून दिली– तो पूर्ण शुद्धीवर आहे आणि समोर घडतोय तो आभास नाही, ते सत्यच आहे. हे समजल्यावर मात्र रामदासाला आत्मभान आलं. पुरता भानावर आला तो. समोर रामराया उभा आहे हे उमगल्यावर त्यानं तिथल्यातिथं साष्टांग दंडवत घातला. रामरायाच्या शुभचरणांवर त्यानं मस्तक टेकवलं. भरून आलेले ओघळणारे डोळे रामरायाचे चरण भिजवत होते. डोळ्यांतून पाणी वाहून गेल्यावर त्यानं डोळे उघडले. रामरायाच्या त्या शुभ चरणांकडं त्याचं लक्ष गेलं. तो चमकला. त्या झोपडीत भेटलेला, गाईचं दूध देणारा, सातूचे लाडू देणारा तो साधू बाबा, ज्याच्या चरणांवर त्या वेळी रामदासानं डोकं टेकवलं होतं त्याचे चरण हुबेहूब असेच तर होते! असेच निमुळती बोटं असलेले शुभशकुनी चरण. 'म्हणजे तिथे आपल्याला रामरायाच भेटला होता तर!' रामदासाच्या मनात हा विचार विजेसारखा चमकून गेला.

"होय रामदास! बरोबर ओळखलंस तू! अरे, तोही मीच होतो आणि तिथं माझ्या पदचिन्हांची प्रचितीही तुला मी दिली होती. रामदासा, तू माझ्या दर्शनाच्या ओढीनं आलास. तुझ्या प्रत्येक पावलासोबत मी होतो; कारण तुला लागलेली आस मी जाणली होती. रामदास, अरे तुझी ही आस बघून मी तुला असा शब्द देतो की हा हनुमंत जसा माझा भक्त आहे तसाच तू या हनुमंताचा आणि पर्यायानं माझा भक्त होशील. माझे नाम तुझ्या वाणी-लेखणीतून स्रवत राहील. माझी भक्ती तुझ्या ज्ञानसाधनेतून पाझरत राहील. या जगाच्या कल्याणाचा विचार करून तू उदंड वाङ्मयाची निर्मिती करशील. माझी भक्ती हे तुझं बलस्थान असेल, शक्ती हे त्याचं साध्य असेल आणि हनुमानाची भक्ती हे त्याचं साधन असेल. रामदास, तुझी भक्ती-शक्तीची आराधना आणि त्याची अभिव्यक्ती करणारं तुझं वाङ्मय हे युगायुगांवर ठसा उमटवेल. या पृथ्वीतलावर जोवर माझं अस्तित्व असेल, रामदासा तोवर तुझंही नाव इथं दरवळत राहील."

रामराया बोलत होता, प्रसन्न चेहऱ्यानं बोलत होता आणि रामदास गोंधळलेल्या चेहऱ्यानं ऐकत होता. त्याच्याशेजारी उभ्या असलेल्या हनुमंताचा चेहरा मात्र अत्यानंदानं फुलला होता.

"रामराया, मी अजून लहान आहे. तू टाकलेली एवढी मोठी जबाबदारी मला पेलवेल का हा प्रश्न मी विचारणार नाही; पण ही जबाबदारी घ्यायला मला तू सामर्थ्य देशील ना? मला तूच समर्थ बनवशील ना?"

रामदासाच्या स्वरात रामरायाला विनवणी होती. जबाबदारी पेलण्याचं आश्वासन होतं. तशीच ती रामरायाच्या मदतीशिवाय आणि कृपेशिवाय पेलणं अशक्य आहे असाही स्वर होता. रामदासानं विचारलेल्या प्रश्नांत रामराया करणार असलेल्या मदतीची ग्वाही होती. तशीच त्याच्या कृपेची शाश्वतीही होती. रामदासाच्या या वाक्यानं रामरायाचा आधीच प्रसन्न असलेला चेहरा आणखीच प्रसन्न झाला.

'या बालवयात या मुलाला आपल्याबद्दल, आपल्या शक्तीबद्दल आणि स्वत:च्या भक्तीबद्दल केवढा विश्वास आहे! खरोखरी आपल्या शक्तीचा आणि भक्तीचा, रामराज्याचा आणि राष्ट्रभक्तीचा महिमा गायला हाच 'समर्थ' आहे.' रामरायाच्या मनात आलं. हनुमंतानं विचारलं,

"प्रभू, एवढ्या प्रसन्नतेचं कारण?" हनुमंताच्या या प्रश्नानं रामप्रभू आणखीच प्रसन्न झाले. म्हणाले,

"हनुमंता, अरे तुझी शक्ती, माझ्यावरची भक्ती यांच्या संगमातून राष्ट्रशक्ती जागवणारा हा समर्थ होईल. रामराज्याचं स्वप्न लोकांना बघायला लावून, ते साकारण्यासाठी त्यांना प्रयत्न करायला लावण्यासाठी हा बालक समर्थ आहे, सामर्थ्यशाली आहे."

रामप्रभूंचे ते उद्‌गार ऐकून हनुमानही प्रसन्नचित्त झाला आणि रामदास! देहावर रोमांच उभे राहिलेले, डोळे विस्फारलेले, शरीराला कंप सुटलेला, मनाला मांगल्याची होत असलेली अनुभूती आणि समोर उभा असलेला रामराया. रामदास भारावल्या अवस्थेत, मंत्रावल्यागत मंदिराच्या पाठीमागच्या भिंतीकडं तोंड करून हात जोडून उभा होता. त्याच्या या सगळ्या अवस्थेचा परिपाक म्हणजे त्याच्या डोळ्यांतून घळघळा अश्रू वाहत होते आणि अंगाला चिकटून बसलेली लंगोटीही सुटायला आली होती.

नावेतून आलेले लोक या तीरावर उतरले. चढण चढून आले आणि त्यांनी बघितलं– 'मघाशी त्या काठावर उभं असलेलं, नावेत चढायला भली मोठी रांग आहे हे बघून नेसत्या वस्त्रानिशी गोदावरीत उडी मारलेलं हे पोर आता या काठाला आलंय; पण राम मंदिरात जाण्याऐवजी मंदिराच्या पाठीमागच्या बाजूला काय करतंय? हातवारे करून कुणाशी बोलतंय? कुणाला नमस्कार करतंय? एवढं कशात दंग झालंय? त्यांनी रामदासाला आवाज दिला.

"ए पोरा ऽऽ! अरं पवत फुडं आलास, आनी अजून इतंच उभा हायंस

व्हय? आनी त्या भिंतीकडं तोंड करून का उभा हाईस? कुनाशी बोलतोयस? अरं, रामाच्या दर्शनाला जाशील का नाई म्होरच्या बाजूला? चल आता आमच्या संग!'' असं लोकांनी हटकलं.

रामदासानं त्या लोकांकडं पाहिलं. त्यांना हातानंच 'जावा' अशी खूण केली. पुन्हा समोर पाहिलं. समोर तर कुणीच नव्हतं. ना रामराया, ना हनुमान. 'अरे, हे कुठं गेले दोघे जण?' रामदासानं आजूबाजूला बघितलं. कुणीच नव्हतं. म्हणजे ते आलेलेच नव्हते तर! आपल्याला भासच झाला. मनाशी नवल करत रामदास मागं वळला. त्याच्यासमोर एक साधू उभा होता. भगवी कफनी, रुद्राक्ष-माळा, कपाळाला विष्णू गंध, हातात कमंडलू, माथ्यावर केसांचा बुचडा बांधलेला, पांढरी दाढी छातीवर रुळत असलेली, खांद्यावर झोळी. का कोण जाणे पण रामदासानं त्या साधूला प्रणाम केला.

''छोटे बच्चे दिखते हो लेकिन रामलल्ला को बहुत चाहते हो ना? ये ले लो। इसे रख लो। ही भगवी पताका घे. ही पताका तुला शक्ती, भक्ती, विरक्तीची सतत जाणीव करून देईल. ही भगवी पताका सुराज्याचं प्रतीक आहे. ते यावं म्हणून तू लोकांना सतत प्रेरणा देत राहशील. हे करण्यासाठी रामराया तुला शक्ती देईल, सामर्थ्य देईल. ही भगवी पताका रामराज्याचा दीपस्तंभ ठरेल आणि तुला मार्गदर्शन करत राहील. बच्चा, यासाठी तू समर्थ होशील. नव्हे तुला समर्थ व्हावं लागेल. रामराया तुझ्या पाठीशी असेल. जय श्रीराम!''

इतकं बोलून आपल्या झोळीतून काढलेली एक भगवी पताका रामदासाच्या हातात देऊन तो साधू तिथून गेला. त्यानं दिलेली पताका आणि तो गेलेल्या दिशेकडे रामदास आळीपाळीनं बघत राहिला. त्याला असं वाटलं की अजून त्या साधूला काहीतरी विचारावं; पण तो दिसेनासा झाला होता. आता आपल्या मनात आलेल्या शंका आणि प्रश्न रामरायालाच विचारावे, असा विचार करून रामदास मंदिराकडे निघाला. स्वत:ला त्याच्या पायावर घालायला.

रामदास वळसा घालून मंदिराच्या प्रवेशद्वाराशी पोहोचला. तिथं लोकांची एकच गर्दी होती. प्रत्येकाला रामरायाचं दर्शन घ्यायचं होतं. आपल्या इच्छा सांगायच्या होत्या. आपली गाऱ्हाणी मांडायची होती. नवस बोलायचे होते. नवस फेडायचे होते. म्हणजे प्रत्येकाला रामरायाकडं काहीतरी काम होतं. कोणाला नुसतं दर्शन घ्यायचं होतं. तरीही मनात काही सुप्त मागणं होतंच. रामदास त्या गर्दीत प्रत्येकाचा चेहरा न्याहाळत होता. त्या चेहऱ्यावरचे भाव वाचत होता. आपल्या मनाशी त्याचा अर्थ लावत होता. रामनामाचा जप करत स्त्री-पुरुष रांगेत उभे होते. हळूहळू रांग पुढं सरकत होती. रामाच्या दर्शनासाठी आज खूपच गर्दी होती; कारण उद्या रामनवमी होती. लोक रात्रभर रांगेत उभे होते. रामनवमी दिवशी राम दर्शनाचं पुण्य त्यांना मिळणार होतं. त्यांच्या आयुष्याचं जणू सार्थक होणार होतं. रामदासही त्याच रांगेत उभा होता.

सूर्यास्ताला गोदावरी पोहून मंदिराच्या मागच्या बाजूला पोहोचलेला रामदास, रामरायाच्या अन् मारुतीरायाच्या साक्षात दर्शनानं आणि समक्ष संवादामुळे तिथंच बराच वेळ उभा होता. रामराया हनुमानासह अदृश्य झाल्यावरही, त्या साधूनं हातात दिलेली ती भगवी पताका घेऊन रामदास कितीतरी वेळ तिथंच उभा होता. रामरायानं सांगितलेल्या आणि सुचवलेल्या प्रत्येक शब्दाचा अर्थ लावत. त्यानं उद्गारलेल्या भविष्यवाणीचा अर्थ लावत. त्यानं आपल्याला दिलेल्या आशीर्वादाचा, आश्वस्त शब्दांचा, शाश्वत वचनांचा अर्थ लावत.

नावेतून या तीरावर येणाऱ्या लोकांची गर्दी जशी वाढली, तसा गलकाही वाढला आणि वाढला रामनामाचा उद्घोषही. त्या उद्घोषानं रामदास भानावर आला. नाहीतर तसाच भान हरपून तो किती वेळ तिथंच उभा राहिला असता ते एक रामरायाच जाणे; पण रामदास भानावर आला. त्याचं लक्ष पुन्हा एकदा

हातातल्या भगव्या ध्वजाकडं गेलं. आपण एकदम मोठे झालो आहोत, जबाबदार झालो आहोत, आपलं पोरवय संपून आपण प्रौढ झालो आहोत, रामरायाच्या दृष्टान्तानं आणि मारुतीरायाच्या साक्षात्कारानं आपली जबाबदारी वाढली आहे असं त्याला वाटायला लागलं. खरोखरच पोरवयाचा रामदास मोठा झाला. आपण रामरायाशी अजून बोललं पाहिजे, मनातल्या शंका त्याला विचारल्या पाहिजेत, असा त्यानं विचार केला.

पहाट झाली होती. रांग पुढं सरकत सरकत गेली. रामदास मंदिराच्या गर्भागाराजवळ आला. त्यानं उजवीकडं नजर टाकली. सभामंडपात तीन-चार फूट उंचीची उभी असलेली मारुतीरायाची मूर्ती होती. विशेष म्हणजे मारुतीरायाचं मस्तक हे बरोबर गर्भागारातल्या एक-दीड फुटाच्या श्रीरामाच्या मूर्तीच्या चरणाच्या पातळीवर होतं. मारुतीरायाची नजर रामरायाच्या चरणांकडं होती. नजर होती म्हणण्यापेक्षा मारुतीरायाचे नेत्र रामरायाच्या मूर्तीच्या चरणांवर खिळलेले होते. त्या नजरेचा वेध घेत रामदासानं गर्भागारात नजर टाकली. श्रीराम प्रभूचे दोन्ही शुभचरण शुभ मुद्रेसह तिथं विराजमान होते. चरणांवर स्थिर झालेली आपली नजर उचलून रामदासानं वर पाहिलं. त्याला किंचित धक्का बसला. तो जरा नाराज झाला. प्रभू रामचंद्राची मूर्ती होती तीच, तशीच. त्याच्या डाव्या खांद्यावर धनुष्य होतं, तर त्याचा उजवा हात छातीवर विसावलेला होता. जणू दर्शनाला येणाऱ्या भक्तांना तो आश्वस्त करत होता– “मी आहे ना!” रामरायाचा चेहराही तसाच देखणा, स्निग्धतेनं भरलेला, वात्सल्यमयी डोळे तसेच शांत, स्नेहल, आश्वासक, निर्भयतेची ग्वाही देणारे. मंदिराच्या मागच्या बाजूला रामदासाला जसा भेटला, तसाच रामराया गर्भागारात उभा होता. फक्त मंदिराच्या पाठीमागं त्यानं दोन्ही बाहू पसरले होते. रामदासाला मिठीत घ्यायला. इथं त्याचा एक हात त्याच्या छातीवर होता एवढाच काय तो फरक; पण तरीही मंदिरातली ती श्रीरामाची मूर्ती बघून रामदास थोडासा नाराज झाला. ती राममूर्ती, अंगावर ल्यायलेल्या दागिन्यांनी आणि फुलांच्या हारांनी, चेहरा सोडला तर जवळपास पूर्ण झाकली गेली होती. मूर्तीच्या गळ्यात हारांचा ढीग साठला की पुजारी ते हार काढून बाजूला टाकत. तेवढा क्षण राममूर्ती नीट दिसत असे. तो क्षण संपला की तोवर पुन्हा हार साठत आणि ती मूर्ती पुन्हा झाकली जाई. रामदास नाराज तर झालाच; पण त्याला लोकांचा राग येऊ लागला. तो तिथून बाजूला झाला. गर्भागाराच्या दारातून बाजूला झाला. तरातरा चालत मंदिराच्या मागच्या बाजूला गेला, जिथं रामराया उभा होता, तिथं त्याची चरणमुद्रा उमटली होती. रामदासानं तीवर मस्तक टेकवलं. म्हणाला,

“रामराया, काय रे हे? तू मला इथं भेटला होतास, तेच चांगलं झालं होतं

बघ. रामराया, तू इथं उभा होतास ती तुझी छबी बघून मला जो आनंद झाला होता, तो तुला कसा सांगू? रामराया, माझ्या मनात उमटलेल्या या उत्कट भावना मी नुसत्या शब्दांत तुला सांगू शकत नाही. रामराया, माझ्या भावनांना एक लय आली आहे. मनात असं काहीतरी उसळतंय, जे शब्दबद्ध होऊ पाहतंय. रामराया, माझ्या भावना गला गायच्या आहेत. शब्दबद्ध करायच्या आहेत. शब्दांत बांधायच्या आहेत. त्या गद्यरूप असतील किंवा पद्यरूप. रामराया, मी माझ्या भावना काव्यबद्ध करतो आणि तुला ऐकवतो. म्हणजे माझ्या मनातल्या भावनांची सखोलता तुझ्यापर्यंत पोहोचेल. रामराया, तू वाल्मिकींकडून रामकथा लिहून घेतलीस, तुलसीदासाकडून रामायण लिहून घेतलंस. मला आश्वस्त केलंयस ना की तू माझ्यासोबत आहेस म्हणून. मग रामराया तुझ्या या वचनाला शिरोधार्थ मानून तुला सांगतो माझा आनंद.'' असं म्हणत रामदास गाऊ लागला-

''नव्हे राजयोगी महद्भाग त्यागी। उदासीन जो वीतरागी विरागी।
जनस्थान गोदातटीं वास केला। प्रभू देखिला दास संतुष्ट जाला॥१॥
लिळा विग्रही देव ब्रह्मादिकांचा। सदा बोलणे चालणे सत्य वाचा।
जया चिंतितां चंद्रमौली निवाला। प्रभू देखिला दास संतुष्ट जाला॥२॥
दिनानाथ विख्यात रे नाम साजे। प्रजापालकू रामराजा विराजे।
बहू सुकृताचा बरा काळ आला। प्रभू देखिला दास संतुष्ट जाला॥३॥
जेणे सोडिल्या देवकोटी अचाटा। सुखे चालती स्वर्गिच्या स्वर्गवाटा।
प्रतापेंचि त्रयलोक्य आनंदविला। प्रभू देखिला दास संतुष्ट जाला॥४॥
म्हणे तापसी योगरासी विलासी। मनीं चिंतीती राम लावण्य रासी।
असंभाव्य त्या कीर्तीच्या कीर्ति ढाला। प्रभू देखिला दास संतुष्ट जाला॥५॥

रामदास पुन्हा-पुन्हा गात होता. रामरायाच्या त्या साक्षात दर्शनानं त्याला झालेला आनंद त्याच्या शब्दाशब्दातून एक गोमटं रूप धारण करून उमटत होता. हे शब्द गात असताना रामदासाच्या नजरेसमोर फुलांच्या हारांनी झाकलेला आणि दागिन्यांनी मढलेला राम नव्हताच मुळी. त्याच्या नजरेसमोर होता तो त्याला मंदिराच्या पाठीमागच्या बाजूला दिसलेला, साक्षात भेटलेला रामराया. हाच तो राम होता, जो त्याचा होता. हाच तो राम होता, ज्याला भेटण्यासाठी रामदासानं घरदार सोडलं होतं. हाच तो राम होता, ज्याला पाहण्यासाठी तो एवढी पायपीट करून आला होता. हाच तो राम होता, ज्याचा रामदासाला ध्यास लागला होता. त्याच रामरायाची ती साजरी गोमटी मूर्ती रामदासाच्या नजरेसमोर तरळत होती आणि रामदास त्याचं ते गोमटं दर्शन डोळ्यांत साठवून शब्द बांधत होता.

''प्रभू देखिला दास संतुष्ट झालाऽऽ!'' शब्द बांधून झाले. शब्दरचना करून

झाली. रामदासाला आठवलं – तो साधू तुलसीदासाची रचना गात होता, तेव्हा आपल्या मनात आलं होतं की 'आपल्यालाही असे सुंदर शब्द बांधता आले तर किती चांगलं होईल? आपल्या रामरायानं ते ऐकलं असावं. म्हणूनच तर त्याचं साजरंगोजरं रूप आठवून आपण अशी मोडकीतोडकी का होईना शब्दरचना करू शकलो; पण आपण बांधलेले हे शब्द, आपण केलेली ही शब्दरचना योग्य आहे की नाही? चांगली आहे की नाही? हे आपल्याला कोण सांगणार आणि हे विचारायचं तरी कोणाला?

बारा वर्षांच्या वयाच्या मानानं त्यानं केलेली शब्दरचना ही सयुक्तिक, समर्पक असली तरी बारा वर्षांच्या वयाच्या पोराला पडतील तेच प्रश्न त्यालाही पडले होते. शिवाय हे आपण रचलेलं कुठे तरी लिहून ठेवायला हवं! नपेक्षा नंतर काही काळानं ते विसरलं जाईल. आपण आत्ता कितीही पाठ केलं तरी ते कालांतरानं विसरलं जाईल. रामदास एकीकडे असा विचार करत होता तर एकीकडे आपण शब्दबद्ध केलेली रचना तो म्हणत होता. अगदी तल्लीन होऊन म्हणत होता.

"ए पोराऽ!" कोणाच्यातरी हाकेनं रामदास भानावर आला. त्यानं वळून बघितलं. कोणीतरी एक वृद्ध गृहस्थ खांद्यावर पडशी घेऊन उभा होता.

"काय बाबा? काय हवंय तुम्हाला?" रामदासानं विचारलं.

"अरं लेकरा, मला काय बी नगं! पर मगाधरनं बघायला, ऐकायला लागलोय रामाचं लयी साजरं गानं तू म्हणतो होईस. पर परत-परत तेच ते काय म्हणतोयास? पुढचं कायतरी म्हन की!" त्या वृद्धानं सांगितलं.

"नाही बाबा! मी ते पाठ करतो आहे!" रामदासानं उत्तर दिलं.

"तूच रचलयास जनू! नवीन पद हाय म्हनून इचारतो. त्या रामरायाला बघून समद्यांची अशीच अवस्था हुतीया बघ. साजरं पद हाय! अरं, मग निसतं गात काय बसलायस? लिवून ठिव की!"

त्या वृद्धानं अनाहूत सल्ला दिला. रामदासाला तसंच वाटत होतं. लिहिणार तर लिहिणार कसं? आणि कशावर? लिहायला हाताशी काही नको? ना लेखणी ना कागद. रामदासाला त्या वृद्धाजवळ हे बोलावंसं वाटलं.

"बाबा लिहायचंय हो! पण कशावर लिहिणार? माझ्याकडे नाही कागद, नाही लेखणी, नाही मसीपात्र! मग काय करणार? पाठांतर करून ठेवतो झालं!" रामदासाचं उत्तर ऐकून त्या वृद्धाला कौतुक वाटलं. एवढंसं पोर हे बारा वर्षांचं आणि अशी पदरचना करतंय! त्यानं रामदासाकडं एक कौतुकाचा कटाक्ष टाकला. आपली पडशी खोलली. त्यातनं कागदाचं भेंडोळं काढलं, टाक काढला, मसीपात्र काढलं. ते रामदासाला देत म्हणाला -

"पोरा, ह्ये घे! अरं मी त्या मंदिरातल्या शास्त्रीबुवांसाठी आनलं हुतं; पण ते शास्त्रीबुवा गेलेत गावाला. मंग हितं मी ठिवून काय करू? मला काय लिहाय वाचाय येत न्हाई! आता शास्त्रीबुवा काय म्हैनाभर येनार न्हाईत. मंग मी ह्ये कुठं सांभाळत बसू? ह्ये तू ठिवून घे आणि तुझी रचलेली पदं लिवून काढ."

त्या वृद्ध गृहस्थानं असं सगळं तपशीलवार सांगितलं आणि सगळं सामान रामदासाकडं सोपवून तो निघून गेला. एकदा हातात त्यानं सोपवलेल्या सामानाकडं नजर टाकून रामदासानं तो वृद्ध गेला त्या दिशेला पाहिलं. क्षणभर तो वृद्ध दिसला आणि पुढच्या क्षणाला दिसेनासा झाला. आपल्याला भास होतोय की आपण हे प्रत्यक्ष पाहतोय हे त्याला समजेना. तो वृद्ध अदृश्य झाला खरा; पण तो गेला त्या ठिकाणी एक शेपटीचा गोंडा रामदासाला दिसला. क्षणभर दिसला आणि तोही अदृश्य झाला. काय चाललंय हे? "हा साक्षात मारुतीराया होता? की आणखी कुणी?" रामदास संभ्रमात पडला होता. आजूबाजूला बघता बघता त्याचं लक्ष आपल्या हाताकडं गेलं. हातात कागदाचं भेंडोळं, मसीपात्र आणि टाक. त्या टाकाकडं, त्या लेखणीकडं लक्ष जाताच रामदास चमकला. त्या लेखणीच्या पाठीमागच्या टोकाला शेंदूर लागला होता. रामदासाला खूण पटली.

"होय, तो साक्षात मारुतीरायाच होता. मग तो रामरायाच्या आज्ञेवरून इथं आला असणार; कारण प्रभूंच्या आज्ञेशिवाय मारुतीराया काहीच करत नाही. हे रामराया तू... तू माझ्यासवे असा सतत आहेस, मी धन्य झालो."

रामदासानं ती लेखणी हातात धरली. जिथं रामरायाची पदचिन्हं उमटली होती तिथंच तो मांडी घालून बसला. त्या कागदाच्या भेंडोळीला उलगडून त्यानं त्यातला एक कागद काढला. तो टाक मसीपात्रात बुडवला आणि कागदावर वरच्या बाजूला लिहिलं– "श्री राम."

त्या अक्षरांकडं एकदा डोळे भरून बघितलं आणि मग मनात उमटून राहिलेली ती पद्यरचना, त्यानं त्या कागदावर लिहायला सुरुवात केली. एका पाठोपाठ एक ओळी कागदावर उमटू लागल्या. 'प्रभू देखिला दास संतुष्ट जाला' मोत्यासारखं अक्षर, भक्तीनं भारलेली भावना घेऊन कागदावर उमटायला लागलं. रामदास लिहीत राहिला.

त्यानं ते पद पूर्ण लिहून काढलं आणि मग स्वत: वाचलं. पुन्हा वाचलं, पुन्हा पुन्हा वाचलं. त्याच्या लक्षात आलं की अगदी तुलसीदासांइतकं नेटकं, नेमकं आपल्याला जमलेलं नसलं, तरी श्रीरामाचं साक्षात दर्शन झाल्यावर आपल्याला काय वाटलं ते तितक्याच उत्कटतेनं आपल्या या मोडक्यातोडक्या शब्दांतून प्रतीत झालं आहे. लेखणीच्या टोकाला लागलेल्या त्या शेंदुरानं त्याला हेही सांगितलं की हे पद, पद म्हणण्यापेक्षा आपली ही भावना तिच्या उत्कटतेसह

रामरायापर्यंत पोचलेली आहे.

आपण अशी पदं लिहावीत हा जणू रामरायानं दिलेला संकेत, संकेत म्हणण्यापेक्षा आदेशच आहे याची ग्वाहीच जणू त्याला मिळाली. रामरायानं दिलेला हाच आदेश शिरोधार्य मानून आपण यापुढं आपलं जीवन व्यतीत करायचं असा निश्चय त्यानं केला. तरीही नाशिकला येताना लोकांचे चेहरे बघून आपल्याला पडलेले प्रश्न, लोकांच्या चेहऱ्यावरचे यातनांचे भाव, श्रीरामानं मंदिराच्या पाठीमागे दिलेलं साक्षात दर्शन आणि मंदिरात भक्तांच्या प्रेमानं, हारांनी आणि दागिन्यांनी मढलेला, त्यात घुसमटलेला रामराया असे सगळे विचार रामदासाच्या मनात पिंगा घालत होते. रामरायाचं साक्षात दर्शन झालं त्या वेळी आपण भांबावून गेलो आणि मनातले हे सगळे प्रश्न, सगळ्या शंका यांची उत्तरं रामरायाकडून मिळवायची राहून गेली. आपण नाशिकला येत असताना वाटेत दिसलेले हिंसाचार, अत्याचार, यवनांच्या आक्रमणाची लोकांच्या मनात बसलेली दहशत, प्रतिकाराबद्दलची त्यांच्या मनात असलेली भीती याबद्दल सगळं रामरायाशी बोलायचं आहे. हे सगळं मारुतीरायाला सांगायचं आहे यासाठी आपण आपल्याशी आधी संवाद साधला पाहिजे. तो संवाद साधण्यासाठी आपल्याला या कोलाहलापासून दूर गेलं पाहिजे. भक्तांच्या प्रेमात गुदमरलेल्या या रामरायापासूनही दूर गेलं पाहिजे. तरच तो कोदंडधारी राम आपल्याला पुन्हा भेटेल. तो नितळ राजीवलोचन राम आपल्याला भेटण्यासाठी आपण काहीतरी वेगळं केलं पाहिजे. तेसुद्धा आपलं आपण एकट्यानं! काय करावं? असं काय करावं, ज्यामुळं या प्रश्नांची उत्तरं रामराया आपल्याला देईल?

रामदास जसजसा विचार करत होता, तसतसा तो जास्त गोंधळात पडत होता. तोच "महाराज, बालयोगी महाराज" अशी आर्त हाक त्याच्या कानांवर आली. त्यानं वळून पाहिलं. एक प्रौढ वयाचा माणूस त्याला हाका मारत होता.

आधी तो कुणाला हाका मारतोय तेच रामदासाला कळेना. त्यानं आसपास बघितलं. आसपास कुणीच नव्हतं. रामदासाच्या अंगावर ते रामनामाचं वस्त्र बघून त्या माणसानं हाक मारली होती त्याला 'बालयोगी' म्हणून. रामदास वळला. त्याच्याजवळ गेला.

"काय बाबा? काय झालंय?" रामदासानं कोमल स्वरात विचारलं. रामदास जवळ आल्यावर तो रडायलाच लागला.

"महाराज, अवं माझी लेक, तकडं बेसुद्ध होऊन पडलीय. तिला काय झालंया मला समजंना. हितं आसपास तसं कुनी मदतीला येन्यासारखं दिसत न्हाई. समद्यांना रामाच्या दर्शनाची घाई झालीया. काय झालं असंल माझ्या पोरीला? आता तिचं कसं व्हनार?"

असं म्हणत तो माणूस ढसढसा रडायला लागला. रामदासाचं पोर वय. क्षणभर त्यालाही सुचेना काय करावं. बाकीचे जाताहेत तसंच आपणही निघून जावं, हेही त्याच्या मनाला पटेना.

"बाबा चला! कुठं आहे तुमची लेक? दाखवा मला. बघू या मला काही करता येतंय का ते?"

असं रामदासानं सांगताच त्या माणसाला जरा धीर आला असावा. तो रडायचा थांबला. पटक्याच्या शेमल्यानं[७] आपले डोळे पुसून तो उठला आणि राममंदिराकडे जाण्याची चढण ज्या बाजूला होती, तिकडे तरातरा चालू लागला. चढण चढून गेल्यावर ती वाट सोडून तो बाजूच्या शेताकडे वळला. शेतात पन्नास पावलं चालल्यावर तो थांबला. रामदास त्याच्या पाठोपाठच होता. तो थांबला. त्यानं एका जागेकडं बोट केलं. तिथं एका झाडाखाली एक मुलगी बेशुद्ध पडलेली होती.

रामदास तिच्याजवळ गेला. जवळ जाताक्षणी त्याच्या लक्षात आलं– त्या मुलीचा पाय काळानिळा पडला होता. तिला सर्पदंश झाला असावा. रामदास त्या मुलीच्या पायाजवळ बसला. त्यानं पाहिलं. त्याचा अंदाज बरोबर होता. त्या मुलीच्या उजव्या पायाच्या घोट्याजवळ सर्पदंशाच्या खुणा होत्या. तिचा पाय काळानिळा पडायला लागला होता. रामदासानं त्या माणसाचा पटका मागून घेतला. तो पटका त्या मुलीच्या गुडघ्याखाली पिंढरीला घट्ट गुंडाळला. नंतर त्यानं तिथंच पडलेला एक अणकुचीदार दगड घेतला. तिच्या पावलाला जिथं सर्पदंश झाला होता आणि सापाच्या डंखाचे दोन व्रण होते त्या जखमा त्यानं त्या अणकुचीदार दगडानं आणखी कुरेदल्या. मोठ्या केल्या. त्या जखमा मोठ्या केल्यावर त्यातून भळभळा रक्त वाहायला लागलं. ते रक्त काळसर रंगाचं होतं. रामदासानं ते बरंच वाहू दिलं. जोपर्यंत त्या वाहणाऱ्या रक्ताचा रंग काळसर होता तोपर्यंत त्यानं ते रक्त वाहू दिलं.

हळूहळू त्या वाहणाऱ्या रक्ताचा रंग बदलला. काळसरपणा कमी झाला आणि ते लाल व्हायला लागलं. आता तर ते लालभडक झालं. ते बघून नारायणानं तिच्या पिंढरीला बांधलेला पटका सोडला. बाजूला उगवलेला दगडीपाला चांगला मूठभर तोडून त्यानं तो हातावर चोळला. त्याच्या रसाचे दहा-बारा थेंब त्यानं त्या जखमेवर सोडले. त्या पटक्याचीच एक लांब पट्टी फाडली. हातातला दगडी पाल्याचा चोथा त्यानं त्या जखमेवर ठेवला. वरून ती पटक्यातून फाडलेली पट्टी चांगली घट्ट आवळून बांधली. त्या मुलीच्या पायाचा काळा-निळा झालेला रंग आता निवळला होता.

रामदासानं त्या माणसाला नदीचं पाणी आणायला सांगितलं. ते आणल्यावर

त्यानं पुन्हा ती पट्टी सोडली. सर्पदंशाची ती जखम पाण्यानं स्वच्छ धुतली. पुन्हा आणखी दगडीपाला तोडून हातावर चुरगळून त्यानं त्या जखमेवर बांधला. त्यावर पट्टी बांधली. त्या माणसानं आणलेलं लोटकीतलं पाणी त्या मुलीच्या चेहऱ्यावर शिंपडलं. अंगात भिनायला लागलेलं विष उतरलं होतं, विषाचा मेंदूवर झालेला परिणाम कमी झाला होता. शरीरभर पसरू पाहणारं विषारी रक्त जखमेतून बाहेर वाहून गेलं होतं आणि पाण्याचा शीतल स्पर्श डोळ्याला झाला होता. ती मुलगी शुद्धीवर आली. तिनं डोळे उघडले. ते बघितलं मात्र, त्या माणसानं रामदासाच्या पायावर डोकं ठेवलं.

"महाराज, रामप्रभू तुमच्या रूपात आला आनी त्यानं माझ्या लेकीचा जीव वाचवला. तुम्ही लई म्हंजी लयीच थोर हाईसा!" असं म्हणत तो माणूस नारायणाच्या पायावर डोकं टेकवून ढसढसा रडायला लागला. मघाशीही तो रडतच होता; पण मघाचं रडणं आणि आत्ताचं रडणं यात जमीन-अस्मानाचं अंतर होतं. रामदासाला एक वेगळीच अनुभूती येत होती. त्याला कसलातरी आनंद होत होता. तो कसला आनंद आहे, कशाचा आहे हे त्याला तत्क्षणी समजलं नाही. त्यानं त्या माणसाला उठवलं. म्हणाला,

"बाबा, मी काहीच केलं नाही. जे केलं ते रामरायानं केलं. तुमची लेक आता बरी आहे. तिला घेऊन जा. माझे आभार मानू नका. त्या रामरायाचे माना!"

त्या माणसाला असं सांगून रामदास तिथून जायला वळला आणि लख्खकन वीज चमकावी तसा त्याच्या डोक्यात प्रकाश पडला. आपल्याला कशाचा आनंद झाला, हे त्याच्या लक्षात आलं. आपण कुणासाठी तरी काहीतरी चांगलं केलं, कुणाचं तरी चांगलं करू शकलो याचाच तो आनंद होता. दुसऱ्यासाठी काहीतरी करण्यात, दुसऱ्याचं भलं करण्यात इतकं समाधान मिळतं हे तो पहिल्यांदा अनुभवत होता, अगदी पहिल्यांदा. आत्तापर्यंतचं सगळं आयुष्य खोड्या काढण्यात, हुमदांडगेपणा करण्यात, आईला आणि श्रेष्ठांना त्रास देण्यात गेलं होतं; पण... ही एक वेगळीच अनुभूती होती. ती प्रचंड आनंददायी होती.

त्याला आठवलं– आपण जांब गावी असताना किती खोडकर होतो, सगळ्यांना किती त्रास द्यायचो. आई तर आपल्याला सारखी रागे भरायची. म्हणायची,

"नारायणा, अरे दुसऱ्याचं दुःख कमी करावं रे. ते कमी करता आलं नाही तर निदान वाढवू तरी नये. अरे लेकरा, दुसऱ्याला नेहमी मदत करावी रे! त्यात एक आगळा आनंद मिळतो बघ आणि त्या आनंदाची सर दुसऱ्या कशाला येत नाही बघ. नारायणा! तूसुद्धा हा दांडगेपणा सोड रे. लोकांचं कल्याण होईल असं काहीतरी कर! बघ तुला किती बरं वाटतं ते!"

आई असं पदोपदी सांगायची ते नारायणाला म्हणजे रामदासाला आठवलं.

आपण आईचं तेव्हा ऐकलं नाही; पण आत्ता, आज, या क्षणी आईच्या सांगण्याचं प्रत्यंतर आपल्याला येतंय. तिचं सांगणं किती बरोबर होतं, सयुक्तिक होतं, त्यात आपल्याही कल्याणाचा विचार होता; याचा दाखलाच जणू त्याला आत्ता मिळाला होता. त्या माणसाच्या मुलीनं डोळे उघडल्यावर त्या माणसाच्या डोळ्यांत आणि चेहऱ्यावर जे भाव होते त्याची सर रामरायाच्या आशीर्वादाशिवाय दुसऱ्या कशालाच येणार नाही. त्यानं निश्चय केला. तोही रामारायाला साक्षी ठेवून.

"रामराया, आजपासून नव्हे आत्तापासून, या क्षणापासून हा रामदास आपल्या आयुष्यात केवळ लोककल्याणाचाच विचार करेल, लोककल्याणाचीच कृती करेल आणि लोककल्याणासाठीच जगेल, अशी मी प्रतिज्ञा करतो; पण ही प्रतिज्ञा पूर्णत्वास नेण्यासाठी रामराया तू माझ्यासोबत राहा. माझ्या या प्रतिमेला तुझं अधिष्ठान असू दे रामराया!"

रामदासाच्या स्वरात जसा ठामपणा होता, तसाच गहिरेपणाही होता. त्याचा स्वर जसा त्याचा निश्चय सांगत होता, तसाच त्याच्या मनातला दाटून आलेला गहिवरही सांगत होता.

दुपार होत आली होती. राममंदिरात गुरव राममूर्तीची पूजा बांधत होता. आज रामनवमी होती. विशेष पूजा बांधायची होती. श्रीरामाला सगळं नटवून सजवून झाल्यावर त्यानं पांढऱ्या भुईचाफ्याचं एक सुंदर नाजूक फूल मूर्तीच्या मस्तकावर असलेल्या किरिटावर खोचलं. गुलाबी, लाल रंगाच्या माणकांनी जडवलेल्या त्या किरिटावर ते पांढरं नाजूक फूल अगदी उठून दिसत होतं. गुरवानं ते फूल तिथं खोचलं. पूजा बांधून झाली, या समाधानात तो बाजूला सरकणार तेवढ्यात ते भुईचाफ्याचं फूल रामाच्या किरिटावरून खाली पडलं. गुरवानं ते पुन्हा उचलून किरिटात खोचलं. तर ते पुन्हा खाली पडलं. पुन्हा खोचलं, तर पुन्हा खाली पडलं.

"प्रभू, आज काय कौल देताय? काही विशेष आहे काय?"

असं म्हणत गुरवानं शेवटी ते खाली पडलेलं फूल उचललं आणि गर्भागाराबाहेर फेकलं. तोच कुठूनशी वाऱ्याची झुळूक आली आणि त्या झुळकेसरशी ते फूल मंदिराबाहेर उडालं. बाहेर वाऱ्याची दिशा वेगळी होती. त्या दिशेप्रमाणं ते फूल हवेवर तरंगत तरंगत आलं. मंदिराच्या चढणीच्या एका बाजूला झाडाखाली उभ्या असलेल्या रामदासासमोर आलं. रामरायाला आपल्यासोबत, आपल्या पाठीशी राहण्याची विनंती करण्यासाठी हात जोडून उभ्या असलेल्या रामदासाच्या हातात ते फूल येऊन पडलं. त्या फुलाला स्वत:चा तर गंध होताच; पण रामरायाच्या मूर्तीच्या कपाळावर रेखलेल्या चंदनाचा गंधही होता.

"हे फूल तर रामरायाच्या मस्तकावरचं! कालही असलंच फूल होतं त्याच्या

किरिटात खोचलेलं. आजही होतंच! हे फूल मला रामरायानंच पाठवलंय. माझ्या लोककल्याणाचं कार्य करण्याच्या निश्चयाला त्याचा हा कौल आहे. तो माझ्यासोबत आहे याचाच हा दाखला आहे!''

रामदासाच्या मनाची खात्री पटली.

''रामराया, माझ्या या प्रतिज्ञेच्या पूर्ततेसाठी तू आणि मारुतीराया माझ्या सोबत आहात. आता मला कसलीच चिंता नाही बघ! आता काय वाट्टेल ते होवो. हा रामदास त्याचा मार्ग सोडणार नाही. तू माझं दैवत, मी तुझा दास आणि मारुतीराया माझा वाटाड्या, मार्गदर्शक. रामराया, आता या रामदासाला परमार्थाशिवाय दुसरं व्यवधान नाही आणि अवधानही नाही.'' रामराया अरे -

'साह्य आम्हांसी हनुमन्त। आराध्य दैवत श्री रघुनाथ।
गुरू श्रीराम समर्थ। काय उणे दासासी।।
दाता एक रघुनंदन। वरकड लंडी देईल कोण।
ते सोडून आम्ही जन। कोणा प्रती मागावे।।
म्हणोनी आम्ही रामदास। रामचरणी आमचा विश्वास।
कोसळोनी पडो आकाश। आणिकाची वास न पाहू।।
स्वरूप संप्रदाय अयोध्या मठ। जानकीदेवी श्री रघुनाथ दैवत।
मारुती उपासक नेमस्त। वाढविला परमार्थ रामदासी।।'

असा मी आता तुझा झालोय आणि हनुमन्त माझा सखा. तेव्हा रामराया तुझ्याशी संवाद साधायचा, तर मला या गर्दीत, या कोलाहलात ते शक्य नाही. म्हणून रामराया, मी आता एकांतात जायचं ठरवलंय. एकांतात राहून तप:साधना करेन आणि माझ्या मनातले प्रश्न, शंका याबाबत तुझ्याशी संवाद साधेन. रामराया, भक्तांच्या या कोलाहलात तुझा-माझा संवाद होणारच नाही रे. तेव्हा मला आता आज्ञा दे. मी नाशिकहून दुसरीकडे जातो आहे. तिथं राहून तुझी आराधना करेन, तपाचरण करेन. बारा वर्षं साधना करेन. तुझा भक्त, तुझा दास म्हणून स्वत:ला सिद्ध करेन. रामराया, मला मार्ग दाखव.''

रामरायाशी मनोमन संवाद साधत रामदास बोलत होता. दागिन्यांनी मढलेलं, फुलांच्या हारांनी भरलेलं, भक्तांच्या कोलाहलातलं ते रामरायाचं रूप त्याला फारसं रुचलं नव्हतंच. रामरायाचा कौल मिळाला आणि रामदासानं नाशिक सोडायचं ठरवलं. तो निघाला. एकांताच्या शोधात. तप:साधनेच्या दिशेनं. नाशकातून रामदास बाहेर पडला.

रामदास नाशकातून बाहेर पडला. मागे-पुढे न बघता तडक चालायला लागला. आता त्याला या कोलाहलापासून दूर जायचं होतं. त्याला आता अशा ठिकाणी जायचं होतं, जिथं एकांत मिळेल. अशा एकांतात राहून त्याला तप:साधना करायची होती. आपलं बुद्धीचं तेज आणि शरीराचं सामर्थ्य आणखी वाढवायचं होतं. रामरायाचा अनुग्रह तर मिळाला होता, त्याचं दर्शनही झालं होतं; पण इतर साधकांसारखा रामदास तेवढ्यावरच समाधानी नव्हता. त्याला काही प्रश्नांची उत्तरं तर मिळवायची होतीच; पण भवतालची सामाजिक परिस्थिती जी हाताबाहेर चालली होती त्यावरही काही उपाय शोधायचा होता. त्यासाठी मारुतीरायाचीही आराधना करायची होती. शक्ती आणि भक्ती या दोन मंत्रांच्या साहाय्यानं समाजाचं काहीतरी कल्याण साधायचं होतं. अन्यायाला, अत्याचाराला प्रतिकार करणारा, निदान तसा प्रयत्न करू पाहणारा एक नवा समाज त्याला घडवायचा होता. अर्थातच, त्यासाठी स्वत:ला सिद्ध करायचं होतं. समर्थ बनवायचं होतं. मनात पिंगा घालणारे असे अनेक विचार घेऊन रामदास झपाझप चालत होता.

नाशिकचा रस्ता मागे पडला. कलती उन्हं जास्त प्रखर होती. चैत्रातलं ऊन होतं ते. पहाटे सुखद गारवा देणारं आणि नंतर चटके देणारं. तरीही वातावरण प्रसन्न होतं. दोन्ही बाजूला असलेली झाडं नव्या चैत्रपालवीनं नटली होती. मधूनच कोकिळाचं 'कुहू' ऐकू येत होतं. जणू त्या चैत्रपालवीचं स्वागतगीत होतं ते.

रामदासाचं मनही प्रसन्न होतं. बाहेरच्या वातावरणाशी संपूर्ण अनभिज्ञ असलेला, नजरेसमोर ठोस असं उद्दिष्ट नसलेला, कोणता मार्ग निवडावा या बाबतीत गोंधळलेला रामदास आता ठाम होता. त्याला आपलं उद्दिष्ट गवसलं होतं. ध्येय दृष्टीसमोर होतं. त्या ध्येयालाही एक अर्थपूर्ण अशी समाजकल्याणाची बूज होती.

रामदासाला आपला मार्गही सापडला होता, मार्गदर्शकही गवसला होता आणि त्या मार्गाकडं नेणारी वाटही सापडली होती. फक्त आता ठिकाण निश्चित व्हायचं होतं. जागा निश्चित व्हायची होती. तीच शोधायला रामदास चालला होता. पूर्वापार संकेतानुसार पूर्व दिशा धरून त्यानं चालायला सुरुवात केली होती.

सूर्य मावळतीला पोचला त्याआधीच रामदासाला जागा सापडली. नाशिकच्या पूर्व दिशेला चार-सहा कोसांवर नाशिकहून वाहत येणाऱ्या गोदावरीला नंदिनी नदी येऊन मिळते. त्या संगमावर टाकळी गाव वसलेलं आहे. अगदी तुरळक लोकवस्ती असलेलं, गोदावरी-नंदिनीच्या संगमावर वसलेलं, ब्रह्मगिरीच्या डोंगरात असलेल्या अनेक कपारी आणि गुहा यांनी नटलेलं गूढरम्य वातावरणाचं टाकळी गाव रामदासाला पसंत पडलं. ब्रह्मगिरीच्या कडेकपारीतून हिंडत असताना त्याला अनेक गुहा तिथे सापडल्या. त्यातली एक गुहा त्यानं आपल्या वास्तव्यासाठी निवडली. त्या गुहेचं वैशिष्ट्य असं की त्या गुहेच्या तोंडाजवळ, त्या गुहेच्या माथ्यावरच्या डोंगरातून पाण्याचा एक लहान धबधबा कोसळत होता. जणू गुहेत प्रवेश करणाऱ्यानं शुचिर्भूत होऊनच आत प्रवेश करायचा, असा नियमच जणू निसर्गानं केला असावा.

रामदासाला ती गुहा खूपच आवडली. 'आपण आता याच गुहेत राहायचं!' त्यानं ठरवलं. त्या पाण्याच्या धारेखालून तो गुहेत, आत शिरला. गुहा आतल्या बाजूला बऱ्यापैकी प्रशस्त होती. दोन-अडीच अंकणाची तरी असेल. रामदासानं तिथं एका कोपऱ्यात आपल्याजवळ असलेलं सामान ठेवलं. सामान तरी असं काय होतं? दोन-तीन लंगोट्या, एक रामनामाचं वस्त्र, एक पडशी, एक पंचा, वाटेत त्या वृद्धानं दिलेलं लिखाणाचं साहित्य. एवढंच तर सामान होतं. ते एका कोपऱ्यात ठेवून रामदास गुहेच्या बाहेर आला. अर्धा डोंगर उतरल्यावर समोर गर्द झाडी होती. त्यानं त्यातल्या एका झाडाच्या दोन फांद्या तोडल्या. त्या घेऊन तो पुन्हा वर आला. त्या फांद्यांच्या साहाय्यानं त्यानं ती गुहा स्वच्छ झाडून घेतली. पालापाचोळा, धूळ-माती, अनेक प्रकारचे किडे यांसोबत चार-सहा विंचूसुद्धा तिथे मुक्कामाला होते. रामदासानं ती गुहा नीट स्वच्छ केली. केर काढता काढता त्याला आईचे शब्द आठवले. आई त्याला रोज सांगायची–

'नारायणा, अरे घराचं अंगण रोज झाडावं रे! अंगण स्वच्छ तर घरातली माणसं स्वच्छ. नारायणा, अंगणावरून घरातल्या माणसांची परीक्षा होते बघ.'

आईचे हे शब्द आठवले. आपण आपल्या घराचं अंगण एकदाही झाडलं नाही हेही त्याला आठवलं. आईच्या आठवणीनं त्याच्या डोळ्यांत पाणी उभं राहिलं.

“आई, आत्ता तू इथं असतीस आणि ही कचऱ्यानं भरलेली गुहा झाडताना मला बघितलं असतंस, तर तुझा तुझ्या डोळ्यांवर विश्वास बसला नसता.”

रामदासानं मनोमन आईची आठवण ताजी केली. गालावर ओघळलेलं पाणी पुसून तो गुहेच्या तोंडाशी आला. गुहेच्या माथ्यावरून तिथं पाणी पडत होतं. रामदासानं आपला पंचा घेतला. हा त्यानं जीव वाचवलेल्या त्या मुलीच्या वडिलांनी त्याला दिला होता. देताना तो माणूस म्हणाला होता,

“महाराज, तुमी माझ्या लेकीचा जीव वाचवलात. तुमाला द्यायला माझ्याकडं काईच न्हाई. हा एवढा पंचा हाये. माझी आठवण म्हणून तो तुमी घ्या!”

रामदासानं कितीदा नाही म्हटलं तरी तो माणूस ऐकेना. शेवटी त्यानं तो पंचा रामदासाच्या पावलांवर ठेवला आणि म्हणाला,

“महाराज, ह्यात गरिबाची माया हाये असं समजून तरी घ्या.” ते ऐकून रामदासाला त्याचं मन मोडवेना. त्यानं तो पंचा ठेवून घेतला. पुढं आला तर त्या वृद्धानं ते लिखाणाचं साहित्य आणि ते ठेवायला पडशी त्याला दिली. दोन लंगोट्या, एक कौपीन आणि एक रामनामाचं महावस्त्र एवढंच सामान असणाऱ्या रामदासाच्या सामानात थोडी भर पडली, ती लिखाणाचं सामान आणि पंचा याची.

रामदासानं तो पंचा त्या पाण्याच्या धारेखाली धरला आणि गुहेत आणून ठिकठिकाणी पिळला. असं पाच-दहा वेळा केल्यावर ती संपूर्ण गुहा भिजली. मग रामदासानं त्याच फांद्यांनी ते पाणी बाहेर ढकललं. आता गुहा स्वच्छ झाली. गुहेची स्वच्छता मनासारखी झाली. मावळणाऱ्या, क्षितिजाला टेकलेल्या सूर्याची किरणं गुहेत शिरली. मावळतीची असली तरी डोंगरावर असल्यामुळे त्या किरणांत प्रखरता होतीच. सूर्य पश्चिम क्षितिजावर होता, तेवढ्या वेळात ती गुहा वाळून निघाली. कोरडी झाली.

रामदासाच्या चेहऱ्यावर समाधान पसरलं. त्या पाण्याच्या धारेखाली त्यानं स्वत: अंघोळ केली. काही वेळ गुहेशेजारी असलेल्या डोंगराच्या कपारीवर तो बसून राहिला. गोदावरी आणि नंदिनीचा संगम तिथून दिसत होता. गोदावरीचं लालसर पाणी आणि नंदिनीचं पांढरं पाणी एकमेकांत मिसळून पुढे एकच लालसर रंग घेऊन वाहत होतं. ‘आता इथं मुक्काम तर करायचा होता. तप:साधना करायची होती, ज्ञानार्जन करायचं होतं, पोटही भरणं भाग होतं. हनुमंतासारखी शक्तीची उपासना आणि रामरायाची आराधना दोन्ही करायचं होतंच; पण हे करत असताना लोककल्याणाचंही काही काम करायचं होतं. या सगळ्याचा मेळ घालायचा होता, एकतानतेनं सगळं साध्य करायचं होतं. सर्वांत महत्त्वाचं म्हणजे हे सगळं आपलं आपणच करायचं होतं. प्रत्यक्षात कुणीच मदतीला नव्हतं.

रामराया होता; पण तो निर्गुण निराकार रूपात होता. मारुतीराया होता, तोही तसाच. तेव्हा आपली आणि आपल्या या सगळ्या योजनांची घडी आपणच बसवायला हवी होती. ना इथं आई होती ना श्रेष्ठ होता.

आईच्या आठवणीनं रामदासाला पुन्हा गलबलून आलं. 'एका वेगळ्या ध्यासापायी आपण घरदार सोडून, आईला सोडून निघून आलो खरं! पण आता हे सगळं आपल्याला निभावणार आहे का? नाही निभावलं तरी ते आपल्यालाच निस्तरायला पाहिजे. परतीची वाट आपणच बंद केलीय. आपल्या त्या वाग्दत्त वधूचा विवाह श्रेष्ठांनी त्याच मांडवात सुयोग्य वराशी लावून दिला असं आपल्या कानावर आलं होतं. रामराया, एका मोठ्या पापातून श्रेष्ठांनी मला सोडवलं, पापातून आणि शापातूनसुद्धा. आता यापुढं आपलं ध्येय आणि ते गाठण्याचा मार्ग आपणच निश्चित केला पाहिजे. उद्यापासूनच त्याची सुरुवात केली पाहिजे. उद्यापासूनच आपली दैनंदिनी निश्चित केली पाहिजे.'

रामदास विचार करत कितीतरी वेळ त्या कपारीवर बसून होता. चंद्र माथ्यावर आला. रामदासाचं लक्ष त्या चंद्राकडं गेलं. आईनं त्याला लहानपणी सांगितलेली श्रीरामचंद्राची गोष्ट आठवली. रामचंद्रानं लहानपणी आकाशातला चंद्र पाहिजे म्हणून कौसल्या मातेकडं हट्ट केला होता म्हणे आणि कौसल्या मातेनं त्याला चंद्राचं पाण्यातलं प्रतिबिंब दाखवलं होतं; पण ते बघून हट्ट पूर्ण झाल्याच्या आनंदाऐवजी, चंद्र पाण्यात पडला असं समजून लहानगा रामराया रडायला लागला. रामदासाला ही गोष्ट आठवली. त्याचं लक्ष समोर गेलं. गोदावरी आणि नंदिनीच्या त्या संगमाच्या पाण्यातही चंद्राचं प्रतिबिंब दिसत होतं. ते बघितलं, अन् रामदासाच्या चेहऱ्यावर हसू उमटलं. तशाच प्रसन्न मन:स्थितीत तो गुहेत परतला. आपला किंचित ओलसर असलेला पंचा पसरून त्यानं त्यावर अंग टाकलं. त्या शीतल स्पर्शानं त्याला बरं वाटलं. त्या स्पर्शाच्या अनुभूतीतच त्याला झोप लागली. जांब गावातून रामाच्या दर्शनाच्या ध्यासानं गाव सोडून निघालेलं ते बारा वर्षांचं पोर टाकळी गावाजवळच्या एका कपारीतल्या गुहेत शांतपणे निजलं.

चंद्राचे किरण गुहेत डोकावत होते. जणू या पोराचं आणि महाराष्ट्र भूचं भविष्य वाचत होते.

भल्या पहाटे रामदासाला जाग आली. आता तप:साधनेला सुरुवात करायची होती; पण तत्पूर्वी एकदा सगळ्या परिसराचं निरीक्षण करायचं होतं. गाव नजरेखालून घालायचा होता. रामदासानं बाहेर येऊन बघितलं. अजून पूर्व दिशा उजळलीसुद्धा नव्हती. त्यानं समोर नजर टाकली. नदीचं पाणी संथ वाहत होतं. कपारीवरून थोडंसं पुढं जाऊन त्यानं थेट नदीत उडी मारली. कोमट पाण्याचा

तो उबदार स्पर्श त्याला सुखावून गेला. बराच वेळ तो डुंबत होता. पूर्व दिशा उजळायला लागली, तसा तो पोहत थोडा घाटाजवळ आला. खडबडीत पायऱ्यांचा, पायऱ्या कसल्या, पाय ठेवण्याचा तो घाट होता. तिथून माणसांची वर्दळ होत असावी. त्या घाटापासून थोडं आतल्या बाजूला नदीच्या पात्रात कमरेएवढ्या पाण्यात तो उभा राहिला. तिथून पूर्व क्षितिज स्पष्ट दिसत होतं. लालसर रंगाची उधळण सुरू झाली होती. तिथंच उभा राहून त्यानं पूर्वेकडं तोंड केलं. ओंजळीत पाणी घेतलं आणि त्यानं गायत्रीचा जप सुरू केला. त्याचा खणखणीत आवाज नदीच्या पात्रावर उतरून पाण्यावर उमटणाऱ्या तरंगांवर प्रतिध्वनित व्हायला लागला. त्या तरंगांसोबतच तो ध्वनिनाद नदीच्या दोन्ही काठांपर्यंत पोहोचला. तिथं धडका मारून तो ध्वनी पुन्हा पात्राकडे परत फिरला. गायत्रीच्या त्या मंत्रानं संगमाचं ते पाणी तरंगांचा फेर धरून नाचायला लागलं.

"ॐ भू भुर्वस्व: तत्सवितुर्वरेण्यम्।
भर्गो देवस्य धीमही धियो योन: प्रचोदयात्॥"

प्राचीवर सूर्यनारायण दाखल झाला. उच्च स्वरात केलेली आपली स्तुती आणि त्या तालावर नाचणारे नदीच्या पाण्यावरचे तरंग बघून तो अति प्रसन्न झाला. गायत्रीचा जप करणाऱ्या रामदासाला मात्र याची काहीच कल्पना नव्हती. सूर्यकिरण तप्त झाले तशी त्याला त्याची जाणीव झाली, अन् तो पाण्यातून बाहेर आला. तसाच ओलेत्या अंगानं तो कपार चढून वर आला. सूर्योपासना झाली होती.

गुहेजवळ येऊन तो थांबला. गुहेजवळची एक हातभर सपाट जागा बघून त्यानं व्यायामाला सुरुवात केली. दंड, बैठका, सूर्यनमस्कार असं सगळं करून झाल्यावर तो तिथं पद्मासन घालून बसला. बराच वेळ प्राणायाम केल्यावर त्यानं कपालभाती करायला सुरुवात केली. त्या धुनीवाल्या साधूनं त्याला आवर्जून ही कपालभाती करायला लावली होती. खरंतर त्याच्या बाबांनी अगदी लहानपणीच त्याला शिकवली होती; पण दांडगेपणा करणाऱ्या पोरवयाच्या नारायणाला असले बैठे व्यायामप्रकार आवडायचे नाहीत. म्हणून तो करत नसे. त्या धुनीवाल्या साधूनं त्याला सगळं समजावून सांगितलं, तेव्हापासून दंड, बैठका, सूर्यनमस्कार याबरोबरच तो प्राणायाम आणि कपालभाती झाल्यावर आसनं करू लागला होता. आधीच लवचिक असलेलं त्याचं शरीर योगासनांमुळं तर आणखीच लवचिक झालं होतं. कदाचित सततचं सरसर झाडावर चढणं, उतरणं, सूरपारंब्या खेळणं यामुळंही झालं असावं. आता तर ते कसंही वळत होतं. विशेष म्हणजे या सगळ्या व्यायाम प्रकारांनंतर रामदासाला मोठं प्रसन्न वाटायचं. एक वेगळाच

आनंद व्हायचा त्याला. आज तर तो फारच प्रसन्न होता. आपलं ध्येय साध्य करण्यासाठी त्याला जागा सापडली होती. सगळ्या प्रकारचा व्यायाम झाला, तसा रामदास तिथून उठला आणि गुहेच्या तोंडाशी छतावरून पडणाऱ्या पाण्याच्या धारेखाली सरळ जाऊन उभा राहिला. डोंगर कपारीतून पडणाऱ्या त्या पाण्याची शीतल धार व्यायाम करून तापलेल्या शरीरावर पडल्यावर त्याचं सर्वांग शहारलं. त्या धारेखाली मन:पूत सचैल स्नान केल्यावर तर त्याला अधिकच प्रसन्न वाटायला लागलं.

आता त्यानं गावात फेरफटका मारायचं ठरवलं. त्यात दोन उद्देश होते. एक तर गावाची माहिती करून घ्यायची होती आणि पोटापाण्याची काहीतरी व्यवस्था करायची होती. त्यानं लंगोटी सोडून कौपीन बांधली. अंगावर रामनामाचं ते वस्त्र घेतलं. कपारीवरून टणाटण उड्या मारत तो घाटावर आला. घाटावर काही स्त्री-पुरुष पाणी भरत होते. कपडे धूत होते. घाटापासून जरा दूर पाऊलभर पाण्यात उभं राहून कुणी म्हशी धूत होते. कपारीवरून उड्या मारत आलेल्या रामदासाकडं त्यातल्या एकीचं लक्ष गेलं. डोईवरची घागर उचलून ठेवता ठेवता तिला रामदास दिसला.

"अगं बाई? ह्यो कुनीतरी नवीन बालयोगी गावात आलेला दिसतोया!"

ती नवलानं उद्गारली. तिच्या या उद्गारासरशी सगळ्यांचं लक्ष रामदासाकडं गेलं.

"कुनीतरी बालयोगीच दिसतोय! पर काय तेज हाय चेहऱ्यावर!"

दुसऱ्यानं अनुमोदन दिलं. "आनी वय पन न्हान दिसतंय. पर तोंडावर तेज मातुर मोठ्या मानसासारखं हाये. अजून दूध प्यायचं वय हाय पर साधू बनलाय जनू!"

आणखी एक बाई म्हणाली आणि ते ऐकून तो म्हशी धुणारा माणूस रामदासाच्या जवळ आला. नमस्कार करून म्हणाला,

"महाराज, वाईच थांबा. म्हशी धुऊन झाल्यात. वाईच दूध काढून देतो. तेवढं प्या आनी मग जावा म्हणं!"

असं रामदासाला सांगून त्यानं मागं वळून एका बाईला हाक मारली, "अक्का, तुझ्या भांड्यात एखादा गडवा न्हाई तर लोटकं असलं तर दे की. महाराजास्नी लगोलग दूध काढून देतो."

त्या बाईनं लगेचच एक गडू स्वच्छ घासून त्याच्याकडं दिला. त्या माणसानं म्हशी काठावर आणल्याच होत्या. त्यानं त्या गडूत म्हशीची धार काढून तो गडू भरून दूध रामदासाच्या हातात दिलं. फेसाळल्या त्या निरशा दुधाकडं विस्फारलेली एक नजर टाकून रामदासानं तो गडू घेतला. त्या माणसाकडं एक कृतज्ञतेची

नजर टाकून त्यानं तो गडू तोंडाला लावला. व्यायामानं भुकेजल्या पोटाला ते दूध अमृतासारखं लागलं आणि लाभलंसुद्धा. एका दमात ते दूध संपवून तो गडू नदीच्या पाण्यानं धुऊन त्यानं त्या बाईला परत दिला. जाता-जाता त्या माणसाकडं पुन्हा एकवार आभाराचा कटाक्ष टाकून, त्या माणसासोबत असलेल्या म्हशीच्या कपाळावर त्यानं थोपटल्यासारखं केलं. जणू त्या म्हशीचेही रामदासानं आभार मानले आणि तो भरभर पावलं टाकत गावाच्या दिशेनं चालू लागला. त्याच्या पाठमोऱ्या आकृतीकडं बघत तो माणूस म्हणाला,

"अक्का, या महाराजाचं पानी काय येगळंच दिसतंय. अगं, माझ्या या दोघी म्हशी कुना अनोळखी मान्साला जवळसुदिक यिऊ देत न्हाईत. लगीच शिंगं काढत्यात. आनी या बहाद्दरानं त्यांच्या कपाळावर थोपटलं तर यानी काय सुदिक केलं न्हाई. ह्यो कुनीतरी मोठा महाराज दिसतोया."

त्याच्या या बोलण्यावर सगळ्यांनी भारावून मान डोलावली. आपल्याबद्दल चाललेल्या या चर्चेबद्दल अनभिज्ञ असलेला रामदास मात्र टाकळी गावात प्रवेश करत होता.

टाकळी, नंदिनी नदीच्या काठावरचं. नंदिनी-गोदावरीच्या संगमानं पावन झालेलं. गर्द झाडीनं वेढलेलं, शांत असलेलं, कोलाहलापासून लांब, पन्नास-साठ उंबरठ्यांचं, गुण्यागोविंदानं नांदणारं, कामकऱ्यांचं, कष्टकऱ्यांचं टुमदार गाव – टाकळी. त्या गावाच्या दर्शनानंच रामदास त्या गावाच्या प्रेमात पडला. हेच ठिकाण. हेच ते ठिकाण, जे आपण शोधत होतो. याच ठिकाणी आपण आता वास्तव्य करायचं. याच ठिकाणी तप:साधना करायची. इथून तर नाशिक जवळच आहे. आपल्याला कधीही रामरायाला भेटायला जाता येईल. गाव तसं भलं दिसतंय. भाबडं दिसतंय. आपल्या पोटापाण्याचीपण काहीतरी सोय लागेल. गावात फिरून गावाचं निरीक्षण करता करता रामदास विचार करत होता. गोदावरीच्या तीरावरून येताना त्याची दृष्टी एका गर्द झाडीकडं वळली होती. त्या गर्द झाडीच्या मध्यात चार भिंतींचं बांधकाम दिसत होतं. गावातून फिरून झाल्यावर रामदास एका घरासमोर थांबला. बऱ्यापैकी मोठं घर होतं ते. ऐसपैस अंगण होतं. अंगणात एका बाजूला गोधन होतं. अंगणात तुळशीवृंदावन होतं. रामदास दाराशी उभा राहिला.

"माई, भिक्षा वाढ गं!"

त्याची हाक आतपर्यंत ऐकू गेली असावी. एक स्त्री बाहेर आली. बारीक डोळे करून रामदासाकडं बघून म्हणाली,

"कोण रं पोरा तू? नवीन दिसतोयास गावात! कुटनं आलाईस? बामनाचा दिसतोयास!" त्या बाईनं एकापाठोपाठ एक प्रश्न विचारले.

“होय माई! मी या गावात नवीन आहे. नाशिकहून आलो आहे. ब्राह्मणाचा आहे. इथं तप:साधना करायसाठी आलो आहे. आता इथंच राहणार आहे, काही वर्षं तरी. रामाचा भक्त आहे म्हणून माझं नाव रामदास!” तिच्या प्रत्येक प्रश्नाचं लाघवी स्वरात रामदासानं उत्तर दिलं. त्या बाईच्या डोळ्यांत कौतुक उमटलं. एवढ्या लहान वयात एवढा मोठा विचार?

“थांब पोरा!” असं म्हणत ती आत गेली. बाहेर आली, तेव्हा तिच्या हातात पत्रावळ होती. तीत भाताचं मोठं ढेकूळ, दोन भाकरी, मेथीची भाजी आणि भाताच्या ढेकळावर घातलेली आमटी असं जेवण होतं. आपल्या दुसऱ्या हातातली पत्रावळ त्यावर झाकून तिनं ते सगळं रामदासाच्या हातात दिलं आणि डोईवरचा पदर सावरत ती त्याच्या पाया पडली.

“अहो माई, हे काय करताय?” रामदास संकोचून म्हणाला.

“अरं लेकरा, तू तर साधू दिसतोयस कुणीतरी. इतक्या न्हानग्या वयात तप करणारा हायस. त्यात तू बामनाचा. मंग तुझ्या पाया पडायचं पुन्य घिऊ दे की मला.”

रामदासच्या पाया पडण्याचं सयुक्तिक कारण तिनं सांगितलं. क्षणभर रामदास गोंधळून गेला. अशा वेळी काय म्हणतात हेही त्याला माहीत नव्हतं. त्याला एकदम आठवलं, त्याची वहिनी, श्रेष्ठांची पत्नी त्यांच्या बाबांपुढं नमस्कारासाठी वाकली तेव्हा ते म्हणाले होते,

“अखंड सौभाग्यवती भव ।”

रामदासाच्या चेहऱ्यावर प्रसन्नता उमटली. “अखंड सौभाग्यवती भव!” तो म्हणाला. त्याचं बोलणं ऐकून ती स्त्री आनंदित झाली. समाधानानं रामदास तिथून बाहेर पडला.

तो तिथून बाहेर पडला; पण झालं असं की, अन्नानं भरलेली ती पत्रावळ हातातून सांभाळत गावाबाहेर नेईपर्यंत त्याला फार कसरत करावी लागली, तेव्हा त्याच्या लक्षात आलं की जर आता यापुढं माधुकरीच मागायची असेल, तर ती माधुकरी घेण्यासाठी आपल्याकडं झोळी पाहिजे. म्हणजे उद्या माधुकरी मागायला जाण्याआधी झोळीची व्यवस्था केली पाहिजे. या विचारातच तो ती पत्रावळ सांभाळत गावाबाहेर पोचला.

नदीकाठावर गर्द झाडीतलं ते बांधकाम– थोडंसं पडकं, थोडंसं धडकं – त्यानं बघितलं होतं. ती पत्रावळ घेऊन तो थेट तिथं गेला. पहाटे उठलेला, मन:पूत व्यायाम केलेला, नदीत उभा राहून सूर्याला अर्घ्य देऊन, योगासनं केल्यावर प्रसन्न मन:स्थितीत गावाचं निरीक्षण करायला निघालेल्या त्या पोरवयाच्या रामदासाला आता सूर्य माथ्यावर तळपायला लागल्यावर खरोखरच भूक लागली

होती. अवघं बारा वर्षांचं वय होतं त्याचं. आता समोर अन्न होतं. ते कधी एकदा आपण खाऊ, असं त्याला झालं होतं. तो खायला सुरुवात करणार, तोच 'सावधान, संन्याशाला इतकी असोशी बरी नव्हे' त्याच्या मनानं इशारा दिला, आणि रामदासाचा हात थांबला. त्यानं ती पत्रावळ तशीच झाकून ठेवली. आरापारा नजर टाकली. ती जागा म्हणजे एखादी मठी असावी. भिंतींची पडझड झालेली होती; पण त्यातल्या त्यात छत शाबूत होतं. त्या मठीत सगळीकडं कचरा होता. पालापाचोळा, शेण-विष्ठा, कचरा असं सगळं होतं.

"आपण श्रीरामाचे भक्त आणि आपण अशा अस्वच्छ जागेत बसून त्या अन्नब्रह्माचं सेवन करायचं? हे आपल्याला शोभत नाही."

तो उठला. बाहेर जाऊन झाडाच्या दोन फांद्या तोडल्या. ती मठी सगळी झाडून काढली. दडादडा धावत जाऊन, नदीवर पाणी भरायला आलेल्या एका माणसाकडनं थोड्या वेळासाठी त्यानं माठ मागून घेतला. नदीचं पाणी त्यात भरून घेऊन त्यानं दोन माठ आणून त्या मठीत ओतले. त्याच फांद्यांनी ते पाणी सगळीकडं पसरून त्यानं सगळी मठी स्वच्छ धुऊन घेतली. आता त्याला कसं प्रसन्न वाटायला लागलं. या सगळ्या स्वच्छतेत तासभर तरी गेला. त्यानंतर तो त्या स्वच्छ जागेत ती पत्रावळ घेऊन जेवायला बसला.

त्याच्या मनाला त्यानं स्वत:च संयम शिकवला होता. स्वत:च स्वत:ला ज्ञान दिलं होतं. शिकवण दिली होती– संयमाची, विवेकाची. जी त्याच्या संन्यस्त जीवनाला आत्यंतिक गरजेची होती. आयुष्यातला एक फार मोठा धडा त्यानं गिरवला होता. तोही आपापला. आता यापुढं असंच तर शिकायचं होतं. ज्ञान संपादन करायचं होतं. संन्यस्त जीवन जगायचं होतं. संन्यस्त जीवनाचा पहिला धडा आज त्यानं गिरवला होता. तोही पक्का. इतका पक्का की कधीही विसरता न येण्यासारखा. पोटातली आतडी भुकेनं तळमळत असताना, त्या तळमळण्यावर संयत नियंत्रण ठेवणं, तेही अन्न सोबत, समोर असताना आणि तेही पोरवय – सतत काहीतरी खात राहण्याचं वय – असताना. समोरच्या अन्नाकडं बघूनसुद्धा मनावर, भावनेवर संयत नियंत्रण ठेवणं, तेही बारा वर्षांच्या पोरानं, हे सोपं नव्हतं. फार मोठी कसोटी होती ती. कदाचित रामदासाच्या संन्यस्त जीवनातली पहिली अवघड परीक्षा. पहिला मोहाचा क्षण; पण रामदासानं त्या क्षणांवर विजय मिळवला होता. जणू त्यानं भुकेवर मात केली होती.

रामदासाचं जेवण झालं. ते अन्न खाऊन पोट तर भरलंच होतं; पण संयमाचा पहिला धडा यशस्वीपणे गिरवल्यामुळं मनही भरलं होतं. रामदास प्रसन्न होता. त्याचं जेवण होईपर्यंत मठीची जमीन वाळली होती. आता मठी स्वच्छ दिसत होती. चैत्राचं ऊन होतं ते. जरी ती मठी झाडीत असली आणि

सूर्याचे प्रत्यक्ष किरण आत येत नसले, तरी हवेत उष्मा होताच. त्या उष्म्यानंच जमीन वाळली होती. रामदासानं एकदा मठीवर चौफेर नजर टाकली. आता जर इथंच राहायचं असं ठरलं, तर मठीची थोडी डागडुजी करावी लागणार होती. आत्ता नाही; पण पावसाळ्यात मात्र अडचण होणार होती. "करू हळूहळू! पावसाळ्याला अजून दोन महिने आहेत!" रामदासानं विचार केला. तो मठीच्या बाहेर गेला. मठीचा सगळा भवताल त्यानं फिरून बघितला. चारी बाजूला अस्वच्छता होती. मठीच्या भोवतालची जागाही थोडी थोडी साफ करून घ्यावी लागणार होती. रामदासाची नजर भोवतालच्या झाडीवर भिरभिरत होती. "वा: सापडलं!" तो स्वत:शी आनंदानं उद्‌गारला. मठीपासून थोड्या दूर अंतरावर एक नारळाचं झाड दिसत होतं. बरंचसं वाळलं होतं, 'पाण्याअभावी! दुसरं काय?' रामदासाच्या मनात आलं. त्या झाडाच्या दोन-चार वाळलेल्या झावळ्या झाडाच्या पायगती पडल्या होत्या. ते बघूनच रामदासाचे डोळे चमकले. तो तरातरा चालत गेला. त्या चार झावळ्या त्यानं चार खेपा घालून ओढत आणल्या. मठीच्या दाराशी टाकल्या. एवढं होईपर्यंत संध्याकाळ होत आली. सूर्य उतरणीला लागला. आता तो क्षितिजापार गेला की अंधार पडणार होता.

सूर्य क्षितिजाला टेकला आणि रामदासाला हाका ऐकू आल्या–

"बालयोगी महाराज ऽऽ! ओ बालयोगी महाराज ऽऽ! अवं साधू महाराजऽऽ! कुठं हाईसा?"

आधी रामदासाला कळेचना, कोण कुणाला हाका मारतंय; पण जेव्हा 'बालयोगी महाराज' असं ऐकायला आलं तेव्हा त्याला वाटलं की आपल्यालाच कोणीतरी हाक मारतंय. हाका जशा जवळून ऐकू येऊ लागल्या, तशी त्याला तो आवाजही ओळखीचा वाटायला लागला. पुन्हा हाक ऐकू आली, तसा रामदासानं प्रतिसाद दिला.

"मी इथं आहे! कोण हाका मारतंय?" त्याच्या प्रतिसादाच्या आवाजाचा कानोसा घेत तो हाका मारणारा मठीजवळ आला.

"अवं बालयोगी महाराज! हितं हाईसा व्हय तुम्ही? कवाधरनं हुडकतोय तुमास्नी!" तो हाक मारणारा माणूस पुढं येऊन म्हणाला.

'अरे! हा तर सकाळी नदीकाठी म्हशी धुणारा, आपल्याला दूध प्यायला दिलेला माणूस!' रामदासानं ओळखलं.

"काय काका? काही काम होतं का?" रामदासानं विचारलं. तोच तो माणूस पुढं झाला. रामदासाच्या पाया पडला. त्याच्यासोबत आणखी दोन-चार गावकरी होते. तेही रामदासाच्या पाया पडले. रामदासाला कळेना हे काय चाललंय? तो 'अहोऽऽ अहो काकाऽ' म्हणत पाय मागे घेत राहिला तोच तो

माणूस म्हणाला,

"महाराज, तुमी कुनीतरी लयीच ज्ञानी हाईसा बघा. अवं, सकाळी तुमास्नी दूध दिलं आनी तुम्ही म्हशींच्या कपाळावरनं हात फिरवलासा. नंतर म्या घरी गेलो. चारापानी केलं. मग दिसभर शेतावर गेलो. आता सांजच्याला घरी यिऊन धार काढाग बसलो तर काग? अनं कासंडी भरली तरी दूध संपंना. एक सोडून दोन घागरी भरून दूध दिलं की दोघींनी. म्हाराज, आजपातुर कधीच इक्तं दूध दिलं नव्हतं माझ्या म्हशींनी. हा समदा तुमचा हातगुण हाये बघा. म्हनूनशान तुमास्नी भेटाय आलो. मी केरू, हा भैरू आनी हा वाल्या. त्याच दुधातलं वाईच तुमास्नी घिऊन आलोया. तेवढं गोड मानून घ्या महाराज." तो केरू म्हणाला. त्यानं रामदासाच्या हातात दुधाची लोटी दिली. चांगलं शेरभर दूध असेल ते. रामदासाला काय करावं, काय बोलावं सुचेना. त्या केरूनं नाही/होय म्हणायला जागाच ठेवली नव्हती. रामदासानं ती लोटी घेतली आणि क्षणभर तसाच उभा राहिला. तोच तो दुसरा माणूस भैरू म्हणाला,

"महाराज, प्या की दूध! अवं, दूध प्यायचंच वय हाय तुमचं. प्या म्हनं!"

रामदासानं मूकपणानं मान हलवली आणि ती लोटी घेऊन तो मठीत गेला. पाठोपाठ ती तिघे मठीत आली. ती स्वच्छ केलेली मठी बघून तिघांचे डोळे विस्फारले.

"महाराज, या पडक्या घराचं तुमी पार रुपडंच बदलून टाकलंसा की!" भैरू म्हणाला, तोच वाल्या बाहेरून आत आला. भैरूला बोलावून बाहेर घेऊन गेला. रामदास मांडी घालून लोटकी घेऊन खाली बसला. एक नजर तिथेच उभ्या असलेल्या केरूकडं टाकून त्यानं ती लोटकी तोंडाला लावली. केरूच्या डोळ्यांतून अश्रू ओघळायला लागले. रामदास शांतपणे बसून दूध पीत होता. भैरू आणि वाल्या मठीच्या बाहेर होते. रामदासानं दूध संपवून लोटी खाली ठेवली. त्या लोटीला अन्नपूर्णा समजून हात जोडले. तोच बाहेरून सर्रऽऽऽ! सर्रऽऽऽ! असा आवाज यायला लागला. केरू आणि रामदास एकदमच बाहेर धावले. तर काय? रामदासानं आणून टाकलेल्या त्या नारळाच्या झावळ्यांच्या काड्या काढून, त्याचे दोन खराटे बनवून, भैरू आणि वाल्या मठीच्या भोवतालची जागा झाडून काढत होते. बघता-बघता चारी बाजूची अंकणभर जागा त्यांनी स्वच्छ केली. रामदास हात जोडून उभा होता. ती तिघंही रामदासाच्या पाया पडली.

"प्रभू रामचंद्राचा सेतू बांधून पूर्ण कसा झाला असेल याची मला कल्पना आली" रामदासाचे हे उद्‌गार ऐकून तिघांनाही आनंद झाला. खराटे बाजूला ठेवून "उद्या सकाळच्याला लवकर येतो." असं सांगून तिघं गेले. ते गेले त्या दिशेकडे रामदास अश्रूभरल्या नेत्रांनी बघत राहिला. ते तिघे जणू रामरायाचे सखे होते.

अंधार पडला. गर्द झाडीमुळं तो अंधार त्या मठीत अधिकच गहिरा वाटत होता. रामदास मठीच्या बाहेर त्या लोकांनी स्वच्छ केलेल्या अंगणात बसला होता. गर्द झाडीत काजवे लुकलुकत होते. त्यांचा चमकणारा प्रकाश त्या अंधारात रामदासाची सोबत करत होता. मुळात लहानपणापासून रामदास निडर, बेडर. भीती म्हणून त्याला कसली वाटायची नाही. त्या जांब गावात पार झाडाच्या वरच्या शेंड्यापर्यंत चढून जाणारा म्हणून तो प्रसिद्ध होता. तर नदीच्या डोहात मगरी असतील या भीतीनं जिथं मोठी माणसं पाण्यात उतरायला घाबरायची, तिथं रामदास न भिता सूर मारायचा. आता इतका प्रवास एकट्यानं केल्यावर तर तो आणखीच बेडर, निडर बनला होता. त्या मठीच्या अंगणात गहिऱ्या अंधारात बसून रामदास विचार करत होता. ‘आपण इथं राहायचं की त्या कपारीतल्या गुहेत? तप:साधना कुठे करायची? ज्ञानसाधना कुठे करायची? आपल्या मनात असलेल्या ध्येयाप्रत पोहोचण्यासाठी कुठं राहणं योग्य ठरेल? इथं या मठीत राहिलो तर गावाशी, गाववाल्यांशी संपर्क राहील. भक्ती आणि शक्तीची बीजं त्यांच्या अंत:करणात आपल्याला रुजवता येतील. माधुकरीचाही प्रश्न सुटेल. व्यायामही होईल. नदीत पोहणं, स्नान-संध्या याचाही प्रश्न सुटेल; पण इथं राहिलो तर तप:साधना करता येणार नाही. लोकांची सतत ये-जा राहील. काय करावं? हे सगळं साध्य करण्यासाठी नक्की कुठं राहावं? यातून कसा मार्ग काढावा? रामदासाला काही सुचेना. दोन्ही गोष्टी तर साध्य करायच्या होत्या. रामरायाला तर भेटायचं होतंच; पण कसं? रामदासाला उत्तर मिळत नव्हतं. अंधार अधिकच गहिरा झाला. शेवटी विचार करून थकलेला रामदास उठून मठीत गेला. दिवसभर इतकी दमणूक होऊनही त्याला झोप लागेना. प्रश्नांची उत्तरंही मिळेनात. त्यानं रामरायाचा धावा करायला सुरुवात केली. त्याला भेटावं

असं वाटायला लागलं.

श्रीरामचंद्रा करुणासमुद्रा । ध्यातो तुझी राजसयोगमुद्रा ।
नेत्री न ये रे तुजवीण निद्रा । कै भेटसी बा मजला समुद्रा ।।

रामरायाला तो आळवत राहिला. त्या एकांतात, मनाच्या त्या उत्कट अवस्थेत रागरायाच्या दर्शनाची, भेटीची तीव्र आस लागली असताना त्याला शब्द सुचत गेले. रामदास ते गुंफत गेला. मनाजोगतं लिखाण झालं. तो नुसताच त्याचा विचार करत होता आणि त्या विचारातच त्याला झोप लागली. अंधार अधिकच गहिरा होत गेला. सोबत रामदासाची झोपसुद्धा. झाडावर आपापल्या घरट्यात बसलेले पक्षिगण मात्र एकमेकांना सांगत होते, ''बघ तरी पोर कसं दमून निजलंय!''

मठीच्या पडक्या भिंती आणि छतसुद्धा निजलेल्या रामदासाकडं कौतुकानं बघत होते. हा कोण कुठला पोर आला आणि आपला उद्धारकर्ता झाला. हा आता इथंच राहिला, तर आपल्याला चांगले दिवस येतील.

हे सगळं ज्याच्याबद्दल चाललं होतं तो रामदास मात्र गाढ निजला होता. अगदी गाढ. रात्रीचा चौथा प्रहर. पक्ष्यांची किलबिल सुरू झाली आणि रामदासाला जाग आली. डोळे चोळत तो उठून बसला. क्षणभर! दुसऱ्या क्षणी तो जागचा उठला. मठीतून बाहेर आला. बाहेर अजून उजाडलंही नव्हतं; पण रामदासाला थांबून चालणार नव्हतं. त्या गर्द झाडीतून तो बाहेर आला. नदीचं पाणी अंधारलेलं होतं. चंद्राचं प्रतिबिंब पाण्यात पडलं होतं तेवढंच पाणी चमकत होतं. रामदास अंदाजानं पायठा[८] (घाट) उतरून पाण्यात शिरला. दोन डुबक्या मारून तो वर आला. समोर पायठ्यावर एक पाणपक्षी चोचीत काडी धरून बसला होता. तिथून तो उडाला आणि नदीत डोकं वर काढलेला एक दगड होता त्यावर येऊन बसला. तिथून क्षणात पाण्यात डुबकी मारून त्यांनी आपले पंख भिजवले आणि पाण्यातून वर येऊन पुन्हा पायठ्यावर जाऊन बसला. असं त्यानं दोन-तीनदा केलं. नंतर उडून तो झाडीकडं गेला. त्याची ही हालचाल पाण्यावर पोटावर तरंगत रामदास बघत होता.

''बघतोस काय? तो इवला पक्षी जर दोन्ही ठिकाणी राहून दोन्ही ठिकाणी वावरू शकतो, तू तर माणूस आहेस! तुला कुणी सांगितलं की तू एकाच ठिकाणी राहायला पाहिजेस म्हणून? तू वेळेचं नियमन कर. वेळेचं नियमन केलंस की तू त्रिखंडात संचार करू शकतोस.''

रामदासाच्या मनानं त्याला जणू कौल दिला. रामदासाला कालच्या प्रश्नाचं उत्तर मिळालं.

"अरे, खरंच की! आपण दोन्हीकडं राहू शकतो. आपण आपल्या मनाचे आणि वेळेचे राजे आहोत. जेव्हा लोकसंपर्क साधायचा असेल, तेव्हा आपण या मठीत येऊन राहायचं आणि तप:साधना करायची असेल, तेव्हा त्या गुहेत मुक्काम करायचा. यातून दोन्ही गोष्टी साधल्या जातील. गावाशी, पर्यायानं लोकांशी संपर्क राहील आणि तप:साधनेबरोबरच ज्ञानसाधनाही होईल. रामदासाला आनंद झाला. एक मोठं कोडं सुटलं होतं. त्याच आनंदात तो नदीतून बाहेर आला. मठीत आला. तिथं येऊन क्षणभर विसावा घेऊन त्यानं व्यायामाला सुरुवात केली. दंड, बैठका, जोर, सूर्यनमस्कार हे सगळं करून झाल्यावर तो पद्मासन घालून बसला. त्यानं प्राणायाम करायला सुरुवात केली. प्राणायाम झाल्यावर, कपालभाती आणि योगासनं होईपर्यंत पूर्व क्षितिज उजळायला लागलं. त्याचा व्यायाम झाला होता. तो उठला. पुन्हा नदीकडं गेला. नदीत सूर मारून त्यानं घामेजलेलं अंग शांतवलं. तोवर पूर्व दिशा उजळली. रामदास पूर्वेकडं तोंड करून कमरेएवढ्या पाण्यात उभा राहिला आणि त्यानं गायत्रीचा जप करत सूर्याला अर्घ्य द्यायला सुरुवात केली. गायत्रीची एकशे आठ आवर्तनं होईपर्यंत तो पाण्यातच उभा होता. जवळपास तास-दीड तास पाण्यात उभा राहून त्यानं गायत्रीची आर्वतनं केली. त्याचं मन शांतवलं. तो पाण्याबाहेर आला. मठीकडं चालू लागला. वाटेतच त्याला केरू भेटला. तो रामदासासाठी दूध घेऊन आला होता. रामदासानं दूध प्यायला नकार दिला, तर केरू रडायला लागला. रामदासाच्या पायावर डोकं टेकवून म्हणाला,

"महाराज, असं म्हनू नगासा. तुमच्या किरपेनं माझ्या म्हैशी दूध चांगलं द्यायला लागल्याती. ह्यो तुमचाच प्रसाद हाय. तुमच्या आशीर्वादानं माझ्या घरात चार पैकं यायला लागल्यात. दोन लेकी हायत मला. त्यांची लग्नं करायची हायत. तुम्हासाठी दिलेलं दूध मी परत नेलं तर माझी कारभारीण मला लयीच रागवंल. न्हाई म्हनू नगा. हे एवढं दूध प्या."

केरूनं गयावया करत सांगितलं. रामदासाला नाही म्हणवेना. त्यानं ती दुधाची लोटकी घेतली आणि तोंडाला लावली. केरूच्या चेहऱ्यावर समाधान पसरलं. दूध पिऊन त्याच्या हातात लोटकी परत देऊन रामदास म्हणाला,

"काका, अहो मी संन्यासी. मग मला परत मायेच्या पाशात कशाला अडकवताय? रोज हे असं दूध घेऊन येऊ नका."

रामदासाचं बोलणं ऐकून केरूनं खाली मान घातली. म्हणाला,

"महाराज, न्हाई म्हनू नका. माझ्या लेकींचा दुवा लागंल तुमास्नी. एवढं उपकार करा या गरिबावर. मी एवढंच, एक लोटकी भरून दूध तुमास्नी देत जाईन. तेवढं तुमी घ्या म्हनं! मी आनी काय मागत न्हाई!"

केरूच्या स्वरात विनवणी तर होतीच पण केविलवाणेपणाही होता. त्या भिजल्या स्वरानं रामदासाचा विरोध गळून पडला. त्यानं काही न बोलता होकारार्थी मान हलवली. तो पुन्हा नदीकडं वळला. एव्हाना सकाळ झाली होती. सात वाजले असावेत. रामदासानं आजपासून नदीपात्रात उभं राहून पुरश्चरण करायचं ठरवलं होतं. नदी जवळ आल्यावर त्यानं श्रीरामाचं नाव घेऊन पाण्यात उडी घेतली. पोहत तो कमरेएवढ्या पाण्यात आला. तिथं आल्यावर त्या कमरेएवढ्या पाण्यात तो हात जोडून उभा राहिला. त्यानं श्रीरामाच्या तेरा अक्षरी मंत्रजपाला सुरुवात केली.

श्रीराम जय राम जय जय राम । श्रीराम जय राम जय जय राम ।
श्रीराम जय राम जय जय राम । श्रीराम जय राम जय जय राम ॥

रामदासाच्या त्या मंत्रोच्चारणाचा, त्या संजीवक मंत्राच्या आवर्तनांचा आवाज नदीच्या पाण्यावर पसरून राहिला. श्रीरामचंद्राच्या मंत्रस्पर्शानं पाण्याच्या अंगावर तरंगांचे रोमांच उमटले. सूर्यानं ते रोमांच बघितले. उत्सुकता वाटून त्यानं आपली किरणं पात्रावर पसरवली आणि त्या रोमांचांना सुवर्णलेप मिळाला. सूर्यकिरणांना धरून ते रोमांच त्या मंत्रध्वनींना घेऊन आकाशगामी झाले. अवघा आसमंत त्या मंत्रध्वनींनी भरून गेला. बघता-बघता ते मंत्रध्वनी पंचवटीला पोहोचले. हनुमंताच्या तीक्ष्ण कानांनी ते टिपले आणि रामरायापर्यंत पोहोचवले; पण त्याआधीच रामरायाला ते मंत्रध्वनी ऐकू यायला लागले होते. ते मंत्रध्वनी, तेरा अक्षरी मंत्राचं ते आवर्तन, किंचित कोवळा वाटणारा तो खणखणीत स्वर, आवाजातलं ते लाघव, उच्चारणातली शिस्तबद्धता, आमंत्रणातलं मार्दव, स्वरातून पाझरणारी ऋजुता सगळं सगळं रामरायानं ऐकलं आणि क्षणात ओळखलं,

"हा माझा रामदास! माझा प्रिय भक्त रामदास. यानं तप:साधनेला, पुरश्चरणाला सुरुवात केलेली दिसते. तरीच इथं माझ्याही अंगावर रोमांच उभे राहताहेत!" रामरायाच्या मूर्तीच्या चेहऱ्यावरची प्रसन्नता आणखी वाढली.

आपण आज देखणी पूजा बांधल्यामुळं प्रभू रामाचा चेहरा जास्त प्रसन्न दिसतोय की आपण आज समईतल्या वाती मोठ्या ठेवल्यानं त्याचा प्रकाश जास्त पडून आपल्याला तसा भास होतोय, की आपल्याला नुसताच भास होतोय हेच गुरवाला समजेना. हातातली धुपारती घेऊन, ती फिरवायची सोडून तो ती तसाच धरून उभा राहिला, कितीतरी वेळ.

कितीतरी वेळ गेला. जवळपास पाच तास उलटून गेले. रामदास अजून तसाच कमरेएवढ्या पाण्यात उभा होता. सकाळी सातला त्यानं पुरश्चरणाला सुरुवात केली होती. त्याचं ते पुरश्चरण ऐकतच सूर्य माथ्यावर आला. तरी रामदासाचं पुरश्चरण चालूच होतं. सूर्य माथ्यावर आला आणि रामदासाच्या

कानात कुणीतरी येऊन सांगितलं, ‘रामदास, आजचा मंत्रजप झालाय.’ तो आवाज कानी येताच रामदासानं डोळे उघडले. जोडलेले हात मोकळे करून चेहऱ्यावरून फिरवले. त्या हातांना चंदनाचा गंध येत होता. ‘हा चंदनाचा गंध कुठून आला?’ रामदासानं स्वत:लाच प्रश्न विचारला. त्याला उत्तर भलतीकडूनच मिळालं. तो जिथं पाण्यात उभा होता तिथून चार हाताच्या अंतरावर दोन बायका कपडे धुवत होत्या. रामदासानं पुरश्चरण संपवलं आणि जोडलेले हात मोकळे केले, ते त्या बायकांच्या लक्षात आलं.

“महाराजांचं ध्यान झाल्यालं दिसतंया!” त्यातली एक बाई म्हणाली,

“अगं, पंचवटीतली राम मंदिरातली पूजा झाली असंल ना? सूर्य माथ्यावर आला. आता मूर्तीला चंदनाचा लेप लावून पूजा केली असंल. चैत्राचं ऊन काय कमी असतंया व्हय? मग देवाला थंड वाटाय चंदन लावत्यातच की!” त्या दुसऱ्या बाईनं उत्तर दिलं. रामदास चमकला. आपल्या हाताला चंदनाचा गंध कुठून आला याचं उत्तर जरी त्याला मिळालं असलं, तरी ते चकित करणारं होतं. “इथून काही कोसावर असलेल्या पंचवटीत रामरायाला चंदनाचा लेप लावला जातो आणि त्याचा गंध आपल्या हाताला येतो काय? रामराया, तू सतत माझ्यासोबत आहेस याचे दाखलेच देतोस बघ. माझी तुझ्यावर भक्ती आहेच; पण तुझंही माझ्यावर प्रेम आहे याचीच ही ग्वाही आहे रामराया.” हा विचार मनात आला आणि रामदासाचा चेहरा उजळला. त्याचं पुरश्चरण – आजच्या दिवसाचं तरी– संपलं होतं. ते रामरायापर्यंत पोचलं होतं, याचीही ग्वाही मिळाली होती. रामदास पाण्यातून बाहेर आला. त्याला बघून त्या कपडे धुणाऱ्या दोघी बायकांनी त्याला नमस्कार केला. रामदासानं त्यांना विचारलं,

“माई, मला एक झोळी पाहिजे आहे. कुणी शिवून देईल का? तुमच्या ओळखीत कोणी आहे का?”

रामदासाचं पोरवय, मघापासून त्या बघत असलेलं त्याचं पुरश्चरण आणि विचारण्यातली त्याची आदब! त्यातली एक जण म्हणाली,

“दुसरं कुनी कशाला पायजेल? म्याच शिवून देतो की! तसं मी गोधड्या, वाकळा शिवतोच. मग झोळी शिवायला काय कठीण हाय? पर साधी, जाड्या-भरड्या किलतानाची चालेल ना तुमास्नी?” त्यातल्या एका बाईनं विचारलं. रामदास हसला. म्हणाला,

“माई, मी संन्यासी. मला किलतान काय आणि रेशीम काय सगळं सारखंच! मला चालेल. तुमचे हे उपकार...!”

“अवं, महाराज उपकार कसलं त्यात! तुमच्यासारख्या बालयोग्याची थोडीशी सेवा होतीया आमच्या हातनं! आमाला थोडं पुण्य मिळंल! मी सांजच्या पतुर

शिवून ठिवतो.'' रामदासाचं बोलणं मध्येच तोडत ती बाई म्हणाली.

आनंदानं मान डोलावत रामदास तिथून बाहेर पडला. व्यायाम झाला होता. गायत्रीचा जप झाला होता. पुरश्चरण झालं होतं. अजून अर्धा दिवस हाताशी होता. या वेळेचं काय करायचं याचंही नियोजन करायला हवं! रामदासाच्या मनात विचार आला. विचार करतच तो मठीवर पोचला. मठीजवळ गेताच त्यानं पाहिलं केरू आणि भैरू आले होते. वाल्याही होताच त्यांच्यासोबत. इतरही दोन-तीन जण होते. या सगळ्यांना बघून रामदास बुचकळ्यात पडला.

''काय काका? काही काम होतं का माझ्याकडे?'' रामदासानं विचारलं. त्याच्या विचारण्यात आपुलकी होती.

''महाराज, अवो या मठीची डागडुजी कराय आलो आहोत. मी आनी भैरू दोघंच येनार हुतो. पर ही तिघंबी मागं लागली, आमी बी येताव म्हणून. मग म्हटलं चला, एकाला चार हात असलं म्हंजी चांगलंच की!''

केरूनं सविस्तर उत्तर दिलं. रामदास काय बोलणार यावर? त्यानं मान डोलावली. त्यांचा होकार बघून ते पाच जण भराभर कामाला लागले. दोघांनी माती उकरली. एकानं नदीतून पाणी आणलं एकानं शेरभर चुना आणला. मातीत पाणी आणि चुना कालवून एकानं काला तयार केला. तोवर दोघांनी बांबूच्या पातळ कामट्या काढल्या. वाखानं त्या एकमेकींना छेद देत बांधल्या. दुसऱ्यानं तोवर आसपासचे दगड गोळा केले. बरेचसे दगड तर मठीच्या पडझडीतलेच होते. तेही आणले. कामट्यांची बांधीव चौकट उभी करून तिला आत-बाहेर त्या चुना मिसळून कालवलेल्या मातीनं लिंपून घेतलं. मग त्याला ते दगड लावले. असं करत त्या पाच-सात जणांनी मिळून त्या मठीची डागडुजी पूर्ण केली. आता मठीच्या चारही भिंती सुस्थापित होत्या. एका भिंतीला दाराची चौकट सोडलेली होती. छत तर आधीच धड होतं. तासा-दोन तासात त्यांचं हे काम पूर्ण झालं. दोन-अडीच अंकणाची ती मठी आता सुरक्षित आणि राहण्यास योग्य झाली. ऊन, वारा, पाऊस यापासून बचाव करण्यालायक झाली. काम संपवून ते चौघं-पाच जण रामदासाला नमस्कार करून परतले. क्षणभर रामदास त्या आपल्या नवीन वास्तव्याचं ठिकाण बघत राहिला. तोवर मध्यान्ह उलटून गेली होती. पोटात भुकेची जाणीव होताच रामदास माधुकरीसाठी निघाला.

पाच दारी भिक्षा मागून रामदास मठीवर परतला. मठीजवळ माणसाचं अस्तित्व बघून दोन भटकी कुत्री मठीच्या दाराशी आली. शेपूट हलवत उभी राहिली. रामदासानं त्यांना चार तुकडे टाकले आणि तो स्वत: जेवायला बसला. जेवण झालं. उरलेलं अन्न नीट झाकून ठेवून रामदास मठीच्या बाहेर येऊन बसला. 'व्यायाम, गायत्री आणि पुरश्चरण एवढ्यावरच थांबून चालणार नव्हतं.

ज्ञानसंपादनाचा आणि ज्ञानदानाचा काहीतरी विचार करायला पाहिजे. त्यासाठी इथंच जास्त गुंतून चालणार नाही. ज्ञानसाधना ही अशी या लहानशा गावात, या मठीत नुसतं बसून होणार नाही. ज्ञानसाधनेसाठी ग्रंथ अभ्यासले पाहिजेत. वाचले पाहिजेत. समजून, जाणून घेतले पाहिजेत. आधी आपण समजून घेऊन मग लोकांना सांगितले पाहिजेत. ग्रंथ वाचण्यासाठी मग नाशिकच गाठावं लागेल.' रामदास विचार करत होता. नाशिकला जाऊन ग्रंथ अभ्यासण्याचा त्याचा विचार पक्का झाला. तत्क्षणीच तो उठला आणि चालू लागला. त्यानं थेट नाशिकची वाट धरली. अधेमधे कुठेही न थांबता तो पंचवटीला आला आणि सरळ रामाच्या मूर्तीसमोर जाऊन उभा राहिला. दुपारची वेळ होती. मंदिरात फारसं कुणीच नव्हतं. कुणी एखादाच भाविक येऊन दर्शन घेऊन जात होता. रामदास थेट रामरायासमोर जाऊन उभा राहिला. हात जोडून म्हणाला,

"रामराया, ग्रंथ अभ्यासायचे आहेत रे! त्याशिवाय माझं ज्ञान कसं वाढणार? मला ग्रंथ कोण देणार? कुठं मिळणार? कसे मिळणार?" रामदास रामरायाला प्रश्न विचारत होता. उत्तर दिलं गुरवानं.

"तुला पोथ्या वाचायच्या हायेत? मग शंकर मठात जा की! तिथं माप ग्रंथ हायेत!" रामदास चमकला. गुरवाच्या तोंडून रामरायाच बोलला काय? त्यानं मान वळवून गुरवाकडं बघितलं. गुरव गाभारा झाडण्यात मग्न होता. रामदास समजला. रामरायाला नमस्कार करून तो तिथून बाहेर पडला. विचारत विचारत शंकर मठात आला.

आद्य शंकराचार्यांनी सातव्या-आठव्या शतकात स्थापन केलेल्या मठापैकी नाशिकचा हा शंकर मठ. यवन आक्रमकांच्या तावडीतून हा मठ सुटला; कारण त्या मठाच्या ग्रंथसंग्रहालयात कुराण शरीफसारखे इतर धर्मांचे ग्रंथही अभ्यासाला होते. शंकराचार्यांचा सर्व धर्मांचा अभ्यास होता. सध्या त्या मठात आचार्य ब्रह्मेश्वर शास्त्री हे काशीहून आलेले आचार्य म्हणून काम पाहत होते. रामदास शंकर मठात पोचला. ब्रह्मेश्वर शास्त्री काही साधकांना वेद शिकवत होते. ऋग्वेदाबद्दलची माहिती सांगून ऋग्वेदातील एकेक ऋचा घात-आघातांसह, आरोह-अवरोहांसह म्हणून दाखवत असत. त्यांचं हे कार्य दिवसभर चाले. रामदास शंकर मठात पोचला तेव्हा ते ऋग्वेदाबद्दल समोर बसलेल्या साधकांना माहिती सांगत होते. मोठा तेजस्वी चेहरा होता त्यांचा. वाणी शुद्ध आणि मधुर. समोर बसलेले साधक लक्षपूर्वक ऐकत होते. ते साधक वयानं रामदासाएवढेच, थोडेसे मोठे असतील. आचार्य ऋग्वेदातील मंडलांची माहिती सांगत होते. रामदास त्यांचं हिंदी भाषेतील विवरण तिथे उभा राहून लक्ष देऊन ऐकत होता.

"स्नातको, ऋग्वेद में कुल मिलाकर दस मंडल है। इनमें से दो से लेकर

सात तक के मंडल एक एक ऋषीकुल के है। दो क्रमांक का ऋषीकुल है गृत्समद, तीन का विश्वामित्र, चार का वाम देव, पाँच का अत्री, षट् का ऋषीकुल है भरद्वाज तथा सात का है वसिष्ठ! ये छह मंडल यही ऋग्वेद का गाभा है। इसमें कण्व इस ऋषीकुलके सूक्तोंको जोडकर आँठवा मंडल बनाया गया। नौंवा मंडल सोमदेव का है। इस मंडल में सोमयज्ञ के लिए आवश्यक सूक्तोकाही अंतर्भाव किया गया है। सोमयज्ञ यह आर्योंका भारत भूमी में प्रवेश करनेसे पहले उन्होंने अधिस्थापिक किया हुआ यज्ञ है। इस मंडल से ऋग्वेद में नऊ मंडल होते है। ऋग्वेद का दसवाँ मंडल यह कुछ समय के बाद ऋग्वेद से जोडा गया है। यह अनुमान इस दसवे सूक्त का अभ्यास करनेपर लगाया जा सकता है।''

असं शिकवून झाल्यावर आचार्यांनी प्रश्न केला,

''क्या आपमें से कोई बता सकता है कि ये दसवाँ मंडल अलग होने का अनुमान कैसे लगाया गया?''

ते समोर बसलेले साधक एकमेकांकडे पाहत उत्तर आठवण्याचा प्रयत्न करत होते तोच दाराजवळ उभा राहिलेला रामदास म्हणाला,

''आचार्य, क्या मैं इसका उत्तर दे सकता हूँ?''

सगळ्यांच्या माना त्याच्याकडे वळल्या. आचार्यांनी बघितलं. बारा-तेरा वर्षांचं एक कौपीन नेसलेलं पोर मठाच्या दाराशी उभं राहून विचारत होतं. आचार्यांना नवल वाटलं. ''भीतर आओ बालक!'' त्यांनी सांगितलं. रामदास आत गेला. आचार्यांच्या चरणावर मस्तक ठेवून त्यानं आचार्यांना प्रणाम केला.

''कौन हो बालक तुम? क्या इस प्रश्नका सही उत्तर जानते हो?''

आचार्यांनी विचारलं. त्यांच्या स्वरातून वात्सल्य ओसंडत होतं. त्या स्वरानं रामदासाला आश्वस्त केलं.

''मैं राम का दास हूँ आचार्य! रामदास है मेरा नाम! मैं इस प्रश्नका उत्तर देनेका जरूर प्रयास करना चाहता हूँ। अगर आप अनुमती दे।'' अत्यंत विनम्रपणे आचार्यांना रामदासानं विचारलं.

''बालक, क्या हैं इसका उत्तर? विस्तार से बताओ।''

आचार्यांनी जणू आदेश दिला. रामदासानं मान झुकवली. साधकासमोर उभा राहिला. एक नजर आचार्यांकडे टाकून नजरेनंच त्यांची अनुमती घेतली. हात जोडले आणि बोलायला सुरुवात केली.

''आचार्य, दसवाँ मंडल ऋग्वेद में बाद में जोडा गया होगा यह अनुमान, दसवें मंडल के अभ्यास से तथा पहले छ मंडलों से उनकी तुलना करनेसे लगाया जा सकता है। दसवें मंडल की कुछ सूक्तोंसे यह पता चलता है कि वे

ऋग्वेद पहले छ मंडल जैसे प्राचीनतम है। यह अनुमान उनकी शैली तथा विषयों के आधारपर लगाया जा सकता है। और इसी के आधार पर बाकी सूक्तों के कालभेद का अंदाज लगाया जा सकता है। क्योंकि पहले नऊ मंडलोंकी भाषा, रचनात्मक शैली, तथा विषय और दसवें मंडल की कुछ सूक्तों की भाषा, रचनात्मक शैली तथा विषय इनमें कुछ भेद है। इसमें मन्यू, श्रद्धा, लक्ष्मी, तार्क्ष्य, रात्री इ. देवताओंका उल्लेख है जो पहले नौ मंडलोमें नहीं है, तथा प्रजापती, विश्वकर्मा, धाता इ. देवताओंके वर्णन जो पहले नौ मंडलोंसे विभिन्न है, तथा विश्व की उत्पत्ती के संबंधोमें विवाह, अंत्यसंस्कार, मृत्यूउपरान्त गती, राज्य का अभिषेक इत्यादी नये विषयोंका इसमें होना तथा देवासः, सत्यासः, ऐसे प्राचीन बहुवचनों के बदले देवाः, सत्याः ऐसे व्याकरण के नये रूप के बहुवचन इसमें अंतर्भूत है। इस प्रकार भाषा, भाषाशैली, विषय तथा व्याकरण और निर्देश इन पाँच मुद्दोंसे ये अनुमान लगाया जा सकता है कि यह दसवाँ मंडल ऋग्वेद में बादमें जोडा गया है।'' असं सविस्तर उत्तर देऊन रामदास आचार्यांकडं वळला आणि हात जोडून म्हणाला, ''आचार्य, इस विषय में तथा बाकी के प्राचीन ग्रंथोंका भी मैं अधिक अभ्यास करना चाहता हूँ।''

त्यानं दिलेलं सविस्तर उत्तर, त्यावरून दृग्गोचर होणारा त्याचा वेदांचा अभ्यास यामुळे आचार्य प्रभावित झालेच होते. त्यातच रामदासाचं पोरवय आणि त्याच्या ज्ञानाची सखोलता बघून आचार्यांना त्याचं फारच कौतुक वाटलं.

''बालक, तुमने तो इस गहन प्रश्न का उत्तर सही दिया है। लगता है तुमने वेदाभ्यास किया है। तुम बाकी के ग्रंथोंका अध्ययन भी करना चाहते हो यह बहुत संतोषजनक बात है। तो देरी क्यो? कलसे, या अभीसे यही पर पढने आ जाओ। तुम जैसे शिष्य को पाना मेरे लिए भी बडी गौरव की बात है।''

आचार्यांनी जणू रामदासाला ज्ञानग्रहणासाठी बसायची अनुमती आणि त्यासोबत आदेशही दिला. रामदास क्षणभर विचारात पडला. आचार्यांचा आदेश मानायचा तर इथं येऊन राहावं लागेल; पण मग इथं नुसतीच ज्ञानसाधना होईल, तपःसाधना होणार नाही आणि समाजसाधनाही होणार नाही. आपल्याला नुसतंच ज्ञानग्रहण करायचं नाहीय. तपाचरणपण करायचंय आणि समाजकारणही. ते इथं राहण्यानं शक्य होणार नाही. इथं सतत वर्दळ असते. तपःसाधनेला लागणारा एकांत इथं मिळणार नाही. हे सगळं आचार्यांना सांगितलं पाहिजे. रामदास पुढे झाला. आचार्यांसमोर जाऊन त्यांना वंदन करून म्हणाला,

''आचार्य, यहाँ रहकर ज्ञानसाधना करना मेरे लिए सौभाग्य की बात है, पर ये मेरे लिए मुमकिन नहीं है। क्योंकि मैं यहाँ नहीं रहता। मैं पास में टाकळी में रहता हूँ। मेरे कुछ और भी ध्येय हैं, जो यहाँ रहकर पूरे नही हो सकते। अगर

आप अनुमती दे तो मैं टाकळी से यहाँ आकर एक ग्रंथ साथमें लेकर जाऊँगा, उस ग्रंथका अभ्यास करूँगा, आपसे पूछकर शंकाओंका समाधान करूँगा और वह ग्रंथ यहाँ वापस रखकर दुसरा लेकर जाऊँगा । टाकळी में रहकर मैं मेरे समय की उपलब्धी के अनुसार ग्रंथोंका अभ्यास कर सकूँगा । मैं राम का दास हूँ। ग्रंथ को संभलकर ले जाऊँगा और संभलकर वापस लेकर आऊँगा। क्या आप मुझे इसकी अनुमती दे सकते हो?'' रामदासानं दिलेलं स्पष्टीकरण, त्याच्या स्वरातली विनम्रता, विचारण्यातलं आर्जव, ज्ञानसंपादनाची असोशी, आपल्या स्वत:च्या ध्येयाबद्दलची निश्चिती, ती पूर्ण करण्याबद्दलची आस हे सगळं बघून आचार्य भारावून गेले.

''बालक, क्या तुम टाकळी से ग्रंथ लेने और देने यहाँ पर आओगे?''

त्यांनी मायेनं विचारलं. ''हाँ आचार्य! ज्ञानसंपादन का मार्ग कठोर परिश्रम के रास्तेसेही जाता है। आप मुझे अनुमती देंगे तो बडी मेहरबानी होगी।'' रामदासानं पुन्हा नम्रपणे विचारलं.

''हाँ! हाँ! क्यों नहीं वत्स! यह ग्रंथदालन तुम्हारे लिए हमेशा खुला रहेगा। जब चाहे तुम आकर ग्रंथ लेकर जा सकते हो। सिर्फ ग्रंथ का नाम इस बही में लिखकर रखना।''

आचार्यांनी प्रभावित होऊन अनुमती दिली आणि रामदासाचा चेहरा आनंदानं फुलून गेला. ज्ञानसंपादनाचं एक नवं दालन त्याच्यासाठी खुलं झालं होतं. त्यानं पुन्हा विनम्रपणे आचार्यांचे आभार मानले. त्यांना वंदन केलं आणि तो ग्रंथदालनात गेला. समोर दिसणारा 'सामवेद' त्यानं उचलला. पुन्हा एकदा आचार्यांना प्रणाम करून त्यानं टाकळीची वाट धरली.

तो टाकळीला पोहोचला तेव्हा संध्याकाळ सरत आली होती. नदीवर जाऊन हात-पाय स्वच्छ धुऊन तो सरळ मठीवर गेला. मठीवर केरू येऊन थांबला होता. तो दूध द्यायला आला होता. रामदास आलेला बघून तो पुढं आला.

''महाराज, भाईर गेलावता जणू!'' रामदासानं हसून मान डोलावली. तो मठीत शिरला. त्यानं केरूलाही मठीत बोलावलं. केरू जरा बिचकतच आत गेला. मठी आता स्वच्छ, नीटनेटकी दिसत होती. जे काही थोडंफार सामान होतं ते नीट एका बाजूला लावून ठेवलेलं होतं. केरू आपल्यासोबत दिवली घेऊन आला होता.

''महाराज, ही दिवली म्या हितं आज ठिवून जाऊ काय? उद्या तुमच्यासाठी येताना ठावकं घिऊन येतो. आता ह्ये दूध पिऊन घ्या म्हनं! म्या आता जातो!''

असं म्हणून रामदासानं होकार-नकार काही द्यायच्या आत दिवली ठेवून तो गेलासुद्धा. रामदासलाही काय बोलावं सुचेना. आता बोलायचं तर कुणाशी?

कारण केरू कधीच गेला होता. त्याच्या या भाबडेपणावर काय बोलावं हे रामदासाला सुचेना. त्याची नजर दुधाच्या लोटकीवर पडली आणि त्याला भुकेची जाणीव झाली. ती लोटकी घेऊन तो खाली बसला. सकाळच्या माधुकरीतलं उरलेलं अन्न त्यानं पत्रावळीत झाकून ठेवलं होतं. त्याला कडेनं मुंग्या लागल्या होत्या. त्यानं तो कडेचा भात तसाच ठेवून मधला भात दुसऱ्या पत्रावळीवर घेतला. लोटकीतलं दूध त्यावर थोडं घातलं. तो भात कालवून खाऊन झाल्यावर त्यानं लोटकीतलं दूध पिऊन टाकलं. त्याचं पोट अर्धंच भरलं. आपण अर्धपोटी आहोत हे त्याच्या लक्षात आलं. मठीच्या पायरीवर जाऊन तो बसला. उद्यापासून 'सामवेदाचा' अभ्यास करायचा होता. आठ दिवसांत तो ग्रंथ आचार्यांना परत द्यायचा होता. अशाच पद्धतीनं मी ग्रंथ घेऊन जाईन आणि आठ दिवस ठेवून घेऊन, आठ दिवसांत त्या ग्रंथाचं पठण, मनन, चिंतन असा अभ्यास करून परत आणून देईन.' असं त्यानं आचार्यांना सांगितलं होतं. ग्रंथ वापरायला, वाचायला हवे असतील तर आपण दिलेला शब्द पाळला पाहिजे. रामदासानं मनोमन निश्चय केला आणि झोपायला गेला.

मठीत जाऊन त्यानं जमिनीवर अंग टाकलं. रामरायाची मूर्ती डोळ्यांसमोर आणली. दमलेल्या त्या पोराला क्षणात झोप लागली. मध्यरात्र उलटून गेली. कसल्यातरी आवाजानं रामदासाला जाग आली. कसलातरी 'खुसपुस, खसखस' असा आवाज येत होता. बाहेर वाळलेल्या पाल्यावरून कुणीतरी चालत होतं. थोड्या वेळातच तो आवाज बंद झाला. रामदास पडल्यापडल्याच कानोसा घेत होता. मठीचा दरवाजा उघडाच होता. म्हणजे दाराला फक्त चौकट होती. कवाड नव्हतंच. रामदास मठीच्या आतल्या भागात झोपला होता. पडल्या जागेवरून त्याला दार दिसत होतं. दाराला एक झाडाची फांदी आडवी लावली होती. कुणाच्यातरी धक्क्यानं ती फांदी पडली आणि चार पायांवर चालणारं एक धूड आत आलं. पडलेल्या जागेवर नि:स्तब्ध राहून रामदास अंधारात डोळे फाडून बघत होता. पिवळ्या पट्टेरी वाघाचं ते धूड दाराला लावलेली ती झाडाची फांदी पाडून आत आलं. चंद्राचा प्रकाश, किरणांच्या ज्योती घेऊन दारातून आत आला होता. त्या प्रकाशात त्याच्या अंगावरचे ते सोनेरी-पिवळे पट्टे चमकत होते. रामदास चाहूल घेत होता आणि वाघही. रामदासानं श्वास रोखून धरला. वाघ चाहूल घेत मठीत शिरला. मठीची बाहेरची खोली पूर्ण रिकामी होती. तिचे चारही कोपरे हुंगून वाघ आत आला. रामदासानं आपलं अंग आखडून धरलं. कुठल्याही क्षणी... कुठल्याही क्षणी तो वाघ अंगावर झेप घेऊ शकला असता... अन् दुसऱ्या क्षणाला रामदासाचा शेवट. अर्थात, असं असलं तरी रामदास अशी सहज हार मानणारा नव्हता. वेळ पडली, तर तो वाघाशी दोन हातही करणार

होता; पण वेळ पडली तर! ती वेळ येऊ न देता त्याच्या तावडीतून सहीसलामत सुटायचा प्रयत्न आधी करायचा होता. त्या दृष्टीनं रामदास अंग आवरून तयारीत होता. वाघानं त्याच्यावर झेप घेतली, तर त्याची झेप त्याच्यापर्यंत पोचण्याच्या आत रामदास झेप घेऊन मठीच्या बाहेर पळणार होता. रामदासानं तशी तयारी केली होती. वाघ हळूहळू पुढं सरकत होता. रामदासानं आपला श्वास रोखून धरला होता. न जाणो श्वासोच्छ्वासाचा आवाज होईल आणि वाघाला चाहूल लागेल. वाघ मात्र जोरजोराने हुंगत, नाकानं वास घेत पुढं पुढं सरकत होता. रामदासाची सावध नजर त्या अंधारात वाघाचा वेध घेत होती. मधनंच आपल्यापासून मठीचं दार किती लांब आहे, याचाही अंदाज रामदास घेत होता. आपण एका झेपेत ते दार गाठू शकू याबद्दल त्याला खात्री होती. चंद्रकिरणांनी त्याला दारापर्यंतचं अंतर दाखवलं होतं. रामदास निपचित पडून राहिलेला असला तरी पूर्ण सावध होता. मनात रामरायाचा धावा चालला होता. रामरक्षा तर कधीची म्हणून झाली होती. रामरक्षेचीसुद्धा आवर्तनं झाली होती. वाघ अजून तिथेच होता. हळूहळू ते धूड वासाच्या अनुरोधानं रामदासाच्या जवळजवळ यायला लागलं. रामदासाच्या छातीत जोरजोरात धडधडायला लागलं. असं वाटायला लागलं की श्वासाचा आवाज येऊ नये म्हणून श्वास रोखून धरला; पण हृदयाची धडधड त्याला ऐकायला जाते की काय?

वाघ रामदासाच्या अगदी जवळ, अगदी जवळ आला. रामदास निपचित पडून होता. वाघानं आपलं नाक रामदासाच्या पायाजवळ नेऊन त्याला हुंगलं. वाघाच्या नाकाचा तो ओलसर स्पर्श तशा परिस्थितीतही रामदासाला जाणवला. त्या ओलसर स्पर्शानं रामदासाच्या अंगावर सर्रकन काटा आला. मृत्यू त्याचा कराल जबडा घेऊन रामदासाच्या अगदी जवळ उभा होता.

"रामराया, अरे असं मरण्यासाठी मी सगळं सोडून धावत तुझ्याकडं आलो का रे? की माझं विहित कार्य एवढंच होतं? माझ्याहातून आणखी काही घडणारच नाही का? घडणारच नसेल तर मग या वाघानं मला खाल्लं तरी चालेल; पण रामराया काही घडणार असेल किंवा तू घडवून घेणार असशील तर मला यातून वाचव रे! वाचव रामराया, वाचव! अरे रामराया, तुझ्याशिवाय मला आहे तरी कोण रे? तूच माझा रक्षणकर्ता, मायबाप, बंधू. अरे, हा काळ आला आहे मला खायला. तुला दिसत नाही का? रामराया, धाव रे धाव आणि मला वाचव!"

रामदासाची छातीतली धडधड वाढली; कारण रामदासाचे पाय हुंगत वाघ तिथेच रेंगाळला. एकवार त्यानं आपले घारे डोळे उचलून वर पाहिलं आणि रामदासाच्या जिवाचा ठाव सुटला. मनातल्या मनात त्यानं रामाचा धावा सुरू

केला. तशा भयंकर परिस्थितीतही रामरायाचा धावा करण्यासाठी तो शब्द गुंफत होता.

"उदासीन स्वामी न व्हावे दयाळा। स्नेहाळू मनातील साक्षी कृपाळा।
मला अजि वोसंडिता दुःख वाटे। अवस्था बहू वाटता कंठ दाटे।
दयाळा दया शीघ्र आधी करावी। करुणार्णवा बुडता धाव घ्यावी।
बहुसाल निर्वुजलो मोह जाळे। त्वरे धावणी सीघ्र की जे कृपाळे।।"

रामदासाच्या शब्दांत इतकी करुणा होती की, तिथं साक्षात मृत्यूही पाघळला असता; पण वाघ? तो तिथून हलेचना. मग मात्र रामदासाला रडू यायला लागलं. हुंदका दाबून धरला तरी अंग सगळं गदगदायला लागलं आणि त्याची भीती आणखी वाढली. आता वाघाला कळलं तर? किती आवरायचं म्हटलं, तरी रडूही आवरेना आणि भीतीही! आता वाघ तर अगदी समीप होता. एक क्षण असा आला की वाघानं जबडा उघडला. रामदासाला वाटलं 'संपलं सारं.' डोळे अगदी किलकिले करून तो पाहत होता. न जाणो, पापणीची ती हालचालही वाघाला समजायची; पण वाघानं जबडा उघडला. एक लांबडी जांभई दिली. एकदा मान वळवून इकडं-तिकडं बघितलं आणि एका झेपेत, पाठ वळवून त्यानं मठीच्या बाहेर उडी मारली. दुसरी लांब उडी मारून तो झाडीत दिसेनासा झाला. अंधार अधिकच गहिरा झाला होता. तशा अंधारात रामदास जीव मुठीत धरून तसाच पडून रहिला. कितीतरी वेळ! न जाणो वाघाला वाटलं आणि तो परत आला तर! आपल्या शरीराची जराही हालचाल न करता रामदास तिथंच, तसाच पडून राहिला. हृदय अजून धडधडत होतं, सर्वांग अजून थरथरत होतं. तोंडाला इतकी कोरड पडली होती की, आवंढासुद्धा गिळायला येत नव्हता. अशाच अवस्थेत मनातून रामरायाचा धावा करत रामदास, ते बारा वर्षांचं पोर त्या अंधाऱ्या मठीत पडून राहिलं. अगदी पार पहाट होईपर्यंत.

पहाट झाली आणि रामदास मठीच्या बाहेर आला. नदीवर लोकांची वर्दळ सुरू झाली होती. लोकांचे आवाज ऐकून रामदासाची भीती कमी झाली. एकतर आता वाघ येणार नाही आणि आलाच तर आता लोक मदतीला धावून येतील या विश्वासानं त्याला धीर आला. भल्या पहाटेचा व्यायाम आज राहिलाच होता. रामदास मठीच्या बाहेर आला. नदीवर गेला. कोणी पाणी भरत होतं, कोणी कपडे धूत होतं. रामदासानं नदीत उडी मारली. तीन-चार डुबक्या मारल्यावर त्याला प्रसन्न वाटलं. पूर्व दिशा उजळत होती. पाण्यात उभं राहून त्यानं सूर्याला अर्घ्य दिलं. गायत्रीची आवर्तनं केली. आता तर तो पूर्ण धीट झाला. उजाडलेल्या दिवसानं, माणसांच्या वर्दळीनं, त्यांच्या सोबतीनं त्याची भीती पूर्ण घालवली. आवर्तनं झाल्यावर तो नदीतून बाहेर आला. मठीकडं परतला. आत जाऊन लंगोटी बदलून तो बाहेर आला. थोडा व्यायाम करावा या उद्देशानं त्यानं सूर्यनमस्कार घालायला सुरुवात केली. हजार सूर्यनमस्कार घातल्यावरच तो थांबला. जरा घाम गाळल्यावर त्याला बरं वाटलं. नंतर त्यानं योगासनंही केली. शरीर सगळं घामानं भिजलं म्हटल्यावर तो पुन्हा नदीवर गेला. नदीत चार डुबक्या मारून त्यानं शरीर शांतवलं. तसाच तो ओलेता मठीत आला. ओली लंगोटी बदलून त्यानं कौपीन बांधली. बाहेरून हाक आली,

"म्हाराज ऽऽ!" त्यानं केरूचा आवाज ओळखला.

"याऽ या काका!" म्हणत त्यानं केरूला हाक मारली. केरू लगेच आत आला नाही. तो क्षणभर बाहेरच थांबला. मग काही वेळानं तो घाबरल्या आवाजात म्हणाला,

"म्हाराज, रातच्याला जनावर आल्लतं काय?" रामदासाला कळेना त्यानं कसं ओळखलं.

"होय काका! खूपच मोठा वाघ होता! पण तुम्ही कसं ओळखलंत?" रामदासानं उत्सुकतेनं विचारलं.

"म्हाराज हितं मुतून गेला असनार त्यो! वास येतोय की भकाभका!" केरूनं दिलेलं उत्तर रामदासाच्या ज्ञानात भर घालणारं होतं.

"म्हाराज, जनावर आत बी आलं असंल! बेणं लयीच चलाख हाय! पर म्हाराज, मंग तुम्ही काय केलंत?"

त्याच्या या प्रश्नावर आता रामदास हसला; कारण आता तो हसू शकत होता.

"मी काय करणार काका? जे काही करायचं ते वाघानंच केलं असतं. त्यानं काही केलं नाही. मी मात्र घाबरून, जीव मुठीत धरून बसलो होतो. मृत्यू त्या वाघाच्या रूपानं आमच्या अगदी जवळ, अगदी पावलाजवळ होता. मृत्यूनं माझा वास घेतला. त्याला आवडला नसावा म्हणून मला काही न करता तो निघून गेला!

सोडविना कोण्ही श्रीरामावाचूनि।
संकटी धांवणी राम करी।।
राम करीतसे दासांचा सांभाळ।
भक्तांचा स्नेहाळ रामयेक ।।"

रामदासानं हसत-हसत सांगितलं खरं; पण हे सांगत असतानाही आपल्या अंगावर काटा का आला ते त्यालाही कळलं नाही.

"अरं देवा! अवं जनावर आत आलं, तुम्ही येकलंच हुतासा, त्यात तुमचं पोरवय, रातचा गर्द अंधार, रामदेवा, आरं काय येळ आली हुती? अरं, म्हाराजांस्नी काय झालं असतं तर आमी काय करनार हुतो? त्ये काई न्हाई, आजच्याआज कायतरी बंदोबस्त कराय पायजेल. म्हाराज, ही लोटकी घ्या, दूध प्या. तवर मी भैरूला आनी दोघा-चौघांना बलवून आनतो."

असं म्हणत रामदासाच्या हातात दुधाची लोटकी देऊन केरू धावतच गावात गेला. लगेचच तो परत आला, तेव्हा त्याच्यासोबत भैरू, वाल्या आणि आणखी दोन-चार जण होते. येताना त्यांच्यासोबत काही हत्यारं होती. त्या दोघाचौघांनी मठीच्या चौकटीची मापं घेतली. गर्द झाडीत जाऊन सागाचं एक झाड तोडलं. त्याच्या फळ्या कापून त्या एकमेकीत खिळे ठोकून बसवल्या आणि कवाड तयार केलं. चौकटीला दोन बिजागऱ्या लावून त्यांनी ते कवाड त्या चौकटीला बसवलं. मठीला मजबूत दार लागलं.

"म्हाराज, आता बिनघोरी ऱ्हावा! आता जनावर आलं तरी बी त्ये आत

येणार न्हाई.''

केरूनं सांगितलं. रामदास हसला. केरूला म्हणाला,

''काका, त्या रामरायानं माझा जीव वाचवला आणि तुम्ही लोकांनी येऊन माझ्या सुरक्षेची काळजी घेतली. त्या रामरायानंच तुम्हाला पाठवलं. मी तुमचा आभारी आहे.''

रामदासानं हात जोडून सगळ्यांचे आभार मानले. दूध पिऊन त्यानं लोटकी केरूच्या हातात दिली. आठ वाजून गेले होते. रामदास नदीकडे धावला. त्यानं नदीत उडी घेतली. कंबरभर पाण्यात उभं राहून त्यानं पुरश्चरणाला सुरुवात केली. त्या वाघाच्या नादात आज सगळ्यालाच उशीर झाला होता. क्षणांत त्यानं मन एकाग्र केलं आणि तेरा अक्षरी मंत्रजप त्याच्या उच्चारासोबतच त्याच्या मनात घुमायला लागला. हृदयाच्या गाभाऱ्यातून त्याचे प्रतिध्वनी निघायला लागले. रामदासाचं सगळं शरीर त्या प्रतिध्वनींनं भरून गेलं.

दुपारच्या सुमाराला तो पाण्याबाहेर आला. मठीत येऊन त्यानं ओली कौपीन बदलली. त्या बाईनं म्हणजे गंगाबाईनं दिलेली झोळी घेऊन तो माधुकरी मागायला निघाला. रामदास चांगला उंचापुरा, बारा वर्षांच्या मानानं काहीसा थोराड वाटणारा. काखेत झोळी, कमरेला निव्वळ लंगोटी. गावात माधुकरी मागण्यासाठी चालला. एका गल्लीच्या टोकाशी पोरं विटी-दांडू खेळत होती. एकानं विटी कोलवली ती चालत असलेल्या रामदासाच्या पुढ्यात उडाली. रामदासानं ती झेलली. ती विटी हातात घेऊन तो इकडं-तिकडं पाहू लागला, तोच ''ए नागड्या! ए नागू बाबा! ती विट्टी टाक हिकडं!'' असा आवाज आला. त्यापाठोपाठ पोरांच्या हसण्याचा आवाज आला. रामदासानं त्या पोरांकडं बघत विट्टी टाकली आणि तो वळून चालू लागला. तोच पाठीमागून ''नागडा बाबा! नागडा बाबा! नागू बाबा!'' असा चिडवल्याचा आवाज आणि त्यापाठोपाठ पोरांचं हसणं त्याला ऐकायला आलं. तो काही बोलणार तोच ''अरे ए! एवढा मोठा घोडा झालास अजून लंगोटी लावून हिंडतोयास व्हय? मंग ती तरी कशाला घालतोस? हिंड की तसाच नागडा!''

असं त्या पोरांपैकी कुणीतरी म्हणालं. सगळी खोऽखो हसली. रामदास थांबला. मागे वळला. म्हणाला,

''काय खेळताय? विट्टी-दांडू? मला घ्याल?'' आपण एवढं चिडवलं तरी हा नागूबाबा चिडत तर नाहीच; पण खेळायला घ्या म्हणतोय हे बघून पोरं अचंबित झाली. एक जण म्हणाला,

''जा, अदुगर कापडं घालून ये. असल्या नागड्या हिंडणाऱ्या पोराला आमी खेळायला घेत न्हाई. दगडं मारतो!''

त्याच्याकडं बघत रामदासनं उत्तर दिलं. ''आता माझ्याकडं कपडे नाहीत! आपण खेळू. मी एकटा आणि तुम्ही सगळी. ज्याची कावड होईल तो जिंकला. मी जिंकलो तर तुम्ही मला कपडे द्यायचे. तुम्ही जिंकलात आणि मी हरलो तर मी आहे ही लंगोटी सोडून टाकीन. तुम्ही मला दगडं मारायची. आहे कबूल?''

रामदासाचं हे बोलणं ऐकून त्या पोरांचे डोळे विस्फारले. दुसऱ्या क्षणाला त्यांच्या डोळ्यांत आनंद उमटला.

''आता मजा येणार! हा मूर्ख नागूबाबा एकटा आणि आपण सगळी पाच-सहा जण. हा काय हरवतोय आपल्याला? आपणच जिंकणार. याला हरवू आणि या नागड्या बाबाची गावातून धिंड काढू. खूप मजा येईल!''

पोरांनी आपसात मसलत केली आणि ती तयार झाली. पहिला डाव त्यांनी खेळायचं ठरलं. सहस्त्रची कावड ठरली. विट्टी कोलवायला एकेक जण उभा राहिला. रामदास समोर उभा राहिला. कुणी कशीही, कितीही उंचावरून विट्टी कोलावली तरी रामदास चपळतेनं उंच उडी मारून ती झेलत असे किंवा अडवत असे. त्या सहा जणांपैकी चार जणांना तरी त्यानं असं बाद केलं. एक-दोघं वाचली; पण त्यांनी विट्टी कोलवली तिथून गढीपर्यंत दांडू घातले तर ते सातशे पन्नास झाले, दोघांचे मिळून. पुढच्या डावाला दोघं एकापाठोपाठ एक बाद झाले. आता विट्टी कोलवायची पाळी रामदासाची होती. तो गढीजवळ उभा राहिला. दांडूवर विट्टी ठेवली. मन एकाग्र केलं. जोर लावला. दंडाच्या बेडकुळ्या टराटर फुगल्या आणि त्यानं विट्टी कोलवली. ती पार लांब जाऊन पडली. पोरं विट्टीच्या पाठोपाठ पळाली. विट्टी चांगलीच लांब गेली होती. दांडूनं मोजणी सुरू झाली. एकेक जण थकून गेला. गढीपर्यंत जवळजवळ बाराशे दांडू झाले. हजाराची कावड कधीच वाटेत पूर्ण झाली होती. मोजमाप घालून सहाही जण थकली. कसंबसं गढीपर्यंत मोजमाप पूर्ण केलं. दमलेली पोरं एका बाजूला उभी राहिली. रामदास मात्र अजिबात दमलेला नव्हता. त्यानं उत्साहानं पोरांना विचारलं,

''काय रे, परत खेळायचं का? आता दोन हजाराची कावड ठेवू!'' पोरांनी एकमेकांकडं पाहिलं आणि त्याला नकार दिला.

''नंगू बाबा! तू नागडा हिंडतोस, खरं लयीच चांगलं खेळतोस! हितंच उभा ऱ्हा. म्या तुझ्यासाटनं कापडं घिऊन येतो.'' त्यांचा म्होरक्या संतू म्हणाला. संतू एका वाण्याचा मुलगा होता. त्या सर्व मुलांत त्याचीच परिस्थिती जरा चांगली होती. तो घरी गेला आणि त्याच्या वडिलांची लुंगी घेऊन आला. त्याचे वडील कर्नाटकातले होते. त्यामुळे ते अधेमधे लुंगी वापरत असत. संतू लुंगी घेऊन आला आणि रामदासाला दिली. रामदासाने त्याच्या हातातून लुंगी घेतली. कमरेला गुंडाळली. म्हणाला, ''जाऊ का मी आता?''

सगळ्यांनी माना डोलावल्या; पण संतू म्हणाला, ''ए नागूबाबा, तुझं नाव काय रे? कारण तू आता नागूबाबा ऱ्हाईला न्हाईस!''

रामदास हसला. म्हणाला, ''मी रामदास, रामाचा दास, रामाचा सेवक!'' त्याचं बोलणं ऐकून संतू म्हणाला,

''म्हंजी तू मारुतीरायाचा भाऊच झालारा की! गग तुझी शेपटी कुठाय?'' सगळी मुलं हसली. रामदासही हसून तिथनं निघाला. तोच पाठीमागून संतूचा आवाज आला. ''उद्यापन खेळाय ये! खरं लुंगी घालून!'' रामदासानं मागं बघत मान हलवली आणि तो माधुकरीसाठी निघाला.

''माई, भिक्षा वाढ गं!'' त्यानं पहिल्या घरात हाक दिली. एक वयोवृद्ध स्त्री बाहेर आली. ती बायजाक्का होती. रामदास रोज त्याच त्या घरात भिक्षा मागायला जाणं टाळत असे. त्यामुळं त्याला समोर बघताच बायजाक्का म्हणाली,

''का वो म्हाराज? मधी चार-पाच दिस आला नाहीसा. दमा जरा!'' असं म्हणत ती आत गेली. दोन-तीन भाकरी, त्यावर गुळाचा खडा आणि मातीच्या लोटकीत वरण असं घेऊन आली. रामदासाच्या हातात ते देताना तिचं लक्ष रामदासाच्या लुंगीकडं गेलं. ती लगेचच म्हणाली,

''म्हाराज, बरं केलंसा. अवो, संन्यासी झाला म्हनून काय झालं? चार माणसात जायचं तर अंग झाकून जावं. बाया-बापड्या, लेकी-सुना असत्यात. आता कसं बरं दिसतंय!''

रामदासाच्या झोळीत भाकरी टाकता टाकता बायजाक्का उद्गारली. रामदासाला तिचं बोलणं एकदम पटलं. 'खरंच! आपण संन्यासी असलो तरी आपल्याला समाजाभिमुख व्हायचं असेल, तर समाजाचे रीतिरिवाज आणि नीति-नियम पाळलेच पाहिजेत. बरं झालं त्या मुलांनी आपल्याला चिडवलं ते!'

बायजाक्काला 'येतो' म्हणून सांगून रामदास पुढच्या घरात शिरला. आज त्याच्या लक्षात आलं की माधुकरी घालायला येणारी स्त्री, मग ती कोणत्याही वयाची असू दे, ती निःसंकोचपणे पुढं येऊन भिक्षा घालते आहे. नाहीतर एरवी दाराआड उभं राहून किंवा डोईवरचा पदर नाकापर्यंत ओढून घेऊन त्याला स्त्रीवर्ग भिक्षा वाढायचा. समाजाचे हे संकेत आपणही पाळलेच पाहिजेत! त्याच्या मनात आलं.

माधुकरी घेऊन तो मठीवर परतला, तेव्हा दोन वाजून गेले होते. पोटातून भुकेची जाणीव हाका मारत होतीच. तो मठीत आला. माधुकरीची झोळी, वरणाची लोटकी एका बाजूला ठेवून त्यानं बाहेर येऊन डोणीवर हातपाय धुतले. सकाळी कवाड बसवल्यानंतर केरूनं ही दगडाची डोण आणून भरून ठेवली होती. हात-पाय धुऊन तो जेवायला बसला. पोटात अन्न गेल्यावर त्याला बरं

वाटलं. भरभर जेवून तो उठला. पंचवटीच्या शंकर मठातून आणलेला 'सामवेद' त्यानं अभ्यासायला सुरुवात केली.

सामवेद-साम म्हणजे गान. देवांची स्तुती करण्यासाठी गायलं जाणारं गान. सामवेदात एकूण १८७५ ऋचा आहेत. यांपैकी ६९ मंत्र सोडले तर इतर बहुतेक मंत्र ऋग्वेदातील आहेत आणि १७ मंत्र हे अथर्व वेद आणि यर्जुर्वेदातील आहेत. सामवेद हा ज्ञानयोग, कर्मयोग आणि भक्तियोग यांचा त्रिवेणी संगम आहे. सामवेदाच्या तीन प्रमुख शाखा आहेत, त्या अशा – कौभुमीय, नैनिमीय आणि राणायनीय. सामवेदाची प्रमुख देवता सूर्य आहे. यात सूर्यस्तुतीबरोबर इंद्रस्तुतीसुद्धा आहे. सामवेद हा मुख्यत: संगीतप्रधान आहे. संगीतशास्त्राचं ज्ञान जसं; लय, ताल, स्वर, छंद, गति, मंत्र, स्वर-चिकित्सा, राग, नृत्य मुद्रा यासंबंधीचं सर्व ज्ञान सामवेदात आहे. गाणारा आणि ऐकणारा या दोघांच्या उत्तम गुणांच्या कसोट्या सामवेदात आहेत. सामवेदात चारही वेदांचं सार आहे. सगळं अभ्यासता अभ्यासता संध्याकाळ कधी झाली ते रामदासाला समजलंच नाही. त्याला भान आलं ते केरू दूध आणि दिवली घेऊन आला तेव्हा.

''म्हाराज ही दिवली! म्या लावूनच आनलीय! रातभर जळत ऱ्हाऊ दे! जरा चार-आठ दिस तरी! एकदा जनावराला कळलं की हितं कुणीतरी हाईत, म्हंजी त्ये येनार न्हाई! आनी ह्ये दूध प्या.'' म्हणत लोटकी आणि दिवली ठेवून केरू परतला.

'म्हाराज अभ्यास करताहेत तर आपण त्यांना तरास द्यायला नगं.' असा विचार त्यानं केला असावा. केरू गेल्यावर रामदासानं सामवेद बाजूला ठेवला. त्याचा बराचसा अभ्यासून झाला होता. सूर्य मावळला होता. तलखी बऱ्यापैकी कमी झाली होती.

रामदास मठीच्या बाहेर येऊन बसला. व्यायाम, गायत्री-रामरक्षा पुरश्चरण, ज्ञानार्जन, उदरभरण ह्या सगळ्यांचा मेळ बसत चालला होता. आता समाजकारण यात जोडायला हवं होतं. ते कसं जोडावं याचा विचार तो करत बसला आणि त्याला 'संतूनं उद्या परत खेळायला येण्याचं दिलेलं आमंत्रण' आठवलं. काहीतरी मार्ग गवसल्याचा आनंद त्याच्या चेहऱ्यावर उमटला. सकाळच्या भिक्षेतली उरलेली भाकरी गुळाच्या खड्यासोबत खाऊन, अर्धा तास चंद्रप्रकाशात बसून रामदास झोपी गेला. आज कवाड होतं. त्यामुळं तो निर्धास्त झोपला.

दुसऱ्या दिवशी मात्र तो भल्या पहाटे उठला. शुक्रतारा उत्तरेला अजून लुकलुकत होता. उठून, आवरून त्यानं सरळ नदी गाठली. दोन डुबक्या मारून तो मठीत परतला. जोर, दंड, बैठका, सूर्यनमस्कार, योगासनं, प्राणायाम, कपालभाती हे सगळं करून तो पुन्हा नदीवर आला, तेव्हा पूर्व दिशा उजळायला

सुरुवात झाली होती. नदीत चार डुबक्या मारून तो कमरेएवढ्या पाण्यात उभा राहिला. ओंजळीत पाणी घेऊन सूर्याला अर्घ्य देत त्यानं गायत्रीचा जप सुरू केला. गायत्रीची एकशे आठ आवर्तनं झाल्यावर त्यानं ओंजळीतून पाणी सोडून सूर्याला अर्घ्य देत आवर्तनं थांबवली. तो आणखी चार पावलं पुढं गेला. आता पाणी त्याच्या कमरेवर लागलं होतं. तिथं उभं राहून त्यानं पुरश्चरण सुरू केलं. 'श्रीराम जयराम जय जय राम' हा मंत्र आसमंतात भरून गेला. स्थिर, अविचल असा तो उभा होता. आज तो जरा चार पावलं पुढं जाऊन खोल पाण्यात उभा होता. पुरश्चरणाला सुरुवात झाली. दोन-तीन तास कसे गेले ते त्याला समजलं नाही. नदीवर आता वर्दळ सुरू झाली. पाणी भरायला, कपडे धुवायला, म्हशी धुवायला, भांडी घासायला कोणी ना कोणी येत होते. काठापासून आणि घाटापासून आत बऱ्याच दूर पाण्यात उभ्या राहिलेल्या रामदासाकडं दृष्टी टाकून, तिथूनच त्याला नमस्कार करून बाया-पुरुष आपापली कामं करत होते. काम करताना रामदासाबद्दल आदरानं बोलत होते. बराच वेळ झाला. मध्यान्ह होत आली. सूर्य डोक्यावर आला. रामदास तसाच स्थिर, अविचल पाण्यात उभा होता. पाणी भरायला आलेली एक बाई घाटावरून पाण्यात चालत गुडघाभर पाण्यापर्यंत आली आणि अचानक किंचाळायला लागली.

"बया ऽऽ! बया ऽ! रगात! रगात दिसतंय पान्यात. पानी लाल झालंय. ह्ये रगात कुटनं आलं? ह्ये रगात कुटनं आलं?"

तिच्या किंचाळण्यानं नदीचा तो घाट भरून गेला. तिच्याभोवती गर्दी जमा झाली.

"काय झालं? काय झालं? कुनाला लागलं? कुनाला लागलं?" सगळ्यांनी एकच कल्ला केला.

त्या बाईनं नदीच्या पाण्याकडं बोट दाखवलं. सगळ्यांनी नजरा तिकडे वळवल्या. रामदास जिथे उभा होता त्याच्या सभोवतालचं पाणी लाल झालं होतं. रक्ताळलं होतं. त्या लाल पाण्यातच रामदास उभा होता. ते रक्ताळलेलं पाणी बघून आणि रामदास त्यातच उभा राहिलेला बघून लोक घाबरले. एक-दोघांनी पाण्यात प्रवेश केला. धडपडत ते रामदासापर्यंत पोचले. रामदास शांत, स्थिर, अविचल उभा होता. हात जोडलेले, डोळे मिटलेले आणि तोंडानं उच्चार सुरू होता. 'श्रीराम जयराम जय जय राम.' पाण्यातून कसेतरी धावत लोक रामदासापर्यंत पोचले. एकानं रामदासाला खांद्याला धरून गदागदा हलवलं.

"म्हाराज, अवं म्हाराज! अवं डोळे उघडा की! अवं ह्ये रगात कुटनं आलं?" त्यांनी घाबरून विचारलं. त्यांच्या हलवण्यानं आणि ओरडण्यानं रामदास भानावर आला, सावध झाला. त्यानं डोळे उघडले. त्यानं डोळे उघडलेले

बघताच लोक पुन्हा ओरडले.

“म्हाराज, अवं तुमच्या अंगाभवती रगात पसरलंय. पानी समदं लाल झालंय. बघा तरी काय झालंय? कुठं लागलंय?”

त्या बोलण्यानं रामदास पूर्ण सावध झाला. डोळे उघडून त्यानं आजूबाजूला पाहिलं. खरंच! तो जिथं पाण्यात उभा होता तिथं सगळं पाणी लाल झालं होतं. रक्ताळलं होतं. क्षणभर रामदासाला समजेना काय झालंय? त्यानं त्या रक्ताळलेल्या पाण्यातून बाहेर यायचा विचार केला. तसं पुरश्चरणही झालं होतंच. त्यानं घाटाकडं येण्यासाठी पाय उचलला आणि एक जीवघेणी कळ त्याच्या मस्तकात गेली. “रामरायाऽऽऽऽ!” रामदास कळवळला. पाच तास पाण्यात उभं राहून त्याचे पाय बधिर झाले होतेच; पण हे रक्त कुठून आलं आणि आपला पाय हलवल्यावर जीवघेणी कळ का आली याचा उलगडा त्याला होईना. विशेष म्हणजे जड झालेले पाय त्याला उचलायलाही येईनात. पाऊल उचलता क्षणी आलेली वेदना त्याच्या मस्तकापर्यंत पोचली. ती वेदना त्याच्या चेहऱ्यावर उमटली. त्याच्याजवळ आलेल्या दोघा-चौघांनी त्याला सावरलं. त्याला दंडाला धरून ते त्याला पाण्याबाहेर घेऊन आले. घाटावर त्याला घेऊन आल्यावर त्यांनी पाहिलं. रामदासाचे गुडघ्याखालचे पाय, पिंढऱ्या रक्ताळलेल्या होत्या. त्यातून रक्ताचे ओघळ वाहत होते. आधी कोणाला काहीच कळेना. मग एका माणसानं त्या जखमा जवळून बघितल्या तर त्या ठिकाणी चावल्याच्या खुणा होत्या. ते बघून तो माणूस ओरडला.

“अरं देवा! महाराज, तुमाला पाण्यात मासे चावल्याले हायेत! त्यांच्याच या जखमा हायेत. पन म्हाराज, मासे चावत असताना तुमास्नी समजलं कसं न्हाई म्हनतो मी?”

त्यानं आश्चर्य व्यक्त केलं. रामदास अगदी केविलवाणा झाला होता. एकतर दोन्ही पाय जखमांनी भरून गेले होते, दुसरं म्हणजे नदीचं पाणी रक्ताळलं होतं, तिसरं म्हणजे त्याचे पाय बधिर झाले होते. आता या जखमा बऱ्या झाल्याशिवाय पुन्हा नदीत उभं राहून पुरश्चरण कसं करणार, हा प्रश्न त्याला सतावत होता. शिवाय पायाला ठणका लागला होता तो वेगळाच. या सगळ्या विचारानं रामदासाला रडू फुटलं. बाजूला जमलेल्या बाया-बापड्यांनाही कळेना की त्याची समजूत कशी घालावी. तोपर्यंत केरू, भैरूला घेऊन धावत तिथं आला. रामदासाची अवस्था बघून तो पुढं झाला.

“चला चला! अदुगर म्हाराजास्नी घिऊन मठीत जाऊ या! चला!”

असं म्हणत त्यानं जणू प्रसंगाची सूत्रं आपल्या हातात घेतली. दोघा-चौघांच्या मदतीनं रामदासाला उचलून मठीत आणलं. तोवर भैरू धावत जाऊन

कापूस, तेल, हळद घेऊन आला. केरूनं त्याच्या जखमा पुसल्या. तोवर वाल्या पाणकणीस घेऊन आला. जखमांतून ओघळणारं रक्त पुसल्यावर कळलं! रामदासाचा गुडघ्याखालचा सगळा पाय, पार घोट्यापर्यंतचा सगळा भाग माशांनी चावून फोडून काढला होता. जखमांनी भरला होता. ते बघून केरू, भैरू, वाल्याच्या डोळ्यांत पाणी उभं राहिलं. बारा वर्षांचं कोवळं वय, कातडंही कोवळंच होतं की! केरू कापसानं त्या जखमा हळुवार पुसत होता. रामदासाला दुखत असावं; पण ओठ दाताखाली दाबून तो वेदना सहन करत होता. हूं की चूं करत नव्हता. सगळ्या जखमा पुसून झाल्यावर त्यातल्या मोठ्या जखमांत त्यानं ते पाणकणीस हातावर चुरगाळून त्या जखमांत भरलं. अगदी लहान जखमा होत्या त्यावर मठीच्या बाजूलाच उगवलेला दगडी पाला ओरबाडून हातावर चोळून त्याचा रस त्या लहान जखमांतून भरला. त्यापेक्षा थोड्या मोठ्या जखमा होत्या त्यावर तेल हळदीचा लेप दिला. वाल्यानं आणलेला बंदुर्कीचा पाला जरा शेकून पूर्ण पायावर ठेवून वरून कापड गुंडाळलं. ती तिघं जण हे करत असताना रामदास हुंदका आतल्याआत दाबून धरत होता; मात्र डोळ्यातलं पाणी त्याला न जुमानता गालावरून ओघळत होतंच. आई तर जवळ नव्हतीच. तो रामरायाच, सगळ्या प्रश्नांचं उत्तर तोच होता. सगळ्या दुःखाचं निवारण तोच होता. रामदासाचा आधार, आई, बाप, बंधू, सखा, सगळं तोच तर होता. रामदासानं त्याचाच धावा केला.

'दुःखामुळे मी संतप्त देही। तुजवीण रामा विश्रांती नाही।
आधार तुझा मज मी विदेसी। सर्वोत्तमा कै मज भेटी देसी।।
तुझिया वियोगे बहु वेदना रे। विवेक नाही आम्हा दिना रे।
पडिला समंधु या दुर्जनेसी। सर्वोत्तमा कै मज भेटी देसी।।'

एवढे सारे उपाय करून झाल्यावर रामदासाच्या पायाचा ठणका जरा कमी झाला. सुसह्य झाला. बालयोगी म्हाराजांना माशांनी चावून लयी जखमा झाल्यात ही बातमी सगळ्या गावात पसरली. गेल्या महिनाभरात रामदास सगळ्या गावात परिचयाचा झाला होता. 'बालयोगी म्हाराज' असं नाव आणि त्यासोबत प्रेम अन् आदर त्याला मिळत होता. म्हाराजास्नी जखमा झाल्यात ही बातमी कळताच निम्मं गाव मठीजवळ जमलं. जो तो आपापल्या परीनं काहीबाही घेऊन आला होता. कुणी दूध आणलं होतं, कुणी ताक, कुणी भाजी-भाकरी तर कुणी गूळ, कुणी अंथरायला घोंगडं तर कुणी पांघरायला वाकळ. गावकऱ्यांचं प्रेम बघून रामदास भारावून गेला. आता त्याला थोडं बरं वाटत होतं. पायातली वेदना सुसह्य झाली होती. त्यामुळं त्याचा चेहरा निवळला होता. केरूनं त्याला बळेबळेच

जेवायला लावलं. वर लोटकीभर दूध प्यायला दिलं. वेदनाही कमी झाल्या आणि पोटात अन्नही गेलं. रामदासाचा चेहरा निवळला. त्याच्या चेहऱ्यावर किंचितसं हसू उमटलं. ते बघून गावकरीही परतले. केरू, भैरू आणि वाल्या तेवढे तिथंच थांबले. वाल्याला जंगली झाडपाल्याची माहिती होती. झाडीत जाऊन शोधून तो जटामासीची मुळी घेऊन आला. त्यानं ती मुळी उगाळून रामदासाला ते पाणी प्यायला दिलं. त्या मुळीमुळं रामदासाला झोप आली. केरूनं घोंगडं अंथरून त्याला त्यावर निजायला लावलं. रामदास गाढ निजला. त्याला आता विश्रांतीचीच गरज होती. माशांच्या चाव्यात त्या जखमांतून किती रक्त वाहून गेलं होतं ती नदी जाणे. असो; पण रामदास शांत निजला. केरू, भैरू, वाल्या तिथंच बसून राहिले.

बराच वेळ गेला. दुपार कलली. रामदासाला जाग आली. तो उठून बसला. त्याला आता खूपच बरं वाटत होतं. पायातला ठणका कमी झाला होता, बधिरताही गेली होती. रामदास उठून बसल्यावर केरू आणि भैरू पुढं आले.

"म्हाराज, आता वाईच जिवाला बरं वाटतंया न्हवं?" त्यांनी विचारलं. त्यांच्या विचारण्यात आपुलकी होती. रामदासानं मान हलवली. म्हणाला,

"काका, मला आता खूपच बरं वाटतंय! तुम्ही लोक माझ्या मदतीला धावून आला नसतात तर माझं काय झालं असतं? त्या रामरायानंच तुम्हाला पाठवलंय!" बोलता-बोलता रामदासाचा आवाज गहिवरला.

"म्हाराज, आता तुम्ही पडून ऱ्हावा. आज कुठं जाऊ नगासा. आता आम्ही घरला जाताव. सांजच्याला परत येताव. तुमी आता आराम करा!" असं प्रेमानं सांगून रामदासाचा निरोप घेऊन दोघं परतली.

ती गेली त्या दिशेकडं रामदास बघत राहिला. 'खरंच! रामराया कुणाच्या ना कुणाच्या तरी रूपानं तू माझ्या पाठीशी उभा राहतोस बघ.' त्याच्या मनात आलं. त्यानं हात जोडले. ती दोघं गेल्यावर रामदास उठला. पाय टेकून नीट उभा राहिला. क्षणभर कळ आली. वेदना मस्तकात गेली; पण ओठावर दात दाबून त्यानं ती वेदना सहन केली. तो ठामपणे उभा राहिला. एकदा वेदना जिरल्यावर चार पावलं टाकत त्यानं पुढं जाऊन सामवेद घेतला आणि पुन्हा तो बैठकीवर आला. काल अर्धा राहिलेला सामवेदाचा अभ्यास त्यानं पुढं सुरू केला. विशेष म्हणजे एकीकडं तो सामवेदाची सूक्तं वाचत होता. त्यातल्या ऋचांचा अर्थ लावत होता. दुसरीकडे त्यातल्या संगीतविषयक ज्ञानाला मराठीत श्लोकबद्ध करत होता. त्या दिवशी संध्याकाळपर्यंत तिथंच बसून त्यानं सामवेदाचा अभ्यास पूर्ण केला. त्या अभ्यासाबरोबरच संगीतविषयक ज्ञान देणारे काही श्लोकही त्यानं लिहून काढले.

“राहती लोक ते राजी। आवडी उपजे मनी।
वर्णितो कीर्ती देवाची। धन्य ते गायनी कळा।।”

असा संगीताचा अर्थ, अन्वयार्थ, महिमा, रीत, उद्देश इ. सांगणारे श्लोक त्यानं लिहून काढले.

तो लिहीत असतानाच केरू आणि भैरू आले. सूर्य मावळला होता. तिन्हीसांज झाली होती; पण ग्रीष्म ऋतू असल्यानं अद्याप उजेड होता. ते दोघं आले. रामदास त्या अंधुक उजेडातही लिहीत बसला होता.

“म्हाराज, अवं काय ह्ये? जरा आराम करायचा सोडून तुमी लिवत बसलाय व्हय?” केरूनं विचारलं.

“म्हाराज, पाय बरं हायत न्हवं? अवं जखमा झाल्या हायेत. जरा वाईच पडून ऱ्हायचं, ते सोडून आता लिवत काय बसलायसा?” भैरूनं केरूच्या म्हणण्याला दुजोरा देत विचारलं. रामदास हसला. त्या दोघांना म्हणाला,

“काका, अहो मी बरा आहे आता! झोपून झोपून कंटाळा आला. मग थोडंसं वाचलं आणि आता वाचलेलं लक्षात राहावं म्हणून लिहीत बसलोय. काका, अहो ज्ञान मिळवायचं, तर हे सगळं करायलाच पाहिजे. वाचन, मनन, चिंतन, लेखन या चतु:सूत्रीचा वापर करून घेतला पाहिजे. त्याशिवाय ज्ञान मिळत नाही आणि मलाच ज्ञान मिळालं नाही, तर मी दुसऱ्यांना काय सांगणार?” रामदासाच्या या बोलण्यावर त्या दोघांनी मान डोलावली. सोबत आणलेलं दूध रामदासाकडे देऊन केरू म्हणाला,

“म्हाराज, एक सांगायचं हुतं. तुमच्या पायाला जखमा हाईत. उद्या त्ये जप का काय करण्यासाठी तुम्ही पाण्यात हुभं राहिलात तर मासं जास्त चावत्याल; कारण जखमा कुरतडायला मासं येत्याल. शिवाय या घाटावर गावचं लोक पानी भरतात. भांडी घासत्याल. त्ये रगात वाळून घाटाला येतंच. त्यासाठनं कायतरी कराय पायजेल. शिवाय तुमच्या पायाला परत मासं चावणार न्हाईत म्हणूनसाठी-पन कायतरी कराय पायजेल.”

केरूचं बोलणं सयुक्तिक होतं. रामदासानं क्षणभर विचार केला. तो काही बोलणार तोच केरू म्हणाला.

“म्हाराज, तुमच्या पायाला मासं चावू नयेत म्हणून मी ह्ये कडू तेल आनलेलं हाय! त्ये पायाला लावून तुम्ही पाण्यात उतरलात तर याच्या कडू वासानं मासं जवळसुदिक येनार न्हाईत.”

केरूनं त्या कडू तेलाची बुधली रामदासाच्या हातात दिली. रामदासाच्या चेहऱ्यावर आनंद पसरला. त्यानं ती बुधली घेतली. केरूचे हात हातात घेऊन

म्हणाला,

"काका, तुमचे मी कसे आभार मानू? मला असं वाटलं होतं की माझ्या पुरश्चरणात खंड पडतो की काय? पण तुमच्यामुळं माझ्या पुरश्चरणाचा मार्ग सुकर झाला. माझं पुरश्चरण पूर्ण झालं तर त्याचं श्रेय तुम्हाला लाभेल. तुमचे आभार मानण्यासाठी माझ्याजवळ शब्द नाहीत."

रामदास मनापासून बोलत होता. बोलताना त्याच्या डोळ्यांत अश्रू तरळले. केरूला समजेना आपण एवढं काय केलं? त्याच कावऱ्याबावऱ्या मन:स्थितीत त्यानं रामदासाचा निरोप घेतला आणि भैरूसह तो घरी परतला. रामदास मात्र ती दोघं गेलेल्या दिशेकडे पाहत राहिला. "रामराया, तुलाच माझ्या पुरश्चरणाची चिंता बघ!" असं म्हणत तो मठीत परतला. सकाळच्या आणलेल्या जेवणातलं काही जेवण शिल्लक होतं. ते खाऊन वर लोटकीतलं दूध पिऊन तो निजला. दिवसभराच्या तकतकीनं त्याला लगेचच झोप लागली.

दुसऱ्या दिवशी भल्या पहाटे तो उठला. पायाचा ठणका पूर्ण थांबला होता. त्यानं नदीवर जाऊन अंघोळ केली. मठीत परत येऊन व्यायाम केला. पाय थोडेसे दुखायला लागले; पण त्यानं दुर्लक्ष केलं. व्यायाम केल्यावर तो पुन्हा नदीवर गेला. आता त्याला गायत्रीची आवर्तनं आणि पुरश्चरण करायचं होतं. त्यानं ते कडू तेल पायाला चोळलं. त्याला केरूचे शब्द आठवले – "घाटावर गावकरी पाणी भरतात."

त्यानं क्षणभर मनाशी विचार केला आणि नदीत उडी मारली. नदीचं पात्र पूर्ण पोहून तो पलीकडच्या तीरावर आला. तिथं गुडघाभर पाण्यात उभा राहिला. आता गावकरी अलीकडच्या काठावरून पाणी भरत होते आणि नारायण पलीकडच्या काठावर होता. पूर्ण दिशा लालसर झाली होती. त्यानं गुडघाभर पाण्यात उभे राहून गायत्री मंत्राची आवर्तनं केली. सूर्याला अर्घ्य दिलं. त्यानंतर तो पाण्यातून बाहेर आला. नदीकाठावर त्यानं क्षणभर विसावा घेतला. गावाकडच्या तीरावर नजर टाकली. तिथं माणसांची वर्दळ सुरू झाली होती. आज गावकऱ्यांना नारायण दिसला नाही. तेवढ्यात तिथल्या काही जणांची नजर रामदासावर पडली. त्यांनी मोठ्यांदा ओरडून सांगितलं "हायेत हायेत! बालयोगी म्हाराज पल्ल्याड काठावर हायेत!"

त्याच्या बोलण्यावर लोकांनी तिथूनच रामदासाला नमस्कार केला. रामदासानं हात हलवून त्यांना प्रतिसाद दिला आणि पुन्हा तो पाण्यात शिरला.

आता पायाला कडू तेल चोळलेलं होतं. त्याच्या वासानं मासे जवळ फिरकत नव्हते. त्यानं पुरश्चरणाला सुरुवात केली, तेव्हा सकाळचे सात वाजले होते. "श्रीराम जय राम जय जय राम" त्याचा आवाज चढत चढत तारसप्तकापर्यंत

गेला. त्या आवाजानं पाण्यावर तरंग उठले. नदीच्या पलीकडच्या तीरावर दाट झाडी होती. तो आवाज प्रसन्नतेची, मांगल्याची, आश्वासकतेची स्पंदनं घेऊन त्या गर्द झाडीत शिरला. मांगल्याच्या त्या ध्वनिस्पर्शानं ती झाडं थरारली. पानं न् पान शहारलं. फुलं रोमांचली. त्यांनी आपल्या सुगंधाचा दरवळ अधिक प्रसन्नतेनं केला.. तो गंध असा इतका दरवळला, इतका दरवळला की... त्या झाडीला एक वेगळीच ओळख मिळाली – 'गंधांचं बेट.'

सूर्य माथ्यावर आला. रामदासानं पुरश्चरण संपवलं आणि मठीवर परत येऊन तो माधुकरीसाठी गावात शिरला. कालचीच मुलं विट्टी-दांडू खेळत होती. त्यांनी रामदासाला हाक दिली. खेळायला बोलावलं. आज दोन हजाराची कावड ठरली. कालचीच पुनरावृत्ती झाली. रामदासानं कावड केली. आज वेगळी शर्त लागली होती. रामदास जिंकला, तर तो सांगेल ते मुलांनी ऐकायचं. तो हरला, तर मुलं जे सांगतील ते त्यानं ऐकायचं; पण रामदास जिंकला. मुलांनी तो सांगेल ते ऐकायचं कबूल केलं आणि त्यांना "उद्या भेटू" असं सांगून रामदास माधुकरी मागायला गेला. माधुकरी घेऊन तो मठीवर परतला. केरूनं दुधाची लोटकी मघाशीच आणून ठेवली होती. जेवण करून दूध पिऊन त्यानं पंचवटीचा रस्ता धरला.

शंकर मठात जाऊन आचार्यांचं दर्शन घेतलं. सामवेद परत देऊन त्यानं 'विवेक चूडामणी' ग्रंथ घेतला. सामवेदाच्या अभ्यासाबद्दल आचार्यांनी त्याचं कौतुक केलं. त्यानं नेसलेल्या लुंगीकडं आचार्यांचं लक्ष गेलं. त्यांच्या चेहऱ्यावर हास्य उमटलं.

"बालक, इस ग्रंथ को वापस करने तुम जब आओगे तब हम तुम्हे केसरिया कफनी दे देंगे। जो संन्यास का प्रतीक है।"

रामदासानं होकारार्थी मान हलवली. आचार्यांना प्रणाम करून तो टाकळीला परतला. तो परतला तेव्हा संध्याकाळ झाली होती. मठीच्या दाराशी बसून रामदास विचार करत होता. आता व्यायाम, आवर्तन, पुरश्चरण, ज्ञानसाधना आणि उदरभरण यांचा मेळ बसला होता. आता राहिलं होतं ते समाजकारण. एकदा त्याचा मेळ बसला की सगळ्याला अर्थ येणार होता. सुसूत्रता लाभणार होती. सुसंगती येणार होती. वेळेचं नियोजन होणार होतं. रामदास ते करायला स्वत: समर्थ होता. शिवाय रामराया होताच मदतीला. सगळं साध्य होणार होतं. रामदास निश्चिंत होता.

मना राम कल्पतरू कामधेनू।
निधी सार चिंतामणी काय वानू।।

जयाचेनि योगे घडे सर्व सत्ता।
तया साम्यता कायसी कोण आता।।

रामरायावरचा असा विश्वास शब्दांतून गुंफून व्यक्त होत होता. कागदावर उतरत होता. रामदासाचे अक्षर-साहित्य असे समृद्ध होत होते. रामरायाविषयी रामदासाला वाटणारा विश्वास अनंत अभंगांतून व्यक्त होत होता.

"म्हणे दास हा राम तत्काळ पावे।
करी संकटी सेवकाचे कुडावे।
प्रतापे चि ब्रह्मादिकां सोडविले।
मही मंडळालागि आनंदवीले।।"

रामदास असा राममय होत होता. भक्तीच्याही पलीकडची ही अवस्था होती.

'विवेक चूडामणी' ग्रंथ घेऊन तो टाकळीला परतला. दुपार टळून गेली होती. गावातले दोन-चार जण त्याला भेटायला आले होते. आता त्या गावात त्याच्या बऱ्यापैकी ओळखी झाल्या होत्या. रामदासाचं पोरवय, त्याही वयात त्याची ती तप:साधना, त्याचं एकटं राहणं, प्रसंगी मुलांच्यात मिसळणं, थोरामोठ्यांशी आदरपूर्वक बोलणं, सगळ्या स्त्रियांना 'माई' म्हणून संबोधणं. ना कुणाशी भांडण, ना कुणाशी तंटा, ना कुणाशी वाद घालणं, आपण बरं, आपलं काम बरं, आपली तप:साधना, वाचन बरं. यामुळं रामदासाबद्दल टाकळीकरांचं मत चांगलं बनलं होतं. रामदासालाही हेच हवं होतं. समाजकारण करायचं, तर समाजाशी नातं जोडत राहिलं पाहिजे हे त्याच्या लक्षात आलं होतं. अर्थात हेही ज्ञान एका प्रसंगानंच त्याला प्राप्त झालं होतं. घडलं होतं असं-

रामदास माधुकरी मागायला गावात गेला होता. तर वरच्या आळीत राहणारी दोघं जण भांडत होती. एकानं आपल्या परड्यातली चार फुलं घ्यायला दुसऱ्याला नकार दिला. त्यावरून दोघांचं भांडण लागलं होतं. पहिला म्हणत होता, "अरं, तू माझा शेजारी हायस ना? मग देवपुजेला चार फुलं दे की!" कोणीच ऐकत नव्हतं. भांडण चावडीत गेलं होतं. पंचानी मध्यस्थी करून भांडण मिटवलं. ते पहिल्याला म्हणाले, "अरं गणू, भावकीत राहून भावकीशी भांडण करू नये. अरं, पाण्यात ऱ्हाऊन माशांशी वैर धरून कसं चालंल? ध्यानात ठेव!" हे सगळं तिथेच उभा असलेला रामदास लक्ष देऊन ऐकत होता. त्याला कळून चुकलं की समाजकारण करायचं, तर आपल्याला समाजाभिमुख झालं पाहिजे. हा मंत्र त्यानं मनाशी पक्का केला.

म्हणूनच दुपारी वाचन करून तो संध्याकाळी गावात फेरफटका मारत असे. त्याच्याकडून होईल ती मदत, कुणी विचारलं तर सल्ला देत असे. गावकरी

सध्या त्याच्या तब्येतीची विचारपूस करायला येत. येताना फळं, दूध वगैरे घेऊन येत. आत्ताही गावातले दोन-चार जण त्याच्या पायाच्या जखमा कशा आहेत ते विचारायला आले होते. रामदास त्यांच्याशी थोडा वेळ बोलत बसला. बोलता बोलता तो त्यांना काही गोष्टी सांगत असे, तशा सांगितल्या. अंधार पडल्यावर गावकरी परतले. काही असो, गावकऱ्यांच्या मनात प्रेमाचं, आदराचं स्थान मिळवून रामदास आपल्या 'समाजकारण' या ध्येयाप्रत जात होता हे निश्चित.

आपण जेवढे समाजाभिमुख होऊ, तेवढं आपल्याला आपलं ध्येय गाठणं सोपं जाईल याची त्याला आता कल्पना आली होती. आपण समाजाभिमुख झालो, तर सर्वप्रथम गावकऱ्यांना शक्तीची उपासना शिकवायची, हे त्यानं ठरवलं होतं; कारण भोवतालची परिस्थिती त्यानं पाहिली होती, पाहत होता. यवन आक्रमकांकडून होणारे अत्याचार, लूटमार, अन्याय प्रत्येक ठिकाणी त्याला दिसत होते. चार शस्त्रधारी सैनिक चारशे माणसांना वेठीस धरत होते हे त्यानं पाहिलं होतं. या अन्यायाला, अत्याचाराला पायबंद घालायचा असेल, तर प्रत्येक गावातील लोकांनी एकजूट केली पाहिजे. या अन्यायाला विरोध करण्यासाठी सर्व शक्तिनिशी प्रतिकार केला पाहिजे. त्यासाठी लागणारं बळ आणि सामर्थ्य त्यांनी मिळवलं पाहिजे. त्यासाठी शक्तीची उपासना, अन् शक्तिदेवता हनुमानाची भक्ती केली पाहिजे, असं त्याला सतत वाटत असे. हे गावातील लोकांना आपणच पटवून दिलं पाहिजे असा त्यानं विचार केला. तशी संधी तो शोधायला लागला. ती त्याला लगेचच मिळाली.

त्यानंतरच्या आठ-एक दिवसांनंतरची गोष्ट. रामदास नेहमीप्रमाणं व्यायाम, आवर्तन, पुरश्चरण करून माधुकरी मागायला गावात शिरला. गावात एक चौक होता. त्या चौकात गर्दी जमली होती. काय झालंय हे पाहण्यासाठी रामदास गर्दीत शिरला. त्यानं बघितलं– चौकाच्या मध्यभागी एक बैलगाडी उभी होती. उभी कसली, कलंडली होती. मानेवर जू घेऊन बैल खाली बसला होता. गाडीत धान्याची पोती ठेवलेली होती. बैल खाली बसल्यामुळं गाडीचा मागचा भाग तिरका झाला होता. त्याचं सगळंच वजन बैलाच्या मानेवर पडत होतं. गाडीवान जू उचलायचा प्रयत्न करत होता; पण धान्याच्या पोत्याचं वजनही त्यावरच पडलं होतं. त्यामुळे एक-दोघांनी धरूनही ते जू उचललं जात नव्हतं. त्या जूखाली त्या बैलाची मान सापडली होती. ती सोडवण्यासाठी बैल धडपडत होता. दुगाण्या झाडत होता. त्यामुळं ते जू उचलणं आणखीच अवघड झालं होतं.

रामदासानं एकंदर परिस्थिती पाहिली. हातातली झोळी एका गावकऱ्याकडं देऊन तो पुढं झाला. बैलगाडीच्या चाकावर उभं राहून, पाठीमागच्या हौद्यातली ती धान्याची पोती त्यानं, एका हातानं एकेक पोतं उचलून, भराभर खाली

टाकली. रामदास चाकाच्या आरीवर घट्ट पाय रोवून उभा होता. तरी ते चाक मागं-पुढं हलत होतं. त्यावर तोल सांभाळत उभा राहून, उजव्या हातानं हौद्यातलं पोतं उचलून ते डाव्या हातात तोलून तो खाली टाकत होता. बघता बघता हौदा रिकामा झाला. जूवर पडलेलं ओझं कमी झालं. मग दोघांना ते जू बैलाच्या मानेवरून उचलता आलं. मानेवरचं जू हटताच अंग सडराडत तो बैलही उठून उभा राहिला. कलंडलेली गाडीही सरळ झाली. रामदास चाकावरून खाली उतरला. लोकांनी टाळ्या वाजवल्या. बैलाचा पाय मुडपल्यामुळं त्याचा तोल गेला होता आणि धान्याची पोती गाडीत भरलेली असल्यामुळं गाडी कलंडली होती. गाडी नीट झाली. बैल पुन्हा गाडीला जुंपला. रामदासानं खाली टाकलेली पोती उचलून गाडीत रचायला सुरुवात केली. आता मात्र आणखी दोघं-चौघं मदतीला आले. त्यांनी पोती गाडीत रचायला मदत केली. चार-चार वेळा पाया पडून, हात जोडून तो गाडीवान शिवराम रामदासांचे आभार मानत होता.

"तुमच्यामुळं म्हाराज आज माझा बैल वाचला."

असं पुन्हा पुन्हा म्हणत होता. जमलेले लोकही हेच बोलत होते. त्या कौतुकानं रामदास संकोचून गेला. तशाच संकोचल्या चेहऱ्यानं त्यानं आपली झोळी घेतली आणि तो माधुकरीसाठी जाणार तोच त्या गर्दीत उभा असलेला संतू त्याच्याजवळ आला. त्याचा हात धरून म्हणाला,

"रामदास, एवढी शक्ती कशी आली तुला? तू तर माझ्याएवढाच हाईस. अशी शक्ती आम्हाला बी पायजेल. कशी मिळवायची?"

त्याचा हा प्रश्न जणू सगळ्या गावाचं प्रतिनिधित्व करत होता. रामदासाच्या चेहऱ्यावर समाधान उमटलं. मोठ्या उत्साहानं त्यानं संतूला विचारलं,

"तुम्हाला सगळ्यांना मिळवायची आहे अशी शक्ती? मग आज सायंकाळी वेशीवरच्या मंदिरात या. तिथं मी तुम्हाला सांगेन शक्ती कशी मिळवायची ते!"

रामदासाचं उत्तर ऐकून बऱ्याच जणांचे चेहरे उजळले. त्यांचे ते उजळलेले चेहरेच आपल्याला ध्येयाप्रत नेतील या समाधानात तिथं जमलेल्या सगळ्यांचा निरोप घेऊन रामदास माधुकरीसाठी गावात शिरला. त्याला आता सायंकाळचे वेध लागले होते. अत्यंत आनंदी मन:स्थितीत रामदास मठीत परतला.

सायंकाळपर्यंत तो 'विवेक चूडामणी'चा अभ्यास करत बसला. आद्य शंकराचार्यांचा ग्रंथ 'विवेक चूडामणी.' त्यात अद्वैत वेदान्ताचं विवेचन आहे. ब्रह्मनिष्ठेचं महत्त्व, ज्ञान उपलब्धीचे उपाय, प्रश्न-निरूपण, आत्मज्ञान, आत्म-निरूपण, पंचप्राण अशा अनेक तत्त्वज्ञान विषयांचं सुंदर निरूपण या ग्रंथात आहे. ते वाचताना रामदासाचं भान हरपलं. मात्र आता तो अभ्यास थांबवून वेशीवरच्या मंदिरात पोचला. ते लहान घुमटीसारखं मंदिर होतं. श्री दत्ताचं मंदिर

असावं; पण गाभाऱ्यात मूर्ती नव्हती. यवन आक्रमकांनी श्री दत्ताची आणि गायीची मूर्ती तोडूनफोडून टाकली होती. श्री दत्तांसोबत असलेल्या कुत्र्यांच्या मूर्ती तेवढ्या त्यातल्यात्यात शाबूत होत्या. त्यामुळं ते मंदिर भकास झालं होतं. दत्तात्रेयाची मूर्तीच नसल्यामुळं गावकरीही त्या मंदिरात जात नसत. मंदिराची घुमटी लहानशी होती; पण मंदिराचं प्रांगण ऐसपैस होतं. भवताली दोन-चार वडाची, दोन-तीन पिंपळाची भली मोठी झाडं होती. त्यामुळे त्या प्रांगणात गर्द सावली असे. रामदास तिथे पोचला, तेव्हा संतू आणि त्याचं मित्रमंडळ तिथं पोचलं होतं. इतर आठ-दहा गावकरी आले होते; मात्र त्यांच्या चेहऱ्यावर 'हा बारा वर्षांचा पोर आता काय सांगणार?' असे भाव होते. रामदास तिथे आला. त्याला बघून संतू पुढं आला. म्हणाला,

"रामदास, तू आम्हाला शक्ती कशी मिळवायची ते सांगणार हायेस न्हवं? मग सांग आता!" त्याची उत्सुकता बघून रामदासाला किंचित हसू आलं; पण त्यानं ते आवरलं. आपण एका हातानं त्या बैलगाडीतून पोती उचलत होतो, याचा त्यांना विस्मय वाटला आहे. म्हणून ते इथे जमले आहेत, हे त्याच्या लक्षात आलं. या मुलांना व्यायामाकडे तर वळवलं पाहिजे; पण नुसतं सांगून ही ऐकणार नाहीत त्यासाठी काही मंत्रोपचार केला पाहिजे, असं चाणाक्षपणे रामदासानं ओळखलं. मनाशी काही ठरवून तो म्हणाला,

"संतू, असं आहे, मला एवढी शक्ती आली त्याचं रहस्य एका मंत्रात दडलेलं आहे. मी रोज तो मंत्र म्हणतो आणि तो मंत्र म्हणत काही व्यायाम करतो. त्या मंत्रामुळं मला ती शक्ती प्राप्त होते." रामदासानं असं सांगताच संतू म्हणाला,

"वाटलंच हुतं मला! की तुझ्याकडं कायतरी मंत्र असनार. त्याबिगर तुला इक्ती शक्ती येनारच न्हाई! मंग आता आमाला पन त्यो मंत्र सांग. आमी बी त्यो मंत्र म्हनतो आनी शक्ती मिळवतो."

त्याची ती गडबड बघून आता मात्र रामदास हसला. म्हणाला,

"अरे, नुसता मंत्र म्हणून शक्ती येत नाही. त्या मंत्रासोबत प्रत्येक वेळी नमस्कार घालावा लागतो. जितक्या वेळा मंत्र म्हणशील तितक्या वेळा नमस्कार घालायचा असतो आणि हे सगळं पहाटे करायचं असतं. त्या मंत्राचं सामर्थ्य फार मोठं आहे बाबा! तो मंत्र मध्येच चुकवून, थांबवून चालत नाही. जितक्या जास्त वेळा मंत्र म्हणून नमस्कार घालशील तितक्या लवकर शक्ती येईल. हे काम फार अवघड आहे. सुरुवातीला अंग फार दुखेल; पण एकदा घेतलेलं हे व्रत मध्येच सोडायचं नसतं. तेव्हा तुम्ही विचार करा. काय ते ठरवा आणि मला सांगा. तुम्ही तयार असाल, तर मी तो मंत्र आणि तो नमस्कार तुम्हाला शिकवेन. मीपण

तुमच्याबरोबर घालेन. तयार असाल, तर उद्या पहाटे इथंच या. जे येतील त्यांना मी शिकवेन आणि त्यांना तीन-चार महिन्यांत शक्ती येईल.''

रामदासानं चाणाक्षपणानं असं सांगितलं. मुलांनी माना डोलावल्या. यवन आक्रमकांना विरोध करण्याच्या दृष्टीनं एक पाऊल तरी पडलं होतं. याच समाधानात रामदास मठीवर परतला. समाजात व्यायामाची आवड निर्माण झाली पाहिजे, तरच समाज शक्तिशाली होईल, हा त्याचा उद्देश होता. उद्या ती पोरं आली तर तो सफल होणार होता. मठीत परतल्यावर रामदास विचार करत होता. तिन्हीसांज झाली. अचानक रामदासाला भास झाला, कोणीतरी हाक मारतं आहे.

''नारायणाऽऽ! कुठे आहेस बाळा तू?''

आपल्याला आई हाक मारते आहे असं त्याला वाटलं. आईच्या आठवणीनं तो व्याकूळ झाला. अस्वस्थ झाला. उदास मन:स्थितीत त्याचे डोळे भरून आले.

''घरे सुंदरे सौख्य नाना परीचे। परी कोण जाणेल ते अंतरीचे।।
मनी आठविताची तो कंठ दाटे। उदासीन हा काळ कोठे न कंठे।।
बळे लाविता चित्त कोठे जडेना। समाधान ते काही केल्या घडेना।।
नव्हे धीर नयनी सदा नीर लोटे। उदासीन हा काळ कोठे न कंठे।।''

असे शब्द उच्चारून त्यानं आपल्या भावनांना वाट करून दिली. जांबेतल्या आठवणी काढत तो तसाच अंधारात बसून राहिला, ते केरू दिवली आणि दूध घेऊन येईपर्यंत. केरूनं हाक मारल्यावर मात्र त्यानं मनाची उदासीनता पुसून टाकली आणि चेहरा हसरा करून तो केरूला सामोरा गेला.

दुसऱ्या दिवशी भल्या पहाटे मठीत व्यायाम करून तो क्षणभर विसावला. पूर्व दिशा उजळत असताना त्यानं गायत्रीची आवर्तनं करून सूर्याला अर्घ्य दिलं. त्याचं अर्घ्य देऊन झालं आणि संतू त्याला बोलवायला आला. मंदिराच्या प्रांगणात आम्ही सगळी जमलो आहोत, असं तो सांगत होता. रामदासाचा चेहरा उजळला. धावत मठीवर जाऊन लुंगी गुंडाळून तो तसाच ओलेत्यानं संतूसोबत गेला. खरोखरच मंदिरात पंधरा-वीस जण जमले होते. रामदासाला बरं वाटलं. विशेष म्हणजे त्यात जसा तरुणांचा समावेश होता, तशीच बालकंही होती आणि प्रौढही. त्यातच टाकळीचे सरपंच भिकाजीसुद्धा होते. रामदास आलेला बघून ते म्हणाले,

''बालयोगी म्हाराज, इक्ते दिस ऐकून होतो तुमच्याबद्दल. आज परत्यक्ष बघितलं. या समद्यास्नी तुम्ही शक्ती मिळवायला शिकवणार हाईसा म्हणं. चांगलं हाय! आपापलं, आपल्या बायका-पोरांचं रक्षण कराय आलं, तरी लयी

झालं म्हाराज. ह्ये तुम्ही लयीच कल्याणाचं काम करतायसा. म्हाराज, तुम्ही वयानं पोर हाईसा. पर तुम्ही ह्ये कराल. समद्यास्नी शिकवाय तुम्ही मोप समर्थ हाईसा.''

सरपंचांना रामदासाचा हा उपक्रम अतिशय आवडल्याचं दिसत होतं. त्यांच्या या स्तुतीनं रामदास संकोचला. म्हणाला,

''सरपंच, मी नाही तो श्रीराम, तो माझा रामराया, तो रघुवीर समर्थ आहे हे करायला. त्यानंच मला ही बुद्धी दिलीन. तो समर्थ आहे म्हणून मी समर्थ आहे!''

रामदासानं दिलेलं उत्तर त्याच्या विनम्रतेची साक्ष देत होतं.

''अरे बाबा, आमाला तो मंत्र सांगतोयास न्हवं?'' संतूनं विचारलं. त्याला शक्ती मिळवायची फारच घाई झाली होती; पण त्याच्या या घाईगडबडीला परस्पर सरपंचांनीच उत्तर दिलं.

''अरं संत्या, जरा दमानं घे! अरं, शक्ती मिळवायची मंजी काय आडातनं पानी काढायचंय व्हय? टाकली कळशी की वडलं पानी! अरं बघ तरी स्वामी काय सांगतायत त्ये!''

सरपंचांनी असं झापल्यावर संतू जरा गप्प बसला. ते बघून रामदास म्हणाला,

''मी आज तुम्हाला सगळ्यांना एक मंत्र सांगतो. तो मंत्र तोंडपाठ करून उद्या सगळ्यांनी याच वेळी इथं जमायचं. मग त्या मंत्रासोबत मी नमस्कार सांगेन. ते तुम्ही रोजच्यारोज सुरू केलंत की तुमच्या शरीरात शक्ती भरायला लागेल. तीन महिन्यांनी तुम्हाला त्या शक्तीची प्रचिती येईल.''

रामदासाचं हे बोलणं ऐकून सगळ्यांनी टाळ्या वाजवल्या. रामदासानं सगळ्यांना नीट ओळीत उभं केलं. हात जोडायला लावले आणि गायत्री मंत्र सांगितला. एकेक शब्द, एकेक उच्चार, एकेक स्वराघात असं सगळं सांगत त्यानं त्या पंधरा-वीस जणांना गायत्री मंत्र शिकवला. शक्ती मिळवण्याच्या विचारानं आलेल्या प्रत्येकानं तो मंत्र नीट आत्मसात केला. अडेल तिथं रामदासाला विचारलं आणि ''उद्या तो मंत्र तोंडपाठ करून येतो,'' असं सांगून तासाभरानं ती सगळी परतली.

त्यांच्या बुद्धीला योग्य दिशा मिळाल्याच्या आनंदात रामदासही मठीकडं परतला. पायाला तेल लावून त्यानं पाण्यात उडी घेतली. पोहत पैलतीर गाठला. तिथं पाण्यात उभं राहून त्यानं तेरा अक्षरी मंत्राचं पुरश्चरण सुरू केलं. सूर्य माथ्यावर आला, तेव्हा त्याचं पुरश्चरण संपलं. तो पाण्यातून बाहेर आला. मठीत परतला. ओली वस्त्रं बदलून लुंगी लावून त्यानं माधुकरीची झोळी उचलली.

झोळी घेऊन गावाची वाट चालताना त्याच्या मनात त्याचेच सकाळी उच्चारलेले शब्द घोळत होते. मी नाही, तो रघुवीर समर्थ आहे!'' त्याच विचारात तो एका घराच्या अंगणात उभा राहिला आणि त्यानं साद घातली–

''जय जय रघुवीर समर्थ! जय जय रघुवीर समर्थ!''

ही साद त्यानं घातली आणि आपल्या पाठीवर कुणीतरी भक्कम, वजनदार हातानं थोपटल्याचा त्याला भास झाला. 'एवढा भक्कम, वजनदार हात मारुतीरायाशिवाय कोणाचा असणार?' त्याच्या मनात विचार आला. ते खरंच होतं. त्यानं घातलेली 'जय जय रघुवीर समर्थ' ही साद रामरायाला आवडली होतीच आणि मारुतीलाही. हेच सांगण्यासाठी तो येऊन रामदासाच्या पाठीवर थोपटून शाबासकी देऊन गेला होता. रामदासाची हाक ऐकून घरातली स्त्री बाहेर आली. तिच्या हातात दोन भाकरी, करडईची भाजी आणि चटणी होती. रामदासानं ती माधुकरी घेतली. पुन्हा एकदा 'जय जय रघुवीर समर्थ' पुकारा करत त्या स्त्रीला वंदन केलं आणि तो निघाला. तोच ती स्त्री म्हणाली,

''स्वामी, हे रामाचं असं नाव ऐकायला लयीच गोड वाटतंय! त्यो हायेच समदं सांभाळायला समर्थ!'' असं बोलून रामदासाला प्रतिनमस्कार करून ती आत गेली. रामदासाला स्वत:लाही 'जय जय रघुवीर समर्थ'चा पुकारा फार फार भावला. त्यानंतर 'जय जय रघुवीर समर्थ' हीच त्याच्या माधुकरी मागण्याची हाक बनली. आरोळी बनली. साद बनली.

आता रामदासाची जणू दैनंदिनी ठरून गेली. भल्या पहाटे उठून व्यायाम, सूर्यनमस्कार, दंड-बैठका. त्यानंतर नदीत स्नान, तिथं उभं राहून सूर्याला अर्घ्य, गायत्रीचं आवर्तन, पुन्हा मठीत येऊन योगासनं, मग पायाला तेल लावून नदीच्या पैलतीराला जाऊन तीन तास पुरश्चरण, 'श्रीराम जय राम जय जय राम' या मंत्राचा जप. त्यानंतर मठीत येऊन कपडे धुणे, वाळत टाकणे, मग माधुकरीसाठी गावात जाणे. दरम्यान, पुरश्चरणाआधी त्या मंदिराच्या प्रांगणात जमलेल्यांना व्यायाम, सूर्यनमस्कार असे व्यायाम शिकवणे, करून घेणे. मग पुरश्चरणानंतर माधुकरी मागून मठीत परतणे, जेवण करून थोडा वेळ विश्रांती. नंतर आणलेल्या ग्रंथाचं मनन, पठण, चिंतन, काही लेखन, दुपारनंतर संध्याकाळी पुन्हा गावात जाऊन गावातल्या लोकांशी काही चर्चा, विचारविनिमय. संध्याकाळनंतर मठीत परतणे, सकाळच्या राहिलेल्या अन्नाचे भोजन करणे, रात्री थोडा वेळ मठीच्या अंगणात बसून दुसऱ्या दिवशीच्या कामांचे नियोजन ठरवणे, रात्री दहाच्या सुमारास निजणे, असा दिनक्रम ठरून गेला.

नाशिकला काही विशेष कार्यक्रम असतील, तर त्या कार्यक्रमासाठी आठ-आठ दिवस जाऊन दिवसभर ते कार्यक्रम बघून, ऐकून त्याबद्दल आचार्यांशी

चर्चा करून, शंका आल्या तर त्या आचार्यांना विचारणे, एखादा नवीन ग्रंथ घेऊन टाकळीला जाऊन त्याचा अभ्यास करून त्याची टिपणे काढून ती लिहिणे, त्यावर मनन, चिंतन करणे, नवनवीन ग्रंथांचा अभ्यास करणे, पंचवटीला राममंदिरात सतत काही ना काही कार्यक्रम असायचे. त्यात कीर्तन, प्रवचन, रामायण-महाभारतासारख्या ग्रंथांवर चर्चा, विचारांचे आदान-प्रदान, तिथे येणाऱ्या नवनवीन कीर्तन-प्रवचनकारांच्या गाठीभेटी, त्यांच्याकडून मनातल्या शंकांचे समाधान असाही त्याचा दिनक्रम.

आवडावे सदा स्वयें निरूपण। श्रवण मनन निजध्यास ।
निजध्यासे होये अंतरीचा त्याग। बाह्य वीतराग उदासीन ।
उदासीन वृत्ती कोठे गुंडाळेना। उपाधी जडेना बाह्याकारी ।
बाह्य अभ्यंतरी त्याग निरंतरी। वैराग्य या परी आचरावे ।
आचरावे कर्म ज्याचा जो स्वधर्म। आणि नित्य नेम साधनाचा ।
साधनाची वाट वोस पडू नये। बोलावी हे सोये निरूपणी ।

भक्तिपंथे जाता होये सायुज्यता। निश्चयो तत्त्वता दास म्हणे ॥

हीच त्याची दिनक्रमाची संकल्पना. पंचवटीत सगळं बघितलेलं, ऐकलेलं, घेतलेलं ज्ञान टाकळीकरांना येऊन सांगायचं. रोजची संध्याकाळ अशीच घालवायची. त्यामुळं टाकळीकरांनाही ज्ञान मिळायचं आणि स्वत: शिकलेल्या ज्ञानाची उजळणीही व्हायची.

टाकळी गावात राहून रामदास स्वत:ला असं सर्वार्थानं घडवत होता. व्यायामानं संपन्न शरीर, ज्ञानानं संपन्न मेंदू, आत्मसत्कारानं संपन्न मन आणि ज्ञानदानानं संपन्न विचार. रामदास असा स्वत:ही घडत होता आणि टाकळीकरांनाही घडवत होता. आता त्यानं केशरी रंगाचं वस्त्र जे अंगभर असायचं ते नेसायला सुरुवात केली होती. ही वस्त्रं त्याला पंचवटीला आला, तेव्हा आचार्यांनी त्याला सांगितल्याप्रमाणं खरोखरच दिली होती. एकतर त्याला तिथंच नेसायला लावलं. त्यानं नेसल्यावर आचार्य म्हणाले, "अब दिखते हो तुम चोटीके संन्यासी।" ते ऐकून प्रसन्नपणे हसत रामदास टाकळीला परतला.

बारा वर्षं! बारा वर्षं अशीच गेली. अशीच सर्वांगीण संपन्नता देऊन; पण मध्ये एक घटना अशी घडली की रामदासाला आपल्या ध्येयाचं अधिष्ठान प्रस्थापित करावं लागलं. झालं होतं असं, गावातल्या बऱ्याच मंडळींना रामदासामुळं व्यायामाचा छंद लागला होता. त्यांच्याशी बोलताना, त्यांना व्यायामाचं महत्त्व

पटवून सांगताना, त्यांच्यासमोर कीर्तन-प्रवचन करताना किंवा आपण अभ्यासलेल्या ग्रंथाबद्दल सांगताना रामदास नेहमीच मारुतीरायाचं नाव घेत असे, त्याचं उदाहरण देत असे, त्याची महानता सांगत असे, त्याचा महिमा वर्णन करत असे. कधीही, केव्हाही, कुठेही तो प्रभू रामचंद्राचं आणि मारुतीरायाचं वर्णन करताना थकत नसे. त्यामुळं गावकऱ्यांच्या मनातही प्रभू रामचंद्रांबद्दल आणि मारुतीरायांबद्दल श्रद्धा निर्माण झाली.

जाणे सुख-दुःख राम माझा येक। येर ते माईक वैभवाची।
वैभवाचि सखी वोरंगोनि जाती। आत्माराम अंती जिवलग।
जिवलग नाही श्रीरामावाचुनि। हाचि माझे मनी दृढभाव।
भाव अन्यत्रांचा आहे वरपंगाचा। रामेवीण कैचा अंतरंग।।

अशी रामदासाची स्वतःची श्रद्धा होती. विश्वास होता. रामराया असा त्याच्या जिवाचा सखा होता.

मारुतीचे बळ वर्णिता सबळ। वाचा हे विवळ होत आहे।।
होत आहे साना होत आहे थोर। कोण जाणे पार स्वरूपाचा।।
रूप वज्रदेही पुच्छ वज्र तेहि। रामदासी नाही जन्म-मृत्यू।।

अशी मारुतीरायाबद्दल त्यांची भावना होती. याच श्रद्धेचं, याच भावनेचं प्रतिबिंब टाकळी इथल्या गावकऱ्यांच्या मनात उमटलं होतं. रामदासाची दैनंदिनी निरामय चालू होती. तरीही त्याच्या मनात एक रुखरुख होतीच. पंचवटीला गेला असता त्यानं आचार्यांना ही रुखरुख बोलून दाखवलीसुद्धा. तेही फार काही सांगू शकले नाहीत; पण एवढंच म्हणाले,

"वत्स, तुम्हारी मनोकामना अगर पूरी हो रही है तो उसे कहीं तो अधिष्ठित करो। निर्गुण रूप के साथ साथ सगुण रूप का साक्षात्कार भी उतनाही महत्त्व रखता है।"

पंचवटीहून परतताना आचार्यांच्या शब्दांचा रामदास विचार करत होता. विचार करताना त्याची पावलंही झपाझप पडत होती. दाट झाडीच्या रस्त्यानं तो जात असताना अचानक...

अचानक एक मोठं वानर झाडावरून धप्पकन उडी मारून त्याच्यासमोर येऊन उभं राहिलं. ते अचानक समोर आल्यानं क्षणभर रामदास दचकला; पण पुढच्या क्षणाला सावरून त्यानं त्या वानराला दंडवत घातला.

"मारुतीराया, दर्शन दिलंस! धन्य झालो!" असं म्हणत त्यानं हात जोडून त्या वानराचे आभार मानले. तो पुढं चालू लागला, तोच पाठीमागून आवाज आला– "एकटाच धन्य होणार का?"

रामदासानं थांबून मागं वळून बघितलं, तो वानर तिथं नव्हता. तो एका वडाच्या झाडाच्या उंच फांदीवर बसला होता. कोण बोललं ते रामदासाला कळेना; पण ते बोललेलं योग्य होतं, रास्तच होतं. रामदासाला सगळ्याचा अर्थ आता उमगला. आचार्यांनी त्याला जे सांगितलं होतं, त्याचाही अर्थ त्याला समजला. "निर्गुण रूपके साथ सगुण रूप का साक्षात्कार भी उतना ही महत्त्व रखता है।" असं आचार्य का म्हणाले होते तेही त्याला आता समजलं. त्याला जाणीव झाली. 'आपण इतकी वर्षं टाकळीला राहतो आहोत आणि टाकळीत एकही हनुमानाचं मंदिर नसावं ही गोष्ट आपल्याला लाजिरवाणी आहे.' रामदासाच्या मनात आलं आणि पंचवटीचे आचार्य म्हणाले त्याचा अर्थ त्याच्या आत्ता लक्षात आला. "अपनी मनोकामना को अधिष्ठित करो।" याचा अर्थ त्याला आता समजला. विशेष म्हणजे तो समजता क्षणी त्याच्या मनाला लागलेली हुरहुर थांबली. 'रामराया म्हणून तू ही हुरहुर लावून ठेवली होतीस होय मला? आत्ता माझ्या लक्षात आलं...

स्वधामासि जाता महा रामराजा।
हनुमंत तो ठेविला याच काजा।
सदा सर्वदा रामदासांसि पावे।
खळी गांजिता ध्यान सांडून धांवे।।

– तो मारुतीराया माझ्यासमोर का आला होता ते. तूच तर पाठवला होतास ना? शक्ती, भक्ती, युक्तीचं अधिष्ठान करायला? धन्य आहेस तू रामराया! माझ्यासारख्या अज्ञान्याला तू दिशा दाखवलीस. तूच आहेस ना?" रामदासानं रामारायाला चालता चालता प्रश्न केला. तो भरभर चालत होता. त्याला आता टाकळीला पोचायची घाई झाली होती. हनुमान मंदिराच्या बाबतीत त्याला गावकऱ्यांशी बोलायचं होतं. ते नाही म्हणाले नसते; पण त्यांच्याशी विचारविनिमय करणं गरजेचं होतं.

आता टाकळीचे गावकरी आणि रामदास यांच्यात एक अनोखा स्नेहबंध तयार झाला होता. त्याला आता टाकळीला येऊन पाच वर्षं झाली होती. या पाच वर्षांत गावकरी आणि तो एकमेकांचे चांगले जिव्हाळ्याचे बनले होते. रामदासाला जसा गावकऱ्यांचा आधार होता, त्याच्या अडीअडचणीत तेच त्याच्यासोबत असायचे, तसाच गावकऱ्यांनाही रामदासाचा आधार होता. काही अडचणीत मार्ग दाखवायला, सल्लामसलत करायला, गावातले सण-समारंभ, उत्सव साजरे करायला, क्वचित प्रसंगी न्यायनिवाडे करायला त्यांनाही रामदासाची मदत होत असे. आता गावात मारुती मंदिर बांधायचं, तर गावकऱ्यांशी बोलायलाच हवं

होतं.

रामदास भरभर चालत निघाला होता. दुपार कलली आणि रामदास टाकळीला पोचला. मठीत जाऊन त्यानं बरोबर आणलेलं काही सामान मठीत ठेवलं. त्यात कोरडा शिधा होता. इतर काही नितांत गरजेच्या वस्तू होत्या. एकदा तो आचार्यांना भेटायला गेला असता त्याला आचार्यांनी कानमंत्र दिला होता. म्हणाले होते, "देखो बच्चा! कुछ अच्छा करना हो तो बदन को अच्छा रखना चाहिए। कसरत करके शक्ती बढाना चाहते हो तो पेटपूजा भी अच्छी खासी करनी चाहिए। तभी बदन में शक्ती का निरंतर वास रहेगा। चुस्ती-फूर्ती रहेगी।"

त्या दिवशीपासून त्यानं आपल्या पोटाचे हाल करायचं सोडून दिलं. सकाळचं जेवण माधुकरीतून व्हायचं तर रात्रीच्या जेवणासाठी त्यानं कोरडा शिधा आणून ठेवला. सकाळच्या माधुकरीतलं उरलेलं अन्न आणि कोरड्या शिध्याची खिचडी असं त्याचं रात्रीचं जेवण असायचं. माधुकरीतले तेलकट, मसाल्याचे, वाटण-घाटण करून केलेले पदार्थ मात्र तो टाळायचा. टाळता आले नाही तर नदीच्या पाण्यात एका पुरचुंडीत घालून धुऊन घ्यायचा. केरूकडून सकाळ-संध्याकाळ दूध येतच होतं. आता तर त्याच्या दोनाच्या सहा म्हैशी झाल्या होत्या. लेकीचं लगीन झालं होतं. ती सुखानं नांदत होती. हे सगळं रामदासामुळं झालं अशी त्याची धारणा होती.

रामदासही आता सतरा-अठरा वर्षांचा झाला होता. व्यायामानं शरीर पीळदार बनलं होतं. गोरा रंग पण उन्हानं रापून लालसर, सावळा झाला होता. तरतरीत नाक, तेजस्वी डोळे, हट्टी स्वभाव दर्शवणारी हनुवटी आणि आता उगवलेल्या दाढी-मिश्या. त्याचं हे रूप बघून गावकरी त्याला आता 'रामदास स्वामी' म्हणत होते. गावकऱ्यांच्या विश्वासाला, आपुलकीला पात्र ठरलेला रामदास पुरश्चरणानं आणि गायत्रीच्या आवर्तनानं तेजस्वी दिसत होता. त्याच्या दैनंदिनीत आता रोजच्या लिखाणाची भर पडली होती. जेव्हा त्याला लिहायचं असे, तेव्हा तो मठीतून बाहेर पडून डोंगर-कपारीतल्या त्या गुहेत जाऊन लिहीत बसे. गावकऱ्यांनाही त्याचा हा दिनक्रम माहीत झाला होता. त्यामुळं त्याच्या या दिनक्रमात कधीच ते बाधा आणत नसत. गावातल्या तरुणांना व्यायामाचा छंदच केवळ जडला नव्हता, तर रामदासाच्या कीर्तन-प्रवचनामुळं ते व्यसनापासूनही दूर राहत होते. हे रामदास स्वामींमुळंच होतंय असा गावकऱ्यांचा विश्वास होता. म्हणूनच टाकळीकरांच्या मनात रामदासाबद्दल आदर होता. त्याचं ज्ञान, त्याचा अभ्यास, त्याचा व्यासंग, त्याचं लिखाण याबद्दलही आदर होता. आताही हनुमान मंदिराच्या संदर्भात ते आपलं ऐकतील असा रामदासाला विश्वास वाटत होता, ते याचमुळं.

मठीत सामान ठेवून रामदास गावात शिरला. तो आलेला बघताच चार

माणसं पुढं आली. त्यांनी त्याला वंदन केलं. विचारलं,

"स्वामी, आज कीर्तन लवकर हाय का? समद्यास्नी बलवू का?"

रामदास म्हणाला, "कीर्तन लवकर नाहीय. ते ठरल्या वेळेलाच आहे; पण माझं दुसरं एक काम आहे. तेव्हा सगळ्यांना बोलावून आणा."

त्यानं सांगताच ती चौघं चार दिशेला पळाली. अर्ध्या तासात तिथं चौकात अख्खा गाव गोळा झाला. सरपंच पुढं आले. रामदासाला नमस्कार करून म्हणाले,

"स्वामी, काय सांगायचं हाय?"

रामदासानं त्यांचा हात धरला. प्रेमानं म्हणाला, "सरपंच, माझ्या मनात एक विचार आला आहे. गेली पाच वर्षं आपण शक्तीची आराधना करत आहोत. व्यायाम करतो आहोत; पण ही शक्तीची आराधना ज्या दैवताची आहे, त्याचं मंदिर आपल्या गावात नाही. सरपंच, मारुतीरायांचं मंदिर, त्याचं असं वेगळं मंदिर आपल्या या गावात नाही. ते या गावात असावं, नव्हे असलंच पाहिजे. तोच शक्तीची, बळाची आराध्य देवता आहे. त्याचं मंदिर असलं म्हणजे आपण सगळे करतो आहोत, त्या शक्तीच्या आराधनेला एक अधिष्ठान लाभेल. म्हणून माझी तुम्हा गावकऱ्यांना अशी विनंती आहे की आपण एक हनुमानाचं मंदिर बांधू या, मारुतीचं मंदिर बांधू या!"

रामदासाचं हे बोलणं सगळ्यांनाच पटलं. सगळ्यांनी होकार भरला. श्रमदानाची तयारी दर्शवली. सर्वानुमते टाकळीत हनुमानाचं मंदिर बांधायचं ठरलं. गावकऱ्यांनी उत्साहानं, आनंदानं होकार दिला याचा रामदासाला अतिशय आनंद झाला. आता या गावात त्याच्या मारुतीरायाचं मंदिर उभं राहणार होतं. ज्या शक्तिदेवतेची तो आराधना करत होता, भक्ती करत होता त्या आराधनेला, भक्तीला एक सगुण अधिष्ठान प्राप्त होणार होतं. त्याच्यासाठी ही मोठी अपूर्वाईची गोष्ट तर होतीच; पण त्याच्या लाडक्या मारुतीरायासाठीसुद्धा ही आनंदाची गोष्ट होती. त्याच्यावर श्रद्धा ठेवणाऱ्या, त्याची भक्ती करणाऱ्या भक्तांच्या मनात तर तो होताच; पण आता तो त्यांच्या नजरेसमोरही राहणार होता. त्यांना स्फूर्ती देणार होता. म्हणून मारुतीरायाही प्रसन्न होता.

रामदासानं गावकऱ्यांसमोर मारुती मंदिराचा प्रस्ताव मांडला. गावकऱ्यांनी तो उचलून धरला आणि मग त्यासाठी रोज बैठका होऊ लागल्या. विचारविनिमय होऊ लागला. चर्चा होऊ लागली. मंदिर कसं असावं? केवढं असावं? कुठं बांधावं? कसं बांधावं? केवढ्या जागेवर बांधावं? मूर्ती कशी असावी? केवढी असावी? कुठल्या आकारात असावी? द्रोणागिरी उचललेला? हात जोडून उभा असलेला? वीरासनात बसलेला, की रावणाच्या राजसभेत शेपटीचं वेटोळं

करून त्यावर बसलेला? उभा, की बसलेला? अनेक प्रश्न चर्चिले जात होते. अनेक मुद्द्यांवर वाद होत होते. तरी 'मंदिर बांधायचं' या मुद्द्यावर मात्र सगळ्यांचं एकमत होत होतं. बरेच दिवस चर्चा चालल्या होत्या; पण काहीच ठरेना.

शेवटी एके दिवशी सगळे जण रामदासाच्या मठीबाहेर जमले. रामदास त्या वेळी लिहीत बसला होता. बाहेरून हाका आलेल्या ऐकून तो मठीच्या बाहेर आला. बाहेर गावकरी जमलेले बघून तो त्यांना सामोरा गेला. गावकऱ्यांनी त्याला 'प्रणाम स्वामी' म्हणत वंदन केलं. 'जय जय रघुवीर समर्थ' म्हणत रामदासानं त्या सर्वांना प्रतीवंदन केलं. विचारलं,

"काय झालं? तुम्ही सगळे इथं का जमला आहात?"

रामदासाच्या या प्रश्नावर सगळे एकदम बोलायला लागले. काहीच समजेना. शेवटी रामदासानं हात वर करून सगळ्यांना थांबवलं आणि म्हणाला, "सरपंच काका तुम्ही बोला!"

हे ऐकून सरपंच पुढं झाले. रामदासाला नमस्कार करून त्यांनी बोलायला सुरुवात केली.

"स्वामी! हनुमानाचं मंदिर बांधायचं ते एकमतानं ठरलंया. पर बाकी काईच ठरत न्हाई. आता तुम्हीच काय ते समद्यास्नी सांगा. आता तुमी सांगाल तसंच आमी करू!"

सरपंचांनी सगळ्या गावकऱ्यांच्या वतीनं सांगितलं. इथं मात्र सगळ्यांचं एकमत झालं. सगळ्या गावकऱ्यांनी होकारार्थी मान हलवून सरपंचांच्या या म्हणण्याला दुजोरा दिला. अशी एकी दाखवून सगळी शांत बसली. रामदास काय बोलतोय, त्याची वाट बघायला लागली. रामदासानं क्षणभर विचार केला. एकदा 'जय जय रघुवीर समर्थ' असा पुकारा केला आणि रामदासानं बोलायला सुरुवात केली.

"लोक हो! मारुती मंदिर बांधायचा आपण संकल्प सोडलेला आहेच. आपण हे मंदिर चार अंकणी बांधू. पुढं निव्वळ छत असलेलं मोठं पटांगण ठेवू. जिथं आपल्याला आपले उत्सव साजरे करता येतील. तिथं व्यायाम करता येईल, कीर्तन-प्रवचनाचे कार्यक्रम करता येतील. ग्रंथांचं सामूहिक वाचन करता येईल. हे मारुती मंदिर गावच्या वेशीजवळ असलेल्या रिकाम्या जागेत बांधू या अन् सर्वांत महत्त्वाचं म्हणजे मारुतीची मूर्ती मी स्वतः बनवणार. तुम्ही सगळी मिळून मंदिर बांधायच्या कामाला सुरुवात करा. मी मारुतीची मूर्ती बनवतो!"

रामदासानं सांगितलं आणि सगळ्यांनाच ते पटलं. सरपंचांच्या डोळ्यात कौतुक उमटलं. त्याच कौतुकानं ते म्हणाले,

"स्वामी, तुम्ही रामदास स्वामी हाईसाच; पर तुम्ही समदं काम करायला

तुमच्या रामरायासारखंच समर्थ हाईसा बघा. समर्थ रामदास हाईसा तुम्ही!''

सरपंचांनी उच्चरवात उच्चारलेलं ते वाक्य बराच काळ प्रतिध्वनित होत राहिलं. लोकांनी सरपंचांच्या या बोलण्यालाही दुजोरा दिला. आसमंतातून प्रतिध्वनी ऐकू येत होते. ''समर्थ रामदासऽ! समर्थ रामदासऽऽ!'' त्या ध्वनींच्या स्पंदनानं अवघी धरा रोमांचली, अवघा आसमंत थरारला. नंदिनी नदीनं ती स्पंदनं आपल्या हृदयात झेलली आणि गोदावरीत सोडून दिली. गोदावरी प्रसन्न झाली. ती स्पंदनं घेऊन ती नाशिकला पोचली. पंचवटीत रामराया उभा होता. ती स्पंदनं वाऱ्याच्या सोबतीनं मंदिरात शिरली आणि 'समर्थ रामदास' हे शब्द ऐकून रामराया प्रसन्न झाला.

सांजारती करायला आलेल्या गुरवाला कळेना की गर्भागारात अचानक चंदनाचा गंध कुठून आला? सांजारती संपली तरी तो गंध गाभाऱ्यात दरवळत होता. तो कुठून आला या विचारातच गुरवानं सांजारती संपवली. टाकळीत मात्र रामदासाचा निरोप घेऊन घरी निघालेल्या प्रत्येक गावकऱ्याच्या मुखात त्या दिवशी एकच नाव होतं. समर्थ रामदास, समर्थ रामदास स्वामी, समर्थ रामदास, समर्थ रामदास, रामदास स्वामी!

टाकळीत मारुती मंदिर बांधण्याचा आराखडा निश्चित झाला आणि वीस-पंचवीस हात कामाला लागले. रामदास स्वामींनीही मारुतीची मूर्ती बनवण्याचं निश्चित केलं. त्यांनी मनाशी योजल्याप्रमाणं त्याची तयारी सुरू केली. स्वामी माधुकरीसाठी गावात जात असत, तेव्हा बाया-बापड्यांना गाईचं शेण साठवून ठेवण्याची विनंती करत आणि दुसऱ्या दिवशी माधुकरीला गेल्यावर ते साठवलेलं शेण घेऊन येत असत. बघता बघता मठीच्या पाठीमागच्या परसात शेणाचा ढीग तयार झाला. कधी-कधी स्वामी माधुकरीसाठी पंचवटीलाही जात असत; मात्र या सगळ्या व्यग्र दिनचर्येतही भवतालची न सुधारणारी परिस्थिती पाहिली की त्यांचं मन उदास होत असे. अशा वेळी त्यांना टाकळीतले सुरुवातीचे दिवस आठवत असत. त्या वेळी रस्त्यानं ते चालले की पोरंटोरं चिडवत मागे येत. तोंडाला पदर लावून बायका दारात उभ्या राहून हसत असत. तर कोपऱ्याकोपऱ्यावर उभे असलेले पुरुषही त्यांची टर उडवत. अशा वेळी हे सगळं सोडावं आणि जांबेत परतावं अशी त्यांना सतत इच्छा होत असे. त्या वेळी मनात आलेले विचार ते कागदावर लिहून ठेवत. असंच एकदा अस्वस्थ मन:स्थितीत त्यांनी लिहून ठेवलं होतं–

"अन्न नाही वस्त्र नाही। सौख्य नाही जनामध्ये।
आश्रयो पाहता नाही। बुद्धी दे रघुनायका।।
देईना पुर्विना कोण्ही। उगेचि जन हासती।।
लौकिक राखता येना। बुद्धी दे रघुनायका।।
पीशुणे वाटती सर्वे। कोणीही मजला नसे।
समर्था तू दयासिंधू। बुद्धी दे रघुनायका।।
उदास वाटे जीवी। आता जावे कुणीकडे।

तू भक्तवत्सला रामा। बुद्धी दे रघुनायका।।

आपल्या उदास-निराश मन:स्थितीचं गाऱ्हाणं त्यांनी रामरायापुढंच मांडलं होतं. त्याला विचारलंदेखील होतं...

''उदासीन हा काळ जातो गमेना। सदा सर्वदा थोर चिंता शमेना।।
उठे मानसी सर्व सांडोनि जावे। रघुनायका काय कैसे करावे।।
जनी बोलता चालता वीट वाटे। नसे अंतरी स्वस्थ कोठे न कंठे।।
घडीने घडी चित्त किती धरावे। रघुनायका काय कैसे करावे।।''

म्हणजेच लोकांच्या त्रासाला कंटाळून आपले पुरश्चरण करण्याचा, बारा वर्षं तप करण्याचा निश्चय सोडून द्यावा, असं त्यांना क्षणभर वाटलं होतं. म्हणूनच रामाजवळ त्यांनी मन मोकळं केलं. पंचवटीला रामासमोर जाऊन त्यांनी आपलं गाऱ्हाणं मांडलं–

''रामराया! आता तूच सांग मी काय करू? लोकांच्या अशा वाईट बोलण्यानं माझ्या मनालाही यातना होत आहेत रे! तुला ठावे आहे का लोक माझ्याबद्दल काय बोलतात? म्हणतात–

''यासि काय झाले धडचि का बिघडले।
वयेवीण लागले देवपिसे।
देव काय आम्हा सकळापासी नसे।
जनावेगळे कैसे भजन याचे।।''

अशी तक्रार रामापुढे केली. त्यांना वाटलं रामराया काहीतरी बोलेल; पण तो काहीच बोलला नाही. बोलला तो गुरव! म्हटलं तर हात जोडून रामरायापुढं उभ्या असणाऱ्या रामदास स्वामींना उद्देशून, म्हटलं तर स्वत:शीच–

''आता काय करावं या मुंग्यास्नी? कितीदा झाडलं, पुसलं तरी येत्यातच. काय बी क्येलं तरी त्या काई मागं हटत न्हाईत. आनी भिंताडावर चढायचं सोडत न्हाईत.''

गुरवाचं ते बोलणं ऐकून रामदास स्वामी चपापले. हा मुंग्यांबद्दल बोलत होता की आपलं मन वाचून रामरायानं आपल्याला दिलेला हा इशारा होता? त्यांना समजेना. त्यांनी राममूर्तीकडे निरखून पाहिलं. रामाचा चेहरा शांत होता; पण डोळ्यांत मात्र 'समजलं का?' असा इशारा होता. खरंच होता, की रामदास स्वामींना भास झाला होता कोण जाणे? पण रामदास स्वामी मात्र समजले.

'ही एवढीशी मुंगी हार मानत नाही. आपण तर ज्ञानमार्गी आहोत. मग आपण का हार मानायची? आपलं बारा वर्षं तपश्चर्येचं ईप्सित साध्य केल्याशिवाय आपण राहायचं नाही; पण मग लोकनिंदेचं काय?'

रामदास स्वामी स्वत:शीच बोलत होते. विचार करता करता ते टाकळीला परत चालले होते. सूर्य मावळतीला टेकला होता. बाजूनं दोन माणसं चालली होती. त्यांच्यात काहीतरी बोलणं चाललेलं होतं. त्यातला एक म्हणत होता,

"आता हा सूर्व्या बघ! हा रोज उगवतीला उगवतोय आनी मावळतीला मावळतोय म्हणून लोकं त्याच्याकडं बघतासुदिक न्हाईत; पर हाच सूर्व्या जर मावळतीला उगवला आनी उगवतीला मावळला तर लोकं त्याच्याकडं बघतील का न्हाई? असंच असतं रे मानसांचं! चिमत्कार दावल्याबिगर त्ये नमस्कार करत न्हाईत!"

चालता-चालता रामदास स्वामीच्या कानावर त्यांचं बोलणं पडत होतं. ते बोलणं ऐकलं आणि त्यांच्या डोक्यात लख्ख प्रकाश पडला. समाजाला आपले विचार पटायला हवे असतील, तर समाजाला आधी आपण पटावं लागेल. तरच समाज आपलं ऐकेल. आपल्याला समाजाभिमुख व्हायचं असेल, तर समाज आधी आपल्याभिमुख झाला पाहिजे. त्यासाठी मग मनात नसतानासुद्धा आपल्याला चमत्कार करावा लागेल. ज्ञानेश्वर माउलीनंही हेच केलं! म्हणून तर हेटाळणी करणारा समाज त्यांच्या पायाशी लीन झाला.

समाजाला डोळस श्रद्धा शिकवायची असेल तर आधी त्याची अंधश्रद्धा उपयोगात आणली पाहिजे. केरूच्या म्हैशींना आपण कपाळावर थोपटताच त्या भरपूर दूध द्यायला लागल्या. हा योगायोग किंवा रामकृपा असेलही; पण तो आपला हातगुण मानून तो केरू चार गावकऱ्यांना घेऊन आपल्या मदतीला आला. त्याच्या मनात आपल्याबद्दल पूज्य भाव जागृत झाला. हळूहळू टाकळी गावात व्यायामाचा प्रचार झाला. आता तर गावकरी हनुमानाचं मंदिर बांधणार आहेत.

टाकळीकरांची आपल्यावर श्रद्धा आहे. विश्वास आहे. ते आपलं ऐकतात, अन् ऐकतीलही; पण आपण कायमचं टाकळीत थोडेच राहणार आहोत? आपण भारतभर भ्रमण करणार आहोत. जास्तीतजास्त लोकांपर्यंत पोहोचण्यासाठी आणि आपले विचार पोचवण्यासाठी झटणार आहोत. मग लोकांनी आपलं ऐकावं यासाठी एखाद्या चमत्काराचं वलय आपल्या नावाभोवती असलं पाहिजे. तरच लोक आपलं ऐकतील. आपल्याला गांभीर्यानं घेतील... झपझप चालणाऱ्या रामदास स्वामींचे विचारही झपझप येत होते. ते टाकळीला पोचले तेव्हा अंधार झाला होताच; पण 'आता काहीतरी चमत्कार घडवायला हवा' या निष्कर्षाप्रत ते पोचले होते.

दुसऱ्या दिवशी भल्या पहाटेची गोष्ट. नेहमीप्रमाणे अंधार असतानाच रामदास स्वामी मठीतून बाहेर पडले. तरातरा चालत ते नदीवर आले. नदीत सूर मारून

चार डुबक्या मारून ते मठीवर परतले. दंड, बैठका, जोर मारून ते घामेजल्या शरीरानं पुन्हा नदीवर गेले. घामानं तप्त झालेलं शरीर नदीच्या पाण्यानं शांतवलं. तोवर प्राची लालसर झाली. ओंजळीत पाणी घेऊन त्यांनी त्या लाल-केशरी क्षितिजाकडे बघत अर्घ्य दिलं. गायत्रीची आवर्तनं सुरू केली. आवर्तनं संपली, तेव्हा सूर्य क्षितिजावर आला होता. त्याला नमस्कार करून स्वामी पाण्याबाहेर आले. घाटाजवळ दहा-पंधरा माणसांचा घोळका होता. त्यात एक-दोन स्त्रिया होत्या. त्यातली एक स्त्री सकलचूडेमंडित होती. भगवी कफनी घातलेले कोणीतरी स्वामी घाटाच्या पायऱ्या चढून वर आलेले बघून पदर सावरत ती पुढं आली. स्वामींना सामोरी झाली. तिनं वाकून स्वामींना त्रिवार नमस्कार केला.

"अष्टपुत्रा सौभाग्यवती भव!"

स्वामींनी आशीर्वाद दिला. एका साध्वीला आशीर्वाद दिल्याचं समाधान त्यांच्या चेहऱ्यावर विलसत होतं. तोच पुढच्या क्षणी त्या साध्वीनं हंबरडा फोडला. आपलं कपाळ बडवून घेऊन ती रडायला लागली. माती उचलून तोंडात घालायला लागली. स्वामींना समजेना, आपलं काय चुकलं. गोंधळून त्यांनी इकडं-तिकडं पाहिलं. तोच त्या घोळक्यातून एक जण पुढं आला. स्वामींच्या जवळ जाऊन कुजबुजत्या स्वरात म्हणाला,

"स्वामी, या अन्नपूर्णाबाई कुलकर्णी. दशपंचक गावचे गिरिधर कुलकर्णी यांच्या पत्नी. दुर्दैवानं गिरिधर कुलकर्णींचं निधन झालं आहे. त्यांचं प्रेत घेऊन अंत्यसंस्कारासाठी आम्ही इथे आलो आहे. अन्नपूर्णाबाई सती निघाल्या आहेत. म्हणून त्या सालंकृत आहेत. आपल्याला बघून त्या नमस्कारासाठी पुढे झाल्या आणि आपण अनवधानानं त्यांना हा आशीर्वाद दिलात."

त्या माणसानं स्पष्टीकरण केलं. स्वामी हादरले.

"श्रीरामा, हे काय माझ्या हातून घडलंय? घडलं की तू घडवलंस? आणि हे जर तू घडवलं असशील तर ते निस्तरावंही तुलाच लागेल. एका सती निघालेल्या स्त्रीला 'अष्टपुत्रा सौभाग्यवती भव' हा आशीर्वाद देण्याचं पाप तू मला करायला लावलंस. हे जर तू करायला लावलं असशील तर त्या पापाचं परिमार्जनही तूच करून घेशील!"

रामदास स्वामींनी त्या गोंधळलेल्या मन:स्थितीत रामाला साकडं घातलं. आपल्या हातून घडलेल्या या प्रमादातून आपल्याला बाहेर काढावं असं मारुतीनं रामरायाला सांगावं म्हणून ते मारुतीरायाला विनवू लागले. रामरायानं आपल्याला त्यांच्यावर सोपवलं आहे, याची आठवण ते मारुतीरायाला करून देऊ लागले.

“तुजविण मज पाहे पाहता कोण आहे।
म्हणऊनी मन माझे रे तुझी वाट पाहे।
मज तुज निरवीले पाहिजे आठविले।
सकळिक निजदासांलागी सांभाळवीले॥”

आपल्याला सांभाळण्याची जबाबदारी श्रीरामानं मारुतीरायांवर सोपवली आहे, याची त्यांनी मारुतीला आठवण करून दिली. रामदास स्वामींनी क्षणभर डोळे मिटले. नजरेसमोर कोदंडधारी रामाची प्रसन्न मूर्ती उभी राहिली. त्यांना दिलासा मिळाला. त्यांनी त्या जवळ आलेल्या माणसाला सांगितलं, “ते प्रेत इकडे आणा.”

काहीच न कळून त्यातल्या चौघा-पाच जणांनी मिळून ते गिरिधर कुलकर्णींचं प्रेत रामदास स्वामींसमोर आणून ठेवलं.

“याच्या दोऱ्या सोडा” स्वामींनी आदेश दिला.

गोंधळून गेलेल्या त्या लोकांनी प्रेताच्या दोऱ्या सोडल्या. रामदास स्वामी पुढे झाले. कमंडलूतलं पाणी उजव्या हातात घेऊन त्यांनी डोळे मिटले. शरीरातल्या सगळ्या अवयवांची ऊर्जा त्या हातात एकवटली. गायत्रीच्या आवर्तनानं मिळालेली संजीवक ऊर्जाही त्यांनी त्या हातातल्या पाण्यात एकवटली. 'श्रीराम जय राम जय जय राम' मनाशी जप सुरू केला. ज्या क्षणी, ज्या क्षणी त्यांना वाटलं की आपल्या मनात संजीवक प्रेरणा जागृत झाली आहे, त्या क्षणी... त्या क्षणी त्यांनी ते पाणी त्या प्रेतावर शिपडलं अन् घनगंभीर आवाजात आज्ञा केली, “ऊठ, गिरिधरा ऊठ!”

क्षणभर तिथं नि:स्तब्ध शांतता पसरली. इतकी की नदीत निर्माण होणाऱ्या तरंगांचाही आवाज स्पष्ट ऐकू येऊ लागला. उगवलेला सूर्य क्षणभर झाकोळला. वाऱ्याची गतीही क्षणभर थांबली, वाहणारं पाणीही क्षणभर स्तब्ध झालं, पृथ्वीची गतीही क्षणभर थांबली असावी; कारण अवघा निसर्ग स्तब्ध झाला. अविचल झाला. पुढच्याच क्षणाला झोपेतून डोळे चोळत उठावं तसा गिरिधर तिरडीवर उठून बसला. डोळे चोळून एकवार त्यानं आसपास बघितलं. इकडे-तिकडे बघत विचारलं,

“मला इथं कशाला आणलंय?” त्यानं हा प्रश्न विचारेपर्यंत तिथं नि:स्तब्ध शांतता होती. गिरिधरनं हा प्रश्न विचारला आणि त्याच्यासोबत आलेल्या, नेहमी नदीवर येणाऱ्या अशा शंभर-एक लोकांनी एकच जल्लोष केला. अन्नपूर्णाबाईच्या आनंदाला तर आकाश पुरेना. लोकांनी गिरिधरला सगळी हकिगत सांगितली. त्याचाही चेहरा उजळला. अन्नपूर्णेसोबत त्यानं स्वत:ला स्वामींच्या पायावर

घातलं. आपल्या अश्रूंनी दोघांनी स्वामींच्या चरणांवर जणू अभिषेक घातला.

पायावर डोकं टेकलेल्या गिरिधर आणि अन्नपूर्णा यांना उठवून स्वामी म्हणाले,

"दुपारी बोलू."

इकडं-तिकडं न पाहता झपझप पावलं टाकत ते मठीकडं परतले. तिथं जाऊन आपली योगासनं पूर्ण करून ते पुन्हा नदीवर आले. नदीचं पात्र पोहत जाऊन त्यांनी पैलतीर गाठला. तिथं पाण्यात उभं राहून त्यांनी पुरश्चरण सुरू केलं. 'श्रीराम जय राम जय जय राम'चा जप अवघं अवकाश व्यापून राहिला. सूर्य माथ्यावर आला आणि स्वामींचं पुरश्चरण झालं. पोहत अलीकडे येऊन ते पुन्हा मठीत आले. ओली वस्त्रं बदलून त्यांनी कोरडी वस्त्रं घातली. कफनी घातली, अन् माधुकरीची झोळी घेऊन ते माधुकरी मागायला गावात निघाले.

"स्वामींनी प्रेत उठवलं, रामदास स्वामींनी मेलेला माणूस जिवंत केला!" एकाकडून दहा, दहाकडून शंभर, शंभरांकडून हजार अशी वाऱ्याच्या वेगानं ही बातमी सगळीकडं पसरली आणि टाकळीला जत्रेचं स्वरूप आलं. स्वामींना बघायला, भेटायला, दर्शनाला, नमस्कार करायला लोकांची रीघ लागली. आपलं ईप्सित ध्येय साध्य करण्यासाठी स्वामी समाजाभिमुख होऊ पाहत होते. आता स्वामींनी केलेल्या या चमत्कारामुळं पंचक्रोशीतला अवघा समाजच त्यांना अभिमुख झाला. सामोरा झाला.

टाकळीकरांना स्वामींबद्दल आपलेपणा होताच, आदर होताच; पण आजच्या या चमत्कारामुळं स्वामींबद्दल टाकळीकरांच्या मनात पूज्यभाव निर्माण झाला. त्यांनी गावात प्रवेश करताच त्यांच्या पायावर डोकं ठेवण्यासाठी लोकांनी एकच गर्दी केली. त्यांना माधुकरी देण्यासाठी आलेल्या घराघरातील अन्नपूर्णा स्वामींच्या पायावर डोकं ठेवून त्यांचा आशीर्वाद घेऊ लागल्या. 'गावात आला तेव्हा बारा वर्षांचा असलेला हा पोर तपश्चर्येनं आणि तप:सामर्थ्यानं इतका मोठा झाला की मेलेला माणूस यानं जिवंत केला.' असं गावातली ज्येष्ठ मंडळी म्हणू लागली.

रामदास स्वामी स्वत: मात्र आपण ज्या टाकळीकरांच्या अन्नावर पोसलो, वाढलो, गेली बारा वर्षं ज्यांनी आपल्याला जेवू-खाऊ घातलं त्या टाकळीकरांबद्दल कृतज्ञ होते. गावातील ज्येष्ठांचा नमस्कार घेताना संकोचत होते. त्यांना माहीत होतं की, आपण आता इथं फार काळ राहणार नाही. गेल्या अकरा वर्षांत जसं टाकळीकरांनी त्यांना भरभरून दिलं होतं– त्यातही आधी सुरुवातीला उपहास, टिंगल, टवाळी आणि नंतर प्रेम– तसंच स्वामींनीही त्यांना भरभरून दिलं होतं. कीर्तन, प्रवचन या माध्यमातून ज्ञान, संस्कार आणि व्यायामाच्या माध्यमातून उत्तम आरोग्याची देणगी. याच सगळ्याचं अधिष्ठान म्हणून आता हनुमान मंदिर बनत होतं. म्हणूनच स्वामी समाधानी होते.

आजही ते माधुकरीसाठी बायजाक्काच्या दाराशी गेले. अन् त्यांनी साद घातली, "जय जय रघुवीर समर्थ." ती हाक ऐकून बायजाक्का बाहेर आली. तिच्या हातातल्या पत्रावळीत चार-पाच पुरणपोळ्या होत्या, तुपात भिजलेल्या. रामदास स्वामींना त्या देत ती म्हणाली,

"पोरा, अरं किती गोठा झालास रं? आन् तू काय गुडदाबी उठवलास म्हनं? आरं, तू त्या रामाला समर्थ म्हणतोस! अरं पन तूबी समर्थ हाईसच की! तू न्हानगा हुतास तवा रामदास हुतास. मोठा झालास आनी लोकं तुला रामदास स्वामी म्हनाय लागलं. पर आता तुला समर्थ रामदास म्हणायला पायजेल."

बायजाक्काचं बोलणं संपतंय तोच पाठीमागून केरू आला.

"अक्शी बरोबर बोलतीयास बायजाक्का तू! अगं ह्ये समर्थ रामदास स्वामीच म्हटले पायजेत."

असं म्हणत केरू रामदास स्वामींकडं वळून म्हणाला,

"स्वामी, तुमचा रामराया तर समर्थ हायेच हाये; पर तुमी त्याचे भक्त म्हणून तुमी बी समर्थ रामदास हाईसा. अवं मेलेला मानूस उटवलात तुमी! काय कमी समर्थ हाईसा काय? स्वामी, आता तुमी निस्तं रामदास स्वामी राहिलं न्हाइसा! तर तुमी समर्थ रामदास स्वामी झालासा!"

रामदास स्वामींना बोलवायला आलेल्या केरूनं बायजाक्काच्या म्हणण्याला हा असा दुजोरा दिला. रामदास स्वामींना काही बोलताच येईना. बायजाक्काच्या दाराशी स्वामींना बघून लोक पुन्हा तिथं जमले. केरूचं रांगड्या आवाजातलं बोलणं सगळ्यांनी ऐकलं होतं. त्या बोलण्याला दुजोरा म्हणून सगळ्यांनी मनापासनं जयघोष केला– 'समर्थ रामदास स्वामी ऽऽ! समर्थ रामदास स्वामी ऽऽ!'

हे दृश्य बघायला, हा जयघोष ऐकायला अवघं चराचर जणू क्षणभर स्तब्ध झालं. त्या स्तब्धतेमुळं त्या जयघोषाचे अनेक प्रतिध्वनी निनादले. त्या प्रतिध्वनींनी अवघा आसमंत भरून गेला. तो ध्वनी निनादत पंचवटीला पोचला. श्री रामरायाला ऐकायला गेला, हनुमंताच्या कानावर पडला. दोघांनी एकमेकांकडं पाहिलं आणि एकाच वेळी दोघांचेही चेहरे उजळले. माध्यान्ह आरती करायला आलेल्या गुरवाला मात्र 'रामरायाचा चेहरा नेहमी असाच प्रसन्न असतो, की आज जास्त प्रसन्न दिसतोय,' हा प्रश्नच पडला.

माधुकरी घेऊन, गावकऱ्यांचं ओसंडून चाललेलं प्रेम कसंबसं थोपवून समर्थ रामदास मठीत परतले. मठीच्या भोवती माणसांची पुष्कळ गर्दी होती. त्यातच गिरिधर आणि त्यांच्या पत्नी अन्नपूर्णाही होत्या. स्वामी परतलेले बघून ते पुढं आले. पुन्हा स्वामींच्या चरणावर डोकं ठेवून त्यांनी नमस्कार केला. गिरिधरनं विचारलं,

"स्वामी, आपण मला जीवनाची संजीवनी दिलीत. आता हा देह, हे आयुष्य तुमचं आहे. ते मी तुमच्या पायावर वाहिलं आहे. या आयुष्याचं काय करायचं ते आता तुम्हीच ठरवा."

पतीच्या या बोलण्याला अन्नपूर्णाबाईंनीपण दुजोरा दिला. स्वामी हसले. प्रसन्न भावानं म्हणाले,

"गिरिधरपंत, आमच्या मुखातून उद्‌गारलेला आशीर्वाद खोटा ठरू नये म्हणून रामरायानं तुम्हाला पुन्हा जिवंत केलं. ही त्याची कृपा आहे. आता नीट प्रपंच करा. आपला आणि आपल्या कुळाचा उद्धार होईल, असं काहीतरी कार्य करा. श्री रामरायाची भक्ती करा. भक्तीची परंपरा पुढे चालू राहील असं कार्य करा." गिरिधरपंतांनी स्वामींचा प्रत्येक शब्द जणू हृदयावर कोरून ठेवला आणि साश्रू नयनांनी स्वामींचा निरोप घेऊन ते पत्नी व आपल्या गावकऱ्यांसोबत दशपंचक गावी परतले.

पण झालं मात्र असं की स्वामींनी केलेल्या या चमत्कारामुळं त्यांचा एकांत मात्र सगळा विस्कटला. ते जिथं असतील तिथं माणसं जमायला लागली. टाकळी गावाला तर जत्रेचं स्वरूप आलं. माणसांची गर्दी टाळण्यासाठी स्वामी तिथून पंचवटीला येत; पण तिथपर्यंत त्यांची कीर्ती पोचली होती. त्या गर्दीला तोंड देत स्वामी कसेबसे तिथून बाहेर पडत. संगमावर येत तर नदीच्या दोन्ही तीरावर माणसं जमत. त्यांचं पुरश्चरण संपेपर्यंत, ते पाण्यातून बाहेर येईपर्यंत माणसं ताटकळत उभी राहत. स्वामी पाण्यातून बाहेर आले की त्यांच्या पायावर डोकं ठेवायला रेटारेटी करत. स्वामींना हे आवडत नसे. त्यांना वाटे हा सगळा खेळ रामरायानं मांडला आहे. तो आपली परीक्षा घेतोय. ते म्हणत,

"रामराया, अरे असं विभूती म्हणवून घेण्यासाठी मी हे केलं नाही रे! तूच तर करवून घेतलंस माझ्याकडून. मला लोकाभिमुख व्हायचं होतं. असं लोकांना अंधश्रद्ध बनवायचं नव्हतं."

"स्तुती होता आनंदेल। तो निंदा होता रडेल।
या दोन्हींमध्ये न सापडेल। तोचि धन्य जगी।।"

अशी त्यांची धारणा होती. या गर्दीला टाळण्यासाठी ते त्या कडे-कपारीतल्या गुहेत जाऊन बसत. तिथं मग ध्यान, नामस्मरण, वाचन, मनन, चिंतन करत. ग्रंथांचा अभ्यास करत. त्याची टिपणं काढून ठेवत. भरपूर लिखाण करत; पण यानंतर एक मात्र झालं. स्वामींच्या कीर्तन, प्रवचनाला लोकांची गर्दी वाढू लागली. त्या माध्यमातून शेकडो, हजारो लोकांपर्यंत त्यांचे विचार पोहोचू लागले. स्वामी या दृष्टीनं खऱ्या अर्थानं लोकाभिमुख झाले, समाजाभिमुख झाले.

वर्ष होत आलं. बघता-बघता मंदिराचं बांधकाम पूर्ण झालं. स्वामींनी गोमयाचा मारुती करायला घेतला. गोमयात थोडा चुना आणि राळ मिसळली. त्याचा छान चिकट लगदा तयार केला. गावकऱ्यांनी मारुती मंदिराच्या गर्भगृहाचं बांधकाम आधी पूर्ण केलं. रामनवमी आली. रामनवमीला रामजन्म मोठ्या उत्साहानं साजरा केला. त्याआधी चैत्र शुद्ध प्रतिपदेच्या शुभमुहूर्तावर स्वामींनी गावकऱ्यांच्या मदतीनं त्या मंदिराच्या गाभाऱ्यात मोठमोठ्या दगडांचा ढिगारा रचून घेतला. रामजन्म सोहळ्यानंतर गोमय, चुना, राळ यांचा एकत्र केलेला तो लगदाही त्या गर्भागारात नेऊन ठेवला. रामजन्म सोहळ्यानंतर स्वामींनी स्वत:ला त्या गर्भागारात कोंडून घेतलं, सलग पाच दिवस. सलग पाच दिवस स्वामींनी त्या दगडाच्या ढिगाऱ्यावर त्या गोमयाच्या काल्याचा लेप चढवून, त्या गोमयाच्या काल्याचे एकावर एक थर चढवून त्याला एक सुबक आकार दिला आणि पाचवे दिवशी मध्यरात्री ते बाहेर आले.

ते बाहेर आल्यावर त्या मध्यरात्रीही तिथे जमलेल्या लोकांनी त्यांचा जय-जयकार केला. त्या मध्यरात्रीही पलिते, मशाली, दिवट्या मोठ्या प्रमाणात पेटवल्या गेल्या. त्या मशालींच्या सुवर्ण प्रकाशात स्वामींची सुवर्णतेजानं झळाळणारी आकृती आणि त्या गाभाऱ्यात उभी राहिलेली 'दास मारुती'च्या रूपातली हात जोडून वीरासनात बसलेली हनुमानाची मूर्ती लोकांच्या नजरेला पडली. लोकांच्या आनंदाला पारावार राहिला नाही. समर्थ रामदास स्वामींसारखा मार्गदर्शक आणि मारुतीरायासारखा पाठीराखा मिळणं ही टाकळीकरांची पूर्वपुण्याईच ठरली. मारुतीरायाची ती सुबक मूर्ती बघून लोक भारावून गेले. कित्येकांचे डोळे पाण्यानं भरले. स्वामींनी लोकांच्या मनात जागृत केलेल्या मारुतीरायाच्या भक्तीचं हे गोमटं प्रतीक होतं.

दुसऱ्या दिवशी हनुमान जयंती. मारुतीचं मंदिर बांधून पूर्ण झालेलं, मारुतीची सुबक मूर्ती गर्भगृहात विराजमान झालेली, लोकांच्या उत्साहाला नुसतं उधाण आलं. रात्रभर जागून लोकांनी मंदिर सजवलं, मंदिराचा परिसर नटवला, सुशोभित केला. पहाट झाली, तसा लोकांचा उत्साह आणखी वाढला. ढोल, ताशे, नगारे वाजू लागले. आपला भल्या पहाटेचा व्यायाम आटोपून स्वामी स्नान करून मंदिरात आले. हनुमानाच्या मूर्तीची समंत्रिक प्राणप्रतिष्ठा करण्यात आली. त्या मूर्तीत प्राण ओतण्यासाठी, तिच्यात चैतन्य भरण्यासाठी स्वामींनी साक्षात मारुतीरायाला आवाहन केलं. त्याला आमंत्रित केलं. पहाटेचा धूसर प्रकाश बाहेरच्या वातावरणात पसरला होता; पण गर्भागारात मात्र अंधारच होता. दोन समया तेवत होत्या. स्वामींनी हनुमानाला आवाहन केलं. कुठूनशी वाऱ्याची झुळूक आली, गर्भागारात शिरली, त्या तेवणाऱ्या समयाही विझल्या. गर्भगृहात मिट्ट अंधार झाला. त्या

अंधारात स्वामी उच्चारत असलेले अभिमंत्रच तेवढे ऐकायला येत होते. त्या छोट्याशा गाभाऱ्यात त्या मंत्रांचा ध्वनी घुमत होता. ध्वनिकंपनं गाभाऱ्याच्या भिंतींवर जाऊन आदळत होती. त्याचे असंख्य प्रतिध्वनी निर्माण होत होते. तो गाभारा त्या प्रतिध्वनींनी संपूर्ण भरून गेला होता.

अचानक... अचानक एकच क्षण, एक क्षण असा आला की गर्द अंधारात लख्खकन वीज चमकावी आणि डोळ्याचं पातं लवतं ना लवतं तोच क्षणार्धात ती लुप्त व्हावी तसं झालं. क्षणभर तो गाभारा, ते गर्भागार लख्खकन उजळलं. इतकं की तिथं जमलेल्या लोकांचे डोळे दिपले. ते आपोआप झाकले गेले. दुसऱ्या क्षणाला तो प्रकाश लुप्त झाला. तिथं पुन्हा अंधार पसरला. पहाटेच्या धूसर प्रकाशानं त्या गाभाऱ्यात प्रवेश केला.

लोकांनी डोळे उघडले. त्यांचं लक्ष हनुमानाच्या मूर्तीवर गेलं. त्या मूर्तीच्या चेहऱ्यावर प्रसन्नता ओसंडत होती. लोकांनी पाहिलं– स्वामी त्या मूर्तीसमोर हात जोडून, डोळे मिटून उभे होते. त्यांचाही चेहरा अपूर्व तेजानं तळपत होता. लोकांनी एकदा हनुमंताचा आणि पुन्हा स्वामींचा जयजयकार केला. त्या आवाजानं स्वामींनी डोळे उघडले. प्रसन्न चेहऱ्यानं मारुतीराया त्यांच्याकडेच बघत होता. हृदयीची खूण हृदयाला पटली. स्वामींना मूर्तीतलं मारुतीरायाचं अस्तित्व जाणवलं. त्यांचे डोळे भरून आले. गदगदल्या स्वरात त्यांच्या तोंडून उद्‌गार बाहेर पडले–

"भीमरूपी महारुद्रा वज्र हनुमान मारुती।
वनारी अंजनी सूता रामदूता प्रभंजना।।१।।
महाबली प्राणदाता सकळा उठवी बळे।
सौख्यकारी, दुःखहारी दूत वैष्णव गायका।।२।।
दीनानाथा हरीरूपा। सुंदरा जगदांतरा।
पाताळ देवता हंता। भव्य सिंदूर लेपना।।३।।
लोकनाथा जगन्नाथा। प्राणनाथा पुरातना।
पुण्यवंता पुण्यशीला। पावना परितोषका।।४।।
ध्वजांगे उचली बाहो। आवेशे लोटला पुढे।
काळाग्नी काळरुद्राग्नी। देखता कापती भये।।५।।
ब्रह्मांडे माइलीं नेणों। आवळें दंतपंगती।
नेत्राग्नि चालिल्या ज्वाळा। भृकुटी, ताठिल्या बळें।।६।।
पुच्छ ते मुरडिले माथा। किरीटी कुंडले बरी।
सुवर्ण कटी कासोटी। घंटा किंकिणी नागरा।।७।।
ठकारे पर्वता ऐसा। नेटका सडपातळू।

चपळांग पाहता मोठे। महाविद्युल्लते परी॥८॥
कोटीच्या कोटी उड्डाणे। झेपावे उत्तरेकडे।
मंद्रांद्री सारिखा मेरू। क्रोधे उत्पाटिला बळे॥९॥
आणिला मागुती नेला। आला गेला मनोगती।
मनासी टाकिले मागे। गतीसी तुळणा नसे॥१०॥
अणुपासूनी ब्रह्मांडा। एवढा होत जातसे।
तयासी तुळणा कोठे। मेरु मंदार धाकुटे॥११॥
ब्रह्मांडा भोवते वेढे। वज्रपुच्छे करू शके।
तयासी तुळणा कैसी। ब्रह्मांडी पाहता नसे॥१२॥
आरक्त देखिले डोळा। ग्रासिले सूर्य मंडळा।
वाढता वाढता वाढे। भेदिले शून्य मंडळा॥१३॥
धन धान्य पशुवृद्धी। पुत्र पौत्र समग्रही।
पावती रूप विद्यादि। स्तोत्र पाठे करूनिया॥१४॥
भूत प्रेत समंधादि। रोग व्याधी समस्तही।
नासती तूटती चिंता। आनंदे भीम दर्शने॥१५॥
हे धरा पंधरा श्लोकी। लाभली शोभली बरी।
दृढ देहो निःसंदेहो। संख्या चंद्रकला गुणे॥१६॥
रामदासी अग्रगण्यू। कपिकुळासी मंडणू।
रामरूपी अंतरात्मा। दर्शने दोष नासती॥१७॥

॥ इति श्रीरामदासकृतं संकटनिरसनं मारुतिस्तोत्रं संपूर्णम् ॥

सतरा कडव्यांचं श्लोकबद्ध असं मारुती स्तोत्र स्वामींनी तिथं रचलं आणि गायलंसुद्धा. स्वामींनी केलेली आपली स्तुती मारुतीरायालाही फार आवडली. तो आणखीच प्रसन्न झाला. स्वामी प्रसन्न होतेच. त्यांच्या प्रसन्नतेत भर घालणारी आणखी एक घटना त्या दिवशी, त्या ठिकाणी घडली.

हनुमान मंदिरातल्या त्या उत्सवाला दूरदूरवरून लोक जमले होते. त्यातच गिरिधरपंत आणि अन्नपूर्णाबाई होत्या. अन्नपूर्णाबाईंच्या हातात एक एवढंसं बाळ होतं. गिरिधरपंत पुनर्जीवित झाल्याला दीड वर्ष झालं होतं. त्यांचा संसार फुलला होता. त्यांना एक गोंडस बाळ झालं होतं. त्या बाळाला घेऊन दोघं स्वामींना भेटायला आले होते. हनुमानाची प्राणप्रतिष्ठा झाल्यावर स्वामी जरा विसावले होते. तेव्हा आपल्या बाळाला घेऊन ती दोघं तिथं आली. त्यांनी त्या बाळाला स्वामींच्या पायाशी ठेवलं. गिरिधरपंत म्हणाले,

"स्वामी, हे तुमच्या आशीर्वादाचं फळ आहे. ते तुमच्या पायावर घालण्यासाठी

आलो आहोत. हा मुलगा आता तुमचा झाला. आता तुम्हीच याचं नाव सुचवा. आता याच्यावर तुमचाच हक्क आहे.''

त्यांचं बोलणं ऐकून स्वामींना आनंद झाला. त्यांनी त्या बाळाला उचलून घेतलं आणि म्हणाले,

''याचं जन्माक्षर 'उ' येतंय ना? याचं नाव 'उद्धव' ठेवा. तुम्ही याला माझ्या पायावर घातलंत ना? मग हा आता माझा झाला. आता हा माझा म्हणून तुम्ही याचा सांभाळ करा. योग्य वेळ येताच तो माझ्याकडे येईल. तुम्हाला आणखी संतती होईल. तुम्ही आनंदात राहा.''

स्वामींच्या या उद्‌गारानं त्या दोघांना अतिशय आनंद झाला. एकंदरीतच हनुमान जयंतीचा तो सोहळा टाकळीकरांसाठी आणि स्वामींसाठीसुद्धा आनंदाची पर्वणी ठरला.

याच दरम्यान महाराष्ट्राच्या इतिहासात काही विशेष घटना घडत होत्या. मराठ्यांचे पराक्रमी सरदार शहाजी भोसले आदिलशाहीत चाकरीला होते. त्या दरम्यान त्यांनी आदिलशाहीशी बंड करण्याचा प्रयत्न केला; परंतु 'बाळाराव' नावाच्या सरदाराच्या मदतीनं आदिलशहानं हा प्रयत्न मोडून काढला. त्यानंतर शहाजी भोसले निजामशहाकडे चाकरीला गेले. त्याचदरम्यान भोसले घराण्यावर एक वाईट प्रसंग ओढवला. शहाजी भोसल्यांचे चुलत भाऊ खेळोजी भोसले निजामशहाच्याच पदरी होते. त्यांची पत्नी सत्यभामा गोदावरी स्नानासाठी नाशिकला येणार होती. निजामशहाचा एक सरदार मराबतखान हा भोसले कुटुंबाचा द्वेष करीत असे. त्यानं गोदावरी स्नानासाठी गेलेल्या सत्यभामाबाईंचं अपहरण केलं. या घटनेनं शहाजी भोसल्यांनी निजामशाही सोडली आणि ते पुन्हा आदिलशाहीत परतले. शहाजी भोसले दख्खनचे मातब्बर सरदार, अत्यंत पराक्रमी. त्यामुळे आदिलशहाने त्यांचं स्वागतच केलं. त्यांच्यामुळे अख्खा दख्खन त्याच्या आधिपत्याखाली राहणार होता.

आदिलशाहीत परतलेले शहाजी भोसले त्या मराबत खानाच्या कारवायांना प्रतिबंध घालण्यासाठी दोन वर्षं नाशिकमध्ये मुक्काम करून होते. त्यांचा पुत्र शिवबा त्या वेळी तीन वर्षांचा होता. या भागातल्या अस्थिर राजकारणामुळं शहाजीराजांनी शिवबा आणि मातोश्री जिजाऊ यांना शिवनेरी किल्ल्यावरच ठेवलं होतं. शहाजीराजे नाशिक मुक्कामी असताना स्वामींचा बोलबाला त्यांच्या कानावर आला. साधू-संत-संन्यासी यांचे आशीर्वाद घेण्याची भोसल्यांची परंपराच होती. त्याला अनुसरून शहाजीराजेंनी स्वामींची भेट घेण्याचं योजलं. स्वामी नाशकात येतात व आठ-पंधरा दिवस राहतात असं त्यांना समजलं होतं. त्यानुसार स्वामी नाशकास आल्याचं कळताच शहाजीराजे स्वामींना भेटावयास

गेले. स्वामींचं भारदस्त, तेजस्वी रूप, अफाट ज्ञान, अद्‌भुत व्यासंग, जाज्वल्य रामभक्ती आणि देशकालाविषयी असलेलं संपूर्ण ज्ञान बघून शहाजीराजे भारावून गेले. स्वामींना प्रणाम करून शहाजीराजे म्हणाले,

"स्वामी, आशीर्वाद असावा. आपली बहुत कीर्ती ऐकली. म्हणून आपल्या दर्शनासाठी आलो. हातून काहीतरी चांगलं घडेल असा आशीर्वाद द्यावा."

स्वामींनी शहाजींना आलिंगन दिलं. म्हणाले,

"राजे, तुमचं हे राजेपण असं कोणाच्यातरी चाकरीसाठी नाही. ही महाराष्ट्र भू तुमच्या पराक्रमाकडे डोळे लावून बसली आहे. तुमच्या पोटी साक्षात विष्णूचा अवतार जन्मला आहे. 'धर्म संस्थापनार्थाय संभवामि युगे युगे' असं सांगणाऱ्या श्रीकृष्णानं धर्माच्या रक्षणासाठी पुन्हा जन्म घेतला आहे. त्याच्या पाठीशी उभे राहा. ही भूमी यवनांच्या अत्याचारातून मुक्त होण्याची प्रतीक्षा करत आहे. तिला निराश करू नका.

'बहुसाल कल्पांत लोकांसि आला
महर्गे बहु धाडि केली जनाला
कितीयेक मृत्यूसी ते योग्य जाले
कितीयेक ते देश त्यागूनी गेले
कितीयेक ग्रामेचितेवोस झाली
पिके सर्व धान्येचि नाना बुडाली
कितीयेक धाडिवरी धाडी येती
या सैन्यकाचे नि संहार होती

"तेव्हा ही परिस्थिती बदलायला हवी, राजे. त्या दृष्टीनं विचार करावा!"

स्वामींनी शहाजीराजेंना आपल्या मनीचा सल सांगितला. स्वामींचा निरोप घेऊन राजे गेले ते मनात नवं स्फुलिंग घेऊनच. त्यानंतर दोन-तीन वर्षं स्वामी टाकळीत राहिले. या काळात बारा वर्षं पुरश्चरण झाले. बहुतेक सर्व ग्रंथांचा अभ्यास झाला. 'करुणाष्टके,' 'एकवीस समासी दासबोध,' 'आत्माराम' हे तीन ग्रंथ आणि बरीचशी स्फुट काव्ये लिहून झाली. आता स्वामींना तीर्थाटनाचे वेध लागले. समाजाभिमुख तर ते झालेच होते. आता त्यांना संपूर्ण भारताचा समाज अभ्यासायचा होता. त्यासाठी टाकळी सोडावं लागणार होतं. परत इथे येऊ की नाही याची शाश्वती नव्हती. स्वामींनी आवराआवर केली. पंचवटीला जाऊन रामरायाचा आणि हनुमंताचा साश्रुनयनांनी निरोप घेतला. तो घेताना –

"दिनानाथ हे ब्रीद त्वां साच केले।
म्हणे दास भक्तांसि रे उद्धरिले।

सुखे सांडणे या देहाचे करावे।
समर्था तुझे काय उत्तीर्ण व्हावे।।''

अशी कृतज्ञता व्यक्त केली. टाकळीकरांचा निरोप घेतला. इथे काही भावबंध निर्माण झाले होते. केरू, भैरू, संतू या सगळ्यांची समजूत काढली. स्वामींना निरोप देणं जसं रामरायाला, हनुमंताला जड गेलं, तसंच टाकळीकरांनाही. गावकरी तर ओक्साबोक्शी रडू लागले. त्यांची समजूत घालून त्यांचा निरोप घेऊन स्वामी निघाले.

बारा वर्षांचा इथे आलेला नारायण, आता बारा वर्षांनंतर चोवीस वर्षांचा रामदास होऊन देशाटनाला निघाला होता. आता तो नुसता रामदास राहिला नव्हता, तर समर्थ रामदास स्वामी झाला होता. शक्ती, भक्ती, युक्ती आणि प्रवृत्ती असा सर्वार्थानी समर्थ. समर्थ रामदास.

टाकळीकरांचा भावपूर्ण निरोप घेऊन समर्थांनी काहीशा जड अंत:करणानं टाकळी सोडली. पंचवटीला जाऊन रामरायाचा आणि हनुमंताचा निरोप घेणं त्यांना एवढं जड झालं नाही; कारण ते दोघं सतत आपल्यासोबत, आपल्या पाठीशी असणार असा त्यांचा सार्थ विश्वास होता. टाकळीकरांचं तसं नव्हतं. बारा वर्षं टाकळीकरांनी त्यांना सांभाळलं होतं, प्रेम दिलं होतं. नारायणाचा समर्थ रामदास घडवण्यात टाकळीकरांचंही योगदान होतंच. ते तर समर्थांना सोडायलाच तयार नव्हते; पण समर्थांना जाणं भाग होतं. पहिली बारा वर्षं सोडली, तर यापुढचं आयुष्य त्यांनी रेखून ठेवलं होतं. पहिल्या बारा वर्षांनंतर पुढची बारा वर्षं पुरश्चरणातून तप:साधना आणि ज्ञानसंपादन. आता नंतरची बारा वर्षं तीर्थाटन. मग छत्तीस वर्षांनंतरचं सगळं आयुष्य हे समाजकारणासाठी, देशकारणासाठी. अशी त्यांनी आपल्या आयुष्याची पायाभूत आखणी केली होती आणि शक्यतो त्याप्रमाणंच ते आयुष्य व्यतीत करणार होते. काही अडचण आलीच, तर रामराया होताच पाठीशी.

टाकळीतून बाहेर पडताना त्यांनी आपलं प्रमुख लक्ष्य ठेवलं होतं, 'अयोध्या!' त्यांच्या रामरायाची जन्मभूमी. ती त्यांना प्रथम बघायची होती. म्हणूनच त्यांनी टाकळीतून बाहेर पडल्यावर पंचवटीला जाऊन प्रभू रामचंद्राचं दर्शन घेतलं. मारुतीरायाचं दर्शन घेतलं. दोघांची अनुमती घेतली. दोघांचा भावपूर्ण निरोप घेतला आणि झपझप चालत ते निघाले.

त्र्यंबकेश्वरी जाऊन त्यांनी शिवशंकराचं दर्शन घेतलं, अन् विदर्भाची वाट धरली. रस्त्याने येणारे-जाणारे सगळे समर्थांना बघून नमस्कार करत. 'प्रेताला जिवंत केलेला हाच तो संन्यासी' असं ओळखून कुणी पायावर डोकं ठेवत, समर्थांचं 'तेजस्वी रूप, उंचापुरा भरीव बांधा, भगवी छाटी, हातात कमंडलू,

खांद्यावर माधुकरीची झोळी, काखेत असलेली कुबडी आणि या सर्वांवर मात करणारं ज्ञानाचं झळाळणारं तेज' हे सगळं बघितलं की समोरचा माणूस आपोआपच नतमस्तक होत असे.

या कुबडीचीही एक कथा होती. झालं होतं असं की पंचवटीच्या आचार्यांनी दिलेली भगवी छाटी परिधान करून स्वामी वावरत असत. सगळीकडे पायी प्रवास, त्यामुळं तहानेसाठी हातात कमंडलू आला. झोळी तर माधुकरीसाठी होतीच. काखेत कुबडी आली ती एका प्रसंगानं.

रामदास स्वामी टाकळीहून पंचवटी अशी सतत ये-जा करत असत. एकदा ते असेच पंचवटीहून परतत असताना वाटेत दोन माणसं मिळून तिसऱ्या माणसाला मारत होती, असं त्यांना दिसलं. त्यातच मार खाणारा तो माणूस एका पायानं लंगडा होता. त्याला मारण्याचं कारण स्वामींनी त्या दोघांना विचारलं, तेव्हा त्या दोघांनी स्वामींना सांगितलं, की हा माणूस काही कामधंदा करत नाही. आपल्या लंगड्या पायाचं भांडवल करून ओळखीच्या लोकांकडे पैसे मागतो. दोघांचेही तो लंगडा पैसे देणं लागत होता. ते ऐकून स्वामींनी आपल्या झोळीत हात घातला. मुठीत मावतील तेवढे पैसे काढून त्यांनी त्या माणसाला दिले आणि हात जोडून त्यांनी मनोमन रामरायाला सांगितलं,

"रामराया, मला माफ कर. टाकळीला हनुमानाचं मंदिर बांधण्यासाठी जमा केलेल्या पैशातून मी हे पैसे देतोय; पण यानं एक जीव मार्गी लागेल रे!"

मग वळून ते त्या लंगड्या माणसाला म्हणाले,

"हे पैसे घे! हिशेब कर आणि या दोघांचे पैसे त्यांना देऊन टाक. तुला एक पाय नाहीय; पण आणखी एक पाय आणि दोन हात आहेत ना? मग असं भीक मागत लोकांच्या दयेवर जगू नकोस! या दोन हातांनी काहीतरी कामधंदा कर."

स्वामींचं असं परखड बोलणं ऐकून त्या माणसाचे जणू डोळे उघडले. त्यानं त्या दोन माणसांचे पैसे तर दिलेच; पण उरलेले पैसे स्वामींना परतही दिले. ती दोन माणसं निघून गेली. त्या पांगळ्या माणसाचा प्रामाणिकपणा स्वामींना आवडला. त्यांनी ते उरलेले पैसे त्या माणसालाच दिले आणि म्हणाले,

"हे पैसे तुलाच ठेव. त्यातून काहीतरी व्यवसाय सुरू कर. तुला काय काम येतं?"

स्वामींनी विचारलेल्या प्रश्नासरशी त्या माणसानं स्वामींना नमस्कार केला. म्हणाला,

"स्वामी, मी माळी आहे! मी फुलांचे हार चांगले करू शकतो." त्याचं ते उत्तर ऐकून स्वामींचा चेहरा प्रसन्न झाला. म्हणाले,

"मग हे उत्तम झालं! तू आता पंचवटीला जा. तिथं रामरायाचं मंदिर आहे.

या पैशातून फुलं, दोरा, सुई असं विकत घे आणि तुझं कसब वापरून फुलांचे उत्तम हार बनव, ते वीक आणि तुझा उदरनिर्वाह कर. फुकट कुणाचं काही घेऊ नकोस. रामराया तुझ्या पाठीशी आहे!''

हे ऐकून त्या माणसाच्या डोळ्यांतून अश्रू वाहायला लागले. त्यानं स्वत:ला स्वामींच्या पायावर झोकून दिलं. स्वामींनी त्याला उठवलं. हात जोडून तो म्हणाला,

''स्वामी, तुम्ही माझे डोळे उघडले. जगायची नवी दृष्टी दिलीत आणि जगायचं साधनही दिलंत. मला तुम्हाला काहीतरी द्यावंसं वाटतंय. मी गरीब. मी तुम्हाला काय देऊ?''

स्वामींना त्याची भावना समजली. म्हणाले,

''अरे, मला काही नको. तू सन्मानानं जगायला शीक. मला सगळं मिळालं.'' स्वामींच्या या उत्तरावर पुन्हा तो माणूस हात जोडून म्हणाला,

''स्वामी, आताच तुम्ही म्हणालात ना, फुकट कुणाचं काही घेऊ नको म्हणून! त्याची सुरुवात मी आत्तापासनंच करतोय. स्वामी, तुम्ही माझं पांगळेपण दूर केलंत. आत्तापर्यंत मला आधार देणारी ही कुबडी मी तुम्हाला देतो. मी आता स्वत:च्या पायावर उभा राहीन. या हातानं कमवून खाईन. मी आता पांगळा नाही!''

असं म्हणत त्या माणसानं आपल्या खांद्याखालची कुबडी काढून स्वामींना दिली. त्याच्या चेहऱ्यावर आत्मविश्वास होता. डोळ्यांत विनंती. तर स्वामींच्या चेहऱ्यावर विलक्षण समाधान. एकदा लोकांचा विश्वास संपादन केला की आपण त्यांच्यात आमूलाग्र बदल घडवू शकतो हेच या प्रसंगानं सिद्ध करून दाखवलं. हीच भावना स्वामींना विलक्षण समाधान देऊन गेली. स्वामींना नमस्कार करून तो माणूस निघून गेला. स्वामींनी पाहिलं, त्याच्या लंगडत चालण्यातही एक आत्मविश्वास भरला होता. स्वामींनी हातातल्या कुबडीकडे नजर टाकली. त्यांच्या चेहऱ्यावर हसू उमटलं. 'ही कुबडी मला या प्रसंगाची सतत आठवण करून देईल!' असं मनाशी म्हणत ती कुबडी आपल्या काखेत आडवी धरून त्यांनी झपाझप चालायला सुरुवात केली. त्या वेळी त्यांचा चेहरा समाधानानं भरला होता.

स्वामींच्या हातात कुबडी आली ती अशी. त्यांनी त्यानंतर आपल्यासोबत सतत कुबडी बाळगायला सुरुवात केली. त्यानंतर त्यांनी आणखी दोन-चार कुबड्या बनवूनही घेतल्या. फक्त त्या कमी लांबीच्या केल्या. आता त्यांचं व्यक्तिमत्त्व आणखी भारदस्त झालं. त्यांच्या भगव्या छाटीसोबत, एका हातातल्या कमंडलूसोबत त्यांच्या काखेत असलेली ती कुबडी त्यांना शोभत असे.

असं भारदस्त व्यक्तिमत्त्व घेऊन समर्थ त्र्यंबकेश्वराचं आणि निवृत्तिनाथांच्या समाधीचं दर्शन घेऊन नाशिकमधून बाहेर पडून विदर्भात शिरले. आता इथून पुढची वाटचाल महत्त्वाची होती; कारण प्रदेश अपरिचित होता. माणसं अपरिचित होती. विदर्भातही त्यांना वेगळाच अनुभव आला. एक-दोनदा त्यांना यवन सरदारांनी हटकलं. एके ठिकाणी तर एक मुस्लीम सरदार त्यांना आडवा गेला. त्यांना अडवून त्यानं विचारलं.

"क्यों बे संन्यासी? कहाँ जा रहे हो? और इस पोटली में क्या है?" समर्थांनी मंदपणे हसून त्याला उत्तर दिलं.

"खुदा का बंदा हूँ भाई। जहाँ पाँव लेकर जाएँगे वही जा रहा हूँ। और इस पोटली में तो रुखी-सूखी रोटी है। अगर वो भी तुमको चाहिए तो ले लो। पेट भरने काम आयेगी।"

समर्थांचं हे उत्तर ऐकून त्या सरदाराला स्वत:चीच शरम वाटली असावी. काहीच न बोलता तो तिथून निघून गेला.

समर्थांची अशी वाटचाल चालली होती. अकोला, अचलपूर, भंडारा या ठिकाणी आणि इतरत्रही समर्थांनी हनुमानाची मंदिरं स्थापन केली. अचलपूर इथं तर सभोवती संपूर्ण मुस्लीम वस्ती होती. त्याच्या मध्यातली जागा समर्थांनी मारुती मंदिरासाठी निश्चित केली. वस्तीतल्या लोकांनी विरोध केला; पण समर्थ बधले नाहीत. उलट त्यांनी त्या वस्तीतील प्रमुखांना बोलवून त्यांच्याशी चर्चा केली.

"हनुमान हे हिंदू दैवत असले तरी ती प्रामुख्याने शक्तीची देवता आहे आणि सर्व धर्मातल्या लोकांना, विशेषत:, तरुणांना शक्ती कमावण्याची गरज आहे," असं त्यांना समजावून सांगितलं. त्यांनाही ते पटलं; पण तरीही त्यातल्या एकानं शंका काढलीच. तो म्हणाला,

"ये काफरोंका भगवान है। हम मान भी ले कि इसके यहाँ रहनेसे ताकद पायी जा सकती है। लेकिन सरदार नहीं मानेगा। वह अवश्य इसे तुडवायेगा।"

समर्थांना त्याचं बोलणं पटलं; पण ते मागे हटले नाहीत. समर्थांचा कुठल्याच धर्माला विरोध नव्हता. विरोध होता, तो त्यातल्या धर्मांधतेला आणि त्यापायी होणाऱ्या अत्याचाराला. त्यामुळं या भोवताली मुस्लीम वस्ती असलेल्या भागात मारुती मंदिर उभं करताना समर्थांनी एक शक्कल लढवली. मारुतीच्या मूर्तीशेजारी एक शोभिवंत कठडा बनवून समर्थांनी तिथं कुराणाची एक प्रत ठेवली. मारुतीची पूजा झाल्यावर त्या कठड्यावरही अगरबत्ती लावली जाई. असं होऊ लागलं की कुराण-ए-शरीफला सलाम करताना, प्रत्येक यवनाची नजर मारुतीच्या मूर्तीवर पडू लागली. तिथं मारुतीची मूर्ती बघण्याची त्यांना सवय झाली. कुराणाला

सलाम करून अल्लाकडं दुवा मागताना त्यांचा आपोआपच मारुतीरायाला नमस्कार घडू लागला. त्या कुराणामुळं दुसरा फायदा असा झाला की ते मंदिर तोडण्याचं धाडस यवन सरदारानं केलं नाही आणि अर्थातच अचलपूरच्या त्या मुस्लीम वस्तीत मारुतीचं मंदिर मोठ्या दिमाखात टिकून राहिलं. त्यांनी मध्ये मारुती मंदिर उभं करून त्याच्या सभोवती भक्कम तटबंदी उभी केली, जी यवन आक्रमकांना कधीच तोडता आली नाही.

जिथे मारुती मंदिर उभं करायचं तिथंच मठाची स्थापना करायची. काही ठिकाणी नुसतंच मारुती मंदिर उभं करायचं, काही ठिकाणी नुसताच मठ स्थापन करायचा. त्या मठाची, मंदिराची नीट व्यवस्था लागेपर्यंत त्याच गावात, त्याच ठिकाणी मुक्काम करायचा, भजन-कीर्तन-प्रवचन करून लोकांत मिसळायचं. त्यांना मार्गदर्शन करायचं, वाचन, मनन, चिंतन करायचं, जमेल तसं लिखाण करायचं आणि तिथं राहून लोकांच्यात मिसळून त्यांच्या मनात ईश्वराबद्दल, प्रभू रामचंद्राबद्दल भक्ती जागवायची, वाढवायची, श्रीराम आपला रक्षणकर्ता आहे, ही भावना त्यांच्या मनात जागवायची. त्यासाठी कधी

करी प्रतिपाळ शरण आलियांचा। राम त्रैलोक्याचा मायबाप।
मायबाप धन सज्जन सोयरा। ऐका रघुवीरावीण नाही।
नाही मज चिंता श्रीराम असता। संकटी बोहाता उडी घाली।
उडी घाली मज अनाथा कारणे। राम सर्व जाणे अंतरीचे।
अंतरीचे गूज राम सर्व बीज। रामदासी निज प्रकटले।।

असा आपल्या आवडत्या दामयमक वृत्तातून श्रीरामाचा महिमा गायचा तर कधी -

ब्रीदासाठी भक्त तारिले अपार। आता वारंवार किती सांगो।
किती सांगो देव पतित पावन। करावे भजन दास म्हणे।।

अशी ग्वाही द्यायची. भजन, कीर्तनातून लोकांना असा दिलासा द्यायचा. त्यातूनच एखादा शिष्य तयार करायचा, त्याच्याकडे मठाची व्यवस्था लावून द्यायची आणि मगच तिथनं मुक्काम हलवायचा.

समर्थांनी आपला तीर्थाटनाचा हा जणू आराखडाच ठरवला होता. अगदी शांतपणे, कुणाशीही वाकुडपणा न घेता, कुणी आडवा आलाच तर त्याला समजावून सांगून, प्रसंगी त्याच्याशी दोन हात करायची आपली तयारी आहे असं त्याला जाणवून देऊन एकीकडं शक्तीच्या उपासनेसाठी मारुती मंदिर, अभ्यासासाठी मठांची स्थापना करत समर्थ हिंदू धर्म आणि हिंदू संस्कृतीचं रक्षण करत होते. शक्तीची उपासना करायला लावून लोकांच्यात निडरता निर्माण करत होते. वेळ

पडलीच तर अन्याय, अत्याचाराविरुद्ध आवाज उठवण्याची मानसिकता घडवत होते. तीर्थाटन म्हणजे केवळ तीर्थक्षेत्रांना भेटी देणे हा समर्थांचा उद्देश नव्हताच मुळी. तीर्थाटन करता करता भारतभर पसरलेल्या सामाजिक संस्कृतीचा, समाजाच्या मानसिकतेचा, यवन राज्यकर्त्यांच्या मानसशास्त्राचा अभ्यास करून समूहाला एकत्र आणून अन्यायाविरुद्ध आवाज उठवण्यासाठी समर्थ बनवायचं हे त्या संकल्पनेचं उद्दिष्ट होतं.

तीर्थाटन हे त्या उद्दिष्ट पूर्ततेचं साधन होतं. म्हणूनच तीर्थाटन करताना, निसर्गाचा अभ्यास करता करता समर्थ माणसं वाचत होते. समाजमनाचा अभ्यास करत होते. त्यांच्यातला संन्यासी हा नुसता संन्यासी न राहता तो योद्धा संन्यासी बनला होता. अन्याय सहन न करण्याचा, प्रतिकार करण्याचा त्यांचा मूळ स्वभाव तीर्थाटनाचे वेळी पूर्णपणे जागृत होता. फरक एवढाच होता की अन्यायाविरुद्धची ही चाड आणि चीड समर्थ आता समाजमनांत भरत होते. नसेल तिथं निर्माण करत होते.

विदर्भातून समर्थांनी मध्यप्रदेशात प्रवेश केला. खांडवा, माहेश्वर, इंदूर करत ते झांशीला आले. वाटेत ठिकठिकाणी मारुती मंदिर, मठ यांची स्थापना करून, तिथं मुक्काम करून तिथलं कामकाज आणि लोकांचं मन मार्गी लावून समर्थ पुढं जात. हा पायंडा महाराष्ट्राबाहेर मध्यप्रदेशात आले, तरी त्यांनी चालूच ठेवला. नर्मदेच्या दर्शनानं त्यांना भुरळ घातली. नर्मदेचं कुठे खळाळतं, कुठे संथ, कुठे उसळतं रूप बघून ते भारावून गेले. निसर्ग मुक्त हस्ते सौंदर्याची उधळण करत होता; पण माणसाच्या, मुस्लीम आक्रमकांच्या क्रूरतेला मात्र बहर आला होता. हे सगळं बघून समर्थांचं मन विषण्ण होत होतं. जाईल तिथल्या दैवताला ते विनवीत होते.

"ईश्वरा, कोणीतरी रक्षणकर्ता पाठव. रामराया, असा नुसता चाप-बाण घेऊन उभा राहू नकोस. या दुष्टांचं निर्दालन कर!"

ते श्रीरामाला मग आठवण करून देत.

संभवामि युगे युगे हे वचन। येणे समाधान होत नाही।
होत नाही देवा श्लाघ्य येणे जीणे। कर्म हे भोगणे दीना ऐसे।
दीना ऐसे कदाकाळी हे न व्हावे। समर्थ चि व्हावे मुख्य पद।
मुख्य पद दृढ धरूनिया देवें। निश्चळ चि व्हावे दास म्हणे।।

समर्थ रामरायाला सतत विनवत असत. कित्येक मंदिरं मुस्लीम आक्रमकांनी तोडली, फोडली, छिन्नविच्छिन्न केली. मंदिरातल्या देव-देवतांच्या मूर्तींचा विध्वंस केला. मूर्तीचा मशिदींच्या पायऱ्या म्हणून उपयोग करून घेतला. ज्यायोगे मशिदीत

जाणारे त्या मूर्तींवर पाय देऊन जातील. हे सगळं बघितलं की समर्थ खिन्न होत. त्यांना आपल्या स्वत:च्या आणि समाजाच्या असाहाय्यतेचा संताप येई. मग अशा संतापात समर्थ दोन-दोन दिवस जेवत नसत. कधी कधी आपणही एखादी तलवार घ्यावी आणि अन्यायकर्त्याला आपणच कापून काढावं असं त्यांना वाटत असे; पण अशा वेळी अंगात असलेली भगवी कफनी त्यांना संयमाची आठवण करून देत असे. त्यांचा विवेक जागृत करत असे.

'अजून ती वेळ आली नाही' त्यांचं मन त्यांना सांगत असे. मग मात्र समर्थांनी आपल्या प्रवासातून मोठी मोठी शहरं वगळली. लहान-लहान गावं पार करत ते पुढे चालले. या गावात एकतर यवन आक्रमकांचं फार भय नव्हतं; कारण त्यांना इथं लुबाडायला फारसं काही मिळत नसे. शिवाय समर्थांचं तेजस्वी रूप बघून या लहान गावातील लोक त्यांचा आदर करत. त्यामुळं या लोकांच्या मनात शक्ती आराधनेची आणि अन्यायाचा प्रतिकार करण्याची बीजं रोवायला सोपं जात असे. मारुती मंदिर वा मठ उभे करण्यात गावकरी भक्तिभावानं साहाय्य करत असत. समर्थांच्या कीर्तन-प्रवचनानं भारावलेला एखादा तरुण मठाची व्यवस्था सांभाळायला तयार होत असे. 'थेंबाथेंबानेच सागर बनतो' या उक्तीवर समर्थांचा विश्‍वास होता. आज लहान गावात शक्तीचं आणि अन्यायाच्या प्रतिकाराचं बीज रोवलं जातंय. उद्या त्याचं लोण गावातून शहरापर्यंत नक्की पसरेल याची समर्थांना खात्री होती. मनाशी फार मोठं ध्येय बाळगून समर्थांची तीर्थयात्रा चालली होती.

मध्यप्रदेश ओलांडून समर्थ उत्तर हिंदुस्थानात शिरले. आता त्यांना अयोध्येचे वेध लागले होते. अयोध्या, त्यांच्या रामरायाची जन्मभूमी. त्यांच्या रामरायानं जिथं जन्म घेतला ती पवित्र भूमी. आता तिथं मशीद होती. यवन आक्रमकांनी सुमारे शंभर वर्षांपूर्वी श्रीरामाचे जन्मठिकाणी बांधलेलं राम मंदिर तोडलं आणि त्या ठिकाणी मशीद बनवली आणि 'बघा, तुमच्या रामाचं मंदिर आम्ही तोडलं. ना तो काही करू शकला ना तुम्ही काफर!' असं जखमेवर मीठही चोळलं. तरीसुद्धा त्या जागेवरून हिंदूंची श्रद्धा ढळली नव्हती. लांबून का होईना पण लोकं तिथलं दर्शन घेतच होते. त्या ठिकाणची माती कपाळाला लावत होते.

समर्थ अयोध्येत पोचले तेव्हा तिन्हीसांज उलटली होती. अंधार पडला होता. आता रात्री त्या ठिकाणी जाण्यात काही अर्थ नव्हता. एकतर सूर्य मावळल्यानंतर त्या मशिदीच्या आसपासही कोणाला फिरकू देत नसत. हिंदू लोक एकत्र जमून काहीतरी उठाव करतील, या भीतीनं मशिदीच्या भोवती कडक बंदोबस्त होता. समर्थांनी तिथं सकाळीच जायचं ठरवलं. त्यांची पावलं शरयू नदीकडं वळली.

शरयूचं विस्तीर्ण पात्र, त्यातून वाहणारं संथ पाणी, त्या पाण्यात कुणीतरी तेवणाऱ्या पणत्या सोडल्या होत्या. त्या पणत्यांचं प्रतिबिंब शरयूच्या पाण्यात पडलं होतं. पाण्यावर मंद वाऱ्याच्या झुळकीनं तरंग उठत होते आणि पणत्यांच्या ज्योतींची ती प्रतिबिंबं त्या तरंगांबरोबर नाचत होती. त्या नाचणाऱ्या प्रकाशामुळं नदीच्या पाण्याचा तेवढा भाग सुवर्णकणांनी तेजाळत होता, उजळत होता.

शरयू नदीला सुबक घाट होता. समर्थ कितीतरी वेळ त्या घाटावर बसून ते दृश्य डोळ्यांत साठवत होते. उत्तर हिंदुस्थानात शिरल्यावर ते कानपूर, लखनौ जवळून पुढे जात फैजाबादला पोहोचले होते. तिथे असलेल्या प्राचीन देवकाली मंदिरात त्यांनी थोडा वेळ मुक्काम केला. त्यांची भगवी छाटी आणि तेजस्वी रूप बघून देवीच्या दर्शनासाठी आलेल्या भक्तांनी त्यांना फळं, दूध, बदाम, खारका असं काहीबाही आणून दिलं. भक्तांचा प्रसाद आणि रामराया आपली करत असलेली काळजी समजून समर्थांनी ते खाऊन घेतलं. तिथं मंदिरातच थोडी विश्रांती घेतली. तिथं येणाऱ्या भक्तांकडूनच त्यांना कळलं की संध्याकाळ झाली की 'त्या' मशिदीच्या आसपासही हिंदू लोकांना फिरकू देत नाहीत. त्यांनी बघितलं, सूर्य उतरणीला लागला होता.

इथून अयोध्या बारा-चौदा कोसांवर होती. थोडा वेळ विश्रांती झाल्यावर समर्थ तिथून बाहेर पडले. त्यांनी अयोध्येची वाट धरली. ते अयोध्येला पोचले तेव्हा तिन्हीसांज झाली होती. म्हणूनच रामजन्मस्थानी न जाता ते थेट शरयूच्या किनारी आले. माणसांची वर्दळ थोडीशी कमी झाल्यावर, ते सरळ शरयूत उतरले. शरयूच्या पाण्याच्या शीतलतेतही एक ऊब होती. रामरायाच्या अस्तित्वाची. त्या उबदारपणातही एक आश्वासकता होती– रामरायाच्या मांगल्याच्या वचनाची. त्या आश्वासकतेतही एक वात्सल्य होतं– रामरायाच्या कृपेचं.

"कदाचित... कदाचित लहानपणी रामराया आपल्या भावंडांसमवेत या शरयू नदीच्या पाण्यात डुंबला असेल."

त्यांच्या मनात आलं आणि या भावनेनं त्यांनी शरयूत मनसोक्त डुंबून घेतलं. ते बाहेर आले, तेव्हा अंधार पडला होता. त्यांनी शरयूच्या घाटावरच बैठक मारली. बघता-बघता चंद्र माथ्यावर आला. त्या स्वच्छ चंद्रप्रकाशात ती शरयू नदी आणि अयोध्या न्हाऊन निघाली. ते दृश्य डोळ्यांत साठवता साठवता मंद वाहणाऱ्या वाऱ्यानं समर्थांचा डोळा लागला.

मध्यरात्र उलटून गेली. हवेतला गारठा वाढला. अंगावर शहारा यायला लागला. त्या शहाऱ्यानं समर्थांना जाग आली. त्यांनी डोळे उघडले. समोर शरयू संथ जल घेऊन शांतवली होती. चंद्र पूर्वेकडं कलला होता. त्यामुळं त्याचं प्रतिबिंब पाण्यात दिसत नव्हतं. उत्तर रात्रीचा धूसर प्रकाश नदीच्या पाण्यावर

पसरला होता. क्षणभर आपण टाकळीला नंदिनी-गोदावरीच्या संगमावर बसलो आहोत असा समर्थांना भास झाला. शरयूच्या पात्राकडं ते एकटक बघत होते.

"रामरायाच्या जन्मस्थळाची झालेली विटंबना या शरयूनं बघितली असेल का? तिला त्याचं केवढं दु:ख झालं असेल? आपण काहीच करू शकत नाही, याची खंत तिला जास्त जाणवली असेल." समर्थ विचार करत होते. आपण रामरायाचं जन्मठिकाण बघण्यासाठी इथवर आलो; पण आता तिथं जाऊन काय बघायचं? आज आपल्याला टाकळी सोडून वर्ष झालं. या प्रवासात निसर्ग-सौंदर्याशिवाय आपण जे काही पाहिलं, अनुभवलं ते मन विषण्ण करणारं होतं. साक्षात रामरायाच्या जन्मस्थळाची ही विटंबना आहे, तर बाकीच्या ठिकाणांचं काय? हिंदूंना अत्यंत पूजनीय असलेल्या श्रीरामाचं अस्तित्वच अयोध्येतून पुसून टाकायचं असा हा यवनांचा मनसुबा आहे. तो हाणून पाडला पाहिजे. त्यासाठी काहीतरी केलं पाहिजे. रामराया ऽऽ रामराया मला मदत कर!

विचार करता करता शेवटी शेवटी समर्थांच्या विचारात काकुळती आली. "मी सदैव तुझ्या मदतीसाठी उभा आहे रामदास!" सभोवतालच्या नीरव शांततेचा भंग करत एक वात्सल्यमयी आवाज आला. समर्थ चमकले. "कोण बोललं? इथं तर कुणीच नाही! माझ्याच मनातला संवाद मलाच ऐकायला येतोय का? पण हा आपला आवाज नाही. या आवाजात आणि पंचवटीला आपण ऐकलेला आवाज यात साम्य आहे. मग हा आवाज? रामराया तर बोलला नसेल?" समर्थ तर्क करत होते. तोच पुन्हा तोच आवाज ऐकू आला, "होय रामदास, मीच बोललो. मागे वळून बघ!"

समर्थ चमकून उठून उभे राहिले. त्यांनी मागे वळून बघितलं. समोर साक्षात कोदंडधारी राम उभा होता. त्याच्या भवताली एक निळसर आभा पसरली होती. चेहऱ्यावर प्रसन्न हास्य विलसत होतं. समर्थ भारावले. त्यांच्या डोळ्यांतून घळघळा अश्रू वाहायला लागले. तशाच अवस्थेत समर्थांनी रामरायाला साष्टांग दंडवत घातला. त्याच्यासमोर ते हात जोडून उभे राहिले. डोळे मिटलेले, समर्थांच्या मुखातून शब्द उमटले, "रामराया, अरे

माझे सर्व जावो तुझे नाम राहो। हाचि माझा भावो अंतरीचा।।
पतित पावन नाम हे जाईल। मग कोण राहील तुजपाशी।।
या लागी राघवे भक्ता उद्धरावे। आपुले राखावे ब्रीद देवा।।
रामदास म्हणे देवा तुझी आण। ब्रीदासाठी प्राण देई ने तो।।

या अयोध्येतच नव्हे तर या पृथ्वीतलावर तुझं नाव तरी राहतंय की नाही अशी परिस्थिती आहे. तुझं नाव राखलं जावं हीच माझी धडपड आहे रामराया;

पण तू तरी इतका निवांत कसा?''

समर्थांनी मनातली खळबळ व्यक्त केली. रामप्रभू प्रसन्न हसले. म्हणाले,

''रामदास, अरे जसं काही चांगलं घडायला वेळ यावी लागते, तसंच काही वाईट घडायलाही वेळ यावी लागते. माझं जन्मस्थान उद्ध्वस्त केलं ही वाईट घडायची वेळ येऊन गेली आहे. आता चांगलं घडायचं असेल, तर तेही वेळेच्या आधी घडणार नाही. रामदास, मी सतत तुझ्यासोबत आहे आणि कायम राहणार आहे. रामदास, या सर्वत्र पसरलेल्या जुलमी मुस्लीम राजवटीत जिथं मंदिरं तोडली, फोडली जाताहेत तिथं तू मारुती मंदिरं उभी करून शक्ती आराधनेची ठिकाणं निर्माण करतो आहेस, हे फार मोठं कार्य तुझ्या हातून होतंय. म्हणूनच मी तुझ्या पाठीशी, तुझ्यासोबत आहे रामदास!''

रामरायानं समर्थांना शाबासकी देत सांगितलं. रामरायानं आपल्यासोबत राहण्याचं वचन दिलेलं बघून समर्थांना परमावधीचा आनंद झाला. रामराया आपल्यासोबत आहे हे त्यांना माहीत होतंच; पण रामरायानं आता तसं वचन दिल्यावर समर्थ प्रसन्नचित्त झाले. शरयूच्या घाटावर, पहाटेच्या त्या धूसर प्रकाशात समर्थांना साक्षात रामरायानं दर्शन दिलं आणि समर्थ भरून पावले. समर्थांनी पुन्हा रामरायाला दंडवत घातला. दंडवत घालून ते उठले तर रामराया अदृश्य झाला होता. त्यांनी आसपास पाहिलं, तर शरयूच्या पाण्यावर रामराया उभा होता. शरयूच्या पाण्यावरची धूसरता अधिकच गहिरी झाली. क्षणभर... क्षणभर तिथं काहीच दिसेना. पुढच्या क्षणाला ती धूसरता नाहीशी झाली. सगळं स्वच्छ दिसायला लागलं. अगदी शरयूच्या पाण्यावर उमटलेला लहानसा तरंगही.

आता थोडं थोडं उजाडायला लागलं. समर्थांनी नदीत सूर मारला. शरयूचं पाणी उबदार होतं. त्या उबेनं रात्रीच्या गारठ्यानं अंगावर आलेला शहारा पुसला गेला. पूर्व दिशा लालसर झाली. पाण्यात उभं राहून समर्थांनी गायत्रीचा जप करत सूर्याला अर्घ्य दिलं. एकशे आठ वेळा मंत्रोच्चार झाल्यावर ते पाण्यातून बाहेर यायला लागले. ''ब्राह्मण जाती के दिख रहे हो।'' कुणीतरी त्यांना हटकलं. समर्थांनी पाहिलं. समोर तीस-बत्तीस वर्षांचा एक गोरागोमटा, तंदुरुस्त शरीराचा तरुण उभा होता.

''मैं विश्वनाथ पंडित। यही अयोध्या में रहता हूँ। आप कहाँसे हो?''

त्याच्या विचारण्यात आदब होती. समर्थ पाण्याबाहेर आले. मानेवर रुळणारे केस झटकून त्यांनी पाणी काढून टाकलं. त्या तरुणाला निरखत म्हणाले,

''महाराष्ट्र से हूँ। रामजन्मभूमी का दर्शन करने आया था।''

''काहे का दर्शन स्वामी? रामलल्ला की जनमभूमी तो नष्ट हो चुकी है। इन आक्रमकोंने उसे तहसनहस कर दिया। अब रामलल्ला ही कुछ कर न पायें तो

हम क्या करे?''

त्या तरुणाच्या स्वरात विषण्णता होती.

''ऐसा नहीं है पंडितजी। क्या सागरपर सेतू रामलल्ला खुद नहीं बना सकते थे? एक बाण चलाते तो सेतू बन जाता। लेकिन नहीं। उन्होंने वानरोंकी मदद ली। रावण को मारना अगर राष्ट्रकार्य है तो सेतू बनाना उस राष्ट्रकार्य की नींव। और यही नींव उन्होने वानरोंके हाथोंसे बना डाली। राष्ट्र के निर्माण में परिजनोंका सहयोग आवश्यक है, यही तो सीख देना चाहते है प्रभू राम।''

समर्थांनी केलेलं स्पष्टीकरण ऐकून 'आपण इतकी वर्षं रामायण वाचतो आहोत; पण प्रभू रामचंद्रांनी सेतू बांधायला वानरांची मदत का घेतली या प्रश्नाचं उत्तर आपल्याला मिळालं नव्हतं, ते या स्वामींनी सहज दिलं' असा विचार विश्वनाथ पंडितांच्या मनात आला. हा कोणीतरी अभ्यासू, विद्वान संन्यासी दिसतोय याची खात्री पटून त्यांनी समर्थांचे पाय धरले. समर्थांचं रूप बघून तो भारावला होताच; पण इतकी वर्षं मिळत नसलेलं प्रश्नाचं उत्तर समर्थांनी ज्या सहजतेनं दिलं, ते बघून तो सरळ समर्थांना शरण गेला. समर्थांनी त्याला खांद्याला धरून उठवलं. विचारलं,

''पंडितजी, आप क्या करते हो?''

''स्वामी, मैं रामलल्ला के जनम स्थल के पास ही रहता हूँ। वहाँ मेरा घर है। जब यवनोंने रामलल्ला का मंदिर तोडा तब मैंने मंदिर के पिछले हिस्सेमें जो रामलल्लाकी मूरत थी उसे वहाँ से उठाकर अपने घर में छुपाकर रखा। आक्रमणकर्ता मंदिर के अगले हिस्सेमें तोडफोड कर रहे थे। उनसे चोरी छुपके मैं मंदिर के पिछवाडे से रामलल्ला की मूर्ती लेकर आया। और उसे अपने घरमें छिपाकर रखा। आज भी मैं छुपछुपके उसकी पूजा करता हूँ। लेकिन मैंने वो मूरत किसीको नहीं दिखायी। ना तो किसीको बताया। आज ना जाने आपको ये बात बतानेका मन हुआ।'' विश्वनाथ पंडितांनी आपली कहाणी थोडक्यात सांगितली. समर्थांच्या डोळ्यांत कौतुक उमटलं. इतक्या प्रतिकूल परिस्थितीतही प्रभू श्रीरामावरच्या श्रद्धेचा तो विजय बघून समर्थांना विश्वनाथ पंडितांचं कौतुक वाटलं.

''रामराया, तू धन्य आहेस आणि धन्य आहेत तुझे भक्त!''

समर्थ उद्गारले.

''स्वामी, आप मेरे घर पधारिये। रामलल्ला का दर्शन कीजिए।'' विश्वनाथ पंडितांनी अगत्य दाखवलं. समर्थांनी तत्काळ होकार दिला आणि दोघं जण विश्वनाथ पंडितांच्या घराकडे निघाली.

रामजन्मभूमीच्या पाठीमागच्या गल्लीतून ते पुढं आले. रामजन्मस्थळाच्या जागेवर मशीद उभी होती. समर्थांची नजर तिकडे गेली. मुस्लीम लोकांची ये-जा

तिथे सुरू होती. क्षणभर समर्थांना वाटलं आपण तिथं जावं, 'त्या' जागेचं दर्शन घ्यावं. एक पाऊल त्यांनी तिकडं टाकलंही; पण विश्वनाथ पंडितांच्या ते लक्षात आलं. त्यांनी समर्थांचा हात धरला.

''माफ करना स्वामीजी! हम उधर नही जा सकते। हमे वहाँ जाना मना है।''

विश्वनाथ पंडितांच्या नजरेत भय उमटलं होतं. समर्थ काहीच बोलले नाहीत. मुकाटपणे ते विश्वनाथ पंडितांच्या पाठोपाठ त्यांच्या घरात आले. बाहेर बावडीवर हात-पाय धुऊन दोघं आत आले. समर्थ चौकस नजरेनं सगळीकडं पाहत होते. पंडित त्यांना थेट आत घेऊन गेले. आत एका बाजूला एक अंधारी खोली होती. तिच्या दाराबाहेरच्या कोनाड्यात एक सुंद्री ठेवलेली होती. पंडितांनी ती सुंद्री घेऊन त्या अंधाऱ्या खोलीत प्रवेश केला. पाठोपाठ समर्थांनी. त्या अंधाऱ्या खोलीत त्या सुंद्रीच्या प्रकाशात समर्थांनी पाहिलं. एका भिंतीजवळ एक लाकडी संदूक ठेवलेली होती. सुंद्री बाजूच्या कोनाड्यात ठेवून पंडितांनी कुलूप काढून ती संदूक उघडली. त्यात लाल कापडात गुंडाळलेली श्रीरामाची हातभर उंचीची मूर्ती होती. ती त्या संदुकीत आडवी ठेवलेली होती. रामरायाला बघून समर्थांचा ऊर भरून आला; पण त्याहीपेक्षा, त्याची अशी अवस्था बघून त्यांचे डोळे भरून आले.

''अरेरे! रामराया, काय रे हे? अरे, तुझ्याच राज्यात तुला असं लपून राहावं लागतंय? वनवासाचा शाप तर तुझ्या नशिबी होताच. आता अज्ञातवासाचाही शाप तुझ्या नशिबी आलाय का रे?''

समर्थांचे डोळे भरून आले. क्षणभर समर्थ भावविवश झाले; पण मोठ्या निग्रहानं त्यांनी डोळे पुसले. मन आवरलं. रामरायाच्या मूर्तीकडं डोळे भरून पाहिलं. मूर्तीची पूजा झालेली दिसत होती. समर्थांनी मूर्तीला हात जोडले. 'रामराया,

'दुष्टांचा संहार धर्माची स्थापना। जानकी जीवना राघवासी।
रामचंद्रे सर्व दैत्य निर्दाळिले। पूर तुंबळिले श्रोणिताचे।
फोडियल्या रामे सर्व बंदीशाळा। आपुलाल्या स्थळा देव गेले।
स्वधर्म बुडाला भूमिभार झाला। अनाथा दिना धावण्या राम आला।।'

असं तुझं काम असतानासुद्धा असं का रे झालं?' समर्थांनी मनोमन विचारलं.

विश्वनाथ पंडितांनी समर्थांची श्रीरामभक्ती पाहिली आणि त्यांनी समर्थांचं शिष्यत्व पत्करलं. त्यांच्याच घराच्या परसदारी असलेल्या एका छताच्या खोलीत समर्थांनी मठाची स्थापना केली. विश्वनाथ पंडितांकडे कोणी संन्यासी आला

आहे ही बातमी त्यांच्या मित्रपरिवारात पोचली. बघता बघता तिथं वीस-पंचवीस जण गोळा झाले. समर्थांनी त्या सर्वांना दीक्षा दिली. तिथे कीर्तन केलं. मठाचा कारभार विश्वनाथ पंडितांकडे सोपवला आणि समर्थ अयोध्येतून बाहेर पडले. लखनौ, इटावा मार्गे ते मथुरेला पोचले. मथुरेला त्यांनी बरेच दिवस मुक्काम केला. मथुरेहून वृंदावन जवळ होतं. रोज ते वृंदावनात जात असत. तिथल्या मंदिरात असलेल्या श्रीकृष्णाच्या मूर्तीशी संवाद करत. त्याला त्याच्या 'संभवामि युगे युगे' च्या वचनाची आठवण करून देत. एके दिवशी त्या मंदिराचा पुजारी समर्थांजवळ आला. म्हणाला,

"स्वामीजी, आप रोजाना यहाँ आते हो। कृष्ण कन्हैया से बाते करते हो! उससे कुछ पूछते रहते हो! क्या पूछते हो रोजाना उसे?" त्या पुजारीबाबांच्या चेहऱ्यावर उत्सुकता होती. समर्थ हसले. म्हणाले,

"पंडितजी, कुछ नहीं, उसे उसके वचन की याद दिलाता हूँ बस! और तो मैं कुछ नहीं कर सकता। मैं रामभक्त हूँ। राम का दास हूँ। उसने मुझे बताया है कि वो यहाँ आकर कन्हैया के रूप में मुझे मिलेगा। मैं रोजाना आकर उसकी प्रतीक्षा करता हूँ।" समर्थांचं बोलणं ऐकून तो पुजारी तिथून उठला. मान हलवत म्हणाला,

"लगता है कोई पागल है। कन्हैया, कैसे कैसे पागल आते है तेरे दरबार में!" असं म्हणत तो तिथून निघून गेला. समर्थ मात्र गाभाऱ्यासमोर बसले होते. श्रीकृष्णाच्या मूर्तीकडे एकटक बघत होते. श्रीकृष्णाच्या मूर्तीचा चेहरा अतिप्रसन्न दिसत होता. बघता-बघता तो गाभारा धूसर प्रकाशानं भरून गेला. क्षणभर काहीच दिसेनासं झालं. दुसऱ्या क्षणाला तो धूसर प्रकाश नाहीसा होऊन तिथं लख्ख दिसू लागलं. श्रीकृष्णाच्या माथ्यावरचा मोरपिसाचा मुकुट जाऊन तिथं रत्नजडित किरीट आलं. हातातली बासरी जाऊन धनुष्य आलं. गळ्यातली तुळशीदलाची माला जाऊन रत्नहार आला. हा सगळा बदल समर्थ बघत होते. बघता बघता त्या ठिकाणची श्रीकृष्णाची मूर्ती नाहीशी होऊन त्या ठिकाणी कोदंडधारी रामाची मूर्ती उभी राहिली. समर्थांच्या डोळ्यांतून अश्रू वाहायला लागले.

"रामराया आलास तू? माझ्यासाठी आलास? रामराया...

'नारायण असे विश्वी। त्याची पूजा करत जावी।
या कारणे तोषवावी। कुणी तरी काया।।"

समर्थांनी हा अभंग खणखणीत स्वरात गायला आणि तो आवाज ऐकून ते पुजारीबाबा परतून तिथं आले. त्यांनी एकदा समर्थांकडे पाहिलं. मग गाभाऱ्यात

दृष्टी टाकली, तर श्रीकृष्ण मूर्तीच्या ठिकाणी त्यांना धनुष्यबाण घेतलेली श्रीरामाची मूर्ती दिसली. ते गोंधळले. डोळे चोळून त्यांनी पुन्हा गाभाऱ्यात पाहिलं तर तिथं बासरी धरलेला कृष्ण होता. आपल्याला भास झाला असेल असं म्हणत ते गाभाऱ्यात गेले आणि श्रीकृष्णाच्या गळ्यात तुळशीमाळेऐवजी मोत्यांची माळ बघून चमकले. ही मोत्यांची माळ कुठून आली याचा त्यांना अंदाज येईना. आज आपल्याला असे विचित्र भास का होतायत, हेच त्यांना कळेना. 'मघाशी पण आपण गर्भागाराबाहेर आलो, तेव्हा हा बैरागी इथंच होता; पण त्या ठिकाणी आपल्याला एक उंच, धिप्पाड वानर दिसला आणि आता कृष्णमूर्तीच्या जागी श्री रामचंद्र. आपलंच काही चुकतंय की असं खरंच घडतंय?' पुजारीबाबा विचार करत होते. विचार करता करता ते या निष्कर्षापर्यंत आले की हे जे काही भास होताहेत त्याचा या बैराग्याशी काहीतरी संबंध आहे. हे लक्षात आलं आणि डोळे मिटून बसलेल्या समर्थांना त्यानं हाक दिली,

"महाराज, ओ जी महाराज ऽ!" त्यांनी मारलेल्या हाकेमुळे समर्थांनी डोळे उघडले.

"जी पुजारी जी! आपने मुझे आवाज दी?" समर्थांनी विचारलं.

त्यांच्याकडे भारावलेल्या नजरेनं बघत पुजारीबाबा म्हणाले,

"कौन हो भाई तुम? तुम्हारे कारण किशन कन्हैया, प्रभू राम बन गये। तुम खुद कभी आदमी नजर आते हो कभी हनुमान! माजरा क्या है भाई?"

समर्थ हसले. पुजारीबाबांच्या मनातल्या शंका त्यांनी दूर केल्या. परिणामी, समर्थांनी मथुरेत एक मठ स्थापन केला. ते पुजारीबाबा त्याचे मठपती झाले. त्या मठातच एक लहानसं हनुमानाचं देऊळ स्थापन केलं. या कामासाठी समर्थ सहा महिने मथुरेत राहिले. शक्तीची आराधना करण्याचं बीज तिथंही रोवून समर्थ पुढे गेले.

हरिद्वार, हृ(ऋ)षीकेश, उत्तर काशी इथं मुक्काम करून इथंही त्यांनी मठ स्थापले. मठातून हनुमानाची मंदिरं बांधली. स्थानिक भक्तांकडं मठांची व्यवस्था लावली. सहा-सात महिन्यांनंतर समर्थ यमुनोत्री, गंगोत्रीला गेले. यमुनेचा, गंगेचा उगम बघून धन्यता पावले. काही काळ तिथंही त्यांनी मुक्काम केला. नंतर तिथून बद्रीनाथाचं दर्शन घेऊन जोशी मठात राहिले. जोशी मठात काही साधू-संन्यासी होते. त्यांना अनुग्रह देऊन जोशी मठाच्या शेजारी त्यांनी रामदासी मठ स्थापन केला. तिथं छोटंसं हनुमानाचं मंदिर उभारलं. जोशी मठात ते बराच काळ राहिले. तिथूनच केदारनाथाला जाऊन आले. गंगेच्या खळाळणाऱ्या प्रवाहाजवळ उभं असलेलं केदारनाथाचं ते देखणं मंदिर बघून समर्थांचं भान हरपलं. तीन उंच पहाडांच्या मध्ये वसलेलं हे भव्य मंदिर, एका बाजूला उत्तुंग उंचीचा केदारनाथ

पर्वत, दुसऱ्या बाजूला प्रचंड असा खर्चकुंड पर्वत आणि तिसऱ्या बाजूला आकाशाला भिडणारा भरतकुंड पर्वत. या पर्वतातून वाहणाऱ्या मंदाकिनी, मधुगंगा, क्षीरगंगा, सरस्वती आणि स्वर्णगौरी या पाच नद्यांचा संगम; ज्यातली आता केवळ मंदाकिनी नदी – जी अलकनंदेची सहवाहिनी आहे – तिचं खळाळतं पाणी हे सगळं बघून समर्थ मंत्रमुग्ध झाले.

मंदिराच्या गाभाऱ्यात जाऊन बसल्यावर तत्काळ त्यांची समाधी लागली. बैलाच्या वशिंडासारखा आकार असलेलं ते अद्‌भुत शिवलिंग बघून समर्थ दिङ्‌मूढ झाले. त्यांच्या नजरेसमोर त्या शिवलिंगातून उभा राहिला साक्षात शिवशंकर. तोही पूर्ण रूपात. त्रिशूल, डमरू, नाग, गंगा, चंद्र, रुद्राक्ष माळा धारण केलेला असा शंकर. त्याला बघता बघता समर्थांची समाधीच लागली जणू. त्यांच्या कानावर शंख आणि डमरू वाजलेला ऐकायला येऊ लागला. समर्थ तिथं बेभान होऊन नाचायला लागले. नाचता-नाचता आपल्यासोबत मृगाजीन धारण केलेलं कुणीतरी नृत्य करतंय असं त्यांना वाटलं. घुंगराचे बोल ऐकायला येऊ लागले. शंकर स्वत: साक्षात नटराजाचं रूप धारण करून समर्थांसोबत नृत्य करत होता. हे दृश्य बघायला खळखळ वाहणारी मंदाकिनीही क्षणभर थांबली आणि हे दृश्य डोळ्यांत साठवून पुन्हा अती प्रसन्नतेनं वाहायला लागली. केदारनाथाची पूजा करायला आलेल्या पं. कैलासनाथांना डमरूचा नाद ऐकू आला; पण तो कुठून आला तेच समजलं नाही.

मन भरून येईपर्यंत नृत्य करून केदारनाथाचा निरोप घेऊन समर्थ निघाले. आता त्यांना हिमालय साद घालत होता. जोशी मठातून बाहेर पडून ते छोटा कैलाशला आले. तिथून दरमा खिंडीतून ते थेट मानसरोवराला गेले. ब्रह्मपुत्रा आणि शरयू नद्यांचं उगमस्थान असलेलं मानसरोवर बघून समर्थ भारावून गेले. तिथं काही काळ राहून त्यांनी कैलासाकडे धाव घेतली. भव्य हिमालयाचं ते धवल शुभ्र दिव्य रूप बघून समर्थांचं भान हरपलं. हिमालयाच्या त्या उत्तुंग दर्शनानं त्यांच्यावर फार मोठा प्रभाव टाकला. कैलास पर्वताची ती बत्तीस मैलांची प्रदक्षिणा त्यांनी अनेक वेळा पूर्ण केली. प्रत्येक वेळी हिमालयाचं दिसणारं वेगळं रूप बघून समर्थ स्तिमित झाले. प्रदक्षिणा घालताना प्रत्येक वेळी कैलास शिखरात त्यांना शंकराचं वेगवेगळं रूप दिसलं. त्या विविध दर्शनानं त्यांचं भान हरपलं. मानसरोवरातले हंस पक्षी बघून त्यांना आनंद झाला होताच; पण त्यापेक्षा कैक पटीनं अधिक आनंद त्यांना कैलासाच्या त्या विविध दर्शनानं झाला. त्या कैलास पर्वतात त्यांना प्रत्येक प्रदक्षिणेच्या वेळी शिवशंकराचा चेहरा तर दिसलाच; पण अकरावी प्रदक्षिणा घालताना त्या शंकराच्या चेहऱ्याच्या जागी त्यांना दिसला राजीवलोचन श्रीराम. त्यांचा श्रीरामचंद्र, त्यांचा रामराया. तो

दिसला आणि समर्थांचे डोळे भरून आले. त्या उत्कट अनुभूतीनं उन्मनी अवस्थेत समर्थांच्या तोंडून शब्द उमटले–

"सुरेंद्र चंद्रशेखरू। अखंड ध्यातसे हरू।
जनासि सांगतो खुणा। श्रीराम राम हे म्हणा।
महेश पार्वती प्रती। विशेष गूज सांगती।
सलाभ होतसे उणा। श्रीराम राम हे म्हणा।।
विषे बहुत जाळिले। विशेष अंग पोळिले।
प्रचीत माझीया मना। श्रीराम राम हे म्हणा।।
विशाल व्याळ व्यस्तकी। नदी खळाळ मस्तकी।
ऋषी भविष्य कारणा। श्रीराम राम हे म्हणा।।"

शंकराची स्तुती आणि श्रीरामाची स्मृती असलेलं हे पद समर्थांनी तिथंच रचलं, तिथंच गायलं. कैलासावर पोहोचल्यावर अकरा वेळा ती बत्तीस मैलांची प्रदक्षिणा कैलास शिखराला घातल्यावर समर्थ तिथं एका चबुतऱ्यावर विसावले. तिथून त्यांनी सभोवार दृष्टी टाकली आणि त्यांना कैलासाच्या भव्यतेनं दिङ्मूढ केलं. इतकी भव्यता, इतकी उंची, गगनाला गवसणी घालणारी ती भव्यता बघून आपण किती खुजे आहोत, क्षुद्र आहोत याची एक अस्वस्थ करणारी जाणीव समर्थांच्या मनाला छळत राहिली.

आपण मोठे असल्याचा, शहाणे असल्याचा, विद्वान असल्याचा, ज्ञानी असल्याचा, समर्थ असल्याचा बडेजाव उगीचच मिरवत असतो. फुकट आहे हे सगळं! हा भव्य कैलास हेच अंतिम सत्य आहे. आपल्या या क्षुद्र जीवाच्या जगण्याला काहीच अर्थ नाही, फुकट आहे आपलं जगणं, फुकट आहे आपला जन्म असे विचित्र विचार समर्थांच्या मनात पिंगा घालायला लागले. त्याच तिरिमिरीत समर्थ त्या चबुतऱ्यावरून उठले. समोर कैलास पर्वताचा एक कडा सुळक्यासारखा पुढं आला होता. त्या कड्याच्या टोकाशी गेले. त्यांनी खाली वाकून बघितलं. खालून मंदाकिनी वाहत होती. कड्याचा उतार काटेरी झाडाझुडपांनी भरला होता. हे सगळं बघून समर्थांची जणू नजरबंदी झाली.

आपण, आपलं कार्य, आपला संप्रदाय, आपलं धर्मरक्षण, आपलं संस्कृती संवर्धन सारं सारं निरुपयोगी आहे, क्षुद्र आहे, आपलं अस्तित्वच या भव्यतेपुढं क्षुद्र किड्यासारखं आहे असं त्यांना वाटायला लागलं आणि असलं क्षुद्र अस्तित्व घेऊन जगायचं तरी कशाला? त्यापेक्षा या भव्यतेत झोकून देऊन हे क्षुद्र अस्तित्व संपवून टाकू या, असा कौल, त्यांच्या त्या क्षणाला उन्मनी अवस्था आलेल्या मनानं दिला. मनाचा तो कौल मानून कसलाही विचार न करता

समर्थांनी त्या कड्यावरून स्वत:ला झोकून दिलं. त्या वेळी त्यांचं मन इतकं भानरहित झालं होतं की एरवी उठता-बसता, खाता-पिता रामरायाचं नाव घेणाऱ्या समर्थांना त्या क्षणी रामरायासुद्धा आठवला नाही. या भव्यतेत स्वत:ला संपवून टाकायचं एवढा एकच विचार त्या क्षणी समर्थांच्या मनात होता. त्यांच्या सवयीप्रमाणं त्यांनी तो तत्क्षणी अमलात आणला.

त्या उंच कड्यावरून समर्थांनी स्वत:ला झोकून दिलं. या भव्यतेत स्वत:ला समर्पित करायचं ही भावना एवढी तीव्र होती की समोर प्रचंड खोल दरी आहे, दरीतून अलकनंदा वेगाने उसळत, खळखळत वाहते आहे, कैलास पर्वताचा उतार काटेरी झाडाझुडपांनी, अणकुचीदार आणि मोठमोठ्या दगडधोंड्यांनी भरला आहे हे सगळं दृष्टोत्पत्तीस पडूनही समर्थांना त्याचं भान नव्हतं. स्वत:ला त्या कड्यावरून झोकून दिल्यानंतर समर्थ वेगानं खाली येऊ लागले. तरीही ते काही काळ तरंगत राहिले. त्या क्षणी, त्या क्षणी समर्थांना वाटलं, 'आपलं शरीर अगदी हलकं झालंय, वजनरहित झालंय, कापसासारखं आणि आपण अलवारपणे हवेत तरंगत आहोत. ही जाणीव एवढी सुखद होती की आपलं या भव्यतेत समर्पित होण्याचं ईप्सित साध्य झाल्यासारखं समर्थांना वाटायला लागलं. ते आनंदले. आता अलकनंदेत समर्पित व्हायला थोडंच अंतर उरलं होतं. ते कधी संपतंय याची डोळे उघडे ठेवून समर्थ वाट बघत होते. एकदा का ते अंतर संपलं की या भव्यतेत आपण मिसळून जाणार आहोत ही भावना तशाही तरंगत्या अवस्थेत त्यांच्या शरीरावर रोमांच उठवून गेली. आता काही क्षण! काही क्षणच! मग आपलं अस्तित्व या भव्यतेत मिसळून जाईल. आपणही या भव्यतेचा एक भाग होऊ. काही क्षण...

खरोखर काही क्षण उरले होते. समर्थ हवेच्या झोताबरोबर खाली तरंगत येत होते. त्यांचे डोळे उघडे होते. खाली काही अंतरावर मंदाकिनी खळखळ करत वाहत होती. समर्थ बेभान होते. आता मंदाकिनी अगदीच दहा हातांवर राहिली आणि अचानक समर्थांच्या कानात खणखणीत स्वरातले शब्द ऐकू आले–

"कुणाला विचारून तू हा आत्मघाताचा निर्णय घेतलास? दोन तप ढाल बनून मी तुझी रक्षा केली, ती तू असं आयुष्य संपवावंस म्हणून काय?"

तो आवाज कानात ऐकू आला आणि कुणीतरी खाड्‌कन गालावर थप्पड मारावी तसे समर्थ भानावर आले.

'अरे! हे आपण काय करत होतो? आपण आपलं आयुष्य संपवणार होतो? रामराया, हे काय घडत होतं माझ्या हातून? नाही! नाही! मला मरायचं नाही. मला मरून चालणार नाही. मला माझं काम पूर्ण करायचं आहे. या भूमीला माझी गरज आहे. रामराया, बरं झालं, मला भानावर आणलंस!'

असं म्हणत समर्थांनी खाली पाहिलं. मंदाकिनी चार हातांच्या अंतरावर होती. समर्थांनी खोल श्वास घेतला. हवेतल्या हवेत एक पलटी मारली. वरून खाली वेगानं येताना ते खाली डोकं वर पाय अशा अवस्थेत होते. आता पलटी मारल्यावर खाली पाय वर डोकं अशा नैसर्गिक अवस्थेत ते आले आणि पायावर नियंत्रण मिळवत त्यांनी आपल्या वेगावर नियंत्रण मिळवलं. हवेतल्या हवेत मांडी घातली आणि मांडी घातलेल्या अवस्थेत ते मंदाकिनीच्या वाहत्या पाण्याच्या वरच्या स्तरावर आपटले. मांड्या पाण्यावर जोरात आपटल्या. क्षणभर एक वेदना मस्तकात गेली. दुसऱ्या क्षणी घातलेली मांडी सोडून समर्थ मंदाकिनीच्या त्या अतिथंड पाण्यात पोहू लागले– बारा वर्षं टाकळीला राहत असताना

गोदावरीच्या पुरात गठ्ठा घालून उडी मारण्याच्या सरावाचा आत्ता उपयोग झाला होता.

पाण्यात आपलं आयुष्य संपवण्याचा विचार करणाऱ्या समर्थांना मंदाकिनीनं चांगल्याच चापट्या मारल्या होत्या. मंदाकिनीच्या त्या अती थंड पाण्यानं गात्रं बधिर व्हायला लागली तसे समर्थ पाण्याच्या बाहेर आले. काठावरच्या वाळूत बसले. कुठून, कसा आला ते माहीत नाही; पण सणकन एक बाण येऊन त्यांच्या शेजारी वाळूत रुतला. त्या बाणाकडं बघून समर्थ चमकले.

"नाही रामराया! मी चुकलो! मी क्षणभर बेभान झालो. निसर्गाच्या या भव्यतेत वाहून गेलो. मला माफ कर रामराया, मला माफ कर! मी वाहवत गेलो. माझं ध्येय, माझं ईप्सित, माझं विहित कार्य मी विसरलो. मला माफ कर!"

समर्थांच्या बोलण्यातून पश्चात्ताप उमटत होता आणि डोळ्यांतल्या पाण्याबरोबर तो ओघळतही होता. काही वेळ समर्थ तिथंच बसून राहिले. मनातली सगळी जळमटं जणू पुसून टाकत राहिले. जेव्हा त्यांना वाटलं की आपण आपल्या पूर्वस्थितीत आलो आहोत, तेव्हा मात्र ते क्षणभरही तिथं थांबले नाहीत. झपाट्यानं ते तिथून बाहेर पडले. चालत राहिले. पुढे पुढे जात राहिले.

सतलजच्या काठानं त्यांनी प्रवास सुरू केला. वैजीनाथला काही दिवस मुक्काम करून तिथे त्यांनी आपला मठ स्थापन केला. तिथून धर्मशाळा इथं ते बरेच दिवस राहिले. तिथेही मठाची स्थापना करून, रावी नदीच्या काठानं ते जम्मू-काश्मीरमध्ये शिरले आणि कठुआ मार्गे जम्मूला पोहोचले. तिथं बरेच दिवस त्यांनी मुक्काम केला. काश्मीरच्या त्या निसर्ग सौंदर्यानं समर्थ भारावून गेले. जम्मूलाही त्यांनी आपला मठ स्थापन केला. तिथे राहत असलेल्या नारायण नावाच्या काश्मिरी पंडितानं समर्थांची हिंदुत्वाची आस, रामभक्तीचा ध्यास बघून त्यांचं शिष्यत्व पत्करलं. समर्थांनी तिथं मठ स्थापन करून त्याला मठपती बनवलं. शक्तीची आराधना आणि रामरायाची उपासना तिथंही सुरू झाली. समर्थ समाधानानं पुढं गेले.

तिथून पुढे जाऊन त्यांनी वैष्णोदेवीचं दर्शन घेतलं. काली, लक्ष्मी आणि सरस्वती या तीन देवता तिथं स्वयंभू रूपात आहेत. जनसामान्यांच्या दर्शनासाठी या तिघी देवता तिथं अश्मरूपात आहेत. त्या गुहेत जाऊन समर्थांनी हात जोडले, डोळे मिटले आणि त्या प्रत्येक अश्मात त्यांना देवींचं रूप दिसलं. समर्थ प्रसन्न झाले. या तीन सर्वशक्तिमान देवतांचा त्यांना आशीर्वाद मिळाला होता. आपला मार्ग आणि त्या मार्गावरून आपली होणारी वाटचाल ही योग्यच आहे याची जणू ग्वाही त्यांना देवीच्या दर्शनानं दिली. प्रसन्न चित्तानं समर्थ तिथून बाहेर पडले. त्यांनी तडक श्रीनगर गाठलं. श्रीनगर त्यांना खूपच आवडलं.

खळाळत्या झेलम नदीच्या दोन्ही काठांवर वसलेलं, दल सरोवर आणि निशात, शालिमार या देखण्या बगिच्यांनी नटलेलं श्रीनगर. शंकराचार्य टेकडीवरचं शंकराचार्य मंदिर त्यांनी आपलं मुक्कामाचं ठिकाण ठरवलं आणि ते त्या ठिकाणी जाऊन राहिले. तिथं एक समृद्ध ग्रंथालय होतं. ते ग्रंथालय बघून समर्थांना अतिशय आनंद झाला. 'आता इथं राहून या ग्रंथालयातली सगळी पुस्तकं वाचून काढायची!' त्यांनी मनोमन ठरवलं आणि ते तिथं राहिले.

त्या मंदिरात आलोकनाथ म्हणून पंडित होते. ते आणि त्यांचा मुलगा अनुपनाथ तिथली सगळी व्यवस्था बघत. समर्थांचा त्यांच्याशी चांगला स्नेह झाला. हिंदू धर्म आणि संस्कृतीबद्दलचे समर्थांचे विचार त्यांना खूपच पटले. अनुपनाथ तर समर्थांचा शिष्य बनला. तासन्तास दोघं चर्चा करत बसत. समर्थांचा तिथला मुक्काम लांबायला हेही एक कारण होतं.

याच मुक्कामात एक विशेष घटना घडली. शिखांचे सहावे गुरू हरगोविंदसिंह श्रीनगरला आले होते. 'समर्थ रामदास स्वामी' नावाच्या एका तेजस्वी संन्याशाचा मुक्काम श्रीनगरला आहे हे त्यांना कळलं आणि समर्थांची भेट घेण्यासाठी ते शंकराचार्य मंदिरात आले. गुरू हरगोविंदसिंह शिखांचे धर्मगुरू असूनही त्यांच्या सोबत फार मोठा लवाजमा असे. पाचशे ते एक हजार शस्त्रसज्ज सैनिक त्यांच्यासोबत नेहमी असत. स्वत: गुरू हरगोविंदसिंह कमरेला दोन तलवारी, एक कट्यार आणि एक कृपाण बाळगून असत. समर्थांना भेटायला येतानाही ते, तो सैनिकांचा ताफा घेऊन, आपली शस्त्रं सोबत घेऊनच आले होते. समर्थांची त्यांनी भेट घेतली. दोघांची अनेक विषयांवर चर्चा झाली. एकमेकांना एकमेकांचे विचार पटले; पण गुरू हरगोविंदसिंहांसोबत असलेले शस्त्रसज्ज सैनिक आणि स्वत: गुरू बाळगत असलेली शस्त्रे याबद्दल समर्थांनी कुतूहल व्यक्त केलं. त्यावर गुरू हरगोविंदसिंहांनी समर्थांना उत्तर दिलं,

"स्वामीजी, हम संन्यासी जरूर है। लेकिन समाज के लिए कुछ करनेकी चाह रखते है। कुछ कर रहे है। और इस दृष्टीसे हमारा जीवन बहुमूल्य है। समाज के हित के लिये हमारी जान कीमती है। हम जो कुछ कर रहे है उससे हमारे दुष्मन भी बढते जा रहे है। कुछ लोगोंको हमारा ये काम पसंद नहीं। उनसे हमे जान का खतरा हो सकता है। इसलिए ये शस्त्रधारी सैनिकोंकी फौज हमारे साथ है। और इसी कारण हम अपने पास भी हथियार रखते है।"

गुरू हरगोविंदसिंहांचं बोलणं समर्थांना पटलं. त्यांना अचलपूर इथला तो प्रसंग आठवला–

अचलपूर इथं भर मुस्लीम वस्तीत त्यांनी मारुती मंदिर उभं केलं. मंदिर उभं राहिलं. मूर्तीची प्राणप्रतिष्ठा झाली, मंदिराभोवती तटबंदी बांधून झाली. आता

चार-आठ दिवसांनी समर्थ तिथून निघणार होते. एके दिवशी समर्थ मारुती मंदिरातली पूजा आटपून मठात चालले होते. भर दुपारची वेळ होती. रस्ता निर्मनुष्य होता. गल्ली चिंचोळी होती. अचानक एक यवन घोडेस्वार हातात तळपती तलवार घेऊन समोरून दौडत आला. समर्थांचं त्याच्याकडे लक्ष गेलं. त्याचा मनसुबा त्यांना ठीक वाटला नाही. भरधाव घोडा हाकत तो घोडेस्वार समर्थांच्या जवळ आला आणि त्यानं समर्थांच्यावर वार केला. समर्थ सावध होतेच. त्यांनी तो वार चुकवला. वार वाया गेलेला बघून तो घोडेस्वार वळून परत आला. आता त्याच्या घोड्याचा वेग पहिल्यापेक्षा जास्त होता. समर्थांच्या अंगावर तो चाल करून आला. याही वेळी समर्थ सावध होते. घोडा बेफाम धावत आलेला बघून ते चट्‌कन घोड्याला आडवे गेले आणि त्यांनी घोड्याच्या पुढच्या पायावर हातातली कुबडी मारली. घोड्याची गती आणि समर्थांच्या वारातली तीव्रता, यामुळे घोड्याच्या पायातून जीवघेणी कळ आली. पुढचे पाय त्यानं दुमडून घेतले. तो खाली बसला. त्याच्या पाठीवर बसलेला तो यवन स्वार उसळून पुढे तोंडावर पडला आणि बेशुद्ध झाला. हातातल्या कमंडलूचं पाणी त्याच्या तोंडावर शिंपडून समर्थांनी त्याला शुद्धीवर आणलं, उठवून बसवलं, आणि ते तिथून निघून गेले...

हरगोविंदसिंह शस्त्र बाळगत होते ते किती सयुक्तिक होतं, योग्य होतं हे त्यांच्या लक्षात आलं. हरगोविंदसिंह भेटून गेले आणि समर्थांना जणू बऱ्याच गोष्टींचं आकलन झालं. 'आपल्याला नुसतंच संन्यासी व्हायचं असेल तर या सगळ्या गोष्टींची आवश्यकता नाही; पण आपल्याला समाजकारण करायचं आहे, राष्ट्रकारण करायचं आहे. राष्ट्रशक्ती निर्माण करायची आहे. राष्ट्रभक्ती जागवायची आहे आणि त्यासाठी संन्यासासोबतच खड्‌गही धरावं लागेल.

'मुख्य हरिकथा निरूपण। दुसरे ते राजकारण।
तिसरे ते सावधपण। सर्वविषयी।
चौथा अत्यंत साक्षेप। फेडावे नाना आक्षेप।
अन्याये थोर अथवा अल्प। समा करीत जावे।।''

हे तर नक्कीच, समर्थ विचार करत होते. हरगोविंदसिंहांशी भेट झाल्यावर समर्थ काही दिवस तिथेच श्रीनगरला राहिले. तिथे त्यांनी शंकराचार्य टेकडीवरच एक मठ स्थापन केला. नारायण पंडितांना त्यांनी मठपती बनवलं. त्या मठाची सर्व व्यवस्था लावून, नारायण पंडितांना सर्व अधिकार देऊन काही महिन्यांनी समर्थ तिथून बाहेर पडले. पठाणकोट, गुरुदासपूरहून ते घुमानला आले. तिथं असलेलं संत नामदेवांचं मंदिर, संत नामदेवांची गादी आणि तिथं पसरलेली संत

नामदेवांची कीर्ती ऐकून त्यांचं मन भरून आलं. आपल्याही आधी जवळपास चारशे वर्षं असाच कोणीतरी अवलिया एका हातात वारकरी संप्रदायाची वीणा अन् दुसऱ्या हातात हिंदू संस्कृतीचा दिवा घेऊन इथे आला होता आणि त्यानं इथंही भक्तीचा मळा फुलवला, याचा समर्थांना अत्यंत अभिमान वाटला.

"विठ्ठला, तुझ्या भक्तीचा डांगोरा आणि तुझ्या भक्तांचं सामर्थ्य अफाट आहे रे बाबा!" समर्थांनी मनोमन विठ्ठलाला वंदन केलं.

घुमान इथं काही दिवस त्यांनी मुक्काम केला. गुरुदासपूरप्रमाणेच त्यांनी अमृतसर इथंही मठाची स्थापना केली. सतलज, रावी, बियास, चिनाब आणि झेलम या पाच नद्यांमुळे सुपीक झालेला पंजाब समर्थांना फार आवडला. घुमानमधला मुक्काम हलवून समर्थ होशियारपूर, लुधियाना इथून चंदीगडला आले. लुधियाना इथंही त्यांनी मठ स्थापन केला. हरगोविंदसिंगांसोबत श्रीनगरमध्ये भेटलेला त्यांचाच शिष्य सत्यपाल याला मठाची व्यवस्था नेमून दिली. चंदीगडमधून समर्थ अंबाला इथं आले. तिथं काही दिवस मुक्काम करून ते कुरुक्षेत्राला गेले. महाभारतातील कौरव-पांडवांचं युद्ध जिथं घडलं, श्रीकृष्णानं गीता जिथं सांगितली ते ठिकाण बघून समर्थ भारावले. तिथली माती कपाळाला लावून ते रोहतक, भिवानी करत महेंद्रगडाला आले. तिथून ते जयपूर इथं आले. इथं त्यांना गोपालदास भेटले. वाटेतली मेवाड, चितोड, राजपुताना, जयपूर इथली उद्ध्वस्त झालेली मंदिरं आणि तिथं उभारलेल्या मशिदी बघून समर्थांच्या हृदयात आग पेटल्यासारखं झालं. आत्तापर्यंतच्या संपूर्ण प्रवासात त्यांनी अनुभवलेला मुस्लीम आक्रमकांचा विध्वंस त्यांना यातना देणाराच ठरला होता.

गोपालदास समर्थांपेक्षा वयानं वडील होते. ते कट्टे हिंदुत्ववादी होते. अत्याचारी मुस्लीम आक्रमकांचा त्यांना संताप येई. समर्थांचे राष्ट्रशक्तीचे, राष्ट्रोद्धाराचे विचार त्यांना फार पटले आणि आवडले. त्यांनी समर्थांचा अनुग्रह घेतला. समर्थांनी जयपुरात मठ स्थापन केला. गोपालदासांची मठपती म्हणून नेमणूक केली. गोपालदासांची हिंदुत्वनिष्ठा आणि राष्ट्रप्रेम बघून समर्थांनी आपली कुबडी त्यांना दिली. समर्थांच्या आशीर्वादानं जयपूर मठाचं कार्य जोरात सुरू झालं. जयपूरमधून समर्थ चितोडगडला गेले. तिथून उदयपूर आणि तिथून हळदीघाट. या तीनही ठिकाणी त्यांना महाराणा प्रतापची आठवण झाली. आपल्या धर्मासाठी लढणारा, त्यासाठी वाट्टेल ते हाल सोसणारा, आयुष्यभर स्वधर्मासाठी संघर्ष करत राहिलेल्या महाराणा प्रताप राजाला त्यांनी मानवंदना दिली. त्याला मनोमन प्रणाम केला. मेवाडच्या त्या वीरभूमीला त्यांनी साकडं घातलं. हळदी घाटाची पवित्र माती त्यांनी कपाळाला लावली आणि महाराणा प्रतापचा पराक्रम आठवत त्यांनी गुजरातची वाट धरली.

गुजरातमध्येही एक-दोन ठिकाणी आपले मठ स्थापन करून ते दक्षिण भारतात गेले. कर्नाटक, आंध्र, केरळ, तामिळनाडू अशी राज्यं त्यांनी पालथी घातली. तामिळनाडूत त्यांनी बरेच दिवस मुक्काम केला. कन्याकुमारीला तीन समुद्रांचा संगम बघून ते भारावून गेले. रामेश्वराला श्रीरामानं स्थापलेल्या शिवलिंगाचं दर्शन घेऊन ते कृतार्थ झाले. तिथून बोटीतून ते श्रीलंकेला गेले. श्रीरामाच्या पदस्पर्शानं पावन झालेली श्रीलंका बघून त्यांचे डोळे भरून आले. श्रीलंकेतही त्यांनी हनुमानाचं मंदिर उभं केलं. रामेश्वरला मठ स्थापन केला. तिथून ते तंजावरला आले. तिथे त्यांनी तीन मठ स्थापले. तिथून कर्नाटकात बंगलोर, विजापूर इथंही त्यांनी मठांची स्थापना केली. विजापूरहून ते महाराष्ट्रात आले. तुळजापूरला त्यांनी बरेच दिवस मुक्काम केला. तुळजाभवानीचं दर्शन घेताना समर्थांना भरून आलं. तुळजाभवानी त्यांची कुलस्वामिनी. समर्थ देवीच्या मूर्तीसमोर जाऊन उभे राहिले. तुळजाभवानीची ती उग्र रूपातली मूर्ती बघून समर्थांनी तिला साकडं घातलं–

"देवी, याच... याच उग्र रूपात तू साक्ष दे. तुझ्या भक्तांवर संकट कोसळतंय. तुझ्याशिवाय त्यांना तारणारं कुणी नाही. एका महिषासुराचा तू वध केलास आई, पण आज असे कित्येक महिषासुर या भारत भूमध्ये, महाराष्ट्र भूमीवर माजलेत. त्यांचा वध करायला आई तू धावून ये!"

तुळजाभवानीला असं साकडं घातलं. त्या मंदिरात ते तिथेच बसून राहिले. तोच तिथं नरहरी आला. हा नरहरी त्यांनी कर्नाटकातून महाराष्ट्रात प्रवेश केल्यापासून त्यांच्यासोबत होता. कर्नाटकातला त्यांचा शेवटचा मुक्काम बिदरला होता. तिथं हा नरहरी त्यांना भेटला. बिदरला मारुती मंदिराची स्थापना करताना नरहरी त्यांच्यासोबत होता. तिथं समर्थांचा मुक्काम होता. त्या मुक्कामात समर्थांना ताप आला. दोन दिवस ते तापाच्या ग्लानीतच होते. त्यादरम्यान या नरहरीनं त्यांची सेवा केली. त्यानंतरही तो समर्थांच्या सेवेतच होता. समर्थ बिदरहून लातूरला आले. तिथं मठ स्थापन करून तिथं काही दिवस मुक्काम करून ते तुळजापूरला आले. देवीचं, तुळजाभवानीचं दर्शन घेतल्यावर त्यांचा अवघा शीण गेला. देवीला साकडं घातल्यावर तर त्यांना बरं वाटलं. शेजारी उभ्या असलेल्या नरहरीकडं त्यांची दृष्टी गेली. नरहरी हात जोडून, डोळे मिटून उभा होता. त्याची जणू भावसमाधी लागली होती. त्याच्याकडं एक नजर टाकून समर्थांनी देवीची आरती गायली[१]

"दुर्गे दुर्घट भारी, तुजवीण संसारी
अनाथ नाथे अंबे, करुणा विस्तारी

वारी वारी जन्म मरणाते वारी
हारी पडलो आता संकट निवारी
जय देवी जय देवी जय महिषासुरमर्दिनी।
सुरवर ईश्वर वर दे तारक संजीवनी।।''

आरती म्हणता म्हणता समर्थांचं लक्ष पुन्हा नरहरीकडं गेलं. तो अजून त्याच भावसमाधीत होता. समर्थांनी पुढे आरती गायली–

''प्रसन्न वदने प्रसन्न होसी निजदासा।
क्लेशापासूनी सोडवी तोडी भवपाशा।
अंबे तुजवाचोनी कोण पुरवील आशा।
नरहरी तल्लीन झाला पद पंकज लेशा।।''

आपली सेवा करणाऱ्या नरहरीचं नाव त्यांनी आरतीत गुंफलं. त्या उच्चारानं नरहरी सावध झाला. समर्थ पुन्हा पुन्हा आरती गात होते. त्यात पुन्हा पुन्हा नरहरीचं नाव येत होतं. ते ऐकून नरहरी धन्य झाला. त्यानं समर्थांच्या पायावर लोळण घेतली. समर्थांनी त्याला उठवलं. म्हणाले,

''नरहरी, अरे एका रामभक्ताची तू इतकी स्वत:ला विसरून सेवा केलीस. म्हणजे श्रीरामाचीच सेवा केलीस. म्हणूनच देवीच्या या आरतीत तुझं नाव आपोआप गुंफलं गेलंय.''

नरहरी भारावून गेला. आपलं आयुष्य सार्थकी लागल्याचं त्याला समाधान लाभलं. समर्थांनी मग तुळजापूरला मारुती मंदिर आणि मठ स्थापन केला. त्या दोन्हीची व्यवस्था नरहरीकडं सोपवून ते पुढच्या प्रवासाला निघाले.

तुळजापूरहून ते बाहेर पडले. मोहोळ मार्गे ते पंढरपूरला आले. पंढरपूरला त्यांनी मुक्काम केला. चंद्रभागेत स्नान करून ते विठ्ठल मंदिरात गेले. विठ्ठल मंदिरात बऱ्यापैकी वर्दळ होती. आषाढी नुकतीच होऊन गेली होती. समर्थ काही वेळ सभामंडपात बसले. भगवी छाटी घातलेला कोणीतरी तेज:पुंज संन्यासी मंदिरात आलेला बघून मंदिरात येणारे-जाणारे भक्त समर्थांनाही नमस्कार करत होते. मध्यान्ह झाली. मंदिरातली वर्दळ कमी झाली. तसे समर्थ उठले. गाभाऱ्यासमोर जाऊन उभे राहिले. गाभाऱ्यात 'तो' उभा होता. कर कटेवर ठेवून विटेवर उभा होता. तोच तो भक्तांचा देव विठ्ठल. समर्थ त्याच्याकडे पाहत होते आणि तो समर्थांकडे. दोघंही एकमेकांकडे पाहत होते. विठ्ठलाच्या डोळ्यांत अपेक्षापूर्तीचं समाधान होतं, तर समर्थांच्या डोळ्यांत प्रश्न. काही क्षण विठ्ठलाकडं डोळे भरून पाहत समर्थ उद्गारले,

''अरे, तू इथं काय करतो आहेस? हे कोणतं रूप धारण केलं आहेस?

रामराया, अरे रावणाला मारण्यासाठी तू श्रीराम झालास ना? मग आता सगळ्या देशभर इतके रावण माजलेले असताना तू धनुष्यबाण टाकून कर कटीवर ठेवून इथं उभा राहिलास? अरे, अधर्मी कौरवांना मारण्यासाठी तू कृष्ण झालास, अत्याचारी कार्तवीर्याचा नायनाट करण्यासाठी तू परशुराम झालास, मदोन्मत्त रावणाला मारण्यासाठी तू श्रीराम झालास; मग आता इतके अधर्मी कौरव, अत्याचारी कार्तवीर्य आणि मदोन्मत्त रावण या भारत भूवर माजले आहेत तरीही तू इथं हात कमरेवर ठेवून उभा राहिला आहेस?''

समर्थ विठ्ठलाशी बोलत होते. त्याला प्रश्न विचारत होते. अचानक मंदिरात अंधार पसरला. समर्थ गाभाऱ्यासमोर उभे होते. गाभाऱ्यात एक समई तेवत होती. तिचा सोनेरी मंद प्रकाश गाभाऱ्यात पसरला होता. त्या सुवर्ण प्रकाशात काळा विठ्ठल सोनेरी दिसत होता. अचानक विठ्ठलाचं रूप पालटलं. त्या ठिकाणी चापबाण घेतलेला कोदंडधारी श्रीराम उभा होता. खांद्यावर अडकवलेलं धनुष्य होतं, पाठीवर अक्षय बाणांचा भाता होता. विठ्ठलाच्या शांत, स्नेहार्द्र डोळ्यांच्या जागी स्फुलिंगासारखे श्रीरामाचे तेजस्वी डोळे होते. विठ्ठलाच्या माथ्यावरच्या किरिटाच्या जागी केस उलटे वळवून माथ्यावर एकत्र करून बांधलेले होते. विठ्ठल काळा तर हा सावळा होता. अपलक[१०] समर्थ त्याच्याकडे बघत बसले. एकवार त्यांनी पापणी लववली. पुन्हा वर पाहिलं तर तिथं कर कटेवर ठेवलेला काळा विठ्ठल! तोही विटेवर उभा असलेला. समर्थ उद्गारले, ''हे काय रामराया,

येथे का तू उभा श्रीरामा। मनमोहना मेघश्यामा।।
कोठे गेली सीतामाई। येथे राही रखुमाबाई।।
कोठे गेला हनुमंत। येथे उभा पुंडलिक।।
काय केले धनुष्यबाण। कर कटावरी ठेवून।।
कोठे गेली शरयू गंगा। येथे वाहे चंद्रभागा।।
काय केले वानरदळ। संगे मेळविले गोपाळ।।
कोठे गेली अयोध्यापुरी। येथे बसविली पंढरी।।
रामदासी जैसा भाव। तैसा होई पंढरीराव।।''

समर्थांचा हा उद्गार ऐकून विठ्ठलाच्या मूर्तीच्या चेहऱ्यावर प्रसन्नतेची आभा उमटली. त्या प्रसन्नतेनं समर्थांना एक दिलासा मिळाला. 'मी येतो आहे दुष्टांचं निर्दालन करायला' अशी आश्वासकता त्या प्रसन्नतेतून समर्थांना मिळाली. त्यांचं मन थोडं शांतवलं. विठ्ठलाचा निरोप घेऊन त्यांनी पुढं प्रयाण केलं.

समर्थ रामदास स्वामी नावाचे रामभक्त संन्यासी सतत लोकांच्या संपर्कात

राहतात, त्यांना ज्ञान आणि व्यवहार यांची सांगड घालून शिकवण देतात. काही चमत्कारही करतात, मोठे तेजस्वी आणि परखड संन्यासी आहेत असा समर्थांचा बोलबाला आता सगळ्या महाराष्ट्रात पसरला होता. ठिकठिकाणी त्यांनी उभी केलेली मारुतीची मंदिरं आणि मठ यातून होत असलेली ज्ञानाची उपासना आणि शक्तीची आराधना यांचा जनमानसावर फार मोठा प्रभाव पडू लागला होता. त्यामुळं आता समर्थ जिथं जातील तिथं त्यांचा शिष्य संप्रदाय वाढू लागला होता. हा निरिच्छ बैरागी काही मागत तर नाहीच, उलट सढळ हातानं देतो अशी समर्थांबद्दल आदराची, सन्मानाची भावना लोकांच्यात निर्माण होत होती. समर्थांचं उद्दिष्ट असं साध्य होत होतं. पंढरपुरातून समर्थ मोरगावला आले. मोरगावला मयुरेश्वराचं मंदिर होतं. बहामनी राजांच्या काळात बांधलेलं. सिंधू नावाच्या दैत्यानं पृथ्वीतलावर उत्पात माजवला, तेव्हा गणपतीनं मोरावर बसून मोरगाव इथं त्या असुराचा वध केला. आदिलशाही कालखंडात सुभेदार गोळे यांनी हे मंदिर बांधलं होतं. प्राचीन काळी या परिसराचं नाव 'भूस्वनंदा' असं होतं. गणपती मोरावर बसून आला म्हणून तो मयुरेश्वर झाला अन् गावाचं नाव मोरगाव पडलं. मुस्लीम राज्यकर्त्यांच्या दुष्ट नजरेपासून वाचावं म्हणून या मंदिराची रचना मशिदीसारखी आहे. समर्थ मंदिरात आले. गणपतीचा सिंधू राक्षसाला मारण्याचा पराक्रम आठवून त्यांनी गणपतीला आळवलं. विघ्नांचे निर्दालन करण्याची त्याला विनवणी केली आणि आरती रचली–

"सुखकर्ता दुःखहर्ता वार्ता विघ्नाची
नुरवी, पुरवी प्रेम कृपा जयाची
सर्वांगी सुंदर उटी शेंदुराची
कंठी झळके माळ मुक्ताफळाची
जय देव जय देव जय मंगलमूर्ती, दर्शन मात्रे मन कामनापूर्ती।।
रत्नखचित फरा तुज गौरीकुमरा
चंदनाची उटी कुंकुमकेशरा
हिरेजडित मुकुट शोभतो बरा
रुणझुणती नुपुरे चरणी घागरिया
जय देव जय देव जय मंगलमूर्ती, दर्शन मात्रे मन कामनापूर्ती।।
लंबोदर पीतांबर फणिवरबंधना
सरळ सोंड वक्रतुंड त्रिनयना
दास रामाचा वाट पाहे सदना
संकटी पावावे निर्वाणी रक्षावे सुरवर वंदना।।
जय देव जय देव जय मंगलमूर्ती, दर्शन मात्रे मन कामनापूर्ती।।"

गणपतीला या महाराष्ट्र भूवर आलेलं विघ्न दूर करायचं साकडं घातलं. मोरगावला मठाची स्थापना करून तिथल्या भास्कर कुलकर्णीकडे मठाची व्यवस्था सोपवून समर्थ तिथून निघाले. जेजुरीला आले. तिथं खंडेरायाच्या सोबत त्यांनी काही दिवस मुक्काम केला. खंडेरायाची आरती रचली. जेजुरीत राहून आसपासचा परिसर त्यांनी पिंजून काढला. तिथं एका प्रसंगातून हा संन्यासी नुसताच संन्यासी नसून योद्धा संन्यासी आहे, हे लोकांच्या प्रत्ययाला आलं.

जेजुरीजवळ लवथवेश्वर हे नाव असलेलं एक शंकराचं मंदिर होतं. मंदिर जुनं, पडझड झालेलं आणि दाट, गर्द झाडीत होतं. मंदिराचा परिसर गर्द झाडीत असला तरी एकाकी होता. भयाण होता; कारण त्या मंदिरात रात्री भुतांचा संचार असतो अशी लोकांच्यात वदंता होती. त्यामुळं सूर्य मावळला की तिथं कुणी थांबत नसे. कुणी थांबलंच तर तो जिवंत राहत नाही, भुतं त्याला मारून टाकतात असं गावकरी म्हणत असत. समर्थ जेव्हा त्या मंदिरात गेले, तेव्हा ते गर्द झाडीत असलेलं मंदिर त्यांना फार आवडलं. मुळातच समर्थांना अशा गर्द झाडीतल्या जागा आवडायच्या. एकांत त्यांना प्रिय होता. ते मंदिर, त्याच्या भवतालची गर्द झाडी, तो एकांत, शांत परिसर हे सारं त्यांना फार आवडलं. त्यांनी त्या मंदिरातच मुक्काम करायचं ठरवलं. गावकऱ्यांनी त्यांना या विचारापासून परावृत्त करण्याचा खूप प्रयत्न केला. त्यांना भुतांची भीती घातली; पण समर्थ मुलखाचे हट्टी. त्यांनी लोकांचं ऐकलं नाही. आपण त्या मंदिरातच मुक्काम करणार या निश्चयापासून ते जराही ढळले नाहीत. लोकांचा नाइलाज झाला. समर्थांना तिथंच सोडून लोक नाइलाजाने परतले. समर्थ तिथंच थांबून राहिले. भुतांची वाट बघत.

दुसऱ्या दिवशी सकाळी लोक मंदिरात आले. समर्थ जिवंत दिसणार नाहीत असा त्यांचा होरा होता. भीतभीतच ते मंदिरात शिरले. पाहतात तो काय? समर्थ शिवलिंगाची पूजा करत बसले होते. त्यांचा चेहरा अती प्रसन्न दिसत होता. लोकांना आश्चर्य वाटलं. त्यांनी विचारलं, ‘‘रात्री भुतं आली होती का?’’

समर्थ हसले. म्हणाले, ‘‘आली होती; पण मला घाबरून पळून गेली. आता ती परत येणार नाहीत. या आता. आपण आता या लवथवेश्वराची आरती करू या.’’

असं म्हणून समर्थांनी शंकराची आरती तिथल्या तिथं रचली. शंकराचं नेमकं अणि नेटकं वर्णन करणारी ही आरती ऐकून तो शंकरही प्रसन्न झाला. आरतीचे शब्द होते–

"लवथवती विक्राळा ब्रह्मांडी माळा । वीषे कंठ काळा त्रिनेत्री ज्वाळा ।।
लावण्य सुंदर मस्तकी भाळा । तेथुनिया जळ निर्मळ वाहे झुळझुळा।।१।।
जय देव जय देव जय श्री शंकरा, आरती ओवाळू तुज कर्पूरगौरा।।
कर्पूरगौरा भोळा नयनी विशाळा । अर्धांगी पार्वती सुमनांच्या माळा ।।
विभूतीचे उधळण शीतकंठ निळा । ऐसा शंकर शोभे उमावेल्हाळा ।।२।।
जय देव जय देव जय श्री शंकरा, आरती ओवाळू तुज कर्पूरगौरा।।
देवी दैत्यी सागरमंथन पैं केले । त्यामाजी अवचित हलाहल जे उठिले ।।
ते त्वां असुरपणे प्राशन केले। नीलकंठ नाम प्रसिद्ध झाले ।।३।।
जय देव जय देव जय श्री शंकरा, आरती ओवाळू तुज कर्पूरगौरा।।
व्याघ्रांबर फणिवरधर सुंदर मदनारी । पंचानन मनमोहन मुनिजन सुखकारी।।
शतकोटीचे बीज वाचे उच्चारी । रघुकुळटिळक रामदासा अंतरी ।।४।।
जय देव जय देव जय श्री शंकरा, आरती ओवाळू तुज कर्पूरगौरा।।"

समर्थांचं धाडस, डोळस श्रद्धा आणि शब्दरचनेचं प्रभुत्व बघून लोक भारावून गेले. समर्थांनी जेजुरीतही मारुती मंदिर आणि मठ स्थापन केला. काही दिवस मुक्काम करून ते तिथून बाहेर पडले आणि फिरत फिरत पैठणला पोचले. नाथांच्या समाधीचं दर्शन घेऊन ते मारुती मंदिरात आले. तिथे थोडा वेळ ते थांबले. मारुती मंदिराच्या आवारात काही मुलं गलोलीनं खेळत होती. गलोलीत दगड घेऊन ती मुलं जवळच असलेल्या झाडाच्या कैऱ्या पाडण्याचा प्रयत्न करत होती. समर्थांना त्यांची गंमत करायची लहर आली. पुढे येऊन ते म्हणाले.

"काय रे तुमचा नेम? एकही कैरी पडत नाहीय." त्या मुलांना राग आला. ती पुढं येऊन म्हणाली,

"अरे बुवा! तुझा नेम चांगला आहे वाटतं? मग तू दाखव बरं!" समर्थ हसले. पुढं झाले. त्या मुलाच्या हातातून त्यांनी गलोल घेतली. नेम धरला. हातातला खडा गलोलीत धरला आणि सोडला. जिथं कैऱ्यांचा घोस होता तिथं जाऊन तो दगड लागला अणि तो घोसच्याघोस खाली पडला. मुलांनी टाळ्या वाजवल्या. तोच एक मुलगा म्हणाला,

"एवढा मोठा बैरागी आहेस. मग तुझा इथल्याइथं नेम न लागायला काय झालं? लांब कशावर तरी नेम धरून मारून दाखव. तर तू खरा नेमबाज!"

त्या मुलाचं हे बोलणं ऐकून सगळ्यांनी "होय होय! बरोबर आहे!" अशा अर्थानं माना हलवल्या. तोच दुसरा मुलगा म्हणाला,

"ती बघा आकाशातून घार उडते आहे. तिच्यावर नेम धर आणि मार बघू!" त्या मुलानं आव्हानाच्या भाषेत समर्थांना सांगितलं. समर्थ हसले. त्यांनी

आकाशाकडं पाहिलं. खरोखरच तिथं दोन-चार घारी उडत होत्या. समर्थांनी गलोल ताणली. बेचकीत खडा धरला. नजर एकवटली. घारीच्या उडण्याची गती, जमिनीपासूनचं तिचं अंतर, गलोलीच्या दगडाची गती यांचा समन्वय साधून दगड सोडला. झप्पकन दगड उडला. भिरभिरत आकाशात गेला. बरोबर घारीला लागला. त्या फटक्यानं तिरिमिरी येऊन ती घार खाली कोसळली. क्षणभर तिनं पंख फडफडवले, अन् ती गतप्राण झाली. मुलांनी एकच कल्ला केला. टाळ्या वाजवल्या. त्यांचा दंगा ऐकून तिकडून चाललेले तिघं-चौघं तिथे आले. घार खाली मरून पडलेली. समर्थांच्या हातात गलोल, वेष साधूचा. त्यापैकी एक जण पुढे आला. म्हणाला,

"कसला तू संन्यासी आहेस रे? या मुक्या जिवाची तू हत्या केलीस? कसा देव तुला क्षमा करणार? त्या निरपराध पक्ष्याला तू मारलंस! पाप लागेल तुला आता. या पापातून मुक्ती पाहिजे असेल तर तुला प्रायश्चित्त घ्यावं लागेल. हे महादेव शास्त्री तुला प्रायश्चित्त करवतील." यावर समर्थ काहीच बोलले नाहीत. ते मुकाटपणे महादेव शास्त्रींसोबत गेले. महादेव शास्त्रींनी त्यांना गोदावरीत स्नान करायला लावलं. गोदावरीचं पाणी समर्थांच्या फार परिचयाचं. आईची कुशीच जणू. गोदावरीत मनसोक्त डुंबून समर्थ बाहेर आले. महादेव शास्त्रींनी त्यांच्याकडून काही विधी करून घेतले. विधी झाल्यावर शास्त्रीबुवा म्हणाले,

"आता तू शुद्ध झालास. तुझ्या डोक्यावरचं पाप धुतलं गेलं. तू प्रायश्चित्त घेतलंस, आता तू पापातून मुक्त झालास!" शास्त्रीबुवा असं म्हणाल्यावर समर्थांनी विचारलं, "आता माझ्या डोक्यावरचं पाप नष्ट झालं ना? म्हणजे आता ती मेलेली घार जिवंत होईल ना? ती जिवंत झाली म्हणजे माझी पापातून मुक्तता झाली असं म्हणता येईल."

समर्थांच्या या बोलण्याचा शास्त्रीबुवांना राग आला.

'हा जोगडा माझी आणि धर्मशास्त्राची चेष्टा करतोय! माझ्या ज्ञानाची टर उडवतोय' असं त्यांच्या लक्षात आलं. ते संतापले.

"अरे गोसाव्या, भगवी कफनी घालून दाढी आणि केस वाढवले म्हणजे कोणी शहाणं होत नाही. तुझ्या भल्याचं करायला गेलो, तर तू माझीच चेष्टा करतोस? त्या पापानं मेला असतास आणि नरकात गेला असतास! मी-मी वाचवलं तुला नरकात जाण्यापासून! आणि तू माझी टर उडवतोस? अरे, या घारीला तूच मारलंस! आणि ती मेलेली घार पुन्हा जिवंत होईल का ते विचारतो आहेस? अरे, मेलेला प्राणी कधी जिवंत होईल काय?"

शास्त्रीबुवा संतापानं नुसते थरथरत होते.

"शास्त्रीबुवा, आपण ते घारीलाच विचारू या!" असं म्हणत शास्त्रीबुवांच्या

संतापाकडं दुर्लक्ष करत समर्थांनी ती मेलेली घार उचलून हातात घेतली.

"अरे पापी माणसा! हे काय केलंस? पुन्हा तू प्रेताला शिवलास? आता तर तू नक्की नरकात जाणार!" शास्त्रीबुवांना आता तर संताप आवरेना. समर्थांनी त्या घारीला उचलून घेतलं. तिच्या पाठीवरून हात फिरवत ते म्हणाले,

"माझे बाई, मी जर खरोखर शुद्ध आणि पापमुक्त झालो असेन तर तू पुन्हा आकाशात भरारी घे! आणि शास्त्राला सिद्ध कर. शास्त्राची आणि मंत्राची महानता सिद्ध कर!"

असं म्हणत समर्थ तिच्या पंखावरून प्रेमानं हात फिरवत राहिले. शास्त्रीबुवा आणि त्यांच्या सोबतची माणसं चरफडत बाजूला उभी होती. काही क्षणांनंतर त्या घारीनं डोळे उघडले. पंख फडफडवले. एकदा समर्थांकडे नजर टाकून ती त्यांच्या हातातून उडाली. दुसऱ्या क्षणाला तिनं उंच आकाशात भरारी घेतली. समर्थांच्या चेहऱ्यावर हास्य पसरलं. तर शास्त्रीबुवा आणि त्यांच्यासोबत असलेल्यांची मात्र आश्चर्यानं बोबडी वळली; मात्र लगेचच सावध होऊन शास्त्रीबुवांनी समर्थांच्या पायावर लोळण घेतली. समर्थांनी त्यांना उठवलं. खांद्यावर थोपटलं, अन् त्यांनी मंदिराची वाट धरली.

काही वेळातच समर्थांनी मेलेली घार उठवली ही बातमी वाऱ्यासारखी पैठण गावात पसरली आणि समर्थांचं दर्शन घेण्यासाठी गावकऱ्यांनी एकच गर्दी केली. लोकांच्या आग्रहास्तव समर्थांनी तिथं पंधरा दिवस मुक्काम केला. नाथांच्या त्या नगरीत का कोण जाणे पण समर्थांना आजोळी आल्यासारखं वाटलं. आपण आईसोबत लहानपणी इथे येत होतो याची त्यांना आठवण झाली. आईला भेटायची ओढ त्यांना लागली. आपण पैठणला आलोच आहोत तर जांब गावी जाऊन आईला भेटून पुढं जावं असं त्यांच्या मनानं घेतलं आणि ते पैठणमधून बाहेर पडले.

त्यानंतर आठ दिवसांनी ते जांबला पोहोचले. ते जांबला पोचले, तेव्हा तिन्हीसांज झाली होती. ते थेट आपल्या वाड्याच्या दारात जाऊन उभे राहिले. वाडा तसाच होता. चोवीस वर्षांत काहीच बदललं नव्हतं. अंगणातल्या तुळशी वृंदावनाजवळ एक विवाहिता पणती लावत होती. 'कदाचित ती श्रेष्ठांची पत्नी असावी.' समर्थांची वहिनी, नीटस, शालीन. समर्थांनी क्षणभर डोळे मिटले. रामरायाचं स्मरण केलं आणि पुकारले–

"रामा ती तव दास दास म्हणवी। माते कशाचे भय?
रामा जाईन ज्या स्थळी सुख घना। होईल तेथे जय।
रामा या भुवनत्रयी तुजवीणा नाही दुजा तारक।

रामा तू सकलात पूर्ण करिसी। तू तात मी बालक।
जय जय रघुवीर समर्थ। ॐ भवति भिक्षां देही।।''

असा खणखणीत आवाजात श्लोक म्हणत समर्थांनी वाड्यात प्रवेश केला.

''माई, भिक्षा वाढ गं! माई, भिक्षा वाढ गं!'' त्या स्त्रीनं मान वर करून बघितलं. तिच्या चेहऱ्यावर नवल पसरलं. 'या वेळी माधुकरी मागायला कोण आला?' तिनं वर बघितलेलं बघून समर्थांनी पुन्हा हाक दिली. या वेळी मुद्दाम जोरात आणि त्यांना अपेक्षित परिणाम साधला गेलाच. आतून एक कापरा आवाज आला.

''लक्ष्मीऽ! अगं, माझा नारायण आलाय का गं?'' समर्थांनी आईचा आवाज ओळखला. ती स्त्री लक्ष्मी काही बोलणार तोच समर्थ वाड्याच्या दारातूनच ओरडले,

''होय आई, मी तुझा नारायणच आलोय गं!'' आपण लहानपणी असंच तर वाड्याच्या दारातून आईला ओरडून सांगायचो आपण आलेलं. समर्थांना आठवलं. डोळ्यांतून पाणी ओघळलं. त्या अंधारातून एक वृद्धा धडपडत येताना दिसली. तिला दिसत नसावं. ती धडपडत होती, तरी भराभरा चालत बाहेर आली. तोंडानं म्हणत होती ''माझा नारायण आलाय! माझा नारायण आलाय! श्रीरामानं माझी हाक ऐकली. श्रेष्ठ, माझा नारायण आलाय रे! अगं लक्ष्मी, माझा नारायण आलाय. भाकर तुकडा घेऊन ये. माझा नारायण आलाय.'' तिच्या हाकेसरशी श्रेष्ठ धावत बाहेर आले.

''आई, अगं रोजच तुला असे भास होताहेत. गेली वीस-बावीस वर्षं. नारायण कुठला येतोय!'' श्रेष्ठांनी आईच्या हाताला धरून तिला आत घेऊन निघाले. ''नाही गंगाधर, आता मला भास होत नाहीय. माझा नारायणच आला आहे. त्यानं माझ्या हाकेला ओ दिली. मी... मी त्याचा आवाज ओळखला. तो माझा नारायणच आहे. माझा नारायणच आलेला आहे!'' असं ठामपणे सांगत आईनं विचारलं. ''नारायणा, तू माझा नारायणच आहेस ना? तू नारायणच आहेस ना?'' आईनं कापऱ्या आवाजात विचारलं. मग मात्र समर्थ पुढे आले. वाड्याच्या उंबरठ्यावर डोकं टेकून नमस्कार केला. त्यांनी वाड्यात पाऊल टाकलं. पुढं होऊन आईच्या पायावर डोकं ठेवलं. म्हणाले,

''आई, मी तुझाच नारायण आहे. सूर्याजीपंत ठोसरांचा कनिष्ठ पुत्र, श्रेष्ठ गंगाधरांचा धाकटा भाऊ, आई मी नारायणच आहे!'' समर्थांचा आवाज, आपल्या चरणाला होणारा त्यांचा स्पर्श, आईनं नारायणाला उठवलं आणि आपल्या मिठीत घेतलं; पण समर्थ उंचेपुरे, बलदंड, आईच त्यांच्या मिठीत कोसळली.

समर्थांनी आईला सावरलं. श्रेष्ठांनी पुढं होऊन आधार दिला. तिला धरून सगळी आत घेऊन आली. घडवंचीवर बसवलं. आई हातानं समर्थांना चाचपडत होती. समर्थांच्या लक्षात आलं, आईचे डोळे गेलेले आहेत. दृष्टी गेलेली आहे. त्यांना वाईट वाटलं. त्यांनी हळुवारपणे विचारलं, "आई, तुझी दृष्टी गेलीय का गं?"

त्या खाचा झालेल्या डोळ्यांतूनही अश्रू ओघळत होते. ते पुसत आई म्हणाली, "नारायणा, तुझ्या वाटेकडं डोळे लावून बसले होते रे! किती वाट बघायला लावलीस? माझी दृष्टी गेली आणि मग आलास होय? आता कशी रे बघू तुला?"

आईचा आवाज दु:खानं, भावनातिरेकानं कापरा झाला होता. समर्थांना वाईट वाटलं.

"रामराया! अरे मी तप:साधना करून आलो, तुझा दास म्हणून मिरवतो आणि माझीच आई मला बघू शकत नाही?" समर्थांनी कधी नव्हे ते आईसाठी रामरायासमोर गाऱ्हाणं मांडलं. रामरायाचं स्मरण केलं आणि आईच्या डोळ्यांवरून हात फिरवला. आईचे डोळे मिटलेले होते. काही क्षण समर्थांनी आपले दोन्ही हात आईच्या दोन्ही डोळ्यांवरून फिरवले. एका क्षणाला त्यांना चैतन्याची अनुभूती झाली. त्यांनी आपले हात खाली घेतले. आईला म्हणाले, "आई, डोळे उघड!" राणू आईनं डोळे उघडले. डोळे उघडता क्षणी त्या दृष्टीतून भक्तिभाव पाझरला; कारण राणू आईला समोर श्रीरामाची मूर्ती दिसली.

"श्री रामप्रभू! तू साक्षात आहेस माझ्यासमोर?" असं म्हणत राणू आईनं हात जोडले. तिचे जोडलेले हात आपल्या हातात धरून समर्थ म्हणाले,

"आई, अगं हात काय जोडतेस? मी-मी तुझा नारायण!" राणू आईला आता नारायण दिसला. दाढी, मिशी वाढलेला. केस मानेवर रुळताहेत असा उंचापुरा. मूळचा गोरा रंग उन्हानं काळवंडलेला.

"अरेऽ! नारायणाऽ! बाळा, कुठं होतास तू? चोवीस वर्षं... चोवीस वर्षं झाली की रे! तू आत्ता दिसतोयस मला. गंगाधर, अरे माझ्या डोळ्यांना दिसायला लागलंय. मला... दिसायला लागलंय. मला आत्ता नारायण दिसतोय. मघाशी डोळे उघडले तेव्हा रामप्रभू दिसले आणि आत्ता हा दाढी-मिश्या वाढवलेला नारायण दिसतोय. गंगाधर, लक्ष्मी मला दिसतंय सगळं!" राणू आईच्या स्वरातून आनंद ओसंडून वाहत होता. एका क्षणात तिथं आनंदाचं वातावरण पसरलं. लक्ष्मी वहिनींनी पुरण शिजायला घातलं. श्रेष्ठांची दोन्ही मुलं समर्थांच्या जवळ आली. राणू आई समर्थांचा हात धरून बसली होती, तर श्रेष्ठ समर्थांच्या पाठीवर हात ठेवून बसले होते. दोघांच्याही स्पर्शातून माया ओसंडत होती. या चोवीस वर्षांत आपण किती आणि काय कमावलं यापेक्षा आपण काय गमावलं याचा

साक्षात्कार त्या एका क्षणानं समर्थांना करून दिला.

"काय रे नारायणा? ह्या दाढी-मिश्या कशाला वाढवल्यास इतक्या? काय तांत्रिकबिंत्रिक झालास की काय? आणि काय रे? एकदा घरातून गेलास तो तिकडंच बेपत्ता झालास! काय कुठल्या भुतानं पछाडलं की काय तुला? असं कुठलं भूत लागलं तुला की आमची, घरादाराची आठवण झाली नाही? की आठवण झाली पण त्या भुतानं सोडलं नाही? असं कुठलं भूत होतं ते?" समर्थांच्या गालावरून, केसांतून हात फिरवत राणू आईनं विचारलं. समर्थ हसले, "आई, तुला सांगतो मला कुठल्या भुतानं पछाडलं होतं ते! त्याच भुतानं मला भूतचेष्टा शिकवली आणि तुला दिसायला लागलं बघ. ते भूत कोण आहे ऐक–

"होते वैकुंठीचे कोनी। शिरले अयोध्याभुवनी
लागे कौसल्येचे स्तनी। तेचि भूत गे माय।।
जनकाचे अंगणी गेले। शिवाचे धनु भंगिले
वैदही अंगी संचरिले। तेचि भूत गे माय।।
सुग्रीवाचे पालन। वालीचे निर्दालन
तारी पाण्यावरी पाषाण। तेचि भूत गे माय।।
रक्षी मरणी बिभीषण। मारी रावण कुंभकर्ण।
तोडी अमरांचे बंधन। तेचि भूत गे माय।।
वामांगी स्त्री येला दरले। धावून शरयू तीरा आले।
तेथे भरतासी भेटले। ते चि भूत गे माय।।
सर्व भूतांचे हृदय। नाम त्याचे रामराय।
रामदास नित्य गाय। तेचि भूत गे माय।।"

समर्थांनी त्या भुताचं नाव रामराय असं सांगितलं, तेव्हा पोराचं कवित्व आणि रामभक्ती बघून सगळीच आनंदली. त्यानंतर समर्थांनी तिथं महिनाभर मुक्काम केला. आपल्या पुरश्चरणाबद्दल, तीर्थाटनाबद्दल आईशी, श्रेष्ठांशी गप्पा मारल्या. श्रेष्ठांना दोन मुलगे होते. त्यांच्याशी गोट्या, विटी-दांडू, गलोलीनं खेळले. गावातल्या राममंदिरात प्रवचनं केली. लग्नमंडपातून पळून गेलेला ठोसरांचा हा नारायण, गावकऱ्यांचा नारबा, मित्रांचा नाऱ्या इतका मोठा झाला की अवघ्या पंचक्रोशीत त्याची कीर्ती पसरली आहे. समर्थ रामदास स्वामी म्हणून लोकांच्या आदराला तो पात्र ठरतो आहे, हे सगळं बघून राणू आई, श्रेष्ठांच्या डोळ्यांचं पारणं तर फिटलंच; पण जांब गावचे रहिवासीसुद्धा अभिमानानं सांगायला लागले की समर्थ आमच्या गावचे आहेत, तो आमचा नारायण आहे.

ज्या गावाला सोडून समर्थ चोवीस वर्षांपूर्वी निघून गेले होते, त्याच गावातून होणारा कौतुकाचा वर्षाव झेलत समर्थ महिनाभरानंतर तिथून बाहेर पडले. जांबमधून बाहेर पडल्यावर का कोण जाणे त्यांची पावलं नाशिकच्या रस्त्याकडं वळली.

जांबमधून बाहेर पडताना, आईचा आणि श्रेष्ठांचा निरोप घेताना समर्थ क्षणभर गहिवरले. आईला दृष्टी देऊन त्यांनी तिचं आयुष्य सार्थकी लावलं होतं. तरी तिच्या मातृत्वाची परतफेड या गोष्टीमुळं झाली नसती म्हणूनच या वेळी जांब गावातून बाहेर पडताना समर्थांनी आईची रीतसर अनुमती घेतली. आशीर्वाद घेतला आणि ते बाहेर पडले.

राणू आईचा निरोप घेताना समर्थांनाही भरून आलं. आईच्या डोळ्यांतलं तर पाणी खळत नव्हतं. 'एकतर हे पोर बारा वर्षांचं असताना घर सोडून पळालं होतं. त्यानंतर तर त्याचा पत्ताच नव्हता. आता आलंय ते चोवीस वर्षांनंतर आणि कसाबसा महिनाभर राहून परत निघालाय. निरोप घेतोय. वर म्हणतोय की आई आता मी परतणार नाही. पुन्हा तुझी-माझी भेट होईल की नाही मला माहीत नाही.' राणू आई डोळ्यांतल्या पाण्यासोबत समर्थांची समजूत काढत होती. त्यांचे शेजारीपाजारीही जमले होते. तेही समर्थांची समजूत घालत होते; पण समर्थ आपल्या निश्चयापासून ढळत नव्हते. श्रेष्ठही म्हणाले,

"नारायणा, तुला रामभक्तीच करायची आहे ना? मग इथेच राहून कर ना? इथेही राममंदिर आहे बरं! तुझ्या रामभक्तीत कोणीच अडथळा आणणार नाही; पण तू इथेच राहा."

आता मात्र काय बोलावं हे समजेना. आईचं मन, आईची माया, तिचं वात्सल्य ते समजू शकत होते. श्रेष्ठांचीही त्यांच्यावर माया होतीच; पण त्याचबरोबर ज्ञानीही होते. त्यांना बाहेरची सामाजिक, राजकीय परिस्थिती माहीत होती. त्यांना वास्तवाचं ज्ञान होतं. त्यांनीही असं म्हणावं याचं समर्थांना नवल वाटलं. त्यांनी श्रेष्ठांकडं एक नजर टाकली. त्या नजरेत हेच भाव होते. ते भाव श्रेष्ठांनी वाचले, ते समजले. अर्थात, बाहेरची राजकीय, सामाजिक परिस्थिती पाहता नारायणासारख्या ज्ञानी, विचारवंतानं असं घरात राहणं योग्य नव्हतं, हे त्यांना समजत होतं. त्यात समर्थांची ती नजर. ती नजर वाचली आणि श्रेष्ठ गप्प बसले. नारायण शहाणा आहे. ज्ञानसंपन्न आहे. योग्य निर्णय त्यालाच घेऊ दे, असा विचार करून श्रेष्ठ गप्प बसले. समर्थ समजले. ते आईच्या जवळ गेले. तिच्या डोळ्यांतून वाहणारे अश्रू पुसले. तिचा हात हातात घेतला आणि म्हणाले,

"आई, मुलगा म्हणून तुझं दुःख मी समजू शकतो. तू माझी आई आहेस; पण माझी आणखी एक आई आहे, माझी मातृभूमी. ती मला हाक मारते आहे!"

असं म्हणत त्यांनी पुढे आईला सांगितलं, "आई, मी समाजहिताचं, राष्ट्रहिताचं काम करायला जातो आहे. माझी चिंता करू नकोस, मला माझ्या कार्यात यश मिळेल असा आशीर्वाद दे!"

आई समजली हे वारं नव्हे वादळ आहे. हे थांबवून थांबणार नाही. तिनं नारायणाची अलाबला घेतली. त्याच्याकडे पाणीभरल्या डोळ्यांनी बघून त्याला आशीर्वाद दिला– "यशस्वी भव!"

आशीर्वाद मिळताच समर्थ समाधानानं तिथून बाहेर पडले. त्यांच्या मनाच्या एका कोपऱ्यात लागून राहिलेली रुखरुख कमी झाली होती.

जांब सोडल्यावर आठ-दहा दिवसांनी ते नाशिकला पोचले. नाशिकला फार वेळ न थांबता ते पंचवटीला आले. गोदावरी स्नान करून त्यांनी राममंदिर गाठलं. श्रीरामाची सावळी मूर्ती गाभाऱ्यात विराजमान होती. बारा वर्षं, बारा वर्षांनी समर्थ रामरायाला भेटत होते. समर्थ गाभाऱ्यात गेले. श्रीरामासमोर उभे राहिले. दोघंही एकमेकांकडे पाहत होते. रामरायाला बघून समर्थांच्या डोळ्यांत पाणी तरळलं. समर्थांना बघून रामराया प्रसन्न झाला. तेच प्रसन्नतेचे भाव मूर्तीच्या चेहऱ्यावर उमटले. रामरायाला झालेला आनंद समर्थांनीही ओळखला. रामरायासमोर ते पद्मासन घालून बसले, डोळे मिटले आणि 'श्रीराम जय राम जय जय राम!' तेरा अक्षरी मंत्रोच्चार त्यांनी सुरू केला. समर्थांचा घनगंभीर, खणखणीत आवाज, उच्चारातली सुस्पष्टता, स्वरातलं आर्जव, शब्दातलं आवाहन, मंत्राचं आवर्तन या सगळ्यांनी तो संपूर्ण गाभारा भरून गेला. एक क्षण असा आला की हे आवर्तन टिपेला पोचलं. त्या ध्वनीची कंपनं गर्भागारात पसरली. क्षणभर समईची ज्योत थरारली, घंटेची दोरी हलली, शंखात ठेवलेलं पाणी हिंदकळलं, रामरायाच्या मूर्तीवरची फुलं शहारली. त्या ध्वनिस्पंदनात एवढं सामर्थ्य होतं की तिथं त्या स्पंदनांनी एक गती घेतली. वाऱ्याची झुळूक यावी तसं गर्भागार भरलं आणि अचानक... अचानक त्या वाऱ्याच्या झुळकेनं रामरायाच्या मूर्तीवरचं गर्भरेशमी उत्तरीय हलकेच उडालं. अवघ्या गर्भागारात फिरून ते अलगद समर्थांच्या पाठीवर येऊन विसावलं. पद्मासन घालून गाभाऱ्यात राममंत्राचा जप करणाऱ्या समर्थांच्या पाठीवर ते उत्तरीय विसावलं. त्या स्पर्शानं समर्थ भानावर आले. त्यांनी डोळे उघडले.

"हे काय? आता रामराया आपल्या शेजारी उभा होता. आपलं उत्तरीय काढून त्यानं आपल्या अंगावर घातलंन् आणि लगेच कुठं गेला?"

भानावर येत समर्थांनी आसपास पाहिलं. रामराया तर नव्हता; पण त्याचं रेशमी, तलम पोताचं उत्तरीय मात्र समर्थांच्या पाठीवर, खांद्यावर होतं. समर्थ आनंदले.

''रामराया, माझ्या राष्ट्रबांधणीच्या कार्यासाठी तू मला आशीर्वाद दिलास. मला कौल दिलास. आता मला चिंता नाही. आता माझ्या या राष्ट्रबांधणीच्या कार्यात तू माझ्या सोबत आहेस याची ग्वाहीच मला मिळाली. रामराया, आता मला हजार हत्तींचं बळ मिळालं.''

त्यांच्या तोंडून शब्द उमटले–

''आम्हा नाही चाड ते कोणी येकाची। दृढ राघवाची कास धरू।।
कास धरू जेणे पावन चि केले। तेथे माझे जाले समाधान।।
समाधान झाले प्रत्ययासी आले। धन्य ते पाऊले राघवाची।।
राघवाची पदे मानसी धरीन। विश्व उद्धारीन हेळामात्रे।।
हेळामात्रे मुक्त करीन या जना। तरीच पावना राघवाचा।।
राघवाचा दास मी जालो पावन। पतीत तो कोण उरो शके।।''

आनंदी मनानं भरलेल्या समर्थांनी रामरायाचे आभार मानले, अन् श्रीरामाचा निरोप घेऊन, पंचवटी सोडली.

सह्याद्रीच्या रांगा आता त्यांना खुणावत होत्या. आता त्यांना एकांत हवा होता. राष्ट्रबांधणीच्या कामाचा आराखडा तयार करायचा होता. महाराष्ट्रातल्या सामाजिक आणि राजकीय परिस्थितीचा आढावा घ्यायचा होता. त्यानुसार कामाचं नियोजन करायचं होतं. आखणी करायची होती. माणसं बांधायची होती. जोडायची होती. शक्ती-युक्ती आणि भक्ती या त्रिसूत्रीचा उपयोग करून समाजाची, पर्यायानं राष्ट्राची बांधणी करायची होती. यासाठी आधी स्वत:ची एक सुनिश्चित अशी वैचारिक बैठक नक्की करायची होती. त्या बैठकीसाठी एक अधिष्ठित ठिकाण निश्चित करायचं होतं. समर्थ आता त्या दृष्टीनं विचार करत होते.

मागे बारा वर्षांपूर्वी नाशकात त्यांची आणि शहाजीराजांची भेट झाली होती. शहाजीराजांचा पराक्रम तर अवघ्या महाराष्ट्राला अन् सुलतानशाहीला माहीत होता. त्या भेटीत शहाजीराजांनी समर्थांजवळ बोलून दाखवलेला स्वराज्याचा मनसुबा समर्थांच्या अद्याप लक्षात होता. शहाजीराजांचा पुत्र शिवबा यालाही ते हा स्वराज्याचा महामंत्र देणार, किंबहुना त्यांनी दिला असावा हे सांगायला कुणा ज्योतिषाची गरज नव्हती. शिवबा त्या वेळी अगदी लहान दोन-तीन वर्षांचा होता. आता तो कळत्या वयाचा झाला असणार, त्याच्या बाबतीत शहाजीराजांचे काय मनसुबे आहेत हे पाहायला हवं होतं. तप:साधना भरपूर झाली होती.

रामभक्ती तर शाश्वत राहणार होती. आता समाजाला राष्ट्रभक्ती शिकवायची होती. समर्थ झपझप चालत होते आणि त्यापेक्षा त्यांचे विचार. अगदी जरुरीपुरतं थांबून समर्थ पंधरा दिवसांत महाबळेश्वरला आले.

गर्द झाडीत लपलेलं ते महाबळेश्वर त्यांना खूपच आवडलं. आपल्या राष्ट्र बांधणीच्या कार्याला आपण इथूनच सुरुवात करायची असं त्यांनी ठरवलं. महाबळेश्वरी येताना समर्थांना शहाजीपुत्र शिवबानं सुरू केलेल्या लहानसहान पुंडाव्याच्या बातम्या कानावर आल्या होत्याच.

'या किल्ल्यांची दुरवस्था झाली आहे. हुजुरांची परवानगी असेल तर मी त्यांची व्यवस्था पाहीन.' असं सांगून आपल्या वडिलांच्या म्हणजे शहाजीराजांच्या निष्ठेचा दाखला देऊन शिवबानं, आदिलशहाशी गोड बोलून किल्ल्यांवरच्या सुभेदारांवर आपल्या सोबत्यांसोबत हल्ला करून त्याला जेरबंद करून ते किल्ले ताब्यात घेतले. त्या किल्लेदारांनी आदिलशहाकडे तक्रार केल्यावर 'तिथे नीट व्यवस्था नव्हती, ती नीट लावण्यासाठी मी किल्ले ताब्यात घेतो आहे' अशी आदिलशहाला हूल देऊन तोरणा, पुरंदरगड, लोहगड असे तीन-चार किल्ले आपल्या ताब्यात घेऊन स्वराज्याची मुहूर्तमेढ तर रोवली होतीच; पण त्यापूर्वी ज्या पुणे शहरावर यवन सत्तेनं गाढवाचा नांगर फिरवला होता, त्याच पुणे शहरात सोन्याच्या नांगरानं भूमी नांगरून आपला इरादाही स्पष्ट केला होता. या सगळ्या बातम्या समर्थांच्या कानावर आलेल्या होत्याच.

आपल्याला आपल्या भक्ती, शक्ती आणि युक्ती या त्रिसूत्रीच्या माध्यमातून या कार्याच्या पाठीमागे उभं राहायचं आहे, हे त्यांच्या लक्षात आलं. त्या दृष्टीनं महाबळेश्वर आणि त्याच्या भवतालचा परिसर योग्य होता. तो नितांत रमणीय तर होताच; पण सुरक्षितही होता. हिंदू धर्मकार्याला तिथं मुभा होती. पूजाअर्चा संरक्षण होतं; कारण तो परिसर शहाजीराजांच्या परगण्यातला, त्यांच्या सुभेदारीमधला होता. समर्थ महाबळेश्वरला पोचले. तिथल्या महाबळेश्वराच्या मंदिरात त्यांनी मुक्काम केला. तिथे त्यांना दिवाकर भट आणि अनंत भट ही दोघं भावंडं भेटली. त्या मंदिराचं पुजारीपण दिवाकर भटांकडं होतं. त्यांच्या कानावर समर्थांची कीर्ती पोचलेली होती. त्यांनी समर्थांचं आनंदानं स्वागत केलं. समर्थांनी महाबळेश्वराच्या मंदिरातच मुक्काम केला. दिवाकर भट तिथे चोवीस तास समर्थांच्या तैनातीत होता. दिवाकर त्यांच्या सेवेत जसा होता, तसाच तो बाहेरच्या सामाजिक, राजकीय वातावरणाची इत्थंभूत खबर समर्थांना देत असे. शिवबाचा धोरणीपणा आणि बाहेर यवनांकडून होत असलेले अत्याचार, अशा खबरी आल्या की समर्थ भविष्यकालाचा विचार करत. मग त्यात यवनांचं पारिपत्य होताना दिसलं की ते प्रसन्न होत.

महाबळेश्वर समर्थांना आवडलं होतं. निसर्गावर प्रेम करणारं त्यांचं मन तिथल्या निसर्गसंपन्नतेनं प्रसन्न होत असे. महाबळेश्वराचं वर्णन करणारं काव्यही समर्थांनी रचलं.

"माहांबळी अतीबळी। भीम भैरी पराक्रमी।
सुंदरा पंचगंगा त्या। कृष्णा वेण्णा सरस्वती।।
गायत्री सावित्री ब्रह्मा। विष्णू रुद्र गरुडध्वज्।
उमा महेश्वरा नंदी। सर्पमूषक पंचानन्।।"

दिवाकर तर समर्थांचा भक्तच बनला. अनुयायी बनला. शिष्य बनला. दिवाकर आणि अनंत दोघं सतत समर्थांच्या सोबत असत. दोघंही धार्मिक, भाविक. ही भक्ती अबाधित राखून समर्थांनी त्यांना राष्ट्रीय दृष्टी शिकवली. देव आणि देश या एकाच तळहातावरच्या रेषा आहेत, ज्या एकमेकींना जोडलेल्याही असतात अन् एकमेकींना समांतरही असतात हे त्यांच्या मनावर बिंबवलं. समर्थांच्या तालमीत दिवाकर तयार झाला. त्यानं समर्थांचं शिष्यत्व घेतलं. त्याला मदतीला घेऊन समर्थांनी महाबळेश्वराला पंचगंगेच्या उगमस्थानाच्या वरच्या बाजूला मारुती मंदिर स्थापन केलं. मठ स्थापन करून दिवाकरला मठपती म्हणून नेमून दोन्हींची व्यवस्था त्याच्याकडे सोपवली. दिवाकरनं समर्थांचं शिष्यत्व पत्करलं. समर्थांना लोकांनी दिलेलं 'गोसावी' हे उपनाम त्याला मिळालं. दिवाकर गोसावी हे नाव रामदासी संप्रदायात मानाचं स्थान मिळवून गेलं.

समर्थांनी ठिकठिकाणी मारुती मंदिरं आणि मठ स्थापन केले. यामागं शक्तीची भक्ती हा उद्देश होताच; पण त्याचबरोबर –

लोकी लोक मेळविले। तेणे अमर्याद जाले।
भूमंडळी सत्ता चाले। गुप्तरूपे।।

हाही मुख्य उद्देश होता. या भूमंडळी सत्ता कुणाची चालवायची तर–

सामर्थ्य आहे चळवळीचे। जो जो करील तयाचे।
परंतु तेथे भगवंताचे। अधिष्ठान पाहिजे।।

अशा उद्देशानेच; कारण लोकांच्या मनात शक्तीचे प्रस्थापन झाले, त्याला भक्तीचे म्हणजे भगवंताचे अधिष्ठान लाभले, तरच ही अन्यायी सत्ता उलथून टाकता येणार होती. शहाजीराजांच्या मुलानं शिवबानं याचा श्रीगणेशा तर केलाच होता. आता त्याला शक्ती, युक्तीचं आणि भक्तीचं अधिष्ठान द्यायचं होतं. समर्थांच्या प्रत्येक विचारात याच विचाराचं चैतन्य होतं. म्हणूनच सह्याद्रीच्या कडेकपारीतून शिवबाच्या या चळवळीला पाठबळ मिळावं, हा उद्देश नजरेसमोर

ठेवून भक्तीच्या आवरणाखाली शक्तीची उपासना करण्याचं आणि लोकांना करायला लावण्याचं काम समर्थांनी जोमानं सुरू ठेवलं. कुणीतरी त्यांना विचारलं होतं,

"स्वामी, जाईल तिथं तुम्ही मारुती मंदिर आणि मठ कशासाठी स्थापन करता आहात?"

त्याला समर्थांनी उत्तर दिलं, "अरे, मारुती म्हणजे शक्तीचा आदर्श, भक्तीचा साक्षात्कार आणि युक्तीचं प्रतीक. आत्ता महाराष्ट्र भूला या त्रिसूत्रीचीच तर गरज आहे. म्हणून तर मी जिथे जातो तिथं मारुतीची मंदिरं उभी करतो. त्यातून लोकांना शक्ती-भक्ती आणि युक्ती या त्रिसूत्रीची प्रेरणा मिळते." समर्थांचं हे उत्तर ऐकलं की समर्थांच्या दूरदृष्टीचा दाखला त्या विचारणाऱ्याला मिळत असे, अन् तो समर्थांसमोर नतमस्तक होत असे.

आपला रामराया आपल्यासोबतच आहे असा विश्वास समर्थांना होताच; पण रामरायासुद्धा ठायीठायी तो विश्वास समर्थांना देत असे. अशीच एक घटना महाबळेश्वरात घडली. महाबळेश्वरात समर्थ दऱ्याखोऱ्यांतून, जंगल-झाडीतून हिंडत असत. अगदी बेदरकारपणे हिंडत असत. एकदा अनंत भटानं समर्थांना विचारलं,

"स्वामी, तुम्ही एकटे अशा दऱ्याखोऱ्यांतून रात्री-अपरात्री हिंडता, साप-विंचू, चोर-लुटारू यांचंही भय तुम्हाला वाटत नाही का? " समर्थांनी तीक्ष्ण नजरेनं त्याच्याकडं बघितलं. म्हणाले,

"अरे अनंता, तो रामराया आहे ना माझ्या पाठीशी. तो रामराया समर्थ आहे माझं रक्षण करायला. मी तर त्याचा सेवक. मग सांग, अशा समर्थ रामरायाच्या सेवकाकडं कोण वाकड्या नजरेनं बघणार?

"समर्थाचिया सेवकां वक्र पाहे।
असा सर्व भूमंडळी कोण आहे?"

समर्थांच्या या वक्तव्यावर अनंत भट काहीच बोलला नाही. समर्थ ब्रह्मारण्यात हिंडायला बाहेर पडले. पहाटेची वेळ होती. गर्द झाडीतला शीतल गारवा समर्थांना सुखावत होता. पक्ष्यांची गोड किलबिल त्यांचं मन रिझवत होती. ससे, हरीण, मोर असे पशू बिनधास्त इकडून तिकडं वावरत होते. अशा सुंदर वातावरणात समर्थांच्या प्रतिभेला बहर आला. निसर्गाचं खुललेलं ते रूप बघून समर्थांच्या मनात काव्य उलगडत गेलं–

"पसरले सरले गिरी साजरे। सरवटे धुकटे भरीत भरे।
बहुत वात झाडात झडाडितो। वर तरू वरता चि कडाडितो।।

झिरपती झरती झरती झरे। न धरिता धरता निट वावरे।।
बहुत पाभळ बोघ महितळी। नभकटे धुकटे कट पाभळी।।
विमळ सूसिळ ते स्थळ पाहता। सुख विशेष घडे पळ राहता।।
वरदराज विराजतसे मनी। विनटला नटला रत सज्जनी।।''

असं उत्तम काव्य त्यांना स्फुरत गेलं. या ब्रह्मारण्यात समर्थांचं मन रमलं खरं; पण तिथून परतण्याचा रस्ता त्यांना सापडेना. दोन-तीन दिवस समर्थ तिथं तसेच हिंडत राहिले. सर्वत्र वृक्ष आणि डोंगरांच्या रांगा. त्या जंगलातले आणि कडेकपारीतले रस्ते त्यांना तिथल्यातिथंच फिरवत राहिले. खायलाही काही मिळालं नाही. एक-दोन ठिकाणी झाडांना फळं होती; पण समर्थांचा जंगली वनस्पतींचा अभ्यास असल्यामुळं, ती फळं खाण्यास योग्य नाहीत हे त्यांच्या लक्षात आलं. डोंगरातून वाहत आलेलं पाणी पिऊन ते रस्ता शोधत राहिले. बराच वेळ हिंडले तरी त्यांना रस्ता सापडेना. आता मात्र त्यांनी रामाचा धावा करायला सुरुवात केली–

अनुदिन अनुतापे तापलो रामराया।
परम दीनदयाळा नीरसी मोहमाया।
अचपळ मन माझे नावरे आवरिता।
तुजवीण शीण होतो धाव रे धाव आता।

असा रामाचा धावा करत ते रस्ता शोधायला लागले. बरेच हिंडल्यावर त्यांना त्या गर्द जंगल-झाडीत एक पर्णकुटी दिसली. त्यांना हायसं वाटलं. झोपडी आहे म्हणजे तिथं मानवाचं वास्तव्य नक्कीच असणार असा विचार करून रिकाम्या पोटानं, सुकलेल्या तोंडानं, ओढलेल्या चेहऱ्यानं, शिणलेल्या शरीरानं ते कसेतरी पाय ओढत त्या झोपडीजवळ पोचले.

''कुणी आहे का आत? भिक्षा घाल माई!''

त्यांनी आवाज दिला. त्या आवाजासरशी एक तरुण स्त्री बाहेर आली. जंगलातल्या स्त्रियांसारखी तिची वेषभूषा, केशभूषा होती.

''यावं स्वामी!'' असं म्हणून तिनं समर्थांचं स्वागत केलं. समर्थ संकोचून आत गेले. आत एक तेजस्वी पुरुष होता. त्याचाही वेष जंगलात राहणाऱ्या माणसांसारखा होता. फक्त चेहऱ्यावरचं तेज वेगळं होतं. समर्थ आत आलेले बघताच तो माणूस हात जोडून म्हणाला,

''यावे स्वामी, अतिथीचे स्वागत आहे या झोपडीत!''

समर्थांनी हात जोडले. म्हणाले,

''मला भिक्षा मिळेल का?'' यावर तो पुरुष म्हणाला,

“आपण आमचे अतिथी आहात. आपल्याला भोजन देऊन आपलं आदरातिथ्य करण्याचं पुण्य आम्हाला लाभू दे! आपण आसनस्थ व्हावं!”

असं म्हणून त्या पुरुषानं समर्थांना आसन ग्रहण करायला लावलं. त्यानंतर उत्तमोत्तम रसास्वादाची पक्वान्नं, उत्तम स्वादानं आणि षड्रसानं भरलेलं भोजन एका केळीच्या पानावर त्यांना वाढलं. तत्पूर्वी त्यांची पाद्यपूजा करण्याचा आपला मानस असल्याचं दोघांनी सांगितलं; पण समर्थांनी त्याला नकार दिला. मग समर्थ जेवत असताना दोघं जण काही वेळ वेदांतील सूक्तं म्हणत राहिली. समर्थांचं भोजन झालं. दोन-तीन दिवसांनंतर आज त्यांना जेवण मिळालं होतं. उठण्यापूर्वी समर्थांनी आचमन केलं. झोपडीतला तो पुरुष त्यांच्यासमोर बसला होता. आचमनासाठी त्यांनी उजव्या तळहातावर पाणी घेतलं. ते पिण्यासाठी हात तोंडाजवळ आणला. त्या हातावर त्यांची दृष्टी पडली अन् ते चमकले. त्या घोटभर पाण्यात श्रीरामाचं प्रतिबिंब पडलं होतं. ते पाणी आचवायचं सोडून समर्थ त्या पाण्याकडं बघत बसले. दचकून त्यांनी समोर बघितलं. समोर त्या झोपडीचा यजमान बसला होता. त्याच्या चेहऱ्यावर गूढ हसू होतं. तेच हसू त्या प्रतिबिंबाच्या चेहऱ्यावर होतं. समर्थांनी झट्कन ते पाणी आचवलं आणि हात जोडले.

“रामराया, अरे माझ्यासाठी किती कष्ट घेशील? आणि सीतामाईलाही घ्यायला लावलेस? रामराया, अरे तुला कष्ट दिल्याबद्दल मला पाप लागेल रे!”

समर्थांचा स्वर व्याकूळ झाला होता. तोच ती स्त्री पुढे आली. म्हणाली,

“स्वामी महाराज, अहो, तुम्ही जगाच्या कल्याणासाठी संन्यस्त धर्म स्वीकारलात. मग आम्ही दोघांनी तुमच्यासाठी संसार धर्म स्वीकारला तर काय झालं?” त्या स्त्रीच्या, सीतामाईच्या म्हणण्याला त्या पुरुषानं, रामरायानंही दुजोरा दिला. समर्थांनी दोघांनाही दंडवत घातला. श्रीराम आणि सीतामाई दोघांनी समर्थांना आशीर्वाद दिला. समर्थांच्या चेहऱ्यावरून आनंद ओसंडत होता. आज रामराया आणि सीतामाई या दोघांनी आपल्याला जेवायला वाढलं हा आपल्या विहित कार्याला मिळालेला आशीर्वाद आहे, ही भावना समर्थांना सुखावून गेली. आता साक्षात मारुतीरायानंच त्यांच्या शरीरात जणू प्रवेश केला होता. समर्थ त्या झोपडीतून बाहेर पडले. विशेष म्हणजे न चुकता ते थेट महाबळेश्वराच्या मंदिरात पोहोचले. मंदिरात आले तर दिवाकर व्याकूळ होऊन त्यांची वाटच बघत होता. आल्या आल्या त्यानं समर्थांच्या पायावर लोळण घेतली.

“स्वामी, कुठे होतात आपण तीन-चार दिवस? कुठे जंगलात हिंडत होतात? तिथं जंगली श्वापदांचा वावर असतो. ती क्रूर आणि हिंस्र असतात. त्यांनी तुम्हाला काही इजा केली असती म्हणजे?” दिवाकरच्या आवाजात

चिंता, काळजी, भीती डोकावत होती. समर्थ हसले. त्यांनी त्याच्या खांद्यावर थोपटलं. म्हणाले,

"दिवाकरा, अरे, आम्हाला कोण काय करणार? तो रामराया आहे की समर्थ! आपण त्याचे सेवक आहोत आणि दिवाकरा, मी मागे म्हटलंच आहे–

'समर्थाचिया सेवका वक्र पाहे। असा सर्व भूमंडली कोण आहे?'

"मग आम्ही कशासाठी भ्यायचं? चिंता करू नकोस. त्यातून आम्हाला काही झालंच तर तू आहेस की आमचा उत्तराधिकारी!"

समर्थांचं बोलणं ऐकून दिवाकराच्या डोळ्यांत पाणी उभं राहिलं. समर्थांनी मायेनं त्याच्या पाठीवरून हात फिरवला. दिवाकर शांत झाला.

ऋतू बदलला. तसं महाबळेश्वरचं रूप पालटलं. पावसाळा आला आणि महाबळेश्वरात संततधार सुरू झाली. सलग आठ-आठ, दहा-दहा दिवस पाऊस पडत होता. मध्ये एकदाही थांबायचं नाव नाही. महाबळेश्वरचं ते दरीखोरं सगळं काळ्या ढगांनी भरून गेलं. आठ-आठ दिवस सूर्याचं दर्शन होईना. गर्द झाडी, उंचच उंच कडे, मधून वेण्णा, कृष्णा, कोयना या भरून वाहणाऱ्या नद्या, त्यात पाण्याची भर घालणारे, डोंगराच्या कड्यांवरून कोसळणारे धबधबे, प्रचंड आवाज करत दरीत कोसळणारे प्रपात आणि या सगळ्यांमुळं निर्माण झालेला प्रचंड गारठा. त्या महाबळेश्वरातलं निसर्गाचं हे रौद्र रूप बघून समर्थ स्तिमित झाले. त्यांना मंदिरातून बाहेर पडता येईना, की कुठं जाताही येईना. पिंजऱ्यात अडकलेल्या वाघासारखी त्यांची अवस्था झाली.

समाजाच्या मानसिकतेचा सतत हिंडूनफिरून आढावा घेण्याची सवय असणाऱ्या समर्थांना हे असं चार महिने एका जागी अडकून पडणं म्हणजे कैद वाटायला लागली. त्यांना कुठं बाहेर जाता येत नव्हतंच; पण या झिम्म पावसामुळं कुणी भेटायलाही येऊ शकत नव्हतं. समाजाच्या संपर्कात सतत राहून समाजात राष्ट्रभक्ती आणि शक्ती जागृत करण्याचा वसा घेतलेल्या समर्थांना हा जुलमाचा एकांत सोसवेना, मानवेना आणि आवडेना. महाबळेश्वरला असाच पाऊस पडत असेल, तर आपल्याला इथं राहून चालणार नाही, असं त्यांच्या मनानं घेतलं; पण आत्ता तरी तिथून बाहेर पडणं शक्य नव्हतं. पावसाची संततधार बाहेर पडू देत नव्हती. समर्थांनी हा वेळ लेखन करण्यात सत्कारणी लावला. आपल्या वास्तव्यासाठी दुसरं योग्य ठिकाण शोधायचं हे त्यांनी मनाशी निश्चित केलं.

त्या एकांतात त्यांनी मारुतीरायाशी अनेक वेळा संवाद साधला. ब्रह्मारण्यात त्यांना भेटलेलं, झोपडीतलं ते दांपत्य म्हणजे श्रीराम प्रभू आणि सीतामाईच होती

हे मारुतीरायानं त्यांना सांगितलं, तेव्हा समर्थांची खात्रीच पटली.

पुन्हा ऋतू बदलला. पाऊस कमी झाला आणि महाबळेश्वर पुरतं गारठलं. कडाक्याची थंडी महाबळेश्वरात पसरली. समर्थ हिमाचलावर गेले होते तिथंही थंडी होतीच; पण अशी बोचरी थंडी तिथंही नव्हती. तरी या थंडीतही भल्या पहाटे नदीस्नान, नंतर पाण्यात उभं राहून गायत्री मंत्राचा जप, त्यानंतर व्यायाम हा समर्थांचा नेम चुकला नव्हता. त्यानंतर दिवसभर ते लिखाणात गर्क असायचे. त्यांचं लिहून झालं की दिवाकर त्यांचं सगळं लिखाण क्रमानं लावून ठेवायचा. समर्थांचं हस्ताक्षर एखाद्या मोत्याच्या देखण्या माळेसारखं. दिवाकरनं विचारलं-सुद्धा,

"स्वामी, तुमचं अक्षर असं इतकं सुंदर कसं?"

त्यावर समर्थांनी त्याला हसून सांगितलं,

"दिवाकर, असं आहे की चांगलं अक्षर मुद्दाम गिरवून काढावं लागतं. ते आपोआप होत नाही. अक्षर जेवढं नीटस, सुबक, रेखीव तेवढं हातून कार्यही तसंच घडतं. तुला माहीत आहे का अक्षर कसं असावं, कसं काढावं ते? ऐक सांगतो, असं म्हणत समर्थांनी सांगितलं–

"वाटोळे सरळे मोकळे। वोतले मसीचे काळे।
कुळकुळीत बळी चालिल्या ढाळे। मुक्तमाळा जैशा।।
अक्षरमात्र तितुके नीट। नेमस्त पैस काने नीट।
आडव्या मात्रा त्याही नीट। आर्कुली वेलांट्या।।

"दिवाकरा, स्वच्छ अक्षर, हा स्वच्छ मनाचा आरसा असतो. नीटस अक्षर हे नीटस कार्याचं प्रतिबिंब असतं, हे नेहमी लक्षात ठेव!"

असं सुंदर हस्ताक्षरातलं लिखाण करण्यात समर्थांचा दिवस दिवस जात असे. महाबळेश्वरचा तो झिम्म पावसाळा असाच सरला. भाद्रपद सरला आणि पावसाची झिम्मड कमी झाली; मात्र अवघं महाबळेश्वर गार वाऱ्यानं गारठून गेलं. पावसानं आधीच धरणी, आकाश, दऱ्याखोरी, गर्द झाडी हे सगळं चिंब भिजवून गार केलं होतं. आता त्यात चित्रा नक्षत्राचा पाऊस जोरदार वाऱ्याला सोबत घेऊन आला. निसर्गाचं ते तांडव बघत बसण्यापलीकडं समर्थ आणि त्यांचे शिष्य काहीच करू शकत नव्हते. अखेर पावसाळा सरला. आपल्या वास्तव्याचं ठिकाण नक्की करण्यासाठी, ते शोधण्यासाठी समर्थांनी पुन्हा भ्रमंती सुरू केली.

महाराष्ट्रात, कृष्णेच्या परिसरात राहायचं हे तर त्यांनी नक्की केलं होतं. त्याच दृष्टीनं त्यांनी भम्रंती सुरू केली. पुन्हा सह्याद्रीच्या रांगांतून त्यांनी फिरायला

सुरुवात केली. कडे-कपारी पालथ्या घातल्या. जंगल-झाडीतून भ्रमण केलं. कधी त्यांच्यासोबत दिवाकर असायचा, कधी अनंत भट, तर कधी कधी समर्थ एकटेच असायचे. ना त्यांना जंगली जनावरांचं भय वाटे, ना चोर-लुटारूंची भीती, ना साप-विंचवाचं भय. कधी कधी समर्थांना कुणी जंगलात राहणारी माणसं भेटत. भगवी कफनी घातलेला हा कुणी बुवा मोठा असावा या भावनेनं ते वंदन करत. त्यांना आशीर्वाद देऊन समर्थ पुन्हा भ्रमंती सुरू करत. अस्वस्थ होऊन, पिसं लागल्यासारखा त्यांनी तो सगळा परिसर पिंजून काढला. आपल्या विहित कार्यासाठी योग्य ते ठिकाण शोधण्यासाठी ते झपाटल्यासारखे फिरत होते. आपल्या ध्येयाला, उद्दिष्टाला, शक्ती-भक्ती पंथाला एक अधिष्ठान देण्यासाठी ते धडपडत होते. ते मिळत नव्हतं म्हणून कधी कधी ते विषण्ण व्हायचे. अस्वस्थ व्हायचे.

सगळ्या भारतभर प्रवास करून, सगळीकडच्या राजकीय आणि सामाजिक परिस्थितीचा अभ्यास करून समर्थांचं मन विषण्ण झालं होतं. ते एकांतात बसलेले असले की राहून राहून त्यांच्या डोळ्यांसमोर यवनांच्या आक्रमणांनी होरपळलेला अवघा हिंदुस्थान उभा राही. सोमनाथ, अयोध्या, मथुरा, काशी, विदिशा इथली फोडलेली देवालयं; मांडवगड, नीलकंठेश्वर महादेवाच्या देवालयाचा झालेला विध्वंस; दार, भोजाच्या शारदा मंदिराची झालेली मशीद; देवगिरीचे दौलताबाद; हिंदूंच्या मुंडक्यांच्या राशीवर उभारलेला चाँद मिनार; वेरूळची उद्ध्वस्त केलेली शिल्पं; बुंदेलखंड, विजयनगरसारख्या समृद्ध राज्यांची झालेली मसणवट; हात-पाय तुटलेल्या देवतांच्या असंख्य मूर्ती; मुस्कट बांधून मारून टाकलेल्या हजारो स्त्रिया; पेटवलेली गावंच्यागावं, समृद्ध गावांची झालेली भीषण स्मशानं; माणसांची मुंडकी लावून सुपीक जमिनीवरून फिरवलेले गाढवाचे नांगर; ओसाड पडलेली गावं, गाईंच्या कापलेल्या माना; मशिदींच्या पायऱ्यांतून चिणलेल्या हिंदू देवदेवतांच्या मूर्ती; भ्रष्ट केलेली तीर्थस्थानं; बलात्कारित झालेल्या हजारो स्त्रिया; अनाथ म्हणून कापून टाकलेली लहान लेकरं; वेशीबाहेर झाडाला टांगलेली शिरविरहित प्रेतं... या भारत भूमीची आणि महाराष्ट्र भूची अशी विटंबना बघून कठोर हृदयी असलेल्या समर्थांनाही अश्रू आवरत नसत. या अवस्थेत त्यांनी देवालाच कळवळून विचारलं,

"दास म्हणे भगवंता किती पाहसी सत्त्व।
काये वाचोनी वाचोनी ने परते जीवित्व।
किती धरावे धरावे धरावे ते सत्त्व।
जाली शरीरे शरीरे शरीरे नि:सत्त्व।।"

मात्र देव जागा होत नव्हता, त्याला कळवळा येत नव्हता, हे फार मोठं दुःख होतं. समर्थ वाट बघत होते एका उद्धारकर्त्याची. त्यांना प्रतीक्षा होती एका कल्याणकारी राजाची. आस होती महाराष्ट्र भूच्या रक्षणकर्त्याची. त्या दृष्टीनं त्यांना शहाजी भोसले, बाजी घोरपडे यांच्याकडून थोड्या अपेक्षा होत्या; कारण दोघंही पराक्रमी होते; पण दोघांत वैरभावना होती. दोघांनी आपला पराक्रम बादशहांच्या पायी वाहिला होता. तरीही त्यातल्या त्यात शहाजी भोसल्यांचा परगणा सुरक्षित होता.

सगळा देश पायाखाली घातल्यावर समर्थांना असं वाटायला लागलं की आपलं असं एक निश्चित ठिकाण असावं, जिथे आपल्याला बराच काळ वास्तव्य करता येईल. जिथं एखादं सुबक असं रामाचं मंदिर उभारता येईल. मठाच्या आणि मारुती मंदिरांच्या माध्यमातून आपण भारतभर आपला शिष्य संप्रदाय उभा केला आहेच; पण त्यांनाही एक सुनिश्चित अधिष्ठान असावं. आपल्या संप्रदायालाही एक सुस्थापित प्रमुख केंद्र असावं. आपल्या संप्रदायाची एक आचारसंहिता असावी. तिच्यात आपल्या संप्रदायाच्या लोकांनी, मठाधिपतींनी कसं वागावं याचं मार्गदर्शन असावं. काही आखणी असावी. थोडेफार कायदे असावेत. लोकांना वागण्याबद्दल काही सूचना असाव्यात, असा विचार करून समर्थांनी एक आचारसंहिता बनवली. त्यात वीस नियम नक्की केले आणि नियमावली बनवली.

"प्रथम लिहणे, दुसरे वाचणे। तिसरे सांगणे अर्थांतर।।
आशंका निवृत्ती ऐसी चौथी स्थिती। पाचवी प्रचीती अनुभवे।।
सहावे ते गाणे, सातवे नाचणे। टाळी वाजवणे आठवे ते।।
नववा अर्थभेद, दहावा प्रबंध। अक्रावा प्रबोध प्रचीतीसी।।
बारावे वैराग्य, तेरावा विवेक। चौदावा तो लोक रानी राखे।।
पंध्रावे लक्षण ते राजकारण। सोळावे ते जाण अव्यग्रता।।
प्रसंग जाणावा हा गुण सत्रावा। काळ समजावा ठाई ठाई।।
अठरावे लक्षण वृत्ति उदासीन। लोलंगता जाण तेथे नाही।।
एकोणिसावे चिन्ह सर्वांसी समान। राखे समाधान ज्याचे त्याचे।।
विसावे लक्षण राम उपासना। वेध लावी जना भक्तिरंगे।।
जन्मासी येऊन अध्यात्म साधावे। नित्य विवरावे सारासार।।"

या आचारसंहितेच्या नियमावलीत समर्थ आपल्या शिष्यांना सर्वार्थानं परिपूर्ण बनवू पाहत होते. त्यांना लिहिण्या-वाचण्यासोबतच नाचणे, गाणे, टाळी वाजवणे हेही आले पाहिजे. अर्थ भेद, प्रबंध, प्रचीती, वैराग्य, विवेक, राजकारण,

सावधपण या सगळ्या गुणांनी तो परिपूर्ण असला पाहिजे अशी समर्थांची दृष्टी होती. अशी आचारसंहिता लागू करून एक मध्यवर्ती केंद्र बनवावं. जिथून आपल्या संप्रदायाची सर्व आखणी आपल्याला करता येईल. हे स्थान सुरक्षित जागी असावं. तिथे यवनांची धर्मांध नजर पडू नये. तिथं राहणं आपल्याला, आपल्या संप्रदायातल्या लोकांना आणि आपल्या शिष्य परिवारासाठीही संपूर्ण सुरक्षित असावं. निसर्गाचे सगळे रंग तिथं मुक्त हस्ते उधळलेले असावेत. गर्द झाडी आणि त्यातून वनचरांचा मुक्त संचार असावा. धर्म आणि संस्कृतीच्या संरक्षणासाठी, जोपासनेसाठी आणि समृद्धीसाठी ते ठिकाण उपयुक्त असावं. आपल्या सदैव वास्तव्याच्या आणि आपल्या विहित कार्यपूर्ततेच्या दृष्टीनं समर्थ असं ठिकाण शोधत होते.

अर्थात सर्वच दृष्टीनं ते स्थान महाराष्ट्रात असावं असा त्यांचा कटाक्ष होता. म्हणूनच महाराष्ट्रातल्या दऱ्या-डोंगर, कडे-कपारीतून ते हिंडत होते. जेजुरीतून बाहेर पडून ते सातारा परिसरात आले. महाबळेश्वरला त्यांनी मुक्काम केला. इथल्या कडे-कपारीतून हिंडत असताना आणि सातारा परिसरातले गड- कोट- किल्ले पायाखाली घालत असतानाच त्यांच्या कानावर एक बातमी आली– 'शहाजी भोसल्यांचा मुलगा शिवाजी याने पुण्याच्या जहागिरीत सोन्याचा नांगर लावून तिथली जमीन नांगरली आणि तिथल्या जमिनीला जणू पुनर्जीवित केलं. ज्या जमिनीवरून यवनांनी गाढवाचा नांगर फिरवला होता, पुणं उद्ध्वस्त केलं होतं; त्याच जमिनीवर सोन्याचा नांगर फिरवून शहाजी भोसल्यांच्या या पुत्रानं जणू आपला इरादा स्पष्ट केला होता. समर्थांच्या निराश झालेल्या मनाला जणू आशेची पालवी फुटली. अर्थात याच कारणासाठी शहाजी भोसल्यांच्या जहागिरीतच आपलं वास्तव्याचं ठिकाण ठेवायचं असं त्यांच्या मनानं निश्चित केलं होतं.

साताऱ्याच्या दऱ्या-डोंगरांत मांड नदीच्या जवळचं एक ठिकाण 'चाफळ' त्यांच्या मनाला भावलं. चाफळचं ते खोरं निसर्ग सौंदर्यानं परिपूर्ण होतं. घनदाट वृक्षराजी, उंच सह्याद्रीचे कडे, त्यातून खळाळत वाहणारे धबधबे, तिथून चार-पाच कोसांवर मांड नदीचा कृष्णेशी होणारा संगम आणि सर्वांत महत्त्वाचं म्हणजे कृष्णा काठापासून चाफळ खोऱ्यापर्यंतचा सारा भू भाग जरी आदिलशाहीच्या अमलाखाली असला तरी त्या भागात आदिलशाही शासन केवळ नावापुरतंच होतं. त्या परगण्यात हुकूम चालत होता तो शहाजी भोसले, दियानतराव, बाजी घोरपडे इ. मातब्बर सरदारांचा. आदिलशहाच्या दरबारात या सरदारांच्या पराक्रमाचा खूपच बोलबाला होता. आदिलशहाच्या दरबारात या हिंदू सरदारांचं वजन होतं. त्यांच्या पराक्रमामुळं त्यांच्या शब्दाला मान होता. किंमत होती. त्यामुळं मुस्लीम अत्याचारापासून हा भू भाग सुरक्षित होता, सुखरूप होता. आपल्या इथल्या

वास्तव्याला, आपल्या विहित कार्याला तसेच आपल्या मनात असलेल्या राम मंदिराच्या ध्येयपूर्तीला विरोध आणि क्षती आदिलशाही सल्तनतीकडून केली जाणार नाही, अशी अटकळ समर्थांनी बांधली. शिवाय नाशिकला त्यांची आणि शहाजी भोसल्यांची भेट झालेलीच होती. आदिलशहाच्या दरबारात शहाजी भोसले सरदार असले तरी त्यांच्या परगण्यात ते राजेच होते. म्हणून तर शहाजीराजे भोसले असा त्यांचा आदरानं आणि सन्मानानं उल्लेख होत असे.

शहाजीराजांच्या भेटीनंतर त्यांच्या मनसुब्यांचा अंदाज समर्थांना आला होता. आपल्या मनातील उद्दिष्टांना पूरक असेच त्यांचे मनसुबे आहेत याचा विश्वास समर्थांना मिळाला होता. म्हणूनच शहाजीराजांच्या परगण्यातल्या चाफळची निवड करताना या सगळ्या गोष्टींचा विचार करून समर्थ निर्धास्त होते. निसर्ग सौंदर्यानं नटलेलं, भवताली गडकोट किल्ले असलेलं, डोंगराच्या कडे-कपारीत लपलेलं, मुख्य म्हणजे महाबळेश्वरसारख्या अति पावसाच्या प्रमाणापासून थोडं लांब असलेलं आणि शहाजीराजांच्या आधिपत्याखाली सुरक्षित असलेलं 'चाफळ' हे ठिकाण समर्थांनी आपल्या वास्तव्यासाठी, संप्रदायाच्या मुख्य ठिकाणासाठी, विशेषत: राममंदिरासाठी सुनिश्चित केलं.

महाराष्ट्र भूच्या ललाटी चाफळचं नाव सुवर्ण अक्षरात कोरलं जाणार होतं. मराठी माणसांवर, हिंदू धर्मावर आणि महाराष्ट्र भूवर या चाफळचे अनंत उपकार असणार होते. समर्थांनी केलेली चाफळची निवड महाराष्ट्र भूची भाग्यरेषा ठरणार होती. तिथल्या घनदाट वृक्षराजीनी, कडेकपारींनी, त्यातून वाहणाऱ्या पाण्यानी याची ग्वाही अवघ्या आसमंताला दिली होती. यासाठी अवघा आसमंत, अवघी महाराष्ट्र भू चाफळची ऋणी राहणार होती. अनंत युगे! तिथं ज्ञान नांदणार होतं, सरस्वती राहणार होती, भक्ती फुलणार होती, शक्ती निर्माण होणार होती. युक्ती बोलणार होती. हे सगळं घडणार होतं चाफळमध्ये आणि तेही होणार होतं, समर्थांच्या हातून. एका युगप्रवर्तक कार्याची मुहूर्तमेढ चाफळ इथं पुजली जाणार होती. एका युगाचा, युगाच्या अलौकिकतेचा आरंभ होणार होता. याच भावनेनं चाफळ अंगोपांगी थरारलं होतं. रोमांचलं होतं. त्या क्षणांची आतुरतेनं प्रतीक्षा करत होतं.

चाफळ... सह्याद्रीच्या कडे-कपारीतलं, सह्याद्रीच्या रांगांनी वेढलेलं, सातारा परगण्यातलं, शहाजीराजांच्या सुभेदारकीच्या आधिपत्याखाली सुरक्षित, सुखरूप असलेलं चाफळ समर्थांच्या कार्याचं अधिष्ठान ठरणार होतं, प्रतिष्ठान ठरणार होतं.

समर्थ चाफळला गेले. जाण्यापूर्वी त्यांनी समर्थशिष्यांचा धाक इथे तिथे लहान-मोठे अत्याचार करणाऱ्या यवनांना बसेल असा एक कारनामा केला. महाबळेश्वर, सातारा, कोल्हापूर हा भाग समर्थांनी अक्षरश: पिंजून काढला होता. सगळीकडं मठ आणि मारुती मंदिरांची स्थापना केली होती. एकीकडे यवन हिंदूंची मंदिरं फोडत होते आणि एकीकडे समर्थ नव्या मंदिरांची उभारणी करत होते. मठांची स्थापना करत होते. मुस्लिमांच्या कडवेपणाला एक प्रकारे शह देत होते. आता समर्थांचा शिष्यपरिवारही वाढला होता. त्यांचे सगळे शिष्य हे व्यायामानं बलदंड असलेले, हिंदू धर्माचा प्रखर अभिमान बाळगणारे, वेळ-प्रसंगी दोन हात करण्याची तयारी असलेले, समर्थांसारखेच बेडर, निडर, धाडसी, साहसी होते. समर्थांचा अनुग्रह घेऊन घरोघरी, गावोगावी जाऊन ते भिक्षा मागत असत; पण भिक्षा मागण्यामागे केवळ पोट भरणे हा त्यांचा हेतू कदापि नव्हता. तर भिक्षा मागण्यासाठी गावोगावी फिरताना त्या गावातल्या लोकांची मानसिकता, त्यांचा कल, याचबरोबर गावातल्या सामाजिक आणि राजकीय वातावरणाचा अभ्यास करणे हा मुख्य हेतू असे. शिवाय शिवाजीराजांनी सुरू केलेल्या पुंडाव्याचा, त्यांच्या हिंदवी स्वराज्याच्या विचारधारेचा प्रसार आणि प्रचार करणं हाही हेतू त्या भिक्षेच्या मागे असायचा. भिक्षा मागायला हिंडत असताना समर्थशिष्य बारीक नजरेनं तिथली परिस्थिती न्याहाळायचे. भिक्षा मागताना नजर चौफेर असावी, सावधपण असावे, अशी समर्थांची शिकवण असे. त्यांच्या दृष्टीने भिक्षा मागणे हे केवळ पोट भरण्याचं साधन नसून –

"भिक्षेनें वोळखी होती। भिक्षेनें भरम चुकती।
सामान्य भिक्षा मान्य करती। सकळ प्राणी।।
भिक्षा म्हणजे निर्भये स्थिती। भिक्षेनें प्रकटे महंती।।

स्वतंत्रता ईश्वरप्राप्ती। भिक्षागुणें।।
नित्य नूतन हिंडावें। उदंड देशाटण करावें।
तरीच भिक्षा मागतां बरवें। श्लाघ्यवाणें।।''

असे त्यांच्या दृष्टीने भिक्षेचे सामर्थ्य आणि उपयोग होते. आदिलशाहीत दिल्लीपासून लांब अंतरावर असलेले आदिलशहाचे सरदार, सरदारच नव्हे तर साधे साधे सैनिकही गोरगरिबांवर अत्याचार करत असत, त्यांना लुबाडत असत. सामान्य माणसं त्यांना घाबरून शक्य असूनही प्रतिकार करत नसत. ही सगळी परिस्थिती समर्थशिष्य बघत. समर्थ त्या परिसरात असले तर समर्थांना जाऊन सांगत आणि तिथल्या सामान्य जनतेवर होणारा अन्याय दूर करण्याचा प्रयत्न करत. महत्त्वाची गोष्ट अशी होती की आदिलशहाच्या सैन्याची आणि सरदारांची सामान्य माणसांवर एवढी दहशत होती की सामान्य माणूस त्यांनी केलेला अन्याय, अत्याचार निमूटपणे सहन करत असे. त्यांना विरोध करायचा विचारही तो करत नसे, प्रतिकार करण्याचं धाडस दाखवणं तर फार दूरची गोष्ट होती. ही सगळी परिस्थिती समर्थशिष्य जाणून घेत आणि जिथं अन्यायाचा, अत्याचाराचा रोजचा अतिरेक दिसून येई, त्याबाबतीत समर्थांना निरोप जात असे. तिथल्या यवनांच्या अत्याचाराला विरोध करण्यासाठी मग समर्थ स्वत: तिथे येत असत. असाच एक प्रसंग मसूर इथे घडला.

मसूर, शहाजीराजांच्या जहागिरीतलं एक गाव. इथे मुसलमानांची खूप वस्ती होती. तिथं राहणाऱ्या सामान्य हिंदू माणसांना सतत अन्याय, अत्याचाराला सामोरं जावं लागे. मसूरचा 'जगदाळे' नावाचा एक साधा सरदार आदिलशहाच्या दरबारात होता. आदिलशहाची मर्जी राखली म्हणजे मसूरची जहागिरी आपल्याला मिळेल या आशेनं त्यानं मुस्लीम धर्म स्वीकारला. जलालुद्दीन असं आपलं नाव केलं; पण शहाजीराजांच्या पराक्रमाला डावलण्याचं धाडस आदिलशहाकडे नव्हतं. तो जलालुद्दीन मरण पावल्यावर त्याच्या नावाचा दर्गा बांधला. त्यानं मरताना अशी इच्छा प्रकट केली होती की असा दर्गा बांधून हिंदू-मुसलमान या दोन्ही धर्माच्या लोकांनी तिथं डोकं टेकावं. त्याप्रमाणं तो दर्गा 'बाबा जलालुद्दीनचा दर्गा' या नावानं प्रसिद्ध झाला; पण दोन धर्मांतील लोकांत दंगे होऊ लागले. त्यात न्यायदान काझींच्या हातात होतं. त्यामुळं हिंदूंवर सतत अन्याय होत होता. ही बाब समर्थांच्या लक्षात आली. इथल्या मुस्लीम दडपशाहीला थोडा शह दिला पाहिजे, असं त्यांना वाटलं.

हे गाव शहाजीराजांच्या जहागिरीत येत होतं. त्यामुळं इथं आपण काही धार्मिक कार्यक्रम सुरू केले, तर शहाजीराजांचा विरोध तर होणारच नाही, उलट

त्यांचा पाठिंबाच असेल याची समर्थांना खात्री होती. म्हणूनच आपल्या मनाशी कार्यक्रमाचा आराखडा नक्की करून समर्थ मसूरला आले. तिथं त्यांना कुलकर्णी, आफळे, बुधकर, पाटील इ. मंडळी भेटली. त्यांनी समर्थांचा अनुग्रह घेतला. त्यांच्या मदतीनं समर्थांनी मसूरला मारुती मंदिराची स्थापना केली. ज्या दिवशी मारुतीची प्राणप्रतिष्ठा होणार होती, त्याच दिवशी जलालुद्दीन बाबा दर्ग्याचा मौलवी येऊन समर्थांशी वाद घालायला लागला. मात्र ''तुझी तक्रार तू शहाजीराजांना जाऊन सांग! ते मला सांगतील तसं मी करतो.'' असं समर्थांनी ठणकावून सांगितल्यावर तो मौलवी गप्प बसला.

समर्थांनी तिथे मठ स्थापन केला आणि मठपती म्हणून त्या गावात प्रसिद्ध असलेल्या मुसळाराम नावाच्या पैलवानाची नेमणूक केली. हा मुसळाराम त्याच्या नावाप्रमाणंच हातात मुसळ घेऊन फिरायचा. मंदिराबद्दल किंवा मठाबद्दल कोणी अपशब्द काढले तर तो त्या व्यक्तीला मुसळानं ठोकायचा. या मुसळाराममुळं हिंदूंच्या या मंदिराला अन् मठाला संरक्षण मिळतंय म्हटल्यावर हा मुसळाराम त्या गावातल्या आदिलशहाच्या लोकांच्या डोळ्यांत सलू लागला. मारुतीच्या मंदिरात व्यायामाला येणाऱ्या तरुणांची संख्या वाढायला लागली आहे. आता हे तरुण 'अरे ला कारे' म्हणणार, याची त्या लोकांना कल्पना येऊ लागली. कुणीतरी बलदंड शरीर असलेला दाढीवाला संन्यासी अधनंमधनं येतो अन् या तरुणांना काही काही शिकवून जातो, हे त्यांच्या लक्षात यायला लागलं.

तिथं मन्सूर नावाचा आदिलशहाचा सुभेदार होता. त्यानं त्या मुसळारामाचं हे वर्चस्व सहन न होऊन त्याला ठार मारण्याचा कट रचला. भिक्षा मागायला गेलेल्या समर्थभक्तांनी ही बातमी समर्थांच्या कानावर घातली. आपले पन्नास-साठ शिष्य घेऊन समर्थ त्वरेनं मसूरला पोचले. त्या मन्सूर पठाणाला, आपल्या शिष्यांना सोबत घेऊन, त्यांनी बदडून काढलं. या घटनेनं मसूरमध्ये मारुती मंदिराला आणि समर्थांच्या मठाला होणारा विरोध मोडून पडला. पठाणानं माफी मागून आपली सुटका करून घेतली. त्या वेळी आपल्या हातातली कुबडी उंचावत समर्थांनी गर्जना केली,

''समर्थाचिया सेवका वक्र पाहे, असा सर्व भूमंडळी कोण आहे?

''मी मागे म्हणालो होतो की समर्थ म्हणजे श्रीराम! माझा रामराया! त्याचा सेवक, त्याचा दास मी! त्याच्या सेवकांकडं म्हणजे पर्यायानं माझ्या शिष्यांकडे वाकड्या नजरेनं पाहण्याचं धाडस कोणीच करू शकणार नाही. या भूमंडळावर तर तसा कोणी नाही.''

समर्थांनी अत्यंत अभिमानानं अशी गर्जना केली. ती ऐकून जमलेल्या लोकांनी तर टाळ्या वाजवल्याच; पण मारुतीरायाच्या मूर्तीच्या चेहऱ्यावरही

हास्य उमटलं. त्या मन्सूर पठाणाचा विरोध मोडून काढल्यावर समर्थांनी तिथं आणखी एक घाव घालायचं ठरवलं. त्यांनी त्या मारुती मंदिरात रामजन्माचा उत्सव करायचं ठरवलं.

समर्थशिष्य उद्धव स्वामींनी या उत्सवाची कल्पना आणि निमंत्रण शहाजीराजांनाही दिलं. शहाजीराजे समर्थांची योग्यता जाणून होते. त्यांची महानता जाणून होते. त्यांनी तत्काळ या उत्सवाला मान्यता दिली. मदत करण्याचं आश्वासन दिलं. हजर राहण्याचं वचन दिलं. मसूर इथं समर्थांनी पहिल्यांदा रामजन्म सोहळा साजरा केला. समर्थ उत्तर भारतात जाऊन आले होते. तिथल्या उत्सवातली रथोत्सवाची परंपरा त्यांनी पाहिली होती. या मसूरच्या रामजन्म सोहळ्यात समर्थांनी रथोत्सवही केला. रामरायाच्या पादुकांची रथातून मिरवणूक काढली. सगळा गाव सामील झाला. पंधरा दिवस चाललेल्या या उत्सवाला शहाजीराजे, बाजी घोरपडे, दिनायतराव देशपांडे या बड्या सरदारांनी उपस्थिती लावली. आदिलशहाचे त्या गावात असलेले आणि त्या गावाशी संबंधित असलेले सगळे सरदार आश्चर्यानं हा उत्सव बघत होते. एकीकडे त्यांचा पातशहा त्यांना हिंदूंची मंदिरं आणि मठ पाडायला, उद्ध्वस्त करायला सांगत होता. तर दुसरीकडे त्यांच्या पदरी असलेल्या हिंदू सरदारांच्या जहागिरीत, त्यांच्याच मदतीनं हा संन्यासी राम आणि हनुमानाची मंदिरं उभी करत होता. त्यांना कळत नव्हतं की आदिलशहाची ताकद, वचक कमी होत चाललाय की या हिंदू सरदारांचा, या संन्याशाचा वचक आणि ताकद वाढत चालली आहे. समर्थ आणि त्यांचे शिष्य मात्र आपल्या प्रयत्नाला आलेलं हे गोमटं रूप बघून आनंदित झाले होते.

याच मिरवणुकीत समर्थांना त्यांचा कल्याण शिष्य सापडला. झालं असं, की मिरवणूक ज्या मार्गावरून चालली होती, त्या मार्गावर रथाला एका झाडाची फांदी आडवी आली. समर्थांच्या सोबत त्यांचा शिष्यपरिवार होता. त्यात कोल्हापूरला त्यांना भेटलेला अंबाजीपण होता. अंबाजी कोल्हापूरच्या पाराजीपंत गोसावी यांचा भाचा. समर्थ कोल्हापुरात गेले, तेव्हा तिथे त्यांनी बरेच दिवस प्रवचनं केली. पाराजीपंत रोज त्या प्रवचनाला यायचे. समर्थांचं ज्ञान आणि व्यासंग बघून ते थक्क झाले. एके दिवशी त्यांनी समर्थांना घरी जेवायला बोलावलं, तेव्हा हा अंबाजी तिथे होता. तो पाराजीपंतांच्या बहिणीचा लक्ष्मीचा मुलगा. त्याचे वडील कृष्णाजीपंत संसाराचा त्याग करून संन्यास घेऊन तीर्थयात्रेला निघून गेले होते. लक्ष्मीबाई दोन मुलांना घेऊन कोल्हापूरला आपल्या भावाकडं म्हणजे पाराजीपंतांकडे राहत होत्या. समर्थ तिथे गेले. जेवण झाल्यावर पाराजीपंतांनी समर्थांना शाल दिली. समर्थ म्हणाले,

"या शालीपेक्षा तुम्ही आम्हाला तुमचा अंबाजी द्या!"

लक्ष्मीबाई तिथेच होत्या. त्यांना अत्यानंद झाला. त्यांनी आपली दोन्ही मुलं समर्थांच्या ओटीत घातली. समर्थांनी लक्ष्मीबाई आणि त्यांची दोन्ही मुलं यांना सोबत घेण्याचं ठरवलं. कोल्हापुरातलं समर्थांचं काम संपायला चार-सहा दिवस बाकी होते. त्या दरम्यान पाराजीपंतांच्या घरी राहून मुलांनी आपलं अक्षर सुधारून घ्यावं अशी सूचना समर्थांनी त्यांना केली व दोघांनाही सुलेखन दिलं. त्या चार-सहा दिवसांत अंबाजीच्या अक्षरात विलक्षण सुधारणा झाली. सहा दिवसांनंतर त्या तिघांना सोबत घेऊन समर्थ निघाले. पुढे लक्ष्मीबाई व दत्तात्रय शिरगावास राहिले. शिरगावला मठ स्थापून समर्थांनी दत्तात्रयाला मठपती बनवला व ते अंबाजीला घेऊन पुढे गेले. मसूरच्या या मिरवणुकीत हाच अंबाजी समर्थांसोबत होता.

त्या झाडाची फांदी रस्त्यावर आडवी आलेली बघून ती कापावी असं ठरलं. समर्थांना अंबाजीची परीक्षा घ्यायची होती. त्या जाड फांदीखाली उभं राहून ती फांदी त्यांनी अंबाजीला कापायला सांगितली. त्या झाडाच्या बुंध्याजवळच खोल विहीर होती. विहिरीला ओलांडून ती फांदी रस्त्यावर आली होती. त्या विहिरीच्या कठड्यावर बसून फांदी कापावी लागणार होती. म्हणजे एक तर ती फांदी, कापणाऱ्याच्या डोक्यात तरी पडली असती किंवा फांदी कापणारा तरी विहिरीत पडला असता. समर्थांनी आज्ञा दिल्यावर क्षणाचाही विचार न करता अंबाजी पुढं आला. विहिरीच्या त्या चिंचोळ्या कठड्यावर बसून त्यानं ती फांदी कापली. अन् विहिरीत उडी मारली. तो पाण्यात पोहू लागला. समर्थांनी तिथूनच विचारलं,

"काय अंबाजी! कल्याण आहे ना?"

अंबाजीनं पाण्यातूनच उत्तर दिलं. "होय स्वामी!" रथयात्रा पुढं गेली. समर्थांना त्यांचा कल्याण भेटला. समर्थांचा प्रिय शिष्य कल्याण.

रामनवमीचा हा मोठ्या प्रमाणात साजरा झालेला उत्सव, त्याला असलेली सरदार-दरकदारांची उपस्थिती, समर्थांची लोकप्रियता, त्यांचे बलदंड शिष्य यामुळं तिथल्या जलालुद्दीन बाबाच्या दर्ग्याचं महत्त्व कमी झालं अणि मसूरच्या मारुती मंदिराचं महत्त्व वाढलं. मुस्लीम आक्रमकांच्या अतिरेकाच्या त्या काळात समर्थ हिंदूंना केवळ संघटित करत होते असं नाही, तर प्रतिकाराला सज्ज बनवत होते. आक्रमक बनवत होते. एकाच वेळी देवभक्ती आणि देशभक्ती शिकवत होते. त्याचबरोबर आपल्या या प्रयत्नांना रामरायाचं पाठबळ मागत होते. त्यानं मदत करावी, आपल्या पाठीशी उभं राहावं, आपल्या प्रयत्नांना यश द्यावं, कल्याण करावं म्हणून रामरायाला साकडं घालत होते.

"कल्याण करी रामराया, देवराया। जनहित विवरी।।
तळमळ तळमळ होतची आहे। हे जन हाती धरी।।

अपराधी जन चुकतची गेले। तुझा तूच सावरी।।
कठीण त्यावरी कठीणची झाले। आता न दिसे दुरी।।
कोठे जावे काय करावे। आरंभली बोहरी।।
दास म्हणे अम्ही केले पावलो। दयेची नाही सरी।।''

पुणे, सातारा, कराड, कोल्हापूर हा सगळा कृष्णाकाठ समर्थांनी पिंजून काढला. देशभक्तीचं, राष्ट्रशक्तीचं स्फुलिंग पेटलं, तर ते याच भागात पेटेल असा त्यांना विश्वास होता. शहाजीराजांचा मनसुबा त्यांना नाशिकच्या पहिल्या भेटीतच माहीत झाला होता. यवन सत्तेला खिळखिळं करायचं असेल, तर याच भागात करता येईल. त्यासाठी सामान्यातल्या सामान्य माणसाच्या मनात राष्ट्रधर्म जागला पाहिजे अशी त्यांची धारणा होती आणि धोरणही होतं. शिवाय शहाजीराजांचा पुत्र शिवबा म्हणजे शिवाजी राजा यांनी यवन सत्तेला खिंडार पाडायला सुरुवात केली होतीच. त्यांच्या या क्रांतिकारी कार्याला सर्वसामान्य जनतेतून जास्तीत जास्त पाठिंबा मिळवून देण्याचं काम समर्थांचं हे राष्ट्रशक्ती जागरणाचं कार्य करत होतं. मसूरपासून समर्थांनी प्रत्यक्षात सुरुवात केली होतीच. आता हा लाव्हा त्यांना सगळ्या महाराष्ट्रभर पसरवायचा होता. मग याबाबतीत समर्थांनी एक धोरण ठरवलं.

लहान लहान गावांतून जिथं जिथं मसूरच्या त्या जलालुद्दीन बाबासारखा मुस्लिमांचा वरचष्मा होता, अशा गावातून समर्थांनी रामजन्मोत्सव सुरू केला. अशी एक घटना कराडजवळच्या शमनापीर नावाच्या डोंगराबाबतीत घडली. तिथं दरवर्षी मुस्लीम लोकांचा उरूस भरत असे. आदिलशाहीच्या धाकानं तिथं हिंदूही गर्दी करत असत. जे हिंदू तिथं जात नसत ते आदिलशहाच्या सरदाराच्या रोषाला बळी पडत. बऱ्याचदा तिथं धाक, दडपशाहीनं हिंदू लोकांना धर्मांतर करण्यास भाग पाडलं जाई. तिथं खूप गर्दी जमत असे. चार पैसे मिळतील या आशेनं अनेक लहानसहान कलाकार, शाहीर, गवय्ये आपली कला दाखवायला तिथं येत असत. आदिलशाहीच्या धाकामुळं या शमनापीर दर्ग्याचं महत्त्व खूप वाढलं होतं. तिथं होणाऱ्या हिंदूंवरील अत्याचाराच्या घटना समर्थांच्या कानावर आल्या. एका उरुसाला समर्थ आपल्या शिष्यांसह तिथं हजर राहिले. उरूसात शाहिरांचा फड लागला होता. आदिलशहाचे आणि आदिलशाहीचे गुणगान गाण्याची जणू स्पर्धा लागली होती. त्यांच्या त्या कवित्वाचा एकंदरीत कल असा होता की, आदिलशहा हा सर्वेसर्वा आहे, तो देवाचा अवतार आहे, त्याच्याकडे सर्व प्रश्नांची उत्तरं असतात. समर्थांनी ते ऐकलं. ते उठून त्या मंचावर गेले. समर्थांना संगीताचं चांगलंच ज्ञान होतं. त्यांनी सुरुवातीला डफ वाजवून दाखवला.

लोकांचं लक्ष आपल्याकडं वेधल्यावर त्यांनी बोलायला सुरुवात केली.

"लोक हो! आता या ठिकाणी आदिलशहांची राज्यसत्ता असली तरी या भूमीवर खरी सत्ता श्रीराम प्रभूंची आहे. सध्या इथे आदिलशहा सर्वेसर्वा असले तरी खरे सर्वेसर्वा प्रभू रामचंद्र आहेत. मला विचाराल तर माणसालाच काय पण देवालाही पडलेल्या सगळ्या प्रश्नांची उत्तरं श्रीरागाकडे असतात. तुमच्या म्हणण्याप्रमाणे आदिलशहांकडं सगळ्या प्रश्नांची उत्तरं आहेत. मग मी काही प्रश्न विचारतो त्याची उत्तरं ज्याच्याकडे असतील त्यांनी द्यावीत." असं म्हणून समर्थांनी प्रश्न टाकायला सुरुवात केली.

"किती पृथ्वीचे वजन। किती अंगोळ्या गगन।
सांगा सिंधूचे जीवन। किती टाक।।
किती आकाशीच्या तारा। किती पर्जन्याच्या धारा।
तृण भूमीवरी चतुरा। संख्या सांगा।।
वायुसरसे उडती। सांगा अणूरेणू किती।
लक्ष्य चौऱ्याऐंशी उत्पत्ती। संख्या सांगा।।
अठरा भार वनस्पती। भूमंडळी पाणी किती।
पुष्पे फळे जाती किती। संख्या सांगा।।
ऐका जे जे पुशिले तुम्हा। ते ते आता सांगा आम्हा।
अनंत ब्रह्मांड बेरीज। किती जाहली।।"

समर्थांची प्रकांड बुद्धी बघून ते सर्व शाहीर भारावून गेले. समर्थांना शरण गेले. समर्थांनी त्यांना रामनवमीच्या उत्सवाचं आमंत्रण दिलं. तिथे शेजारीच असणाऱ्या शिरगाव इथं मारुती मंदिर उभारलं. तिथं रामजन्मोत्सव केला. मठ उभा केला. दत्तात्रयाला मठपती नेमले. रामनवमी, हनुमानजयंती मोठ्या प्रमाणावर साजरी व्हायला लागली आणि शमनापीरच्या उरूसाला होणारी गर्दी कमी झाली. आदिलशहाच्या दहशतीमुळे तिथं हजेरी लावणारे हिंदू आता मारुती मंदिरात जमू लागले. समर्थांच्या बलदंड शिष्यांकडून व्यायामाचे, प्रतिकाराचे, राष्ट्रशक्तीचे धडे घेऊ लागले.

'थेंबाथेंबानेच सागर बनतो' हे समर्थांना ज्ञात होतंच. म्हणूनच अशा लहान लहान गावातून आदिलशाहीची दहशत मोडून काढून तिथं राष्ट्रभावना जागृत करून शिवाजीराजांनी मांडलेल्या स्वराज्य यज्ञात समर्थ एकेक समिधा टाकत होते. लहान लहान गावात अशी राष्ट्रशक्ती निर्माण करून शिवाजीराजांच्या स्वराज्य सिंधूमध्ये एकेक ओंजळ घालत होते. हिंदू समाजाला संघटित करत होते. संघटित झालेला हिंदू समाज बघून यवनांच्या अत्याचारी कारवायांना आळा

बसत होता.

समर्थांची ही कणखरपणाची भूमिका या परगण्यात जहागिरी असलेल्या हिंदू सुभेदारांनाही आतून सुखावून गेली. या घटनेनंतर बाजी घोरपडे यांनी चरेगाव आणि माजगाव येथील जमिनी समर्थांच्या या कार्यासाठी इनाम दिल्या, तर विजापूरचे दिवाण यांनी उंब्रज आणि कोरटी येथील जमीन समर्थांच्या उत्सवाला दान दिली. अशा पद्धतीनं समर्थांनी अवघ्या महाराष्ट्र भूमध्ये जनसामान्यांच्या मनात हिंदुत्वनिष्ठा जागृत केली. मुस्लिमांच्या अत्याचाराला किमान प्रतिकार तर होऊ लागला. मेलेलं मराठी मन जागं तरी झालं. घात-आघातांची भीती राहिली नाही; कारण प्रत्याघाताची मानसिक तयारी झाली होती. स्वराज्याचं भव्य मंदिर उभं राहण्यासाठी आवश्यक असलेली आधारशीला तयार करण्याचं काम असं कळत-नकळत समर्थ करत होते. एकीकडं यवनांच्या अत्याचाराला विरोध करायला शिकवत असतानाच या शिकवणुकीला वरचा मुलामा मात्र रामभक्तीचा होता आणि तो चोख होता. एकीकडं हिंदूंना संघटित करून ते यवनांचं आक्रमण थोपवत होते, तर दुसरीकडे या कार्याला रामजन्मोत्सवाचा आणि हनुमान जयंतीच्या उत्सवाचा मुलामा देत होते.

आदिलशहाच्या कित्येक सुभेदारांना तर हे समजत नव्हतं की हा संन्यासी लहान लहान गावात मारुतीची मंदिरं उभी करतोय, तरुणांना – मग ते हिंदू असोत की मुस्लीम – त्यांना व्यायामाचे धडे देतोय, मंदिरातून त्यांच्या देवाचे वाढदिवस साजरे करतोय आणि हे केल्यानंतर चार-पाच महिन्यांत आपल्या सैनिकांना त्या-त्या गावातून विरोध व्हायला लागतोय, प्रतिकार होतोय, लेकी-बाळी पळवताना आपले सैनिक कापले जातात, मंदिर तोडताना, फोडताना कडवा प्रतिकार होतोय. हे सगळं करायला आदिलशहाचेच हिंदू सुभेदार-सरदार यांचा पूर्ण पाठिंबा आहे, यांची पूर्ण परवानगी आहे असंही सांगितलं जातंय. यामुळे आदिलशहाचे सरदारसुद्धा गोंधळून गेले. शिवाय आदिलशहाच्या पदरी असलेले हिंदू सरदार शहाजीराजे भोसले, बाजी घोरपडे, दिनायतराव देशपांडे हे महापराक्रमी होते. त्यामुळं त्यांना विरोध करताना आदिलशहालाही दहा वेळा विचार करावा लागला असता. म्हणून तो गप्प होता. आपला सुलतान गप्प आहे म्हणून बाकीचे मुस्लीम सरदारही गप्प होते. समर्थ आणि त्यांचा सगळा शिष्य परिवार मात्र कार्यरत होता.

याच दरम्यान माहुलीच्या एका ठाणेदारानं साक्षात समर्थांशी वाकुडपणा घेतला. हिंदूंना त्रास देण्याचं त्याचं तंत्र होतं. त्यानं आपल्यासोबत आठ-दहा सूफी जमा केले होते. सोबत पंधरा-वीस सैनिकही असायचे. धाक दाखवून, कुटुंबाची राखरांगोळी करण्याची धमकी देऊन तो हिंदूंना धर्मांतर करायला भाग

पाडत असे.

एकदा समर्थशिष्य उद्धव माहुलीला मुक्काम करून होते. कृष्णा-वेण्णा संगमावर असलेल्या मारुती मंदिराशेजारच्या रामदासी मठात त्यांचा मुक्काम होता. कृष्णा-वेण्णा संगमात स्नान करून, मारुती मंदिरात पूजा, जप, ध्यान-धारणा करून ते गावात भिक्षा मागत व दिवसभर लेखन, मनन, चिंतन, वाचन करून संध्याकाळी मंदिरात प्रवचन करत. प्रवचनातून ते लोकांना धीराच्या, धारिष्ट्याच्या गोष्टी सांगत.

ठाणेदाराच्या कानावर ही गोष्ट आली, तेव्हा त्यानं सैनिक पाठवून उद्धव स्वामींना पकडून आणलं. कैदेत टाकलं आणि त्यांच्यावर धर्मांतराची सक्ती करायला लागला. उद्धव स्वामींनी त्याच्याकडं विचार करायला आठ दिवस मागून घेतले. त्यांनी ठाणेदाराला विनंती केली की, 'मी धर्म बदलणं भाग असेल तर माझ्या जवळच्या दोन वस्तू माझ्या गुरूंकडे ताबडतोब पोचत्या करा.' ठाणेदार मनातून खूश झाला. उद्धव स्वामींनी आपली जपाची माळ आणि नेहमी त्यांच्याजवळ असलेला खंजीर या दोन वस्तू ठाणेदाराकडं दिल्या. आपल्याला मोठं यश मिळतंय या विचारानं खूश होऊन ठाणेदारानं त्या वस्तू तातडीनं समर्थांकडं पाठवल्या.

उद्धव स्वामींनी पाठवलेल्या दोन वस्तू बघितल्यावर समर्थ समजले. आपले साठ-सत्तर बलदंड शिष्य घेऊन ते ताबडतोब माहुलीला आले. तोवर तीन दिवस त्या ठाणेदारानं उद्धव स्वामींना अन्नपाणी दिलं नव्हतं. याला उपाशी ठेवलं म्हणजे भुकेनं तडफडून एकतर हा मरेल किंवा धर्मांतर करेल असा त्याचा होरा होता; पण याचा गुरू आपले पैलवान शिष्य घेऊन माहुलीत आला आहे हे समजल्यावर तो ठाणेदार घाबरला. आपले सूफी सोबती घेऊन त्यानं पळ काढला. समर्थांच्या शिष्यांनी त्याला पकडलं. तो आल्यावर समर्थांनी एक जाड सोटा घेऊन त्या ठाणेदाराला आणि त्याच्या सूफी सोबत्यांना सोट्यानं ठोकून काढलं, तर त्याच्या सैनिकांना समर्थशिष्यांनी. अशा पद्धतीनं आपल्या शिष्यांना आपलं सदैव संरक्षण असणार याची ग्वाही देऊन जुलमानं कुणी एखाद्या हिंदूला धर्मांतर करायला लावत असेल, तर त्याची काय गत होईल हेही समर्थांनी दाखवून दिलं.

'समर्थाचिया सेवका वक्र पाहे । असा सर्व भू मंडळी कोण आहे ।।'

हे समर्थांनी पुन्हा एकदा सिद्ध केलं. पुन्हा पुन्हा ते सिद्ध करत राहिले. आपल्या कार्याचं, धर्माचं, राष्ट्रशक्ती-भक्ती-युक्तीचं चाफळला एक सुनिश्चित, सुप्रतिष्ठित, सर्वमान्य अधिष्ठान करण्यापूर्वी ठिकठिकाणी आपल्या कार्याची निश्चित अशी पार्श्वभूमी समर्थ तयार करत होते. मजबूत पायाबांधणी करत

होते. असं ठिकठिकाणी करत समर्थ चाफळला पोचले आणि तिथल्या निसर्गानं त्यांना भारून टाकलं.

चहूबाजूंनी हिरवे डोंगर, मधूनच वाहणारे दुधासारखे जलस्त्रोत, गर्द वनराई, पक्षिगणांची किलबिल, बिनधास्त वावरणारी जंगली श्वापदं, म्हटलं तर प्रचंड एकांत, म्हटलं तर आसपास लोकांची वर्दळ. शिवाय निसर्गसौंदर्याची लयलूट. महाबळेश्वरसारखा पावसाचा आणि थंडीचा अतिरेक नाही. समर्थांना हे ठिकाण बेहद्द पसंत पडलं. शिवाय शहाजीराजांच्या जहागिरीतलं सुरक्षित ठिकाण. आपल्या मनात आकारत असलेलं राममंदिर साकारण्यासाठी खचितच हीच जागा योग्य आहे. समर्थांच्या मनानं त्यांना कौल दिला आणि त्यांनी चाफळला राहायचं ठरवलं. समर्थ चाफळला आले आहेत समजल्यावर गिरिधरपंतांचा उद्धव तिथे आला. त्याला लहानपणी समर्थ सोडून गेले होते. तो उद्धव आता एक धडपड्या, बलदंड तरुण झाला होता. उद्धवला भेटून समर्थांना अतिशय आनंद झाला.

आता चाफळला राहताना समर्थांना अशा तरुणांची गरज होती; कारण भवतालचा परिसर शिवबाच्या पराक्रमानं दुमदुमत होता. समर्थांच्या मनातल्या राष्ट्रशक्तीचा प्रचार आणि प्रसार करण्याची वेळ आली होती. समर्थ सिद्ध होते. आता फक्त साक्षात सिद्धता करायची होती. चाफळला राहून समर्थांनी आपला शिष्यसंप्रदाय वाढवायला सुरुवात केली. उद्धव आणि इतर शिष्य जवळपासच्या गावात हिंडत, फिरत. गावकऱ्यांची मानसिकता समजून घेत. राजकीय परिस्थितीचं निरीक्षण करीत. समर्थांना सर्व वृत्तान्त येऊन सांगत. त्यावर समर्थ आपले पुढचे मनसुबे ठरवत. ते आपल्या शिष्यवर्गाला सांगत आणि पुन्हा राष्ट्रधर्माचं, राष्ट्रशक्तीचं तत्त्वज्ञान गावागावांत सांगून समर्थांचे शिष्य राष्ट्रशक्तीचं वातावरण तयार करत.

समर्थही आसपासच्या गावात जाऊन लोकांना रामराज्याचं महत्त्व पटवून देत. त्यासाठी आपण काय केलं पाहिजे? त्यात आपली भूमिका काय असली पाहिजे? आपलं योगदान कशा पद्धतीनं असलं पाहिजे, याबद्दल मार्गदर्शन करत. लोकही यवनांच्या अत्याचारानं, अन्यायानं नाडले होते. त्यांना स्वत:चं जगणं नकोसं झालं होतं. आपल्या बायका-मुलांचं भवितव्य अंधारात दिसत होतं. समर्थांचं हे बोलणं म्हणजे त्यांना बुडत्याला काडीचा आधार वाटत असे. समर्थांचा बोलबाला आता सर्वत्र झाला होता. शिष्यसंप्रदाय, मारुती मंदिरांची संख्या, मठांची संख्याही वाढली होती. समर्थांचा सगळा शिष्यपरिवार धीट, धाडसी आणि बलदंड होता. शिवाय डोळे उघडे ठेवून समाजात वावरायचं, भिक्षा मागणं यात केवळ पोट भरण्याचा हेतू नसून लोकसंपर्काचं आणि समाज निरीक्षणाचं ते माध्यम आहे, हे लक्षात ठेवायचं, अशी समर्थांची शिकवण होती.

समर्थांचं वय आता चाळीसच्या आसपास होतं. आतापर्यंत खूप लिखाण

करून झालं होतं; मात्र हे करत असताना समर्थ पंचवटीतल्या रामरायाला विसरले नव्हते. एरवी तो निर्गुण रूपात समर्थांसोबत असायचाच. तरीही पंचवटीतल्या रामरायाचं सगुण रूप, ती देखणी, सावळी मूर्ती आठवली की समर्थ व्याकूळ होत असत. मग ते लिहीत –

''जनस्थान गोदातटी। परम पावन पंचपटी।
जेथे पडिली कृपादृष्टी। रघोत्तमा रायाची।।
तेथील रामउपासक। त्यांच्या सेवकांचा सेवक।
तुम्हांमध्ये मी येक रंक। सरते करावे।।
शुद्ध उपासना विमळज्ञान। वीतराग आणि ब्राह्मण्यरक्षण।
गुरूपरंपरेचे लक्षण। शुद्ध मार्ग।।
ऐसे पंचधा बोलिले। इतुके पाहिजे यत्न केले।
म्हणिजे सकळही पाविले। म्हणे दासानुदास।।''

असं श्री रामरायाला सांगून समर्थ रामरायाच्या आठवणीत गुंगून जात. आपल्या नजरेसमोरही एखादी राममूर्ती असावी, ज्याच्याशी आपल्याला बोलता येईल, मन मोकळं करता येईल असं त्यांना वाटत असे. त्यांची रामरायाची मानसपूजा निरंतर चालूच असे; पण सगुण मूर्तीशी संवाद साधावा, एखादा बालक आपल्या वडिलांजवळ बोलतो तसं त्या मूर्तीशी आपण बोलावं, संवाद साधावा असं समर्थांना राहून राहून वाटत असे. भिक्षा मागण्यासाठी शिष्यांना -

'देह त्यागिता कीर्ती मागे उरावी। मना सज्जना हेचि क्रिया धरावी।।'

असा उपदेश करणारे, किंवा

'जगी सर्व सुखी असा कोण आहे? विचारे मना तूचि शोधूनि पाहे।।'

किंवा

'सदा सर्वदा प्रीती रामी धरावी। सुखाची स्वयें सांडि जीवी करावी।।'

अशा पद्धतीनं रसाळ उपदेश असलेले मनाचे श्लोक लिहिणारे किंवा

'प्रथम लिहणे, दुसरे वाचणे। तिसरे सांगणे अर्थांतर।।
आशंका निवृत्ती ऐसी चौथी स्थिती। पाचवी प्रचीती अनुभवे।।'

असं लिहिणारे तटस्थ समर्थ पंचवटीच्या रामरायाची आठवण आली की व्याकूळ होत आणि मग –

'सबळ जनक माझा राम लावण्यपेटी।
म्हणऊनी मज पोटी लागली आस मोठी।।
दिवस गणित बोटी प्राण ठेऊनि कंठी।

अवचट मज भेटी होत घालीन मीठी।।'

अशी रामरायाची करुणा भाकत. तर कधी –

'तुझिया वियोगें जीवित्व आलें। शरीर पांगे बहु दुःख जाले।।
अज्ञानदारिद्र्य माझें सरेना। तुजवीण रामा मज कंठवेना।।'

अशी कबुली देत आणि

'सदा सर्वदा योग तुझा घडावा। तुझे कारणी देह माझा पडावा।।
उपेक्षू नको गुणवंता अनंता। रघुनायका मागणे हेंचि आतां।।''

असं त्याला साकडं घालीत. वाचन, मनन, चिंतन, लेखन, प्रवचन, लोकांच्या गाठीभेटी, शिष्यांकडून गावोगावीच्या बातम्या, शिष्यांना उपदेश, सल्ले ही सगळी दिनचर्या समर्थांची नित्य आणि योग्य प्रकारे चालू होतीच; पण त्यांच्या मनाला रामरायाच्या सगुण रूपाची हुरहुर लागून राहिली होती. आस लागून राहिली होती.

रामरायाच्या या वियोगावर मग समर्थांनीच एक उपाय शोधला. चाफळच्या टेकडीवर त्यांनी आपलं बस्तान बसवायला सुरुवात केली होतीच. चाफळची टेकडी विस्तीर्ण होती. समर्थांच्या मनानं घेतलं तिथं एक मंदिर बांधायचं. रामरायाचं मंदिर. आपल्या रामरायाचं मंदिर. जिथं त्याची सगुण साकार मूर्ती असेल. ती मूर्ती पाहताच आपल्यालाही प्रसन्न वाटेल आणि इतरांनाही. आतापर्यंत ठिकठिकाणी हनुमानाची मंदिरं बांधून झाली होती; पण ती लहान, छोटी, घुमटीसारखी होती. ती तशी बांधण्यामागेही समर्थांचा एक निश्चित विचार होता. हनुमानाची ही मंदिरं असली तरी त्यातून कार्य मोठं उभं राहत होतं. लहानसं मंदिर असल्यामुळं ते बांधण्यात कसलीही कलाकुसर नव्हती. कुठलाही बडेजाव नव्हता. सोनं, चांदी, हिरे-माणकं यांचा कुठेही वापर केलेला नव्हता. मूर्ती म्हणून ओबडधोबड वानराची म्हणजे हनुमानाची मूर्ती बसवलेली होती. या सगळ्या कारणांमुळे मंदिर तोडणाऱ्या, मूर्ती फोडणाऱ्या मुस्लीम सैनिकांचं या मंदिराकडं तसं लक्ष जाण्याचं कारण नव्हतं. म्हणूनच अशी मंदिरं बिनदिक्कतपणे समर्थांनी सगळीकडे, जिथे यवनांची राज्यसत्ता आहे अशा उत्तर भारतात – अगदी मुस्लीमबहुल वस्तीतही – उभी केली. आता विषय वेगळा होता. विचार वेगळा होता, उद्देश वेगळा होता, ठिकाण वेगळं होतं, परिस्थिती वेगळी होती आणि लक्ष्य तर खूपच वेगळं होतं.

चाफळ परगणा मुस्लीम जाचापासून पूर्ण सुरक्षित होता. शहाजीराजांसारखा शूर, दिलदार आणि पराक्रमी सरदार या परगण्याचा अधिकारी होता. सर्वेसर्वा होता. समर्थांनी चाफळ हे आपल्या कार्याचं प्रमुख केंद्र करायचं ठरवलं होतं.

चाफळ इथं आपला मुक्काम राहणार असं त्यांनी सध्यातरी ठरवलं होतं. तसं लोकवस्तीपासून दूर, दाट जंगलात असलेलं चाफळ समाजाच्या संपर्कात आणायचं असेल, तर इथं एखादं सांस्कृतिक केंद्र असणं गरजेचं होतं. समर्थांना एकांत आवडत असला, तरी त्यांनी हाती घेतलेलं कार्य हे समाजासाठीच होतं. त्या दृष्टीनं समाजाला इथवर आणण्यासाठी काहीतरी करणं गरजेचं होतं. समाज संघटित होणं हीच तर या काळाची गरज होती. त्यासाठी एखादं सुनिश्चित स्थान असणं गरजेचं होतं. समर्थांनी ठरवलं – चाफळला राममंदिर बांधायचं तर लहानसं नाही, तर छान, मोठं मंदिर बांधायचं. जे शतकानुशतके लोकांचं विश्वासाचं, श्रद्धेचं, भक्तीचं आणि स्फूर्तीचं स्थान बनलं पाहिजे. कोणत्याही काळात, कोणाच्याही राजवटीत चाफळचं राममंदिर हे हिंदू धर्म आणि संस्कृतीचं शक्तिस्थान बनलं पाहिजे. समर्थांनी एकदा हे स्वत:शी नक्की केलं आणि त्यांच्या मनाला लागलेली रुखरुख कमी झाली.

सह्याद्रीच्या कडे-कपारीतून शिवबा नावाचा आशेचा तेजस्वी सूर्य अवकाशात तळपायला लागलाच होता. त्याच सह्याद्रीच्या कपारीत आता साक्षात प्रभू श्री रामचंद्रपण अवतरणार होता. शिवबाच्या मनसुब्याला धर्माधिष्ठित सामाजिक क्रांतीची आधारशीला देण्यासाठी तो सज्ज राहणार होता. आता समर्थ तयारीला लागले. एक वेगळा उत्साह त्यांच्या अंगात जणू संचारला.

त्यांनी ठिकठिकाणी निरोप पाठवून आपला शिष्यसंप्रदाय चाफळला बोलावून घेतला. आपल्या मनात ठरवलेली गोष्ट त्यांच्या कानावर घातली. शिष्यपरिवारातही आनंद पसरला. समर्थांनी अगदी अथपासून इतिपर्यंत संपूर्ण आखणी केली. तीत आता लगेचच काही शिष्यांची व स्वत: समर्थांची चाफळला राहण्याची व्यवस्था करण्यापासून ते मंदिराचा आराखडा, मंदिराचं बांधकाम, मंदिर परिसराची उभारणी, श्रीराम मूर्तीपर्यंत सगळी योजना संपूर्णपणे तयार केली. विशेष म्हणजे दोन गोष्टी समर्थांनी यासाठी निश्चित केल्या. एक म्हणजे मंदिर श्रमदानातून बांधायचं आणि दुसरं म्हणजे मंदिरासाठी लागणारा सर्व पैसा भिक्षेतून उभा करायचा. समर्थांच्या याच विचारधारेतून त्यांचं वेगळेपण सिद्ध होणार होतं. खरंतर शहाजीराजांना किंवा शिवाजीराजांना समर्थांनी विनंती केली असती, तर त्यांनी सहजपणे एकतर मंदिरच बांधून दिलं असतं किंवा मंदिरासाठी लागणारा पैसा आणि मनुष्यबळ तरी पुरवलं असतं; पण नुसती श्रीरामाची मूर्ती उभी करणं हाच फक्त समर्थांचा हेतू नव्हता. श्रमदानातून मंदिर उभं करण्यामागं समाजातील कार्यकर्त्यांची एक संघटना उभी करणं हा हेतू होता. इतर कोणत्याही कार्याला या संघटनेचा उपयोग करून घेता येऊ शकेल, असा समर्थांचा विचार होता. कार्यकर्त्यांची अशी मजबूत संघटना ही आजच्या या जुलमी सत्तेच्या राजवटीत किती गरजेची

आहे हे समर्थांना वेगळं सांगायची गरज नव्हती. त्यांच्या शिष्यपरिवाराच्या सामर्थ्याच्या बळावरच तर त्यांनी काही ठिकाणचे अत्याचार आणि अन्याय मोडून काढले होते. जुलमी राजवटीचं वर्चस्व नेस्तनाबूत केलं होतं.

हे राममंदिर लोकसहभागातून उभं राहिलं तरच ते लोकांना आपलंसं वाटेल. लोकांनी, लोकांसाठी, लोकांकडून बांधलेलं हे मंदिर म्हणजे लोकांच्या सहभागाचं आणि लोकतंत्राचं एक उत्तम उदाहरण ठरलं असतं. समाज संघटित झाला म्हणजे काय करू शकतो याचा एक आदर्श लोकांसमोर उभा राहिला असता. हाच समर्थांचा उद्देश होता.

प्रभू रामचंद्रांच्या एकवचनी, एकबाणी आणि एकपत्नित्वाच्या आदर्श तत्त्वांवर समाजानं चालायचं असेल, तर ते सगळे आदर्श त्यांच्या मनांवर बिंबवले पाहिजेत. आपण अशा आदर्श तत्त्वांचे उत्तराधिकारी आहोत, वारस आहोत, याच आदर्श परंपरेचे पाईक आहोत याची लोकांना सतत आठवण करून दिली पाहिजे, असा समर्थांचा आग्रह असे.

जेव्हा समर्थांनी हा विचार मांडला की मंदिराला येणारा खर्च भिक्षेतून उभा करायचा, तेव्हा सगळ्या शिष्यांना प्रश्न पडला – 'जय जय रघुवीर समर्थ' असा पुकारा केल्यावर कुठे ओंजळभर धान्य, कुठे भाताचं ढेकूळ, कुठे भाकरीचा तुकडा, कुठे एखादं फळ अशी भिक्षा मिळत असताना मंदिराचा खर्च भिक्षेतून कसा उभा करायचा? राममंदिरासाठी भिक्षा मागताना काय सांगायचं, काय पुकारा करायचा असाही प्रश्न सगळ्या शिष्यांना पडला. समर्थांकडे उत्तर तयार होतं. आपण काय करणार आहोत, कशासाठी करतो आहोत, कोणत्या मार्गानं, कोणत्या पंथानं जाणार आहोत हे लोकांना कळलं पाहिजे, असा त्यांचा आग्रह होता. म्हणून त्यांनी आपल्या शिष्यांना भिक्षा मागताना म्हणण्यासाठी एक श्लोक सांगितला –

''गणाधीश जो ईश सर्वां गुणांचा। मुळारंभ आरंभ तो निर्गुणाचा।।
नमूं शारदा मूळ चत्वार वाचा। गमू पंथ आनंत या राघवाचा।।''

असा श्लोक म्हणून भिक्षा मागायची असा उपदेश त्यांनी शिष्यांना केला.

''सर्व गुणांचा परमेश्वर असलेल्या, सर्व कल्याणकारी कामांचा आरंभ असणाऱ्या श्रीगणेशाला साक्षी ठेवून देवी सरस्वती जी चारही वाणींची मूळ आहे तिला नमन करून प्रभू रामचंद्रांचा जो अंत नसलेला पंथ आहे तो आम्ही अवलंबतो आहोत. त्या तत्त्वानं चालणार आहोत.'' अशी ग्वाही देत भिक्षा मागायची असा उपदेश त्यांनी शिष्यांना केला.

विशेष म्हणजे समर्थांच्या या महान कार्यात त्यांचे सगळे शिष्यच फक्त

सामील झाले असं नाही तर अवघा महाराष्ट्र या कार्यात सामील झाला. समर्थांनी आरंभलेलं लोककल्याणाचं हे कार्य आपलंच कार्य आहे अशी भावना लोकांच्यात निर्माण झाली. समर्थांना हेच तर हवं होतं. शिवाजीराजांनी सुरू केलेल्या स्वराज्य संकल्पनेला साकार करण्यासाठी लोकांची, समाजाची अशी मानसिकता होणं गरजेचं होतं.

समर्थशिष्य भिक्षा मागायला जात. हे भिक्षेकरी नुसतीच भिक्षा मागत नाहीत तर काही इतर कल्याणाच्याही गोष्टी सांगतात हे लोकांना नवीन होतं.

'गमू पंथ आनंत या राघवाचा'

या श्लोकाचा उच्चार करून किंवा

समर्थाचिया सेवका वक्र पाहे।
असा सर्व भूमंडळी कोण आहे।

असं आश्वासन देऊन किंवा

सदा चक्रवाकासि मार्तंड जैसा
उडी घालीतो संकटी स्वामी तैसा।।

असा दिलासा देऊन किंवा

मना श्रेष्ठ धारिष्ट जीवी धरावे।।

असा हसतखेळत उपदेश करत समर्थशिष्य भिक्षा मागायला जात, समर्थांचा राममंदिराचा मनसुबा गावकऱ्यांच्या कानावर घालत. लोकांची समर्थांवर श्रद्धा अशी की लोक सढळ हातानं भिक्षा घालत. मग त्या भिक्षेत कधी धान्याची पोती असत, कधी भाजीपाला, कधी पैसे, कधी सोन्या-चांदीची नाणी, बघता बघता मदतीचा ओघ जणू गगनाला भिडला. समर्थशिष्य भारावून गेले. लोकांच्या मनात राममंदिराची आस्था आणि रामरायाबद्दलची श्रद्धा बघून स्वप्नातल्या रामराज्याचे मंगल वाद्यांचे सूर वाजायला लागले आहेत, या जाणिवेनं समर्थांना अपार आनंद झाला. समाजात निर्माण होणारं निर्भयतेचं आणि आत्मविश्वासाचं वातावरण बघून समर्थ सुखावले.

चाफळला अशी धन-धान्याची, इतर वस्तूंची रास जमा होऊ लागली.

समर्थ पुढच्या तयारीला लागले. समर्थांच्या शिष्यपरिवारात उद्धव, कल्याण, दिवाकर असे समर्थांचे लाडके शिष्य होते. त्याचबरोबर वेणाबाई, अक्का यासारख्या स्त्रियाही समर्थ परिवारात शिष्या म्हणून सामील झाल्या होत्या. विशेष म्हणजे या स्त्री शिष्यांनाही समर्थ परिवारात अत्यंत आदराचं स्थान होतं. खरं तर समर्थ स्वत: ब्रह्मचारी, संन्यासी. स्वत: जरी बोहल्यावरून पळाले असले तरी प्रपंचाला त्यांचा कधीच विरोध नव्हता. त्यांचे बहुतेक शिष्य हे आपापला प्रपंच सांभाळून समर्थ संप्रदायाचं काम निष्ठेनं करत. विशेष म्हणजे ज्या काळात स्त्री वर्गाला समाजात काहीच किंमत नव्हती, त्या काळात समर्थांनी वेणाबाईंना आणि अक्कांना यथायोग्य अधिकार दिले होते.

यातल्या वेणाबाई समर्थांना मिरजेत भेटल्या. समर्थ मिरजेत मुक्कामाला होते तेव्हा माधुकरी मागत वेणाबाईंच्या घरी गेले. मिरज हे वेणाबाईंचं सासर तर कोल्हापूर हे माहेर. समर्थ सकाळी दुधाची भिक्षा घेत. वेणाबाईंच्या सासूबाईंनी समर्थांना "आज मारुतीला दुधाचा नैवेद्य असतो. त्यामुळं आज दूध मिळणार नाही!" असं सांगितलं. वेणाबाई तेव्हा बागेत फुलं काढत होत्या. त्या विधवा होत्या. असं उत्तर मिळताच समर्थ तिथनं झपाट्यानं निघून गेले. वेणाबाईंनी समर्थांना पाठमोरं पाहिलं तर त्यांना साक्षात मारुतीराया गेल्यासारखं वाटलं. त्यांनी हे सासूबाईंना सांगितलं.

दुसऱ्या दिवशी समर्थ पुन्हा भिक्षा मागायला गेले. त्या वेळी वेणाबाई 'एकनाथी भागवत' वाचत बसल्या होत्या. त्या काळी विधवेची एकंदरीत अवस्था बघता एक तरुण विधवा पोथी वाचत बसली आहे हे बघून समर्थांना कौतुक वाटलं. त्यांनी "बाळ, काय वाचतेस?" असं विचारल्यावर 'एकनाथी भागवत' असं वेणाबाईंनी उत्तर दिलं. वेणाबाईंचे सासरे तिथं होते. समर्थांनी नाथांशी असलेल्या आपल्या घराण्याचा ऋणानुबंध सांगितल्यावर त्या सर्वांना आनंद झाला. त्यानंतर ती सगळी रोज समर्थांच्या कीर्तन-प्रवचनाला जायला लागली. समर्थांवर त्या सगळ्या घराची भक्ती जडली.

त्यानंतर समर्थ जेव्हा कोल्हापूरला आले, तेव्हा वेणाबाई कोल्हापूरला माहेरी आल्या होत्या. अंबाबाई मंदिरात समर्थांची कीर्तन-प्रवचनं चालू आहेत हे बघून त्या ऐकायला येऊ लागल्या. समर्थांनी त्यांची भक्ती बघून त्यांना अनुग्रह दिला. वेणाबाई समर्थांची कीर्तन-प्रवचनं ऐकण्यासाठी तासन्तास मंदिरात बसून असत. एक विधवा अशी दिवस दिवस घराबाहेर राहते याचा बोलबाला होऊ लागला. वेणाबाईंच्यावर टीका होऊ लागली. त्यांच्या चारित्र्यावर संशय घेतला जाऊ लागला. लोक समर्थांनाही बोल लावू लागले. वेणाबाई ते ऐकून संतापल्या. त्यांनी लोकांना उत्तर दिलं–

"मीराबाईची जशी श्रीकृष्णावर भक्ती होती, तशी माझी समर्थांवर भक्ती आहे!"

वेणाबाईचं हे उत्तर ऐकून त्या टारगट लोकांनी वेणाबाईला विषाचा प्याला आणून दिला आणि म्हणाले,

"मीराबाईनं जसं विष पचवलं तसं तुम्ही पचवून दाखवा!" वेणाबाईंनी ते विष घेतलं आणि एका घोटात पिऊन टाकलं. त्यानंतर त्या अंगणात बसून राहिल्या. अगदी दिवसभर. तोंडानं रामनामाचा जयघोष सुरू केला. ते विष पिण्यापासून त्यांचे आई-वडील त्यांना थांबवत होते; पण वेणाबाईंनी सांगितलं,

"आई-बाबा, मी जर शुद्ध असेन तर हे विष मला काही करू शकणार नाही; कारण माझा रामराया माझ्या पाठीशी आहे. स्वामींची श्रद्धा माझ्यासोबत आहे!"

त्यानंतर दुपारपर्यंत वेणाबाई तिथंच बसून राहिल्या. तोंडानं अखंड रामनामाचा जप सुरू होता. त्यांना काहीही झालं नाही. त्यांच्या चारित्र्यावर संशय घेणारे लोक खजील झाले. अचानक समर्थांनी वाड्यात प्रवेश केला. वेणाबाईंच्या आई "भिक्षा घालते थांबा!" असं म्हणल्यावर समर्थ म्हणाले,

"मला तुमची भिक्षा नको. मला जी भिक्षा हवी आहे, ती अंगणात बसली आहे. तिनं अग्निदिव्य केलं आहे. मी अशा पवित्र असलेल्या वेणाबाईला चाफळला घेऊन जाणार आहे. 'समर्थाचिया सेवका वक्र पाहे। असा सर्व भूमंडळी कोण आहे?" समर्थांनी गर्जना केली.

आपल्या भटकंतीत ठिकठिकाणी मारुती मंदिरं स्थापन करण्याचं समर्थांचं सत्र सुरूच होतं. मारुतीच्या मूर्ती स्थापताना समर्थ दोन प्रकारच्या स्थापत. एक दास मारुती जो प्रभू रामचंद्रांचा दासानुदास आहे आणि एक वीर मारुती, जो दुष्टांचा कर्दनकाळ आहे. गदा घेऊन तो दुष्टांचा संहार करतो आहे. एका परीनं हे दोन्ही मारुती म्हणजे समर्थांच्या व्यक्तित्वाची प्रतीकंच होती. दास मारुती म्हणजे समर्थांचं रामाचा भक्त असलेलं रामदास रूप आणि वीर मारुती म्हणजे रामदासांचं योद्धा संन्यासी असलेलं 'समर्थ' रूप.

या संदर्भात बहे गावातल्या मारुतीची प्राणप्रतिष्ठा समर्थांनी केली. त्या वेळी समर्थांना रामरायानं आणि हनुमानानं साक्षात दर्शन दिलं. कृष्णा नदीच्या काठावरचं बहे हे गाव. कृष्णा नदीला पूर आला होता. ती दुथडी भरून वाहत होती. समर्थ तिथे मारुती मंदिराची स्थापना करायला गेले होते. बहे बोरगाव इथं कृष्णा नदी दोन भागात वाहते. या दोन प्रवाहांच्यामध्ये एक बेट तयार झालं आहे. हे बेट असं नदीचा प्रवाह दुभंगून कसं तयार झालं असेल, असा विचार करत समर्थ त्या बेटावर बसले असता ते बेट तयार झाल्याची संपूर्ण घटना समर्थांनी

नजरेसमोर घडताना पाहिली–

'रामराया कृष्णेच्या काठावर ध्यानाला बसले होते. अचानक कृष्णेला पूर आला. हनुमान तिथे होताच. त्यानं पाहिलं – पुराचं पाणी रामरायाच्या भोवती पसरलंय. त्यामुळं रामरायाच्या जपात व्यत्यय येतोय. हे बघितल्यावर हनुमान त्या कृष्णेच्या पात्रात मध्यभागी जाऊन उभा राहिला. त्यानं आपले दोन्ही हात पसरले आणि तो प्रवाह रामरायाकडे जाऊ दिला नाही. कृष्णेचं पात्र दुभंगलं, पाण्याचा प्रवाह हनुमानाच्या पसरलेल्या दोन्ही हातांजवळून वाहत पुढे गेला. पुढे जाऊन दोन्ही प्रवाह एकमेकांत पुन्हा मिसळले. हनुमान पाणी अडवण्यासाठी जिथे उभा होता तिथं बेट तयार झालं.'

हा सगळा घटनाक्रम समर्थांच्या दृष्टीस पुन्हा पडला. रामरायाच्या आणि हनुमंताच्या दर्शनानं समर्थ भारावले. त्या कृष्णेच्या पात्रातल्या त्या बेटावर समर्थांनी हनुमानाच्या मंदिराची स्थापना केली. काही दिवस तिथे मुक्काम करून समर्थ शहापूरजवळच्या रांजणखिंडीत मुक्कामाला गेले. दऱ्या, डोंगर, कपारी, गुहा ही समर्थांची आवडीची मुक्कामाची ठिकाणं होती.

त्यांच्या अशा जंगल, दरी-खोऱ्यात राहण्याच्या सवयीमुळं एक विलक्षण घटना घडली. समर्थ कराड-कोयना परिसरात होते. कोयना परिसरात चंद्रगिरीचा डोंगर आहे. ती रमणीय जागा पाहून समर्थांनी तिथं मुक्काम केला; पण झालं असं की, त्या डोंगराच्या घळीत एका वाघाचा अधिवास होता. त्याची ती राहण्याची जागा होती. समर्थ तिथं राहायला आले हे त्या वाघाला आवडलं नाही. तो समर्थांवर गुरगुरायला लागला. एक क्षण असा आला की त्यानं समर्थांच्या अंगावर झेप घेतली. समर्थ त्याच्या नजरेला नजर भिडवून बेडरपणे उभे होते. त्या वाघालाही हा अनुभव नवीन होता. त्यानं समर्थांवर झेप घेतली. तो झेप घेणार हे समर्थांना त्याच्या डोळ्यांच्या हालचालींवरून समजलं. ते सावध झाले. वाघानं झेप घेताच त्यांनी त्याचे पुढचे पंजे धरले आणि ताकदीनिशी त्याला एका बाजूला ढकलला. वाघ बाजूला जाऊन पडला. तिथंच बसून रागारागात शेपटी आपटून गुरगुरत राहिला. त्यानं समर्थांवर पुन्हा हल्ला केला नाही. थोड्या दिवसांनी तो वाघही समर्थांच्या सवयीचा झाला. समर्थांसोबत तो डोंगरातून फिरत असे. कधीमधी गावातही येत असे. समर्थांना चंद्रगिरीची ही घळ फार आवडली. त्यांनी तिचं वर्णन शब्दबद्ध केलं–

"चंद्रगिरीचा डोंगर। त्यात गुप्त येक शिखर।।
तेथे राहे योगेश्वर। निरंजन।।
जागा सुंदर गहन। तेथे सुखावले मन।

वरी पाहता गगन। सारवले।।
राया रघुनाथाचे देणे। जाले हनुमंता कारणे।
देव पहाया पारणे। डोळ्याचे।।
रामदासाचा विसावा। रुद्र जाहला अक्रावा।
भक्त जन वेगी धावा। दर्शनासी।।''

चंद्रगिरीच्या या घळीत राहणाऱ्या वाघाला समर्थांनी आपलंसं करून घेतलं, मग इतरांची काय कथा! कऱ्हाड इथली बालविधवा अक्का. रुद्राजीपंत देशपांडे यांची दहा-अकरा वर्षांची मुलगी. समर्थांनी रुद्राजीपंतांना अनुग्रह दिला तर अक्कानंही अनुग्रह देण्यासाठी हट्ट केला. समर्थांना तिचं कौतुक वाटलं. त्यांनी तिलाही अनुग्रह दिला आणि सांगितलं–

''जेव्हा तुझ्या मनास वाटेल तेव्हा तू आमच्याकडे ये.''

मग काही वर्षांनीच समर्थ चाफळला मुक्कामास आहेत हे कळल्यावर या अक्का चाफळला समर्थ संप्रदायात सामील झाल्या.

राममंदिरासाठी भरपूर निधी जमा झाला. मनुष्यबळही पुरेसं जमा झालं. हे सगळं बघून आता राममंदिर आपल्या आवाक्यात आलं अशी जेव्हा समर्थांची खात्री पटली, तेव्हा त्यांनी चाफळ गावाजवळचं एक टेकाड राममंदिराची जागा म्हणून निश्चित केलं. खरं म्हणजे ती जागा, ती टेकडी म्हणजे चाफळ गावाची जुनी स्मशानभूमी होती. तिथं राहायला येणार होता रामराया. मग कसली आलीय स्मशानभूमीची भीती? लोकांनी याबाबत समर्थांना शंका विचारली तर समर्थांनी उत्तर दिलं,

''स्मशानाचा स्वामी असणारा महादेव जर आपल्या कंठात रामनाम धारण करतो, तर इतरांनी भ्यायचं कारणच काय?''

समर्थांच्या या उत्तरानं लोक निरुत्तर झाले. राममंदिर आपल्या भागात बनतंय, तेही अशा वेळी, अशा वातावरणात जेव्हा हिंदूंची मंदिरं आणि मूर्ती फोडल्या जात होत्या. या विचारानंच लोकांचा उत्साह दुणावला. चाफळ आणि आसपासच्या परगण्यातली शेकडो माणसं उत्स्फूर्तपणे कामाला आली. ज्यांना काम नव्हतं, तीही आली आणि ज्यांना काम होतं ती ते सोडून आली. असं असलं तरी हे काम सोपं नव्हतं. त्यात अनेक अडथळे येत होतेच. त्या स्मशानभूमीत अनेक ठिकाणी दगडाला शेंदूर लावून देव बसवण्यात आले होते. ती टेकडी समतल करावी लागणार होती. कामाला आलेली माणसं त्या शेंदूर लावलेल्या दगडांना हात लावायला तयार होईनात. मग हटवण्याची गोष्ट तर दूरच. ते दगड काढावे लागणार म्हटल्यावर काम थांबवलं. समर्थांच्या कानावर ही गोष्ट गेली. ते तातडीनं तिथे आले. काही न बोलता, कुणाला काही न

विचारता त्या शेंदूर लावलेल्या लहान-मोठ्या दगडांचे खालून वाहणाऱ्या मांड नदीत विसर्जन करायला सुरुवात केली. थोड्याच वेळात तिथला एकन्‌एक शेंदूर लावलेला दगड नाहीसा झाला. लोकांनी समर्थांचा जयजयकार केला आणि काम पुन्हा सुरळीत सुरू झालं.

सुतार, लोहार, गवंडी, पाथरवट, बेलदार, शिलाकार यांची एकच वर्दळ चाफळला सुरू झाली. समर्थ कुणाकडूनच फुकट काम करून घेत नसत. या सगळ्या कामकऱ्यांची मजुरी, शिवाय जे कामकरी चाफळला मुक्कामाला होते त्यांच्या कुटुंबीयांसकट सगळ्यांची राहण्या-जेवणाची, अगदी सकाळच्या नाष्ट्यापासून रात्रीच्या जेवणाची सगळी व्यवस्था समर्थांनी तिथंच केली होती. त्यांना वेळ-प्रसंगी कपडालत्ता, औषधोपचार हेही चाफळलाच होत असे. त्यांच्यासोबत असलेल्या गुरा-ढोरांची चारा-पाण्याची व्यवस्थाही तिथंच केली जायची. यामुळं भरपूर मजुरी मिळून, शिवाय आपली राहण्या-जेवणाची, कपड्या-औषधाची व्यवस्था इथेच होते आहे हे बघून कारागीरही निःशंक आणि निश्चिंत मनानं काम करत. त्यामुळे उजाडल्यापासून जी कामाला सुरुवात व्हायची ती अंधार पडेपर्यंत. कधी कधी तर रात्रीसुद्धा पलिते आणि मशाली लावून कामकाज चाले. समर्थांच्या मनातलं स्वप्न असं आता लोकांच्या मनात आकारत होतं. लोकांच्या हातून साकारत होतं. समर्थांच्याजवळ राहण्यानं समर्थांची योग्यता लोकांच्या मनात आणखीच ठसत होती. जणू रामरायाचं राज्य आणू पाहणारा हा संन्यासी आपलं आणि आपल्या मुला-लेकरांचं भविष्य घडवणारा भाग्यविधाता आहे अशी समर्थांबद्दल त्यांची भावना बनली. विशेष म्हणजे बांधकामाबद्दलही समर्थ मार्गदर्शन करायचे–

"ऐका ईटाचा प्रसंग। लांबी-रुंदी यथासांग।
चौक नेमस्त वेंग। आसौचि नये।।
ईट लांबी नवतसु। आणि रुंदी सात तसु।
उंची जाणिजे दीड तसु। पाटी पोट नेमस्त।।"

असं बांधकामाबद्दल मार्गदर्शन करून समर्थ थांबायचे नाहीत तर कारागीर, कामगार यांच्याबद्दलचेही काही संकेत ते सांगत–

"बळकट लोक निवडावे। काम पाहोन लावावे।
सगट मुशारे करावे। हेही मूर्खपण।।
जेवणा पुरतेचि बसो द्यावे। सर्वेचि कामास लावावे।
दीस धारे सांभाळावे। क्षण क्षणा।।"

समर्थांची ही बहुश्रुतता, सगळ्या शास्त्रांचा अभ्यास आणि सांगण्याची

हातोटी हे बघून कामगारसुद्धा हुरूपानं काम करीत असत.

समर्थांनी चाफळच्या मंदिराचा बनवलेला आराखडा हा कुठल्याही मंदिराचा आदर्श वाटेल असा आहे. मंदिरात प्रवेश केला की सर्वप्रथम गणेशमूर्तीचे दर्शन, त्यानंतर रामासमोरचा दास मारुती, जो वीरासनात हात जोडून बसला आहे. दास मारुतीचे दर्शन झाले की श्रीरामाचे दर्शन आणि रामाच्या पाठीमागे वीर मारुतीचे दर्शन, असा सगळा आराखडा बनवला. मंदिराच्या भिंती उभ्या राहिल्या, खांब उभे राहिले; मात्र रामरायाच्या मूर्तीचा पत्ता नव्हता. मंदिर पूर्ण होत आलं. गर्भागार तर कधीच बांधून पूर्ण झालं होतं. मूर्ती बसवण्यासाठीचा चबुतराही तयार झाला होता. आता मूर्ती यायची बाकी होती. सगळं बांधकाम पूर्ण झालं. तसं लोक समर्थांना रामरायाच्या मूर्तीबद्दल विचारायला लागले. 'मूर्ती कधी येणार? कुठून येणार?' याबद्दल लोकांच्या मनात उत्सुकता वाढली; पण समर्थ शांत होते. या मंदिरात वास्तव्य करायला रामराया स्वत:च येणार याबद्दल निश्चिंत होते; कारण एका क्षणी घायाळ मन:स्थितीत रामरायाच्या आदेशाची वाट बघून त्यांनी रामरायाला आळवलं होतं–

"राघोबा उदारा ये माझ्या मंदिरा
जानकीच्या वरा देवराया।।
संसाराच्या संगे फार दु:खी जालो
म्हणोनिया आलो शरण तुज।।
चित्त निरंतर जडले तुझे पायी
धाऊनिया येई रामराया।।
त्राहे त्राहे त्राहे वाट तुझी पाहे
येऊनिया राहे हृदयामाजी।।
प्रेमे स्फुंदताहे उभारूनि बाहे
वाट तुझी पाहे रामदास।।"

इतकी कळवळून करुणा भाकल्यावर रामराया येणार हे निश्चित होतं. अर्थात एकीकडे रामरायाला आळवीत समर्थांचा नेहमीचा दिनक्रम चालूच होता. मंदिराचं बांधकाम एकीकडे जोमानं सुरू होतं आणि समर्थांची भ्रमंतीही. कोरेगावजवळ निगडीला निजानंद स्वामींच्या पुण्यतिथीला हजर राहण्यासाठी समर्थ गेले होते. निगडीतले कीर्तन आटोपून ते अंगापूरच्या रानात मुक्कामाला आले. अंगापूरला कृष्णाकाठी शिवनाथाचं एक प्रसिद्ध मंदिर आहे.

तिथे समर्थ मुक्कामाला राहिले; मात्र रात्री त्यांना 'आपल्याला कुणीतरी हाक मारतंय' असे भास होऊ लागले. एक-दोनदा उठून समर्थांनी मंदिराबाहेर जाऊन

पाहिलं; पण कुणीच नव्हतं; मात्र कृष्णेच्या पाण्यावरून एक निळसर प्रकाश परावर्तित होत होता. समर्थ सकाळी उठले. नेहमीप्रमाणं त्यांनी कृष्णेत उडी मारली. मनसोक्त डुंबून झाल्यावर समर्थांना खूप प्रसन्नता वाटली. कृष्णेला ठिकठिकाणी डोह होते. या डोहात डुंबायला समर्थांना नेहमीच आवडायचं. आजही समर्थ डोहात डुंबत असताना पुन्हा समर्थांना कुणीतरी हाका मारतंय असं वाटायला लागलं. समर्थांनी क्षणभर अंदाज घेतला आणि त्यांच्या लक्षात आलं. ते अंगोपांगी शहारले.

"रामराया, माझा रामरायाच मला हाक मारतोय!" त्यांच्या मनानं कौल दिला. हात जोडून ते म्हणाले,

"रामराया, तूच आहेस ना? तूच मला हाका मारतोयस ना?" समर्थांचा स्वर ओलावला होता. पुन्हा डोहातून आवाज आला.

"होय रामदास! मीच आहे! मी या डोहात आहे. इथून मला घेऊन जा. मला चाफळला नेऊन मंदिरात माझी प्रतिष्ठापना कर." समर्थ ते ऐकून डोहातून बाहेर आले. कोरेगावचे बोकील सावकार त्यांच्यासोबत होते. बोकील सावकारांना घाटावर थांबायला सांगून समर्थांनी पुन्हा डोहात उडी मारली. 'एकदा स्नान संध्या झाल्यावर समर्थांनी पुन्हा पाण्यात उडी का मारली' असा प्रश्न बोकिलांना पडला. ते काठावर बसून राहिले. बराच वेळ झाला तरी समर्थ पाण्याबाहेर आले नाहीत म्हटल्यावर बोकील घाबरले. त्यांनी गावकऱ्यांना बोलावून आणलं. तिथं गावकऱ्यांनी एकच गर्दी केली. सगळ्यांना वाटलं की समर्थ बुडाले. समर्थांना जलस्तंभन ही विद्या अवगत होती; पण गावकरी घाबरले. त्यांनी समर्थांना हाका मारायला सुरुवात केली. थोड्या वेळानं डोहातून आवाज आला.

"आलो ऽ आलो ऽ!" आणि लोकांनी जे पाहिलं ते 'न भूतो न भविष्यती' असं होतं.

समर्थ पाण्यातून बाहेर आले. त्यांच्या भोवताली एक निळसर मंद प्रकाशाचं वलय होतं आणि समर्थांच्या दोन हातात दोन मूर्ती होत्या. एक मूर्ती श्रीरामाची होती तर एक देवीची होती. हातात मूर्ती घेऊन समर्थ पाण्याबाहेर आले. लोकांनी रामरायाचा आणि समर्थांचा जयजयकार गेला. त्या मूर्ती बघण्यासाठी लोकांनी एकच गर्दी केली. रामरायाच्या मूर्तीचं सगळ्यांनी दर्शन घेतलं. रामरायाच्या मूर्तीत रामासोबत सीता, लक्ष्मण, भरत, शत्रुघ्न हेही होते. समर्थांनी आपल्याला झालेला दृष्टान्त लोकांना सांगितला. समर्थ चाफळला राममंदिर बांधताहेत हे लोकांना माहीत होतं. 'त्या मंदिरासाठी रामराया स्वत: आले' याचं लोकांना फारच अप्रूप वाटलं. ती राममूर्ती वाजतगाजत चाफळला न्यायची असं सगळ्यांनी ठरवलं. बोकील सावकारांनी यात पुढाकार घेतला. रथ, घोडे, ढोल, ताशे,

नगारे, फुलं, गुलाल अशी सगळी तयारी केली. 'समर्थ रामरायाची मूर्ती घेऊन चाफळला येत आहेत' असा निरोप पुढे पाठवला आणि रथात विराजमान रामराया चाफळला जाण्यासाठी सिद्ध झाला. अंगापूरहून वाजतगाजत मिरवणूक चाफळला निघाली.

समर्थांनी चाफळला आधी निरोप पाठवला होताच. समर्थ राममूर्ती घेऊन येताहेत म्हटल्यावर चाफळकरांच्या आनंदाला उधाण आलं. चाफळच्या वेशीतच सगळे रामरायाच्या स्वागताला येऊन थांबले. समर्थ मूर्ती घेऊन बरोबरच्या लोकांबरोबर मिरवणुकीनं चाफळला पोहोचले. आता मिरवणुकीत आणखीनच रंग भरला. सगळ्या चाफळगावातून हिंडून मिरवणूक टेकडीवर आली. चाफळच्या त्या राममंदिरात श्रीरामाच्या मूर्तीची प्राणप्रतिष्ठा झाली. मंदिरं आणि मूर्तींचा विध्वंस सगळीकडे होत असताना समर्थ चाफळला मंदिर उभं करतात काय! राममूर्ती अगदी वाजतगाजत मिरवणुकीनं आणून बसवतात काय! आणि या मिरवणुकीत हजारो लोक बेडरपणे सामील होतात काय! हे सगळं होण्यामागं समर्थ रामदास नावाचा एक संन्यासी असतो काय! सगळंच अघटित, अभूतपूर्व आणि अलौकिकसुद्धा! हिंदू देवदेवतांच्या मंदिरांचा आणि मूर्तींचा विध्वंस करणाऱ्या यवन सत्तेला लोकांच्या उत्स्फूर्त सहभागातून समर्थांनी दिलेलं हे आव्हानच होतं. चाफळच्या राममंदिराचं वर्णन करताना समर्थ लिहितात –

"भोवता डोंगराचा फेर। मध्ये देवाचे शिखर।
पुढे मंडप संपूर्ण। पंध्रा खण।।
आठ खांबावरी रचना। वर त्या येकेताळिस कमाना।
काम कटाव नयेना। समाधान।।

रथ देवाचा वोढिला। यात्रेकरां निरोप जाला।।
पुढे जायाचा गलबला। ठाई ठाई।।
भक्तजन म्हणती देवा। आता लोभ आसों द्यावा।
धन्य सुकृताचा ठेवा। भक्ती तुझी।।
दास डोंगरी राहतो। यात्रा देवाची पाहतो।
देव भक्तासवे जातो। ध्यानरूपे।।"

चाफळात राममंदिर उभं राहिलं. समर्थांचं एक स्वप्न साकार झालं. राम मंदिराची कायम व्यवस्था पाहण्याची शपथ नरसिंह अंबरखाने, प्राणजी देशमुख, नागोजीपंत देशकुलकर्णी, नागोजी भावे व नाणे घोलकर या पाच जणांनी समर्थांसमक्ष घेतली. त्यांना सोबत घेऊन समर्थांनी या देवस्थानची व्यवस्था

आखून दिली. कोणत्याही गोष्टीच्या व्यवस्थापनाचं समर्थांचं ज्ञान अफाट होतं. म्हणून तर राममंदिरासाठी इतकी अमाप मदत येऊनसुद्धा कुठेही एका पैचा घोटाळा झाला नाही. कुठे कुणाचा कुणाशी वाद झाला नाही. इतकी नेमकी, नेटकी आणि अचूक आचारसंहिता समर्थांनी घालून दिली होती.

राममंदिर उभे राहिल्यापासून समर्थांनी तिथे रामनवमीचाही उत्सव सुरू केला. विशेष म्हणजे चैत्र शुद्ध प्रतिपदेपासून या उत्सवाला सुरुवात होई ते हनुमान जयंतीपर्यंत. म्हणजे पंधरा दिवस हा उत्सव चाले. उत्सवाला हजारो लोक जमत. उत्सवासाठी मदतही तेवढीच जमत असे. समर्थ स्वत: शिस्तीचे भोक्ते होते. विठ्ठल गोसावी आणि भानजी गोसावी पूजा विभाग सांभाळत. उत्सवाची सर्व व्यवस्था दिवाकर गोसावी बघत. वेणाबाई आणि अक्काबाई दिवाकर गोसाव्यांच्या मार्गदर्शनाखाली स्वयंपाकघर सांभाळत. उत्सवात पंधरा दिवस रोज कीर्तन, प्रवचन चालत असे. तेही समर्थांनी ठरवून दिलेले असे. उत्सवाचे बारीकसारीक तपशील, आलेल्या मदतींचे तपशील, सडासंमार्जन, काकड आरती, रांगोळी, स्वयंपाक, वाढपी, आचारी, पाणक्या, बाजारहाट, कोठी, कीर्तनाची बैठक, उत्सवाचे साहित्य, राममूर्तीची सजावट, मंदिराची सजावट, आल्या-गेल्यांचा तपशील, यातलं प्रत्येक काम कुणी करायचं हे सगळं समर्थ आपल्या शिष्यांना सोबत घेऊन ठरवत असत. प्रत्येकाला जबाबदारी वाटून दिली जाई. तो आला नाही, तर ती कुणी घ्यायची हेही ठरलेलं असे.

उत्सवात अन्नाची नासाडी होणार नाही यावरही समर्थांचा कटाक्ष असे. दिवाकर गोसावी आलेल्या भिक्षेचं व्यवस्थापन करत असत, तर कल्याण स्वामी पारमार्थिक व्यवस्था बघत. उद्धव स्वामी लोकांची ये-जा सांभाळत तर वेणाबाई, अक्का स्वयंपाकघर. अर्थात या सगळ्यापेक्षा रामनवमी उत्सवाच्या निमित्तानं का होईना पण हिंदू समाज एवढ्या मोठ्या संख्येनं संघटित होतोय हे समर्थांच्या स्वप्नाचं आणि शिवरायांच्या प्रयत्नांचं गोमटं रूप होतं हे निश्चित.

समर्थांनी चाफळ हे आपल्या संप्रदायाच्या कार्याचं प्रधान केंद्र म्हणून निश्चित केलेलं असलं, तरी त्यांची भ्रमंती चालूच होती; मात्र राममंदिर झाल्यावर राम नवमीच्या उत्सवानंतर समर्थ दोन वर्षं चाफळला होते. त्यादरम्यान तिथं इतिहासानं नोंद घ्यावी अशा काही घटना घडल्या. महाराष्ट्रात त्या वेळी वामन पंडित नावाचे एक विद्वान आणि व्यासंगी कवी मोठे गाजत होते. संस्कृत भाषेमधून ते उत्कृष्ट रचना करत. संस्कृत भाषेचा त्यांचा गाढा अभ्यास होता. आपण संस्कृतातून रचना करतो आहोत या गोष्टीचा त्यांना फार अभिमान वाटत असे. त्यामुळं प्राकृतातून किंवा मराठीतून रचना करायची म्हणजे त्यांना कमीपणा वाटत असे. एकदा त्यांची आणि समर्थांची भेट झाली. त्यांनी आपल्या काही संस्कृत रचना

समर्थांना ऐकवल्या. समर्थांनी त्यांची प्रशंसा केलीच; पण ते वामन पंडितांना म्हणाले,

"आपण विद्वान आहात, व्यासंगी आहात; पण आपण संस्कृतमध्ये रचना करता. सामान्य माणसांना त्या कळत नाहीत. आपण प्राकृतात किंवा मराठीत रचना केलीत, तर त्या सामान्य माणसालाही समजतील. ज्ञानेश्वर माउलीनंही सामान्यांना समजावी म्हणून भगवद्‌गीता प्राकृतात आणली."

पण वामन पंडितांना हे पटलं नाही. ते समर्थांशी वाद घालायला लागले. समर्थांनी वाद घातला नाही.

'वाचाळासी तंडो नये। नाठाळासी भांडो नये।।' हे समर्थांचं तत्त्व होतं. त्यामुळं त्यांनी तो विषय तिथंच संपवला. आपल्याकडच्या पुराणात असं सांगितलं आहे की, जो विद्वान वाद घालतो, तो मृत्यूनंतर ब्रह्मराक्षस होतो. त्याबद्दल समर्थांनीही असं म्हटलं आहे–

"जनीं हीत पंडीत सांडीत गेले। अहंतागुणें ब्रह्मराक्षस जाले।
तयांहूनि व्युत्पन्न तो कोण आहे। मना सर्व जाणीव सांडूनि राहे।।"

वामन पंडित तिथून प्रवासाला निघाले. रात्री त्यांचा मुक्काम जिथं होता तिथं एक प्रचंड वडाचं झाड होतं. घनदाट अंधार पसरलेला. सभोवताली मानवी अस्तित्वाचा मागमूसही नाही. समोर पसरलेलं ते अजस्त्र वडाचं झाड. त्याच्या फांद्या आणि पारंब्या त्या अंधारात भीतिदायक दिसत होत्या. वामन पंडितांना समर्थांचा तो अभंग आठवला. त्या झाडावर ब्रह्मराक्षस बसले आहेत आणि ते आपल्याला बोलवत आहेत असे भास त्यांना होऊ लागले. उलट पावली ते पुन्हा समर्थांकडे आले. त्यांना परतून आलेलं बघताच समर्थ म्हणाले,

"या वामन पंडित, तुम्ही संस्कृतमध्ये रचना करता आणि त्याचा अभिमान बाळगता ना? संस्कृतमध्ये रचना तर आम्हीही करून दाखवतो. आमच्यासोबत आमचा शिष्य कल्याणही त्या रचना करेल."

एवढं बोलून समर्थांनी कल्याणला सांगितलं, "कल्याण, पहिल्या दोन ओळी आम्ही संस्कृतमध्ये रचतो. पुढच्या दोन ओळी तू संस्कृतमधूनच पूर्ण कर."

समर्थांनी पहिल्या दोन ओळी संस्कृतमध्ये रचल्या. तर कल्याणानं पुढच्या दोन ओळी संस्कृतमध्ये रचून तो श्लोक पूर्ण केला. अशा पद्धतीनं चाळीस श्लोक रचले. समर्थांची आणि समर्थशिष्यांची विद्वत्ता पाहून वामन पंडित भारावून गेले. त्यांनी समर्थांचे पाय धरले. समर्थांनी त्यांना उठवलं. हृदयाशी धरलं. म्हणाले,

"जितुके काही आपणासि ठावे। तितुके हळूहळू सिकवावे।
शहाणे करून सोडावे। बहुत जन।।
विद्या उदंड सिकला। प्रसंगमान चुकतचि गेला।
आता तया विद्येला। कोण पुसे।।
तैसे ज्ञाने तृपा व्हावे। तेच ज्ञान जनास सांगावे।
तर तेन बुडो ने दावे। बुडत यासी।।"

सोप्या मराठी भाषेत समर्थांनी विद्येचा सदुपयोग सांगितला आणि वामन पंडित नतमस्तक झाले. समर्थांपुढे हात जोडून उभे राहिले. त्यांनी समर्थांसाठी एक श्लोक रचला. तोही मराठीत. तो श्लोक रचताना वामन पंडितांना हे माहीत नव्हतं की हा त्यांचा श्लोक मराठी साहित्याच्या इतिहासात मानाचं स्थान मिळवणार आहे. तो श्लोक ऐकताना समर्थांनाही माहीत नव्हतं, की वामन पंडितांनी रचलेला हा श्लोक म्हणजे आपल्या वर्णनाचं प्रतीक म्हणून इतिहासात अजरामर होणार आहे. वामन पंडितांनी समर्थांसाठी रचलेला तो श्लोक असा –

"शुकासारिखे पूर्ण वैराग्य ज्याचे।
वसिष्ठापरी ज्ञान योगेश्वराचे।
कवी वाल्मिकी सारिखा मान्य ऐसा।
नमस्कार माझा तया रामदासा।।"

समर्थांचा असा गौरव करून वामन पंडितांनी समर्थांचा भावपूर्ण निरोप घेतला. त्यानंतर वामन पंडितांनी मराठीत रचना करून इतिहास घडवला.

महाराष्ट्र भू, मराठी भाषा, मराठी माणूस या सगळ्यांच्या कल्याणासाठी समर्थांनी स्वत:ला असं बांधील ठेवलं होतं. याच दृष्टीनं जे-जे जिथं जिथं चांगलं दिसेल, उदात्त दिसेल; ते ते प्रत्येक मराठी माणसापर्यंत पोचलं पाहिजे, त्यासाठी ते आपल्या संप्रदायाशी संलग्न झालं पाहिजे, अशी समर्थांची भावना होती. त्यांच्या याच भावनेनं आणखी एक रत्न समर्थ संप्रदायाला आणि महाराष्ट्राला मिळालं.

चाफळला एके दिवशी सदाशिव शास्त्री येवलेकर म्हणून काशीचे विद्वान पंडित आले. ते मूळचे महाराष्ट्रातले नाशिक जिल्ह्यातील येवला गावचे. काशीला जाऊन त्यांनी पंडित ही पदवी प्राप्त केली. वेदशास्त्रांचा त्यांचा गाढा अभ्यास होता. ठिकठिकाणी जाऊन तिथल्या विद्वानांशी शास्त्रावर वाद घालून त्यांना ते वादात जिंकत असत. अशा रीतीनं जिंकत गेल्यामुळे त्यांना अहंकार झाला. आपल्याइतकं विद्वान कुणीच नाही असं त्यांना वाटायला लागलं. अशा रीतीनं वाद घालत, सगळ्यांना जिंकत ते महाराष्ट्रात आले. पैठणला गेले. तिथल्या

विद्वानांनी त्यांना जिंकल्याचं पत्र दिलं व 'चाफळला जाऊन समर्थांचंही पत्र मिळवा' असं सांगून चाफळला पाठवून दिलं. चाफळला ते आले आणि त्यांनी समर्थांशी वाद घालायची इच्छा व्यक्त केली. विशेष म्हणजे त्यांनी आपल्यासोबत एक मशालजी ठेवला होता. त्याच्या हातातली मशाल कायम पेटलेली असे. शिवाय त्यांनी आपल्या यज्ञोपवितात एक धारदार सुरी अडकवून ठेवली होती. वादात आपण हरल्यास ही मशालही विझवली जाईल आणि सुरीनं जीभ कापून घेईन, असा पण त्यांनी केला होता. आपल्याशी वाद घालण्याचा ते समर्थांना आग्रह करू लागले. समर्थांनी नकार दिला. तर 'मी जिंकल्याचं' समर्थांनी पत्र द्यावं असंही आव्हान त्यांनी समर्थांना केलं. 'आपण संन्यासी आहात तेव्हा हठयोगावरचं आपलं प्रभुत्व दाखवावं अन्यथा हार मानावी' असं आवाहन त्यांनी समर्थांना केलं. शिवाय आपलं हठयोगातील सामर्थ्य दाखवण्यासाठी त्यांनी आंतरिक ऊर्जा एकवटून स्वत:ला हवेत अधांतरी करून दाखवलं. समर्थ काहीच बोलले नाहीत. तिकडून एक काळा कुळकुळीत माणूस चालला होता. समर्थांनी त्याला हाक मारली. तो आला. समर्थांनी त्याला नाव विचारलं,

"मी म्हशा महार. मी लाकडं तोडून मोळ्या बांधून विकतो" त्यानं सांगितलं. समर्थांनी आपल्या हातातल्या कुबडीनं मातीत एक रेषा आखली. त्याला म्हणाले, "ही रेषा ओलांड!"

त्यानं ती रेषा ओलांडली. त्याचा काळा कुळकुळीत रंग किंचित सावळा झाला. तो म्हणाला,

"मी म्हाळसा शेठ. माझा लाकडांचा व्यापार आहे!"

समर्थांनी आणखी एक रेषा आखली. ती त्याला ओलांडायला सांगितली. त्यानं ती रेषा ओलांडल्यावर तो थोडा गोरा झाला. म्हणाला, "मी म्हाळसाजी जाधव, मी शहाजी राजांच्या दरबारात सरदार आहे."

समर्थांनी आणखी एक रेषा आखली. ती त्याला ओलांडायला सांगितली. ती ओलांडल्यावर त्याचं रूपच पालटलं. गौरवर्ण, कानात सोन्याची भिकबाळी. समोर येऊन तो म्हणाला, "मी म्हाळसाकांत शास्त्री देशपांडे. पैठणचा दशग्रंथी ब्राह्मण!"

ते बघून सदाशिव शास्त्री अवाक् झाले. समर्थांनी एकाच ठिकाणी बसून एकाच व्यक्तीमध्ये समाजातले चारही वर्ण दाखवले होते.

आजही म्हशा महाराची ही दंतकथा सांगितली जाते. शास्त्रीबुवांसोबत असलेला मशालजी हातातली मशाल टाकून घाबरून पळत सुटला. त्याला वाटलं हा संन्यासी कुणीतरी मांत्रिक आहे आणि याला भुतं वश आहेत. शास्त्रीबुवांनी समर्थांना दंडवत घातला. त्यांच्या डोळ्यांतून अश्रू वाहत होते. समर्थ म्हणाले,

"शास्त्रीबुवा, आपण ज्ञानी माणसांनी समाजाचा विचार करायचा असतो. आपलं हे ज्ञान समाजाच्या उपयोगी पडलं पाहिजे, तरच आपल्या ज्ञानी असण्याला अर्थ आहे. मी साऱ्या भारतभर हिंडून आलोय. यवनांनी चालवलेला हिंदू धर्माचा आणि धर्म प्रतीकांचा विध्वंस मी उघड्या डोळ्यांनी बघून आलो आहे. म्हणून तर हे मठ आणि ही शक्तिपीठं ठरणारी मारुती मंदिरं जागोजागी स्थापन करण्याचा प्रपंच मी मांडला आहे. या साऱ्या मठांतून माझे शिष्य हिंदू समाजाची अस्मिता जागवण्याचं काम करीत आहेत. हिंदुस्थानात आपल्यासारखे अनेक विद्वान आहेत; पण जो तो आपले पुरस्कार, आपली पत-प्रतिष्ठा वाढवण्याच्या नादात आहे. समाजाची चिंता कुणालाच नाही. देशाच्या स्थितीची तर त्याहून नाही. आपण वेळीच सावध झालो नाही, तर आज ना उद्या हिंदू धर्म संपुष्टात येईल. विकलांग होईल. धर्मसंवर्धनात प्रत्येक हिंदूचं योगदान मोलाचं आहे. ते त्यानं दिलं नाही, तर हिंदू धर्म नामशेष होईल आणि त्याला कारणीभूत आपण असू.

"तुटे वाद संवाद तेथें करावा।
विवेकें अहंभाव हा पालटावा।।
जनीं बोलण्यासारिखे आचरावें।
क्रियापालटें भक्तिपंथेचि जावें।।"

समर्थांनी शास्त्रीबुवांना नवी दृष्टी दिली. समर्थांनी त्यांच्या यज्ञोपवितातली ती धारदार सुरी काढून टाकली. शास्त्रीबुवा भारावले. समर्थांना म्हणाले, "स्वामी, आपण मला नवीन जन्म दिलात. आता माझं नवीन नामकरण करावं. माझ्या जुन्या ज्ञानासोबत आणि जुन्या अहंकारासोबत माझ्या जुन्या नावालाही मी तिलांजली देतो. आपण मला नवीन नाव द्यावं!" समर्थ प्रसन्नपणे हसले. म्हणाले,

"ठीक आहे. शास्त्रीबुवा, आजपासून तुमचं नाव वासुदेव शास्त्री. तुम्ही वासुदेव गोसावी या नावानं समर्थ संप्रदायात नावारूपाला याल! मात्र एक गोष्ट लक्षात ठेवा. रामराज्य आणण्याच्या कार्याचा आरंभ शिवाजीराजांनी केला आहे. त्यांच्या मावळ्यांनी नुकताच कोंढाणा घेतल्याचं माझ्या कानांवर आलं आहे. त्यांच्या या कार्यात आपण सगळ्यांनीच खारीचा वाटा उचलायला हवा. राजे सिंहाचा वाटा उचलताहेत. हे लक्षात ठेवा! त्याबरोबर हेही लक्षात ठेवा की चातुर्वर्ण्य व्यवस्था ही फक्त व्यवस्था आहे. परंपरा नव्हे की संस्कृती नव्हे. याचा अतिरेक झाला तर चातुर्वर्ण्य हा शाप ठरू शकतो. तो शाप ठरू द्यायचा नाही हे आपल्या हातात आहे."

समर्थांचं सगळं बोलणं ऐकून शास्त्रीबुवांना आनंद झाला. त्यांनी समर्थांचं शिष्यत्व स्वीकारलं. समर्थांनी शिरवळजवळ मठ स्थापन करून वासुदेव शास्त्रींना मठपती नेमलं.

अशा प्रकारे आपल्या संपर्कात आलेल्या प्रत्येक माणसाला समर्थ आधी आपलंसं करीत. त्याला नवी दृष्टी देत. आपण चालवलेल्या भक्तिमार्गातून राष्ट्रकार्यात त्याला सामावून घेत. त्याच्यावर एखाद्या मठाची किंवा मंदिराची जबाबदारी सोपवून त्याचा सन्मान करत.

'महंतें महंत करावे। युक्तिबुद्धीने भरावे।
जाणते करोनी विखरावे। नाना देशीं।।'

हे समर्थांच्या कार्याचे सूत्र होते. प्रधान सूत्र होते. त्यांनी अनेक कीर्तनकार, प्रवचनकार तयार केले. कित्येक कवी, लेखक तयार केले. त्यांच्या बुद्धीला भक्तिवैभवाची आणि राष्ट्रसेवेची चालना दिली. कित्येक जण निरक्षर होते, त्यांना साक्षर केले. जे साक्षर होते, त्यांना व्यासंग वाढवायला सांगितला. आपण नेमलेला प्रत्येक मठपती हा अभ्यासू आणि व्यासंगी असलाच पाहिजे; तसंच भक्ती, शक्ती, युक्ती आणि मुक्ती ही चतु:सूत्री त्यानं आत्मसात केलीच पाहिजे, असा समर्थांचा आग्रह असायचा.

भक्ती, शक्ती, युक्ती आणि मुक्ती ही समर्थांची चतु:सूत्री होती. एके दिवशी दिवाकर गोसावींनी विचारलं,

''स्वामी, या चतु:सूत्रीची संगती काय?'' समर्थ हसले. म्हणाले,

''दिवाकर, अरे भक्ती ही रामरायाची, शक्ती मारुतीरायाची, या दोन्हीच्या संगमातून युक्ती करायची ती जनमानस बांधण्याची, एकवटण्याची आणि यातून मुक्ती मिळवायची ती यवनांच्या जुलमी सत्तेपासून. म्हणून भक्ती, शक्ती, युक्ती आणि मुक्ती ही चतु:सूत्री प्रत्येक हिंदूनं, प्रत्येक मराठी माणसानं अवलंबली पाहिजे.'' मुक्ती म्हणजे मोक्ष असा विचार न करता मुक्ती म्हणजे मुसलमानी सत्तेपासून मुक्तता असा विचार करणारे समर्थ हे एकमेव संन्यासी होते.

''बहुत करावें पाठांतर। कंठीं धरावें ग्रंथांतर।
भगवत्कथा निरंतर। करीत जावी।।
आपुलिया सुखस्वार्था। केलीच करावी हरिकथा।
हरिकथेवीण सर्वथा। राहोंचि नये।।
नित्य नवा हव्यास धरावा। साक्षेप अत्यंतचि करावा।
हरिकीर्तनें भरावा। ब्रह्मगोळ अवघा।।''

मठपतींच्याबद्दल त्यांचा असा आग्रह असायचा. यवनांचं राज्य साऱ्या

हिंदुस्थानात होतं. त्यामुळे रामनाम उघडपणे घ्यायचीही चोरी होती. समर्थांनी हे चित्र बदलण्याचा ध्यास घेतला होता. आपले हजारो शिष्य, हजारो मठ आणि मंदिरे या सर्वांसह समर्थ हा ध्यास पूर्ण करण्यासाठी सिद्ध झाले होते. कटिबद्ध झाले होते. समर्थांचा प्रत्येक मठ म्हणजे त्या-त्या भागातलं ज्ञानपीठ त्यांनी बनवलं, विविध ग्रंथांचा तिथं अभ्यास चाले. मठपतीनी अनेक ग्रंथांचा आणि ग्रंथकर्त्यांचा अभ्यास केला पाहिजे हा समर्थांचा दंडक होता. ग्रंथ वाचून झाला की शिष्यांनी तो स्वहस्ताक्षरात लिहून काढला पाहिजे, असाही समर्थांचा दंडक होता. त्यामागे त्यांचे बरेच हेतू होते. एक म्हणजे शिष्यांना ग्रंथ नीट वाचण्याची सवय लागावी, दुसरा म्हणजे तो ग्रंथ त्यांना नीट समजावा, तिसरा म्हणजे त्यांना लिखाणाची सवय लागावी, चौथा म्हणजे त्यांचं हस्ताक्षर सुधारावं आणि पाचवा म्हणजे त्या जुन्या ग्रंथाचं पुनर्लेखन झालं की मग एखादे वेळेस तो जुना ग्रंथ जीर्ण झाला तरी त्या ग्रंथाची जोपासना व्हावी. समर्थ असे आपल्या शिष्यांना सर्वांगानं घडवत होते. त्यांच्या व्यक्तिमत्त्वाला अनेक पैलू पाडत होते. शिवाजीराजांच्या राष्ट्रकार्यासाठी असं अष्टावधानी सैन्यच जणू ते निर्माण करत होते.

जवळपास लाखभर ग्रंथांच्या प्रती समर्थशिष्यांनी लिहून काढल्या असाव्यात. मठपती म्हणून एखाद्याची नेमणूक केली की समर्थ त्याची परीक्षा घेत. तो त्यांच्या परीक्षेत उतरला, तरच तो मठपती राहत असे. त्यामुळं मठपती झाल्यावर त्या शिष्यावर मोठी जबाबदारी असे. समर्थ असे तावूनसुलाखून आपले शिष्य घडवून राष्ट्रकार्यात उभं राहण्यासाठी तयार करत होते. समर्थांच्या कार्याकडे आणि शिवाजीराजांच्या स्वराज्य स्थापनेकडे महाराष्ट्र भू डोळे लावून बसली होती. स्वत: समर्थही याच शिवाजीराजांकडे डोळे लावून बसले होते.

'समर्थाचिया सेवका वक्र पाहे
असा सर्व भूमंडळी कोण आहे?'

समर्थांची ही गर्जना किती सार्थ होती, हे सांगणारा एक प्रसंग मिरजेत घडला. समर्थशिष्य जयराम यांचं कीर्तन मिरजेत चालू होतं. मिरजेचा सर्वेसर्वा असलेल्या आदिलशहाचा सरदार दिलिलखान हा कमालीचा धर्मवेडा होता. एखाद्या हिंदू साधूचं कीर्तन मिरजेत चालू आहे, हे समजलं की तो मुद्दाम तिथे जाई. कीर्तन ऐकून दुसऱ्या दिवशी कीर्तनकाराला वाड्यावर बोलावे. काहीतरी विचित्र शंका विचारे. त्याला उत्तर देता आलं नाही की त्याला धर्मांतर करायला सांगे. त्यानं नकार दिला की सक्तीनं धर्मांतर करायला लावी. गोमांस भक्षण करायला लावत असे. ऐकलं नाही तर तुरुंगात ठेवून हालहाल करीत असे. काही जण प्राण सोडत, काही जण जिवाच्या भीतीनं धर्मांतर करत असत. जयरामांचं कीर्तन ऐकून त्यांनाही त्यानं वाड्यावर बोलावलं आणि म्हणाला,

"तुम्ही काल कीर्तनात सांगितलंत की क्षणभर जरी सत्संग लाभला तरी माणसाला भगवंताची प्राप्ती होते. मग मी तर काल दोन तास तुमचं कीर्तन ऐकत बसलो होतो. आजही मी तासभर तुमच्यासोबत आहे. आता मला तुमचा राम दाखवा."

हे ऐकून जयराम स्वामी गोंधळले. आपण राम दाखवण्यास असमर्थ आहोत असं त्यांनी सांगताच दिलिलखानानं त्यांना धर्मांतर करावयास सांगितलं. त्यांनी नकार देताच त्यांना तुरुंगात टाकलं व त्यांचे हाल सुरू केले. ही बातमी इतर शिष्यांनी समर्थांच्या कानावर घातली.

समर्थ तातडीनं मिरजेला गेले. त्यांनी किल्ल्यात कीर्तन सुरू केलं. त्या कीर्तनात त्यांनी मुद्दाम जयराम स्वामींचाच मुद्दा मांडला. 'क्षणभर सत्संग लाभला

तरी परमेश्वराची प्राप्ती होते.' दिलिलखान ते ऐकायला आला होताच. त्यातच समर्थ, जयराम स्वामींचे गुरू आहेत हे त्याला समजलं होतंच. आता या गुरूलाही याच मुद्द्यावर अडकवता येईल. त्याला धर्मांतर करायला भाग पाडता येईल आणि त्यानं धर्मांतर केलं की त्याचे हजारो शिष्यही धर्मांतर करतील असा विचार करून त्यानं समर्थांनाही तोच प्रश्न केला. समर्थ याचीच वाट बघत होते. ते म्हणाले,

"तुमचा मुद्दा अगदी योग्य आहे. कीर्तन ऐकायला रामराय बाहेर उभे आहेत. तुम्हाला श्रीरामांचं दर्शन होईल; पण त्यासाठी एक करावं लागेल. मी ज्या मार्गानं बाहेर जाईन त्याच मार्गानं तुम्ही माझ्या पाठोपाठ आलं पाहिजे, तरच श्रीराम तुम्हाला दर्शन देतील."

दिलिलखानाला खात्री होती की हा हिंदू फकीर काही आपल्याला त्याचा देव दाखवू शकणार नाही, अन् आयताच आपल्या तावडीत सापडेल. त्यामुळे तो या गोष्टीला कबूल झाला. समर्थांना हठयोग अवगत होता. त्यातल्या लघुमासिद्धीचा उपयोग करून त्यांनी सूक्ष्म रूप धारण केलं. माशीचं लघुरूप घेऊन ते दिलिलखानाच्या वाड्यातून खिडकीच्या बारीक फटीतून बाहेर पडले. बाहेर जाऊन पुन्हा मानवी रूपात येऊन दिलिलखानाला म्हणाले,

"सरदारसाहेब, आता मी ज्या मार्गानं आलोय त्याच मार्गानं तुम्ही या! त्या मार्गानं आलात, तरच तुम्हाला श्रीरामराया भेटेल. तो बाहेर तुमची वाट बघत थांबला आहे!"

हे सगळं बघून दिलिलखान पुरता गोंधळला. समर्थांच्या सामर्थ्याची त्याला कल्पना आली. त्यानं पुढं होऊन समर्थांचे पाय धरले. जयराम स्वामींना मुक्त केलं. त्यानं समर्थांकडं उपदेश मागितला. समर्थांनी दख्खनी भाषेत अष्टकं लिहून त्याला उपदेश केला.

'स्वधर्माचे पालन कर आणि दुसऱ्यांच्या धर्माचा सन्मान ठेव' असं सांगत समर्थांनी –

"नहिं वो मुसल्मान हिंदु कछूहि। सयथ्वी नहिं क्या कहुं मे ईसेहि।।
सर्बोज्यातसे वो है हिरे नियारा। कहे रामदासो चला बेहि सारा।।"

अशी दख्खनी हिंदी भाषेत पदे रचली. दुसऱ्या एका पदात त्यांनी दिलिलखानाला सांगितलं,

"रे भाई गैबी मर्द सुन्यारे। सोहि अल्लामिया के प्यारे रे भाई।। ।।धृ.।।
देहरा तुटेगा मसिद तुटेगी। तुटेगा सब है सो।
तुटता नहिं फुटता नहिं। सौ गैबी कैसा है रे भाई।।१।।

हिंदु मुसलमान महजब चलें। येक सुरिजन हारा।
साहेब अलमकु चलावे सो। अलमथी है न्यारा रे भाई।। ।।२।।
आवल येक अखैर येक। दोउ न हिरे भाई।
हम भी जायेंगे तुम भी जायेंगे। हक सो येक ईलाहि रे भाई ।।३।।''

असा उपदेश करत त्याला सांगितलं, 'मंदिर तुटेल, मशीद तुटेल; पण आत असलेला परमेश्वर तुटणार नाही.' तर दुसऱ्या पदात ते सांगतात –

''येक जीमीन येक हि पानी। येक आतश आसमान।
येक मेहु आलम चलाता। येक चंद सुभान।।''

जमीन, पाणी, आकाश, सूर्य, चंद्र हे सगळं एकेक आहे तर हिंदू-मुसलमानांनी आपसात कशासाठी लढायचं? समर्थांच्या या उपदेशानं दिलिलखानाचे डोळे उघडले. त्यानं समर्थांचं शिष्यत्व पत्करलं. मिरजेतली जमीन समर्थांना दान दिली. समर्थांनी तिथं हनुमानाचं मंदिर बांधलं. मठ बांधला आणि वेणाबाईंना मठपती म्हणून नेमलं.

स्त्रियांना केरसुणीइतकी किंमत असण्याच्या या काळात एका स्त्रीला – तेही विधवा स्त्रीला – एवढी सन्मानाची जागा आणि एवढा अधिकार देऊन समर्थांनी आणखी एक क्रांतिकारी पाऊल उचललं होतं. आपल्या शिष्य संप्रदायात स्त्रियांना अनुग्रह देऊन त्यांनी या क्रांतिकारी कार्याचं पहिलं पाऊल उचललंच होतं. आता वेणाबाईंना मठपती बनवून त्या क्रांतिकारी कार्याचा मार्ग त्यांनी आणखी प्रशस्त केला. शिवाय वेणाबाईंना आपण इथं नसतानाही सन्मान मिळावा यासाठी समर्थांनी आपली कुबडी आणि खडावा मिरजेच्या त्या मठात ठेवल्या व त्याची जबाबदारी वेणाबाईंवर सोपवली.

दरम्यान, महाराष्ट्रावर एक मोठा आघात झाला. शहाजीराजांना विश्वासघातामुळे आणि कपटाने अटक झाली. झालं होतं असं की शिवाजीराजांनी आदिलशाही मुलखातला कोंढाणा किल्ला घेतला, या बातमीनं आदिलशहाची झोप उडाली. कोंढाणा किल्ला बेगम साहेबांचा लाडका होता.

शिवाजीराजांच्या या कारवाईबद्दल आदिलशहानं शहाजीराजांना जाब विचारला. शहाजीराजांनी ठरल्याप्रमाणं कानावर हात ठेवले. आदिलशहा शहाजीराजांना उघडउघड अडकवू शकत नव्हता. एकतर शहाजीराजे स्वत: पराक्रमी होते, शिवाय त्यांच्याकडे पंधरा हजारांची कडवी फौज होती, जी शहाजी राजांच्यावर जीव ओवाळून टाकायला तयार होती. तसंच शिवाजीराजांचे थोरले बंधू संभाजीराजे यांच्याकडेही पाच हजारांची फौज होती. तेव्हा शहाजीराजे व संभाजी यांना हात घालताना दहा वेळा विचार करावा लागणार होता. शिवाय शिवाजीवर हल्ला

केला, तर हे दोघं आपापली फौज घेऊन त्याच्या मदतीला धावून गेले असते. मग सगळंच अवघड झालं असतं. म्हणून आदिलशहानं कपट कारस्थान करायचं ठरवलं.

त्या वेळी शहाजीराजे जिंजीजवळ होते. जिंजीचा किल्ला आदिलशहाला जिंकून देण्यासाठी ते तिथे मोर्चे लावून होते. त्यांच्या मदतीचा बहाणा करून आदिलशहानं मुस्तफाखान आणि अफजलखान या दोन बलाढ्य सरदारांना जिंजीला पाठवलं. त्यांच्याबरोबर बाजी घोरपडे, मंबाजी भोसले, मंबाजी पवार, सिद्धोजी पवार, हैबतराव ही शहाजीराजांची स्वकीय मंडळीही होती. त्यातले बाजी घोरपडे, मंबाजी भोसले हे तर शहाजीराजांचे रक्ताचे नातेवाईक होते. ही सगळी एकत्र आलेली बघून शहाजीराजांना शंका आली. मुस्तफाखाननं कुराणावर हात ठेवून, तसंच आपला मुलगा आतिशखान याची खोटी शपथ घेऊन शहाजीराजांना सुरक्षिततेची हमी दिली. त्यांच्या शपथेवर शहाजीराजांनी विश्वास ठेवला आणि ते रात्री निजलेले असताना बाजी घोरपड्यांनी शहाजीराजांना अटक केली.

त्यानंतर आदिलशहानं शिवाजीराजांना संपवण्यासाठी फतेहखान नावाच्या सरदाराला दहा हजार सैन्य देऊन पाठवलं. बेलसर आणि पुरंदर किल्ल्यावर प्रचंड लढाई झाली. शिवाजीराजांनी एक हजार मावळ्यांना सोबत घेऊन फतेहखानाचं अर्धं सैन्य कापून काढलं. फतेहखान घाबरून पळून गेला. ते बघून आदिलशहानं एक वेगळी खेळी केली. त्यानं शहाजीराजांच्या हातापायात बेड्या ठोकल्या आणि अफजलखान त्यांना विजापूरला घेऊन आला. शिवाजीराजे विचारात पडले. स्वराज्य की वडील, असा पेच त्यांच्यासमोर उभा राहिला; पण इथं शिवाजीराजांचा मुत्सद्दीपणा कामी आला. त्यांनी औरंगजेबाचा मुलगा मुरादबक्ष याच्याशी संधान बांधलं. त्यांनी मुरादबक्षला असा निरोप पाठवला की 'विजापूरहून शहाजीराजांची सुटका करण्यासाठी मुरादबक्षनं मदत केली तर मी आणि वडील आम्ही दोघं शहाजहान बादशहाच्या चाकरीत येऊ.' ही गोष्ट आदिलशहाच्या कानावर गेली. त्याची झोप उडाली. दिल्लीकरांशी वाकुडपणा घेणं त्याला परवडणारं नव्हतं. शहाजीराजांनी विजापूर सोडून कुठेही जाऊ नये आणि शिवाजीनं जिंकलेला कोंढाणा परत द्यावा, या दोन अटी घालून आदिलशहानं शहाजीराजांना सोडून दिलं.

शहाजीराजांना आदिलशहानं अटक केलेली समजताच समर्थ अस्वस्थ झाले. शहाजीराजांना अटक होणं म्हणजे त्यांच्या आधिपत्याखाली असणाऱ्या जहागिरीला धोका हेही समर्थांच्या लक्षात आलं. त्यांनी त्या परिसरात असलेल्या आपल्या तमाम शिष्यांना आणि मठपतींना सावध राहण्यास सांगितलं. 'आदिलशहाचे

सैनिक आले तर प्रतिकाराची तयारी ठेवा' असा संदेश त्यांनी मठपतींना पाठवला.

त्याच दरम्यान शिवाजीराजे चाफळला आले. समर्थ तेव्हा चाफळला नव्हते. दिवाकर गोसावी तिथं होते. त्यांनी राजांचं स्वागत केलं. राजांच्या सरदारांकडून चाफळच्या मंदिरासाठी सहाशे होन मिळाल्याचं सांगून दिवाकर गोसावींनी राजांचे आभार मानले. त्यांचं स्वागत करून सत्कार केला. राजे परतून निघाले. चाफळच्या पायथ्याशी राजे पोचले, तोच समर्थ समोरून आले. राजांना समोर बघून थबकले. रोमांचित झाले. हिंदवी स्वराज्याची मुहूर्तमेढ रोवून यवनांना सळो की पळो करून सोडणारा साक्षात पराक्रम त्यांच्यासमोर उभा होता.

साक्षात शिवाजीराजांना समोर बघून विष्णूचा अवतार पाहतो आहोत असं समर्थांना वाटलं. समर्थांची भारावलेली नजर राजांना न्याहाळत होती. साक्षात विष्णुरूप राजाचं रूप घेऊन आपल्यासमोर उभं आहे असं त्यांना वाटलं. राजांच्या चेहऱ्यावर कमालीचं मार्दव होतं. डोळे मात्र समोरच्याचा संपूर्ण वेध घेणारे होते. राजांची ती नजर पार आपल्या अंतर्मनाचा धांडोळा घेत आहे, असं समर्थांना वाटलं. राजे मात्र समर्थांना समोर बघून पुतळ्यासारखे स्तब्ध झाले. समर्थांची वात्सल्यमयी नजर राजांवर मायेची उधळण करीत होती. समर्थांच्या नितळ नजरेत राजांबद्दलचा अभिमान ओसंडून वाहत होता आणि त्याचबरोबर उधळण होत होती आशीर्वादाच्या फुलांची. राजे समर्थांकडे एकटक नजरेनं रोखून बघत होते. समर्थांच्या नजरेतले हे भाव त्यांनी वाचले. पूर्ण वाचले. माँसाहेब आपल्याला साधू-संतांच्या गाठीभेटी आणि आशीर्वाद घ्यायला सतत का सांगतात याचं उत्तर समर्थांच्या नजरेतून राजांना उमगलं. राजे काही बोलणार, तोच पाठीमागून पंतांची हाक आली 'महाराज चलावं!' त्या हाकेनं राजांचं लक्ष विचलित झालं,

"आम्ही आशीर्वादासाठी पुन्हा येऊ!"

असं बोलून समर्थांच्या चरणांवर आपलं मस्तक क्षणभर टेकवून राजे झटक्यात उठले, अन् क्षणार्धात दिसेनासे झाले. राजे गेले त्या दिशेला समर्थ बघतच राहिले. एक झंझावाती वादळ आलं काय आणि समर्थांच्या मनात काहूर माजवून गेलं काय! श्रीकृष्णानं शब्द दिलेला 'संभवामि युगे युगे' तो पाळण्यासाठीच राजांचा जन्म झाला आहे याची ग्वाहीच जणू राजांच्या त्या क्षणभराच्या दर्शनानं समर्थांना दिली.

त्यानंतर काही काळच समर्थ चाफळला राहिले. तिथून ते पुन्हा भ्रमंतीसाठी निघाले. आता त्यांनी आपल्या वास्तव्यासाठी सज्जनगडाची निवड केली. सज्जनगड म्हणजे परळीचा किल्ला. आश्वलायनगड असंही त्याचं नाव होतं. परळीच्या या किल्ल्याच्या पश्चिमेस चिपळूण-खेड, उत्तरेला महाबळेश्वर, प्रतापगड, रायगड,

दक्षिणेला कळंब, ईशान्येला सातारा गाव आणि अजिंक्यतारा अशी या गडाची भौगोलिकता होती. उरमोडी नदीच्या खोऱ्यात हा गड होता. समर्थांनी तिथं काही काळ वास्तव्य केलं.

सज्जनगडावर राहायला आल्यावर समर्थांनी तिथंही आपलं धाडस दाखवलं. कृष्णेच्या डोहात रामरायाच्या मूर्तीसोबत सापडलेली देवीची मूर्ती समर्थांनी सज्जनगडावरच्या देवीच्या मंदिरात प्रतिस्थापित केली. खरंतर समर्थ पहिल्यांदा सज्जनगडावर आले, तेव्हा हा गड राजांच्या ताब्यात नव्हता. तो आदिलशहाकडे होता. तरीही समर्थांनी तिथे हनुमान मंदिर उभं केलं आणि अंगापूरला सापडलेल्या देवीचीही तिथं प्राणप्रतिष्ठा केली. आदिलशहाच्या ताब्यात असलेल्या या गडावर बेधडकपणे मारुती आणि देवीची मंदिरं समर्थांनी बांधली. आसपासच्या गावात ते आणि त्यांचे शिष्य भ्रमंती करत. लोकांची मानसिकता जाणून घेऊन त्यांच्या मनात स्वराज्याबद्दलचं स्फुलिंग पेटतं ठेवत. समर्थांच्या मनात आता काहीतरी आकारत होतं. साकारत होतं. एक संकल्प आकार घेत होता. एक प्रकल्प जणू आमंत्रण देत होता. आत्तापर्यंत जे काही केलं ते आपलं उद्दिष्ट होतं, ध्येय होतं; पण तो ध्यास नव्हता. आता असं काहीतरी करायचं होतं, जे चिरंतन राहील, जे निरंतर असेल. असं ठोस काहीतरी, जे शतकानुशतके लोकांना वाट दाखवत राहील, समाजाला मार्गदर्शन करेल. ज्यात आयुष्याचा विचार असेल, ज्यात आयुष्याच्या प्रत्येक बाबीचा विचार असेल. लोकांनी कसं वागावं, कसं वागू नये याचं नेटकं, नेमकं अचूक आणि नीटस मार्गदर्शन असेल. समर्थांच्या मनात सतत विचारांचं द्वंद्व चालत होतं. आपण समाजाला शहाणं करायचा वसा घेतला आहे याचं त्यांना भान होतं. म्हणूनच तर जेव्हा शिवाजीराजांनी समर्थांकडे आशीर्वाद मागितला, तेव्हा समर्थांनी पत्ररूपानं आशीर्वाद पाठवला–

'आधी मनुष्य ओळखावे। योग्य पाहुनी काम सांगावे।
निकामी तरी ठेवावे। येकीकडे।।
धुरेने युद्धासी जाणे। ऐसी नव्हे ती राजकारणे।
धुराच करून सोडणे। कितेक लोक।।
तुरंग शास्त्र आणि स्वार। पहिलाच पहावा विचार।
निवडूनी जाता थोर थोर। शत्रू पळती।।'

समर्थांचा असा आशीर्वाद, असे मार्गदर्शन आणि असे प्रेम बघून राजे भारावले. आपल्या कार्याला साधू-संतांचे आशीर्वाद असणं किती महत्त्वाचं आहे हे माँ साहेबांनी त्यांना सांगितलं होतं. त्याच वेळी राजांनी समर्थांना अशीही विनंती केली होती की आपल्या सहकाऱ्यांनाही काही मार्गदर्शन करावं, तेव्हा

समर्थांनी कल्याण स्वामींना लिहून घ्यायचा आदेश दिला आणि त्यांनी सांगायला सुरुवात केली–

"जयास जिवाचे वाटे भये। तेणे क्षात्रधर्म करू नये।
काहीतरी करूनि उपाये। पोट भरावे।।
मारिता मारिता मरावे। तेणे गतीस पावावे।।
फिरोनी येता भोगावे। महद्‌भाग्य।।
मराठा तितुका मेळवावा। आपुला मऱ्हाट धर्म वाढवावा।।
येविषी न करिता तकवा। पूर्वज हासती।।
देव मारुती फत्ते। यदर्थी संशयो नाही।।
देव मस्तकी धरावा। अवघा हलकल्लोळ करावा
मुलुख बडवावा की बुडवावा। धर्म स्थापनेसाठी।।"

राजधर्म आणि क्षात्रधर्म याबद्दल समर्थांनी राजांना केलेलं हे मार्गदर्शन शब्दाशब्दांतून दर्शवत होतं की समर्थांना राजांनी मांडलेल्या स्वराज्याच्या यज्ञाची किती आस आहे ते! समर्थ एवढंच करून थांबले नाहीत तर महाराष्ट्राची आणि राजांची कुलस्वामिनी तुळजाभवानी हिलाही समर्थांनी साकडं घातलं. शिवाजीराजांच्या या स्वराज्याच्या यज्ञाला अनेक शत्रू आणि हितशत्रू यांच्यापासून धोका होता. यवन सरदार तर राजांना पकडायला नुसते टपले होते. राजे म्हणजे महाराष्ट्र भू-चं भवितव्य होते. त्यांना जपणं फार महत्त्वाचं होतं. समर्थांनी जणू याचीच जाणीव तुळजाभवानीला करून दिली. एका परीनं राजांच्या सुरक्षेचा, त्यांच्या कार्याच्या जपणुकीचा आणि जोपासनेचा भार त्यांनी तुळजाभवानीवर टाकला.

प्रसंग असा होता की भोरप्याचा डोंगर मनात भरून शिवाजीराजांनी तिथं गड बांधायचं ठरवलं. दीड वर्ष बांधकाम केल्यानंतर प्रतापगड तयार झाला. समर्थांच्या आदेशानुसार राजांनी तिथं तुळजाभवानीचं मंदिर नव्यानं बांधलं. समर्थांनी हनुमानाची प्रतिष्ठापना केली. तिथं समर्थांनी तुळजाभवानीला साकडं घातलं–

"दुष्ट संहारिले मागे। ऐसे उदंड ऐकतो।
परंतु रोकडे काही। मूळ सामर्थ्ये दाखवी।।
तुझा तू वाढवी राजा। शीघ्र आम्हांसी देखता।
मागणे येकची आता। द्यावे ते मज कारणे।।
रामदास म्हणे माझे। सर्व आतुर बोलणे।
श्री तुळजे माते। इच्छा पूर्णचि तू करी।।"

तुळजाभवानीला असं विनवल्यावर समर्थांना थोडी शांतता लाभली; कारण

त्यांना सतत राजांची, त्यांच्या जीविताची आणि स्वराज्याची चिंता लागून राहिलेली असायची. राजांच्या जिवावर टपलेले सगळे यवन सरदार समर्थांना माहीत होते. राजांनी त्यांचा वध करावा. देवीनं त्यांना साहाय्य करावं, अशी समर्थांची आंतरिक इच्छा होती. विशेष म्हणजे समर्थ देवीला काही रोकडी प्रचिती दाखवण्याची विनंती करतात. सामाजिक, बौद्धिक, धार्मिक अशा तीनही स्तरांवरून समर्थ असे स्वराज्य संकल्पनेच्या मागे ठामपणे उभे होते. आपल्या रामदासी संप्रदायाच्या माध्यमातून भक्ती, शक्ती आणि युक्ती या त्रिसूत्रीचा वापर करून समर्थांनी अवघा महाराष्ट्र पिंजून काढला होता. मारुती मंदिरं, मठ यांच्या स्थापना करून हिंदूंना संघटित करण्याचं व्रत त्यांनी अखंड बारा वर्षं केलं होतं. आता शिवाजीराजांच्या रूपानं त्या व्रताला नायक मिळाला होता. त्यांच्या स्वराज्य स्थापनेच्या कार्याला पाठबळ मिळत होतं. शत्रूंचा नि:पात करायला राजे आणि त्यांचं सैन्य सक्षम झालं होतं. आता महाराष्ट्राला यवनांच्या अत्याचारांतून मुक्ती मिळणार होती. देवस्थानं पुन्हा दिमाखात उभी राहणार होती. शिवाजीराजांचा हा हिंदवी स्वराज्याचा यज्ञ आता यवनांच्या अत्याचारांचीच आहुती घेऊन शांत होणार होता.

एके दिवशी कल्याण स्वामींनी समर्थांना विचारलं, "स्वामी, शिवाजीराजे म्हणजे हिंदवी स्वातंत्र्याचा सूर्य, आपणास काय वाटतं?" कल्याण स्वामींच्या या प्रश्नावर समर्थ हसले.

"कल्याण, याचं उत्तर तू लिहून घे. आता स्वराज्याचा सूर्य तळपायला सुरुवात झालीय. त्याच्या तेजात ही यवन वटवाघळं जळून जातील बघ." असं म्हणत समर्थांनी कल्याण स्वामींना राजांचं वर्णन करणारं काव्य सांगितलं–

"निश्चयाचा महामेरू। बहुत जनांसि आधारू।
अखंड स्थितींचा निर्धारू। श्रीमंत योगी॥

यशवंत कीर्तिवंत। सामर्थ्यवंत वरदवंत।
पुण्यवंत नीतिवंत। जाणता राजा॥

देव धर्म गो ब्राह्मण। करावया संरक्षण।
हृदयस्थ जाला नारायण। प्रेरणा केली॥

या भूमंडळाचे ठायी। धर्मरक्षी ऐसा नाही।
महाराष्ट्र धर्म राहिला कां। तुम्हांकरिता॥"

शिवाजी राजांचं असं मन:पूत वर्णन केल्यावर समर्थांना बरं वाटलं. ते पत्र राजांना पाठवायला सांगून त्यांनी सज्जनगडावरचा मुक्काम हलवायचं ठरवलं. आता त्यांना त्यांच्या मनाची हाक ऐकायची होती. शिवाजी राजांच्या संकल्पानं आता झंझावाताचं रूप धारण केलं होतं. त्यांचेच काही आप्तस्वकीय सोडले तर अवघा महाराष्ट्र त्यांच्यामागं उभा राहिला होता. समर्थांचं स्वप्न साकार होताना त्यांना दिसत होतं. चाफळ, सज्जनगड इथली व्यवस्थाही आता नीट लागली होती. समर्थांनी निर्णय घेतला. त्यांनी सज्जनगड सोडण्याचं नक्की केलं.

पुन्हा त्यांची जागेच्या शोधार्थ दऱ्याखोऱ्यांतून भटकंती सुरू झाली. आता सोबत दिवाकर स्वामी, उद्धव स्वामी आणि कल्याण स्वामी होते. सातारा परिसरातले गड, किल्ले, दऱ्या, डोंगर सगळं पायाखाली घालून झालं. समर्थांनी आधीही हा भाग पिंजून काढला होता.

या भटकंतीमध्ये समर्थांनी ठिकठिकाणी आपले पुरोगामी विचार पेरले. श्री रामाची भक्ती करण्यासाठी विशिष्ट जाति-धर्माची गरज नाही असं प्रतिपादन समर्थ आग्रहानं करत. समर्थ आपले पुरोगामी विचार नुसतेच सांगून थांबले नाहीत, तर आपल्या वर्तनातूनही त्यांनी ते वेळोवेळी सिद्ध केलं. एका प्रसंगानं तर समर्थांच्या मनाची विशालता किती महान होती हे सिद्ध झालं.

चाफळला रामनवमी उत्सव दरवर्षी मोठ्या थाटात साजरा केला जाई. कुठेही असले तरी समर्थ या उत्सवाला हजर असत. या उत्सवाच्या शेवटच्या दिवशी सहस्र ब्राह्मण भोजनाचा त्यांचा संकल्प असे. एके वर्षी मात्र समर्थांचा हा सर्वधर्मसमभावाचा विचार न पटून ब्राह्मण वर्गात समर्थांबद्दल अढी निर्माण झाली. दत्तोपंत वाकनेवीस यांच्याकडे सहस्र ब्राह्मणांना घेऊन येण्याची जबाबदारी होती; पण या वर्षी त्यांनी ती पार पाडली नाही. समर्थ चाफळलाच होते. त्यांना बातमी समजली की ब्राह्मण येणार नाहीत. समर्थांनी कोणतीही विशेष प्रतिक्रिया दर्शवली नाही. ते फक्त म्हणाले,

"ब्राह्मण आपल्या धर्माप्रमाणं वागले."

त्या सगळ्या ब्राह्मणांना वाटलं समर्थ भेटायला येतील, आपल्याला विनवण्या करतील; पण समर्थांनी यातलं काहीच केलं नाही. त्यांनी कल्याण स्वामींना चाफळजवळच्या भोवरवाडी गावात पाठवलं आणि तिथल्या एक हजार लोकांना जेवणासाठी आमंत्रित केलं. त्यांनीही श्रद्धेनं प्रसादाचं जेवण घेतलं. ही सगळी भोवरवाडीतली वस्ती शूद्र समाजाची होती. समर्थांनी स्वत: त्यांच्या हाताला धरून एकेकाला पानावर बसवलं. स्वत: आग्रह करून त्यांना वाढलं. प्रत्येक पुरुषात समर्थ श्रीराम बघत होते अणि प्रत्येक स्त्रीत सीतामाई. समर्थांचा हा प्रसंग म्हणजे त्यांच्या –

"भेटो कोणी येक नर। धेड महार चांभार
त्याचे जाणावे अंतर। याचे नांव भजन।।"

या ओवीला सयुक्तिक आहे. किंवा

"रामी रंगले ते मन। असो नीच याती।
तयाच्या चरणाची। वंदीन मी माती।
अनाथांचा नाथ रे। त्याला कैसी जात रे।
चोखामेळ्या संगे जेवी। दही-दूध भात रे।।"

या समर्थांच्या भूमिकेला, तत्त्वांना साजेसाच आहे. म्हणून तर समर्थांनी त्या शूद्र दांपत्यांना आदरानं बोलावलं. मांडवी नदीत त्यांना स्नान करवलं. त्यांना पोशाखांचे अहेर दिले. त्याच संदर्भात मग सोवळ्याओवळ्याचा अतिरेक करणाऱ्या ब्राह्मणांना समर्थ सवाल करतात–

"सोवळे कोणते रे। ब्राह्मणा ओवळे कोणते रे।।
विटाळे उपजला विटाळे वाढला। विटाळेंचि मेला सावकाश।।
हाडामासांच्या सगट मोळ्या। पाणियें सोवळ्या होती कैशा।।
देवाकडे मन लागता उन्मन। सोवळा ब्राह्मण तोचि एक।।"

समर्थांना अपेक्षित असलेलं ब्राह्मण्य यातून स्पष्ट झालं. अनेकदा अनेक प्रसंगी समर्थांनी ब्राह्मणांच्या सोवळ्याओवळ्याच्या विरोधात आपले विचार स्पष्ट केले.

"ब्राह्मण बुद्धीपासून चेवले। आचारापासून भ्रष्टले।
गुरुत्व सांडून जाले। शिष्य शिष्यांचे।।"

महाराष्ट्र भूची जडणघडण मांडताना ती यवनांपासून मुक्त असावी, याचबरोबर ती जाति-भेदापासूनही मुक्त असावी, हा समर्थांचा आग्रह होता. म्हणूनच शिरवळ मठाचे अधिपती बाजी गोसावी हे मराठा, तर सज्जनगडावर समर्थांसोबत असलेले बापू रामदासी हे न्हावी, तर धोंडिबा धनगर, म्हशा महार, दत्ता न्हावी अशी शिष्य मंडळी समर्थांच्या अवतीभवती असत. आपल्या अशा कल्याणकारी विचाराने आणि समाजउद्धारक कार्याने समर्थांचा ठसा असा त्यांच्या प्रत्येक कार्यात, प्रत्येक ठिकाणी उमटत होता. याचा एकच फायदा झाला की समर्थांची कीर्ती उत्तरोत्तर वाढत तर गेलीच; पण शिवाजीराजांना तेवढ्या धामधुमीच्या काळातही समर्थ उमजत गेले.

समर्थ आता सज्जनगडावरून दुसरीकडे जायच्या विचारात होते. शोध मोहीम सुरूच होती. दोन-तीन जागा समर्थांच्या मनात भरल्या होत्या. त्यातली

कोणती जागा निवडायची याचा खल चालला होता. अचानक समर्थांना जोराची उचकी आली. एकदाच आणि त्यांच्या हृदयात कालवाकालव झाली. समर्थ अस्वस्थ झाले. महाराष्ट्र भूवर कसलंतरी संकट कोसळलं होतं निश्चित. त्या दिवशी समर्थांनी जेवण घेतलं नाही. दुपार उलटली. संध्याकाळ झाली. रात्रही झाली; पण समर्थांची अस्वस्थता कमी होईना. रात्रीही त्यांनी केवळ दूध घेतलं. तशाच अस्वस्थ मन:स्थितीत ते झोपले. पहाटे पहाटे त्यांना स्वप्न पडलं. स्वप्नात त्यांना दिसला पंढरपूरचा विठोबा. त्याचे हात कटीवरच होते. तो विटेवरच उभा होता; पण एक विचित्र गोष्ट होती. विठ्ठलाच्या एका डोळ्यात प्रसन्नता होती तर दुसऱ्या डोळ्यांत अश्रू. समर्थांना उमजेना हा काय प्रकार आहे. ते विठ्ठलाला काही विचारणार तोच त्यांचं स्वप्न भंगलं. नंतर समर्थांना झोपच आली नाही. पहाटेपर्यंत ते या दृश्याचा आणि विठ्ठलाचा विचार करत होते. एका बाजूला विठ्ठल प्रसन्न होता तर दुसऱ्या बाजूला दु:खी. विशेष म्हणजे समर्थांनाही याचं उत्तर सापडत नव्हतं. सवयीनं समर्थ पहाटे उठले. आन्हिकं आवरली. त्यांचा एक शिष्य त्यांना भेटायला आला. एवढ्या सकाळी तो आला आणि आपल्याला पडलेलं स्वप्न याची संगती लावताना समर्थ अस्वस्थ झाले. तोच तो शिष्य म्हणाला,

"स्वामी, देहूगावचे तुकाराम महाराज अनंतात विलीन झाले. त्यांनी सदेह वैकुंठगमन केले."

ते ऐकलं आणि समर्थांच्या हृदयात चर्र झालं. आपल्याला वाटणारी अस्वस्थता, आपल्याला पडलेलं स्वप्न याची संगती त्यांना लागली. म्हणजे याच कारणाने विठ्ठलाच्या एका डोळ्यात प्रसन्नता होती तर दुसऱ्या डोळ्यात दु:ख. आपला परम भक्त तुकोबा आपल्या अगदी जवळ आला म्हणून एका डोळ्यात प्रसन्नता होती तर या भक्ताच्या जाण्यानं महाराष्ट्र भू पोरकी झाली म्हणून दुसऱ्या डोळ्यात अश्रू होते. आपल्या त्या स्वप्नाचा अर्थ समर्थांना आता उमगला. काही न बोलता समर्थ आत निघून गेले. रामासमोर बसून त्यांनी डोळे मिटले. त्यांचं मन मात्र मागे गेलं.

तुकाराम महाराजांचा तो भक्तीनं भारलेला आणि भरलेला, पापभीरू चेहरा त्यांच्या नजरेसमोर आला. आपल्या अभंगातून लोकांना दैनंदिन आयुष्यातले बारकावे समजावून सांगणारे, त्यांना रोजचं जगणं शिकवणारे तुकाराम महाराज तुकोबा या नावानं लोकांच्यात प्रिय होते. लोकांना चांगलं वागायला शिकवणारे तुकोबा लोकांची आंतरिक शक्ती वाढवत होते. समर्थांची आणि तुकोबांची दोन-तीन वेळा भेट झाली होती. 'चिंता करतो विश्वाची' ही समर्थांची मानसिकता, तर 'बुडते हे जन न देखवे डोळा' ही तुकोबांची प्रवृत्ती. 'राघवाचा वर। पावलो

सत्वर। जनाचा उद्धार। करावया।।' हे समर्थांचं अधिकारपत्र तर 'धर्म संस्थापनेसाठी आम्हा करणे आटापीटी' हा तुकोबांचा अधिकार होता. तुकोबांच्या अभंगांची गाथा इंद्रायणीतून वर आली या घटनेनं तुकोबांची कीर्ती महाराष्ट्रभर पसरली होती. आपल्या अभंगांतून, कीर्तन-भजनांतून तुकोबांनी महाराष्ट्रभर सदाचारी भक्तांची मांदियाळी उभी केली होती. महाराष्ट्रभर भ्रमंती करणाऱ्या समर्थांच्या कानांवर तुकोबांची ही कीर्ती येत होतीच. शिवाय शिवाजीराजांनीही तुकोबांना आपले पारमार्थिक गुरू मानले होते. माँ साहेबांना घेऊन राजे नेहमीच तुकोबांच्या दर्शनासाठी आणि आशीर्वाद घेण्यासाठी जात असत. तुकोबांची एकदा भेट घ्यावी असं समर्थांना वाटत होतं. म्हणून जेव्हा ते आळंदीला ज्ञानेश्वर माउलीच्या समाधी दर्शनाला गेले, तेव्हा तिथं त्यांना समजलं की तुकोबा देहूत आहेत. हे समजल्यावर समर्थ तुकोबांना भेटायला देहूत गेले.

देहूत तुकोबांचं चंद्रमौळी घर होतं. घराच्या ओसरीवर तुकोबा एकतारी आणि चिपळ्या घेऊन भजन गात बसले होते. समर्थ आलेले पाहताच तुकोबा उभे राहिले. समर्थ तुकोबांना निरखत होते. तुकोबांच्या चेहऱ्यावर अष्टसात्त्विक भाव होते. डोळ्यांत करुणेचा सागर होता. तुकोबांची नजर समर्थांना न्याहाळत होती. उंचेपुरे सशक्त समर्थ, भगवी छाटी, एका हातात कमंडलू, दुसऱ्या हातात जपाची माळ, काखेत कुबडी, चेहरा विलक्षण तेजस्वी, एक वेगळा निश्चय चेहऱ्यावरून ओसंडत होता. वाढवलेली दाढी आणि मानेवर रुळणारे केस समर्थांना शोभत होते. डोळ्यांत तुकोबांबद्दल आदर होता.

दोघं एकमेकांसमोर उभे होते. एक होता महाराष्ट्र भूचा भक्तिभाव तर दुसरा होता महाराष्ट्र भूची अस्मिता. एकानं विठ्ठलाला महाराष्ट्र भूचं भक्तिदैवत मानलं होतं तर दुसऱ्यानं रामरायाला महाराष्ट्र भूचं शक्तिदैवत मानलं होतं. समर्थ पंढरपूरला गेले होते, तेव्हा पांडुरंगानं त्याची लीला दाखवली होती. विठूरायाची मूर्ती कोदंडधारी श्रीराम झाला होता. पंढरपूरची अयोध्या झाली होती. चंद्रभागेची शरयू झाली होती. तेव्हा समर्थांनी म्हटलं होतं–

'रामदासी जैसा भाव। तैसा झाला पंढरीराव।।'

आज समर्थांच्या समोर त्या विठूरायाला आपलंसं करणारे श्रेष्ठ संत तुकोबा उभे होते. समर्थ आणि तुकोबा अगदी एका वयाचे. परमार्थाचे मोठे अधिकारी दोघंही. तुकोबांना नमस्कार करत समर्थ उद्गारले –

"धन्य तुका वाणी। धन्य तुझी वाणी।
ऐकता उन्मनी। दीप लागे।।
धन्य निःस्पृहता। एकविध निष्ठा।

श्रुतिभाव स्पष्टा। दाखविसी।।
संतोषले चित्त। होताचि दर्शन।
कळो आली खूण। अवतारांची।।
घातलासे घडा। नामाचा पै गाढा।
प्रेमे केला वेडा। पांडुरंग।।
नवविधा भक्ती। रुढविली जगी।
कलयुगी तारी। दास म्हणे।।"

तुकोबांची वाणी, तुकोबांची निःस्पृहता, त्यांची भक्ती शब्दांत मांडत समर्थांनी तुकोबांचं कौतुक केलं. ते ऐकून तुकोबांना भरून आलं. त्यांनीही समर्थांना वंदन केलं. म्हणाले–

"स्वामी, तुमचे चरण माझ्या झोपडीला लागले, माझी झोपडी धन्य झाली. आपल्या रूपात रामरायाची कृपा आणि साक्षात मारुतीराया माझ्या घरी आले." आपली आणि समर्थांची भेट झाली, याचा आनंद तुकोबांनी नेहमीप्रमाणे अभंगातून व्यक्त केला–

"देशावरी आलो आता। लाभ कोणता याहुनी।।
प्रेमे चित्ती आनंद जाला। जिव धाला दर्शने।।
भाग्ये जाली 'दासभेट'। आवड पोटी दुणावे।।
तुका म्हणे श्रम केले। तितुके आले फळासी।।"

समर्थांनाही भरून आले. आवडाबाईनं ताक-कण्या आणून दिल्या. समर्थांनी अतिशय प्रसन्नतेनं त्या खाल्ल्या. तुकोबांचा निरोप घेऊन समर्थ तिथून बाहेर पडले. त्यानंतर थोड्याच दिवसांनी शिवाजीराजे तुकोबांना भेटायला गेले. राजांनी वारंवार तुकोबांना भेटण्याची इच्छा व्यक्त केली, काही नजराणा देऊ केला. त्या संदर्भात तुकोबांनी राजांना जो उपदेश केला त्या विस्तृत पत्रात तुकोबा म्हणतात,

"हेत हा लागला आमुची ये भेटी। पत्रां माजी गोष्टी हीच थोर।।
याचे ही उत्तर ऐके गा भूपती। लिहीतो विनंती हेताची ही।।
अरण्यवासी आम्ही फिरू उदासीन। दर्शन हे हीन अमंगळ।।
वस्त्रावीण काया जाहली मळीण। अन्नावीण जीणं फलाहारी।।
रोड हात-पाय दिसे अवकळा। काय तो सोहळा दर्शनाचा।।
तुका म्हणे माझी विनंती सलगीची। वार्ता हे भेटीची करू नका।।"

शिवाजीराजांची अशी समजूत घालून तुकोबा त्यांना पुढे लिहितात–

"सद्गुरू श्रीरामदासाचें भाषण। तेथें घालीं मन चळू नको।।

बहुतांची वृत्ती चाळविली जेव्हा। रामदास तेव्हा घडे कवी।।

तुम्हापाशी आम्हा येऊनिया काये। वृथा शीण होय चालण्याचा।।
आत्मारामी मन देऊनिया राहे। रामदास पाहे आपणची।।

राया छत्रपती ऐकावे वचन। रामदासी मन लावी वेणी।।
रामदास स्वामी सोयरा सज्जन। त्यांसी तन-मन अर्पि बापा।।

मारुती अवतार स्वामी प्रकटला। उपदेश केला तुजलागी।।
धरु नको आस आमुची भूपाळा। रामदासी डोळां लावी आता।।

शरण असावे रामदासा लागी। नमन साष्टांगी घाली त्यासी।।
तुका म्हणे राया तुज असो कल्याण। सद्‌गुरु शरण राहे बापा।।''

यानंतर तुकोबांनी शिवाजीराजांच्या अष्टप्रधान मंडळालाही काही उपदेश केला.

समर्थांच्या कानावर जेव्हा हे तुकोबांचं पत्र पडलं, तेव्हा 'तुका आकाशाएवढा' या ओळीचं प्रत्यंतर समर्थांना साक्षात आलं. सज्जनगडावरूनच त्यांनी तुकोबांना नमस्कार केला. या पत्राची कथा साक्षात शिवाजीराजांनी समर्थांपर्यंत पंतांकडून पोचवली. त्या वेळी ती गोष्ट ऐकून समर्थांच्या मनात एक कळ आली. 'तुकोबा निरवानिरवीची भाषा करताहेत की काय?' त्यांच्या मनात आलं. मनाला अस्वस्थता वाटली. त्यांनी रामरायाच्या ध्यानधारणेत आपलं लक्ष घातलं.

समर्थांना आलेली ती शंका आज खरी ठरली. शिष्यानं निरोप आणला– तुकोबा सदेह वैकुंठाला गेले. समर्थ अस्वस्थ झाले. त्यांच्या कार्यसरितेतील एक समांतर धारा आज लुप्त झाली होती. समर्थांनी तीन दिवस मौन धारण केलं. उपास केला. तीनही दिवस ते 'श्रीराम जय राम जय जय राम' या मंत्राचा जप करत राहिले, तेव्हा कुठं त्यांचं चित्त थाऱ्यावर आलं. त्यानंतर मात्र त्यांनी सज्जनगड सोडला आणि वास्तव्यासाठी शिवथर घळ निवडली.

एक तर सह्याद्रीच्या कपारीत असलेली, कोलाहलापासून लांब, गर्द झाडीची पायवाट आणि गर्द झाडीत असलेली ही घळ समर्थांनी मनात योजलेल्या कार्यासाठी अत्यंत योग्य होती. शिवाय या घळीपासून राजगड, तोरणा, प्रतापगड, रायगड, अजिंक्यतारा हे राजांचे किल्ले वीस-पंचवीस कोसांवर होते. महाडपासून वीस कोसांवर वाघजई दरीच्या कुशीत, काळ नदीच्या उगमाशेजारी असलेली ही

घळ चांगली ऐसपैस होती. घळीच्या आत दहा अंकणाची ओबडधोबड सपाट जागा होती. विशेष म्हणजे या घळीच्या तोंडाशी तीन हात अंतरावरून एक धबधबा पडत होता.

घळीचा हा परिसर चंद्रराव मोऱ्यांच्या आधिपत्याखाली होता; पण स्वराज्याशी बेईमानी करणाऱ्या चंद्रराव मोरेंना शिवाजीराजांनी यमसदनास पाठवलं. त्यांच्या लहान मुलाच्या नावे जहागिरी करून ही जहागिरी स्वराज्यात सामील करून घेतली. त्यानंतर समर्थ निश्चिंतपणे तिथे वास्तव्याला आले. वास्तविक चंद्रराव मोरे हेही मराठाच; पण त्यांची निष्ठा आदिलशाहीशी होती आणि ती स्वराज्याला घातक ठरली होती. आता मात्र हा परिसर शिवाजीराजांच्या स्वराज्यात आला होता.

त्या घळीपासून अवघ्या तीन हातांवर कोसळणारा तो धबधबा पहिल्याच दर्शनात समर्थांना प्रसन्नचित्त करून गेला. त्याची डोंगरातून पडणारी धार घळीत प्रवेश करतानाही अंगावर पाण्याचे थेंब उडवत होती. जणू घळीत शिरताना शुद्ध जलाचे प्रोक्षण करून घळीत शिरणाऱ्याला शुचिर्भूत करत होती. समर्थ अत्यंत प्रसन्न झाले. त्यांना तिथल्या गर्द वनराईनं भुरळ घातलीच होती. समर्थांना राहवलं नाही. त्यांनी लिहिलं –

“गिरीचे मस्तकी गंगा। तेथुनि चालली बळे।
धबाबा लोटती धारा। धबाबा तोय आदळे।।
गर्जतो मेघ तो सिंधू। ध्वनी कल्लोळ उठिला।
कड्याशी आदळे धारा। वाट आवर्त होतसे।।
तुषार उठती रेणू। दुसरे रज मातले।
वातमिश्रित ते रेणू। सीतमिश्रित धुकटे।।
दराच तुटला मोठा। झाड खंडे परोपरी।
निबीड दाटती छाया। त्या मधे वोघ वाहती।।
गर्जती श्वापदे पक्षी। नाना स्वरे भयंकरे।
गडद होतसे रात्री। ध्वनी कल्लोळ उठती।।
कर्दमी निवडेना तो। मानसी साकडे पडे।
विशाळ लोटती धारा। ती खाली रम्य विवरे।।
विश्रांती वाटते तेथे। जावया पुण्य पाहिजे।
कथा निरुपणे चर्चा। सार्थके काळ जातसे।।”

समर्थांचे शब्द ऐकून शिवथर घळीच्या अंगावर शहारा उमटला. आत्तापर्यंत सह्याद्रीच्या कुठल्यातरी कडे-कपारीत दुर्लक्षित, उपेक्षित राहिलेली, जंगली जनावरांचे,

विषारी साप-विंचवांचे निवासस्थान असलेली ती शिवथर घळ! समर्थ तिथे राहायला आले आणि तिचा जणू उद्धार झाला. रामाच्या पदस्पर्शानं शिळा बनलेल्या अहिल्येचा झाला तसा. आता श्रीरामाचं नाव तिथं निनादणार होतं. समर्थांची वाणी तिथं घुमणार होती. समर्थशिष्यांची वर्दळ तिथं सुरू होणार होती. आणि... आणि... कदाचित तिथं साक्षात शिवाजीराजेही अवतरणार होते. घळीचं जणू नशीब उघडलं होतं. तिच्या सर्वांगावर रोमांच उभे राहिले होते. समर्थांच्या चरणस्पर्शानं ती शहारत होती. थरारत होती. अर्थात, समर्थ इथं राहायला आले आहेत याचाच फक्त हा आनंद होता. समर्थ इथं राहून कोणतं युगप्रवर्तक कार्य करणार आहेत या माहितीपासून ती अनभिज्ञ होती. आपण कशाकशाचे साक्षीदार, भागीदार होणार आहोत हे तिला ज्ञात नव्हतं. महाराष्ट्राच्या इतिहासातलं एक सुवर्ण पान आपल्या वाट्याला येणार आहे, हेही तिला माहीत नव्हतं. समाज उद्धारात आपलाही सहभाग असणार आहे, याचंही तिला ज्ञान नव्हतं; मात्र समर्थ ज्या क्षणी शिवथर घळीत वास्तव्याला आले, त्या क्षणापासून त्या शिवथर घळीनं समर्थांना आपल्या कुशीत घेतलं. त्या क्षणी जणू तिनं महाराष्ट्र भूला एक वचन दिलं. समर्थांचं रक्षण करण्याचं, त्यांना सांभाळण्याचं! त्या क्षणापासून ती समर्थांची आई झाली. आईच्या मायेची सावली समर्थांवर ठेवण्याचा तिनं निश्चयच केला जणू.

ती शिवथर घळ बघताच समर्थांना वाटलं, 'हीच ती जागा जी मी शोधत होतो. माझं जीवित आणि विहित कार्य मी इथंच पूर्ण करेन. इथं राहून मी असं काही करेन जे शतकानुशतके पुसलं जाणार नाही. लोक कदाचित रामदासाला विसरतील; पण रामदासाचं कार्य विसरणार नाहीत. ते कार्यच असं असेल की लोकांना त्याचा विसर पडणार नाही.'

समर्थ, स्वत:च्याच मनाला असं जणू वचन देत होते. अचानक, त्या धबधब्याचं पाणी वाढलं. खूप मोठा लोंढा घेऊन ते पाणी खाली कोसळायला लागलं. ती भली मोठी धार दगडावर आपटून त्यातून नाद निघाला– 'तथास्तु, तथास्तु.' समर्थांनी स्वत:ला दिलेल्या या वचनाला जणू आशीर्वाद मिळाला होता. पंचमहाभूतांचंच प्रतीक बनून तो जलप्रपात सर्वांतर्फे 'तथास्तु' म्हणत होता. समर्थांनी ते 'तथास्तु' ऐकलं. आपल्या विचाराला मिळालेला कौल बघून समर्थ सुखावले. निसर्गाचं ते अनुपम रूप न्याहाळत प्रसन्न चित्तानं तिथंच काही क्षण उभे राहिले.

"स्वामी, आत यावं!" दिवाकर गोसावींची हाक आली. ते तिघं आतल्या बाजूची स्वच्छता करत होते. आत धूळ-माती, कोळिष्टकं, सापाची पिल्लं, विंचू, इंगळ्या, बेडकं, सरडे, वटवाघळं अशा अनेक जीवांचं वास्तव्य होतं. तिथं आता समर्थ राहणार होते. वनचर त्यांना आवडत असले, तरी ज्या वनचरांपासून समर्थांच्या जिवाला धोका होता त्यांचा तरी बंदोबस्त करायला हवा होता. इथं आल्यापासून कल्याण, उद्धव, दिवाकर हे समर्थांचे लाडके शिष्य याच कामाला लागले होते.

घळीचा सगळा अंतर्भाग स्वच्छ करून झाला. समर्थांचे काही कपडे, छाटी, कौपीन, त्यांचं लिखाणाचं सामान सगळं निगुतीनं ठेवून झालं. समर्थांच्या

बैठकीची व्यवस्थाही केली. त्या गुहेला आता एका योग्याच्या मठीचं छान रूप आलं. समर्थ आत आले. त्यांनी ती जागा डोळे भरून पाहिली. त्या भकास आणि भयाण जागेचं ते पालटलेलं रूप बघून समर्थ स्तिमित झाले. सुखावले. आता इथं त्यांच्या विचारांना शब्दबद्ध करता येणार होतं. त्या बैठकीला एक गोगटं रूप आलं होतं. समर्थ तत्क्षणी उद्गारले

''पर्वती उदकापासी। सान्निध्यचि एकीकडे।
फार एकांत सोसावा। अभ्यास नित्य नूतनू।।
साहावी सीत उष्णादि। पहावी रम्य स्थळे।
करावे आपण कष्ट। बांधावी ते हळूहळू।।
जागा सुंदर गहन। तेथे सुखावले मन।
वरी पाहता गगन। साठविले।।
कृष्णा-कोन्या दोन्हीकडे। मध्ये पर्वताचे कडे।
मंडळ पाहता चहुकडे। समाधाना।।
भोवती डोंगराची थाटे। दिसती कडे आणि कपाटे।
सवेचि येताती धुकटे। झाकोळती।।
तळी पाहता आकाश। दिसे दुसरे कैलास।
जेथे जावया संतोष। वाटतसे।।''

समर्थांच्या मनाची प्रसन्नता असं शब्दलावण्य घेऊन प्रकटली. समर्थांच्या चरणस्पर्शानं शिवथर घळ आनंदली. समर्थ आता जास्तीतजास्त वेळ इथंच राहणार होते. शिवथर घळीचं भाग्य आता चहूबाजूंनी उजळणार होतं.

शिवथर घळीत समर्थांचा मुक्काम सुरू झाला. त्यांचे इतर शिष्य त्यांच्या सोबत अधूनमधून असत. एकटा कल्याण स्वामी मात्र त्यांच्यासोबत असे. पावसाळा सुरू झाला की एक वाघ त्या घळीत मुक्कामाला येई. पहिल्या वेळी तो आल्यावर समर्थांनी त्याच्या नजरेला नजर देऊन जरबेनं सांगितलं, ''आश्रयाला आला आहेस तर कोपऱ्यात गुपचूप बसून राहा!'' आणि नवल म्हणजे तो वाघ घळीच्या आतल्या अंगाला गुपचूप बसून राहिला. साप-विंचू यांचं तर त्या घळीत नित्य आगमन असे. समर्थ स्वत: अत्यंत धीट आणि धाडसी. हाच गुण त्यांनी त्यांच्या सर्व शिष्यांत उतरवला होता. त्यामुळेच शिवथर घळीतलं समर्थांचं वास्तव्य सुखरूप झालं.

समर्थांनी लिखाणाला सुरुवात केली. मनात योजलेलं प्रत्यक्षात साकार होऊ लागलं. मनातले विचार शब्दांचे आकार घेऊन कागदावर उतरू लागले. बुद्धीत साठलेला दृष्टिकोन कागदावर उमटायला लागला. जे युगप्रवर्तक कार्य समर्थांना

करायचं होतं, त्याचा आरंभ झाला. अवघं चराचर ज्याची वाट पाहत होतं, अवघं चराचर जे ज्ञान शेकडो वर्षं जपून ठेवणार होतं; त्या ज्ञानाच्या शब्दबद्धतेला सुरुवात झाली. स्वच्छ, सुंदर, अक्षरशः टपोऱ्या मोत्यासारखं अक्षर कागदावर आकारायला लागलं. समर्थांनी लिखाणाला सुरुवात केली. विशेष म्हणजे समर्थांनी सुरुवातच श्रोत्यांच्या शंका निरसनाने केली. इथंही समर्थांनी आपलं वेगळेपण सिद्ध केलं.

आपण जे कार्य आता करणार आहोत ते लोकांसाठी. समाजासाठीच आहे. त्यामुळे आपण नक्की काय करत आहोत हे लोकांना कळलंच पाहिजे, समजलंच पाहिजे, ही समर्थांची स्पष्ट भूमिका होती. म्हणूनच त्याच दृष्टीनं आपण हे लेखन करायचं आहे ही त्यांची पारदर्शी विचारधारा होती. त्याच भूमिकेतून –

"श्रोते पुसती कोण ग्रंथ। काय बोलिलें जी येथ।
श्रवण केलियानें प्राप्त। काय आहे॥१॥"

हा श्रोत्यांच्या, वाचकांच्या, लोकांच्या, पर्यायानं समाजाच्या मनातला प्रश्न ग्रंथाच्या सुरुवातीलाच उद्‌धृत करून समर्थांनी श्रोत्यांशी संवाद साधला. लगेचच पुढच्याच श्लोकात या प्रश्नाचं उत्तर देऊन श्रोत्यांचं शंकानिरसनही केलं. श्रोत्यांच्या शंकेचं उत्तर देतानाच ग्रंथाचं नावही सांगितलं.

"ग्रंथा नाम 'दासबोध'। गुरू-शिष्यांचा संवाद।
येथ बोलिला विशद। भक्तिमार्ग॥२॥"

गुरू-शिष्याच्या संवादातून भक्तिमार्गाचा अवलंब करत, समाजाला दिलेला 'बोध' म्हणजे 'दासबोध' हेच या ग्रंथाचं नाव! समर्थांची स्पष्ट भूमिका, पारदर्शी विचार आणि अत्यंत सोप्या भाषेतलं लिखाण अशा स्वरूपात समर्थांनी दासबोध लिहायला सुरुवात केली. थोडं लिहून झाल्यावर त्यांनी आपला प्रिय शिष्य कल्याण स्वामी याच्या हातात लेखणी दिली. समर्थांनी सांगायचं आणि कल्याण स्वामींनी लिहायचं. दिवस कधी उगवतो आणि कधी मावळतो याचं त्या दोघांनाही भान नसायचं! समर्थांसारखा प्रचंड ज्ञानी सद्‌गुरू सांगतो आहे, कल्याण स्वामींसारखा सुंदर हस्ताक्षर असलेला आज्ञाधारक, अभ्यासू शिष्य लिहून घेतो आहे आणि या दोन्हींच्या एकत्रित आविष्कारातून दासबोधासारखा ग्रंथ तयार होतो आहे. त्या शिवथर घळीचं, त्या परिसराचं, महाराष्ट्र भूचं आणि मराठी माणसाचं भाग्य किती थोर?

समर्थ सांगताहेत ते कल्याण लिहून घेतो आहे हे दृश्य बघायला सूर्यकिरणही डोकावून जायचे. पाऊस आपले तुषार घेऊन झडीच्या रूपानं क्षणभर आत जायचा, सगळी घळ तुषारांचे प्रोक्षण करून शुचिर्भूत करायचा, अन् तिथलं

दृश्य डोळे भरून बघायचा. वीजसुद्धा आकाशात कडाडायची, लखाखत्या रेषांसमवेत खाली उतरायची, घळीत डोकावून सगळी घळ क्षणभर प्रकाशमान करायची. वारा मध्येच पिसाटासारखा आत घुसायचा, हे दृश्य डोळे भरून बघायचा. आकाशसुद्धा कधी कधी सूर्यकिरणांबरोबर खाली उतरायचं, घळीत डोकवायचं, घळीबाहेर धुकं बनून पसरायचं, काही क्षण तिथं रेंगाळायचं, आणि सूर्यकिरणांसोबत परत जायचं.

समर्थांचं हे दासबोधाचं लिखाण अवघ्या पंच महातेजांना कौतुकाचं कौतुक होतं, अप्रुपाचं अप्रूप होतं. त्या दासबोधाची अवघ्या चराचराला जणू आस लागली होती. त्यातले ज्ञानाचे कण वेचण्यासाठी सृष्टीचा प्रत्येक कण, कालमानाचा प्रत्येक क्षण आसुसला होता. आतुरला होता. आपल्या दासबोध लिखाणाची अवघ्या चराचराला एवढी आस लागली आहे, यापासून अनभिज्ञ असलेले समर्थ आणि समर्थ सांगतात ते लिहून घेणारा कल्याण दोघंही त्या लिखाणात बुडून गेले होते.

समर्थांचं हे लिखाण म्हणजे चराचरातल्या सर्व विषयांवरच्या सर्व ज्ञानाचा आरसा होता. सर्व प्रकारच्या सर्व ज्ञानाचं प्रतिबिंब त्यात उमटणार होतं. अगदी अति सामान्यजनांपासून ते नृपश्रेष्ठांपर्यंत सगळ्यांनी कसं वागावं, कसं जगावं, काय झालं असता काय करावं याचं संपूर्ण विवेचन त्या ग्रंथात असणार होतं. भक्तीसोबत युक्ती, शक्ती आणि बुद्धी यांचा वापर करून कसं जगायचं याचा प्रत्येक बाबतीतला पाठ या ग्रंथात असणार होता. हा ग्रंथ मुळात परमेश्वराला प्रसन्न करण्यासाठी नव्हताच. समाजाला मार्गदर्शन करण्याचाच या ग्रंथाचा मूळ उद्देश होता आणि या उद्देशापासून समर्थ तसूभरही ढळणार नव्हते. समाज-सुधारणा हेच त्यांचं लक्ष्य होतं.

दासबोधाचे सात दशक लिहून पूर्ण झाले. समर्थांना पुन्हा भ्रमंतीची गरज वाटली. बाहेरची सामाजिक आणि राजकीय परिस्थिती पुन्हा अवलोकायची होती. शिवथर घळीमध्ये वेळावेळी येणाऱ्या शिष्यांकडून त्यांना बाहेरच्या बातम्या कळायच्याच; पण यादरम्यान एक बातमी अशी कळली की शिवथर घळीतून समर्थ लगेचच निघाले. बातमी होती की समर्थांच्या आई राणू आई यांची प्रकृती खूपच खालावली आहे.

समर्थांच्या लक्षात आलं. गेले चार दिवस त्यांना बेचैन वाटत होतं. खरंतर समर्थांनी शिवथर घळीत राहायला आल्यावर एक गणपतीचं मंदिर तिथं बांधलं आणि तिथंच बाजूला रामरायाची मूर्तीही बसवली. रोज सकाळी या दोन्ही देवतांची पूजा करून समर्थ लिहायला बसत. गेले आठ दिवस ते रामरायाच्या पूजेला बसले की कोणीतरी हाक मारतंय असं त्यांना वाटे. काल तर त्यांना

चक्क 'नारायणा ऽ! ये रे! तुला भेटावंसं वाटतंय!' असे शब्द ऐकायला आले. तेव्हाच समर्थांच्या लक्षात आलं की आई आपल्याला बोलावते आहे आणि आज एक शिष्य आई आजारी असल्याची बातमी घेऊन आला. समर्थांनी लिखाण थांबवलं. कल्याणला आपल्या जाण्याबद्दल कल्पना दिली आणि ते निघाले.

वाटेत कुठंही फार वेळ न दवडता ते जांबला आले. आले ते थेट वाड्यात गेले. वाड्याच्या दारातून त्यांनी पाहिलं, आई ओसरीवर निजली होती. म्हातारी झालेली, थकलेली, आजारी असलेली. समर्थ क्षणभर दाराशी रेंगाळले. तोच अंगणात बसलेला वाघ्या कुत्रा भुंकत उठून उभा राहिला. त्याचा आवाज ऐकून आई तशाही स्थितीत म्हणाली,

"सूनबाई, बघ गं माझा नारायण आला असेल!" आईचं हे वाक्य ऐकलं आणि समर्थांना गहिवरून आलं. दारातून चट्‌कन पुढं येत ते आईजवळ आले. तिला म्हणाले,

"होय आई! हा बघ तुझा नारायणच आला आहे!"

पुढं होऊन समर्थांनी आईचा हात धरला. त्यांचा आवाज, त्यांचा स्पर्श आईनं ओळखला. मिटलेले डोळे उघडून, उठून बसायची धडपड करत ओलावल्या स्वरात ती म्हणाली,

"नारायणा ऽ! अरे आलास तू? नारायणा, माझं लेकरू ते! माझ्या हाकेसरशी धावून आलं."

समर्थांचे डोळे भरून आले. पंचेचाळीस-पन्नास वर्षांचे समर्थ. दिगंत कीर्ती मिळवलेले, हजारो शिष्यांचे गुरू असलेले. आईला मात्र अजून ते लेकरूच होते. हीच तर मातृत्वाची कमाल असते. पोर कितीही मोठं झालं तरी आईपुढं ते लहानच असतं. आईलाही ते लहानच वाटतं. गहिवरल्या मन:स्थितीत समर्थांनी त्या मातृत्वाला मनोमन वंदन केलं. आईच्या समोर झुकून तिच्या पायावर डोकं टेकवून तिला नमस्कार करत समर्थ उद्‌गारले,

"हो आई! बघ हे तुझं धगुरडं लेकरू आलंय!"

समर्थांचं बोलणं ऐकून आईच्या सुरकुतल्या चेहऱ्यावर हसू उमटलं. समर्थांच्या चेहऱ्यावरून, पाठीवरून, मस्तकावरून आपला वात्सल्यानं भरलेला थरथरणारा हात फिरवत आई म्हणाली,

"नारायणा, एवढा मोठा झालास; पण अंगातला खोडकरपणा काही गेला नाही. तुझा श्रेष्ठ मला सांगत असतो वेळोवेळी तुझ्या कार्याबद्दल! आनंद आहे हो! नारायणा! माझ्या दोन्ही मुलांनी ठोसर घराण्याचं नाव मोठं केलं हो! आणि नारायणा, तू तर लहानपणी अति खोडकर, वाया जातोस की काय असं वाटत होतं; पण नारायणा, तू तर दिगंत कीर्ती मिळवलीस. आता रामरायानं मला

घेऊन जावं. मी समाधानानं मरेन. आनंदानं मरेन!''

बोलता बोलता राणू आईला धाप लागली. एवढ्या बोलण्यानंही तिला थकवा आला. समर्थांनी आईचा हात हातात घेतला. म्हणाले,

''आई, आता मी आलोय ना! आता मी कुठंही जाणार नाही. इथंच तुझ्यापाशी बसून राहीन. तू आता शांत झोप. मी इथंच आहे!''

समर्थांनी आईचं समाधान केलं. त्यानंतर चार-पाच दिवसांनीच राणू आईनी या जगाचा निरोप घेतला. अत्यंत समाधानी मनानं त्यांनी मृत्यू स्वीकारला. समर्थ जांबेत आहेत हे समजल्यावर उद्धव स्वामी तिथे त्यांना भेटायला आला. समर्थ आईची सेवा करत तिथेच होते. उद्धवही तिथेच राहिला. राणू आईचा मृत्यू झाल्यावर श्रेष्ठांनी आणि समर्थांनी राणू आईचे सर्व संस्कार विधिवत केले. त्यानंतर काही दिवस समर्थ जांबेतच राहिले. आता गावकरी समर्थांना 'समर्थ रामदास' म्हणून ओळखत होते. रोज गावकरी समर्थांना भेटायला येत असत. चर्चा करत, शंका-प्रश्न विचारत, मार्गदर्शन घेत. समर्थ त्यांच्या प्रश्नांची साकल्यानं उत्तरं देत. शंकांचे निरसन करत. त्यांच्या अडीअडचणींवर मार्ग दाखवत. पुढे काही दिवस समर्थ तिथे राहिले. उद्धवही त्यांच्यासोबत होताच. थोडे दिवसांनी उद्धव परत टाकळीला गेला. त्यानंतर श्रेष्ठांचा, वहिनीचा आणि पुतण्यांचा निरोप घेऊन समर्थांनी जांब सोडलं. निघताना श्रेष्ठांनी विचारलं,

''नारायणा, आता पुन्हा केव्हा भेट?'' समर्थ हसले. म्हणाले,

''श्रेष्ठ, त्या रामरायाच्या मनात असेल तर आणि तेव्हाच भेट होईल!''

समर्थ तिथून बाहेर पडले; मात्र समर्थ अंतर्यामी जाणून होते की पुन्हा आपलं जांबला येणं होणार नाही आणि श्रेष्ठांशी भेटही होणार नाही. समर्थ तिथून बाहेर पडले; पण ना ते शिवथर घळीत परतले, ना चाफळला गेले. तिथून मराठवाड्यातून नांदेड मार्गे ते आंध्रप्रदेशात पोचले. उद्धवाला त्यांनी सोबत घेतलं. वाटेत जिथे मठ होते तिथे मठातून, जिथे मारुती मंदिरं होती तिथं त्या मंदिरातून मुक्काम केला. जिथं मंदिरं नव्हती तिथं स्थापन केली, मठ नव्हते तिथं उभे केले. असं करत करत समर्थ निजामाबादला पोचले. तिथून जवळच एका विलक्षण प्रसंगात समर्थांना हस्तक्षेप करावा लागला.

झालं होतं असं– त्या वेळी आंध्रप्रदेशात प्रचंड मोठ्या प्रमाणात कोरडा दुष्काळ पडला होता. दोन वर्षं सलग तिथं पाऊस झाला नव्हता. निजामाबादच्या सरदाराला कुणीतरी सांगितलं की हिंदू ब्राह्मणांनी पाण्यात उभं राहून कसलातरी जप केला की पाऊस पडतो. म्हणून त्या सरदारानं निजामाबाद परिसरातले साठ ब्राह्मण गोळा केले अन् त्यांना पाण्यात उभं राहून जप करायला भाग पाडलं. एवढंच नव्हे तर 'पाऊस पडेपर्यंत त्यातल्या एकालाही जाऊ देणार नाही आणि

मंत्रपठण झाल्यावरही पाऊस पडला नाही तर सगळ्या ब्राह्मणांची मुंडकी उडवली जातील' असाही त्या सरदारानं फतवा काढला. साठ-एक ब्राह्मण आठ-दहा दिवस झाले पाण्यात उभं राहून पर्जन्यसूक्ताचं पठण करत होते; पण पाऊस पडत नव्हता. समर्थांच्या हे कानावर आलं. निजामाबादपासून कोसभर अंतरावर सारंगपूर नावाचं गाव होतं. समर्थ तिथं गेले. त्यांनी पाहिलं– सारंगपूरच्या त्या परिसरात डोंगराजवळ मोठमोठे अगदी हत्तीएवढे मोठे दगड होते. समर्थांनी त्यातल्या एका दगडावर कोळशानं मारुतीचं चित्रं काढलं. ब्राह्मणांना सांगितलं, "आता पाण्यातलं अनुष्ठान बंद करा! या हनुमानाला महारुद्राचा अभिषेक करा. अभिषेक पूर्ण झाला की पाऊस पडेल!"

ते ब्राह्मण समर्थांची योग्यता जाणून होते. त्यांनी समर्थांच्या सांगण्याप्रमाणं केलं. अभिषेक पूर्ण होताच पाऊस सुरू झाला. सरदाराला निजामाबाद इथं ही घटना समजली. समर्थांनी त्याच ठिकाणी मारुतीचं मंदिर बांधलं. सारंगपूरचा तो मारुती, मंदिर बांधण्याआधीच असा प्रसिद्धीला आला. लोक झुंडीनं त्याच्या दर्शनाला येऊ लागले. सरदारही आपल्या अनुयायांसह तिथं आला. त्यानं मारुतीचंही दर्शन घेतलं आणि समर्थांचंही. समर्थांच्या व्यक्तिमत्त्वानं तो भारला गेला. त्यानं समर्थांना काही जमीन दान दिली. त्या जमिनीवर समर्थांनी श्रीरामाचं मंदिर बांधलं. आपला मठ स्थापन केला. या वेळी सोबत असलेल्या उद्धवाकडं याही मठाची धुरा सोपवली. इथेही त्याला मठपती बनवलं. इंदूरबोधन हे निजामाबादचं मूळ नाव. उद्धव स्वामी आता टाकळी आणि इंदूरबोधन अशा दोन मठांचे मठपती झाले. इंदूरबोधन (निजामाबाद) इथं राममंदिर स्थापन करून त्याची सर्व व्यवस्था लावून देऊन समर्थ महाराष्ट्रात आले. वाटेत माहूर गडावर जाऊन त्यांनी देवीचं दर्शन घेतलं. देवीचं दर्शन घेऊन समर्थ मंदिराबाहेर येऊन बसले. मनात पुढच्या प्रवासाचे बेत होते. समर्थ त्या विचारात दंग असताना अचानक एक मलंग फकीर त्यांच्याजवळ येऊन उभा राहिला. म्हणाला,

"यहाँ क्यों बैठे हो बच्चा?" समर्थ विचारात गर्क होते. त्या मलंग फकिराच्या अचानक येण्यानं ते दचकले. एकदम म्हणाले,

"क्यों बाबा? यहाँ बैठना मना है क्या?" यावर तो फकीर हसला. म्हणाला,

"नहीं बच्चा! सब भूमी गोपालकी है। मैं भी हमेशा यहाँ-वहाँ भटकता रहता हूँ। यहाँ तो सभी मुसाफीर है। तुम भी घूमते रहते हो हमेशा सैलानी की तरह! लेकिन जो काम अधुरा छोडकर आये हो उसे पूरा कर दो बच्चा!"

त्या मलंगाचं हे बोलणं ऐकून समर्थ चकित झाले. त्याच्याकडं निरखून पाहू लागले. तो त्यांना तिथं त्रिमूर्ती श्री दत्तात्रेय दिसले. ब्रह्मा-विष्णू-महेशाचं ते

एकवटलेलं रूप बघून समर्थांना अवर्णनीय आनंद झाला. त्यांनी श्री दत्तात्रेयांना दंडवत घातला. समर्थांच्या मस्तकावर हात ठेवून श्री दत्तात्रेयांनी त्यांना आशीर्वाद दिला. त्यांच्या हाताचा स्पर्श मस्तकाला होताच समर्थांच्या अंगावर एक विलक्षण शिरशिरी उठली. ती अनुभूती घेण्यासाठी त्यांनी क्षणभर डोळे मिटले. उघडले तेव्हा ना तिथं श्री दत्त होते ना तो मलंग फकीर. आपल्या डोळ्यांत पाणी का भरलं हे समर्थांना कळलं नाही; पण आता इथून पुढं गेलं पाहिजे, असा विचार करून समर्थ तिथून निघाले.

तिथून समर्थ आंबेजोगाईला आले. तिथं देवीचं दर्शन घेतलं. तिथं राहून समर्थांनी मठ स्थापन केला. त्रिंबकराज नावाचा शिष्य मठपती नेमला. काही दिवस तिथं मुक्काम करून समर्थांनी तिथं 'विवेकसिंधू,' 'दासोपंतांची पासोडी' इ. ग्रंथांचा अभ्यास केला. नंतर तिथून अहमदनगर परगण्यातील तिसगावला आले. तिसगावपासून पाच-सहा कोसांवर असलेल्या मढी नावाच्या गावात एका धर्मांतरित फकिराच्या दर्ग्याचा फार बोलबाला झाला होता. तिथल्या यात्रेत दरवर्षी शेकडो हिंदूंचं धर्मांतर केलं जाई. समर्थांचं लक्ष तिकडे होतंच. म्हणूनच ते तिसगावला आले. तिथून मठी गावात आले. तिथं फारच भयंकर प्रकार घडत होता. तिथं वली महमद शहा नावाचा एक सरदार होता. त्यानं आपल्याच नावानं एक दर्गा बांधला होता. त्या दर्ग्यात तो दरवर्षी मोठा उत्सव करीत असे. त्या उत्सवात प्रसाद म्हणून खीर वाटली जायची. रस्त्यात ठिकठिकाणी उभं राहून त्याची माणसं येणाऱ्या-जाणाऱ्याला ती खीर प्रसाद म्हणून देत असत. कोणी 'नाही' म्हणाला, तर त्याला तलवारीचा धाक दाखवून ती खीर प्यायला लावत. त्यानंतर ज्यांनी ज्यांनी ती खीर खाल्ली ते आता मुस्लीम बनले आहेत, असा फतवा तो काढत असे. अशा पद्धतीनं शेकडो हिंदूंचं धर्मांतर केलं जायचं. श्रद्धेपोटी, प्रसाद खाल्ला म्हणून, दहशतीमुळे किंवा भाबडेपणानं असंख्य, अशिक्षित भोळे हिंदू आपण मुस्लीम झालो आहोत हे मानून जगायचे. त्या वली महमदशहाचा हा कावा समर्थांच्या लक्षात आला. तिसगावला मुक्काम करून समर्थांनी ही सगळी माहिती घेतली.

त्या वर्षी दर्ग्याच्या उत्सवाच्या आधी चार-पाच दिवस समर्थ शंभर म्हैशी घेऊन तिथं गेले. त्या म्हैशींच्या कपाळावर शेंदूर लावलेला होता. समर्थांनी तिथं सांगितलं की शहाजीराजांनी दर्ग्याच्या प्रसादाच्या खिरीच्या दुधासाठी या म्हैशी पाठवल्या आहेत. महमद शहा खूश झाला. आता या वेळी उत्सवात भरपूर खीर करायची, भरपूर लोकांना प्यायला द्यायची आणि भरपूर लोकांचं धर्मांतर करायचं असा बेत आखून त्यानं त्याप्रमाणं केलं. त्या म्हैशींचं दूध काढून भरपूर खीर बनवली. सगळ्या पंचक्रोशीत वाटली. घराघरात जाऊन दिली आणि दुसऱ्या

दिवशी फतवा काढला की ज्यांनी ज्यांनी खीर खाल्ली ते सगळे लोक मुसलमान बनले आहेत. सगळीकडे भीतीचं वातावरण पसरलं. सगळे लोक दर्ग्यासमोर जमा झाले. महमद शहा तिथं आला. जमलेल्या लोकांना आता तुम्ही हिंदू राहिला नाहीत, मुसलमान झाला आहात, असं सांगायला लागला. तोच समर्थ तिथं आले. समर्थांची कीर्ती तिथंही पोचलीच होती. त्यांना बघून लोकांनी एकच गलका केला. त्यांनी सरदाराला विचारलं,

"सरदारसाहेब, आपण लोकांना काय सांगत होतात?"

महम्मद अली शहाला बरं वाटलं. 'हा जोगडा यांचा म्होरक्या दिसतोय. याच्यासमोरच आपण या लोकांच्या धर्मांतराची घोषणा करू. हा जोगडा आपल्याला काय करू शकणार आहे?'

असा विचार करून तो म्हणाला,

"अबे संन्यासी, तेरा यहाँ क्या काम? ये सब लोग अब मुसलमान बन गये हैं। तू काफर संन्यासी है। तू यहाँसे चला जा। कल इन सबने खीर खायी है। तो ये सब मुसलमान बन गये हैं। ऐसे करते करते एक दिन ये पूरा मुल्क हम मुसलमानोंका बन जायेगा। और तुम हिंदू कुछ नहीं कर पाओगे।"

सरदारानं मोठ्या तोऱ्यात सांगितलं. समर्थांनी त्याचं बोलणं शांतपणे ऐकलं. त्याच्याकडं रोखून बघत विचारलं, "सरदार साहेब, क्या वो प्रसाद की खीर आपने भी खायी है?"

"अलबत! अलबत खाई है! हमारे दर्गा-ए-शरीफ का प्रशाद हम सबने खाया है।" सरदारानं टेचात उत्तर दिलं.

"तो फिर सरदारसाहेब हे हिंदू लोग मुसलमान बनने की बात दूर, आपही हिंदू बन गये। काफर बन गये।" समर्थांनी ठासून सांगितलं. हे ऐकून तो सरदार चिडला. त्यानं तलवार उपसली.

"ए संन्यासी, तू ये क्या बक रहा है?" त्यानं उसळून विचारलं. समर्थ शांत होते. ते हसून म्हणाले,

"देखिए सरदारसाहेब, आप के दर्गेका प्रशाद खाकर हिंदू लोग मुसलमान बन गये। या कहो की आपने बनवाये। ये आजतक चलता आया है। लेकिन इस बार ऐसा हुआ नहीं। कुछ अलग हुआ। आपने जिन भैसोंका दूध खीर बनाने के लिए इस्तमाल किया वो सारी भैंसे हिंदू थी। उनके माथेपर सिंदूर का टीका लगाया हुआ था। और आप सभीने उसी भैसोंके दूध से बनायी हुई खीर खायी हैं। तो बन गये न आप सब हिंदू?"

समर्थांचं हे विश्लेषण ऐकून तो सरदार निरुत्तर झाला, सटपटला, संतापला.

"ऐसा कभी नहीं होता। जानवरोंका कोई मजहब नहीं होता।"

तो थयथयाट करत म्हणाला. समर्थ हसले. म्हणाले,

“तो सरदार साहब प्रशाद का भी कोई धर्म नहीं होता। घबराईए नहीं। न तो आप हिंदू बने है न ये मुसलमान। याद रखिये। इसके बाद आपकी ये चालाकी नहीं चलेगी। ये सभी लोग हिंदू थे, हिंदू हैं और हिंदू रहेंगे।”

समर्थांनी असं सांगताच तिथं जगलेल्या लोकांनी आनंदानं एकच दंगा केला. समर्थ त्या सरदाराला म्हणाले, “सरदारसाहेब, जो जसा आहे तो तसाच राहू दे; कारण ईश्वर या सर्वांपेक्षा निराळा आहे.

“नहिं वो मुसल्मान हिंदु कछूहि।
सयथ्वी नहिं क्या कहुं मे ईसेहि ॥
सबो जातसे वो है हि रे नियारा।
कहे रामदासो चलावे हि सारा॥”

समर्थांचं हे बोलणं ऐकून त्या सरदाराला लाज वाटली. तो समर्थांना शरण गेला. त्यानं आपली चूक कबूल केली. मग समर्थांनी तिथं मारुती मंदिराची स्थापना केली. मठाची स्थापना केली. तिसगावच्या दिनकर गोसावीची मठपती म्हणून नेमणूक केली आणि समर्थांनी ते गाव सोडलं. समर्थांसमोर रामराज्याचं स्वरूप असं होतं–

“बहुवृष्टि नाही अनावृष्टि नाही। कदा ही भूमी पीक सांडित नाही।
जना दंड नाही तथा मार नाही। जरा, मृत्यू ना व्याधि काहींच नाही।
पहा बंद-निर्बंध कोण्हा असेना। जनी मत्सरु पाहताही दिसेना।
कुरूपी नसे शब्दकापट्य काही। जनी पाहता वादवेवाद नाही।
सुखानंद आनंद उल्हास वाटे। महासुकृती लोक धार्मिक मोठे।
बरा कौल पाळी असा कोण कैचा। जगी धन्य हा राम दाता दिनांचा।
सदासर्वदा न्याय, अन्याय नाही। नसे हा भूमी वोस, उदास काही।
जगज्जनकू राम राजा स्वभावे। म्हणे दास रायास कल्याण व्हावे॥”

रामराज्याचं हे स्वप्न समर्थांनी स्वत: पाहिलं, जनतेला दाखवलं आणि शिवाजीराजांच्या डोळ्यांत उतरवलं. राम कसा आहे हे सांगताना समर्थांनी म्हटलं–

“धर्माभिमानी क्षत्राभिमानी। विद्याभिमानी विप्राभिमानी।
ज्ञानाभिमानी सत्याभिमानी। भक्ताभिमानी कोदंडपाणी॥”

असा रामाचा ध्यास घेऊन समर्थ सर्वत्र वावरत असत. तिसगावचं काम सुरळीत करून समर्थ तिथून निघाले. ते शिवथर घळीत परतले. दासबोधाचं पुढचं लिखाण पुन्हा सुरू झालं. एक ते सात दशकांपर्यंतचं लिखाण झालं होतं.

आठव्या दशकापासून समर्थांनी पुढं सांगायला सुरुवात केली. उद्धव त्याच्या सुंदर हस्ताक्षरात ते लिहून घेत होता. पुन्हा एकदा गुरू-शिष्य लिखाणात दंग झाले. पुन्हा एकदा समर्थांची वाणी शिवथर घळीत घुमायला लागली.

दासबोधाच्या लिखाणात कितीही व्यग्र झाले, तरीही बाहेरच्या राजकीय आणि सामाजिक परिस्थितीवर समर्थांचं लक्ष होतं. त्यांचे ठिकठिकाणी असलेले शिष्य आणि मठपती समर्थांपर्यंत सगळ्या बातम्या आणून पोचवत होते. तुकोबांच्या सदेह वैकुंठगमनानंतर शिवाजीराजे अधूनमधून समर्थांच्या भेटीला येत, तसेच समर्थांशी अधूनमधून पत्रव्यवहार करत. स्वराज्याला निर्माण होणारे संभाव्य धोके त्यातून समर्थांपर्यंत पोचत होते. समर्थही शिवाजीराजांशी पत्रव्यवहार करत, त्यामार्गे आपल्याला समजलेले स्वराज्याला निर्माण होणारे धोके ते राजांना कळवीत. त्यांना उपदेश, मार्गदर्शन करीत. कधी राजे समर्थांच्या भेटीसाठी त्यांच्या सोबत्यांना पाठवत. समर्थही वेळोवेळी त्या सर्वांना काही उपदेश, मार्गदर्शन करत. दासबोधासारखा अत्यंत बोधप्रद, उपदेशपर, जीवनाच्या सर्वांगाला स्पर्श करणारा, मानवी जीवनातील अत्यंत बारीकसारीक गोष्टींचा विचार करणारा ग्रंथ लिहिण्याचं काम चाललेलं असतानाच दुसरीकडं शिवाजीराजांना, त्यांच्या सहकाऱ्यांना असं अधूनमधून मार्गदर्शन करण्याचं काम समर्थ करत होते. आपल्या शिष्यांकडून मिळालेल्या माहितीचा उपयोग करून घेत होते. अशातच समर्थांना चाहूल लागली एका भयंकर संकटाची. अफजलखान नावाचा आदिलशहाचा सरदार शिवाजीराजांचा आणि स्वराज्याचा घास गिळंकृत करायला विजापूरहून निघाला होता. त्यानं राजांना संपवायचा विडा उचलला होता. अंगानं बलदंड असलेला हा अफजलखान महाशक्तिशाली होता. लहान चणीच्या शिवाजीराजांना त्यानं एका हातानं चिरडलं असतं अशी त्याची ताकद होती. राजे स्वत: महापराक्रमी आणि प्रचंड राजकारणी धुरंधर होते, हे समर्थांना माहीत होतं, तरीही समर्थांची काळजी कमी होईना. मुलगा कितीही मोठा झाला, तरी आईला तो लहानच वाटतो. तो कुठेही निघाला तरी आई त्याला सूचना देते तसं समर्थांच्या मनात आलं आणि आपल्या परीनं त्यांनी राजांसाठी पत्र लिहिलं–

“नाना वस्त्रें, नाना भूषणें। येणें शरीर शृंगारणें।
विवेकें विचारें राजकारणें। अंतर श्रृंघारिजे।।
शरीर सुंदर सतेज। वस्त्रें भूषणें केलें सज्ज।
अंतरी नस्तां च्यातुर्यबीज। कदापि शोभ न पवे।।
समयासारिखा समयो येना। नेम सहसा चालेना।
नेम धरितां राजकारणा। अंतर पडे।।

अति सर्वत्र वर्जावें। प्रसंग पाहोन चालावें।
हटनिग्रही न पडावें। विवेकी पुरुषें।।
बहुतचि करिता हट। तेथें येऊन पडिले तट।
कोणा येकाचा सेवट। जाला पाहिजे।।
म्लेंच्छ दुर्जन उदंड। बहुत दिसाचें माजले बंड।
याकारणें अखंड। सावधान असावें।।''

असं पत्रात लिहून समर्थांनी त्या दुष्ट अफजलखानाचं वर्णनही राजांना कळवलं–

तुंड हेकांड कठोरवचनी। अखंड तोले साभिमानी।
न्याय-नीति अंतःकरणीं। घेणार नाहीं।।
तऱ्हे सीघ्रकोपी सदा। कदापि न धरी मर्यादा।
राजकारण संवादा। मिळोंचि नेणे।।
ऐसी लौंद बेइमानी। कदापि सत्य नाहीं वचनीं।
पाणी अपस्मार जनीं। राक्षेस जाणावे।।

असं काळजी घेणारं पत्र लिहून समर्थांनी राजांना पाठवलं, तेव्हा कुठं त्यांना जरा बरं वाटलं. अफजलखानाशी भेट म्हणजे राजांच्या जिवाला निश्चित धोका होता; कारण तो तसाच पण करून आला होता. समर्थांना राजांच्या जिवाची चिंता सतावत होती. सुरक्षेची काळजी वाटत होती. राजांपेक्षा समर्थ वीस-बावीस वर्षांनी मोठे होते. एकीकडे आईच्या काळजानं ते विचार करत होते. राजांची काळजी करत होते. तर दुसरीकडे राजांना पावलोपावली लागली तर कसलीही मदत मिळेल अशी आपल्या मठामठांतून व्यवस्था करत होते.

शिवाजीराजांनी मोठ्या चातुर्याने अफजलखानाला जावळीच्या खोऱ्यात भेटायला बोलावलं. त्यासाठी अनेक मसलती केल्या. आपण खानाला घाबरलो आहोत असं दर्शवलं. त्यासाठी खानाचं सैन्य भेटीच्या ठिकाणापासून दीड कोसावर ठेवायची विनंती केली. आपलंही सैन्य दूरच राहील अशी ग्वाही दिली.

खान विजापूरहून निघाला आणि वाईत येऊन थांबला. वाईतही समर्थांचा मठ होताच. खानाचा मुक्काम वाईजवळच्या कण्हेरी गावाजवळ होता. तिथंच एक मशीद आहे. त्या मशिदीसमोरच समर्थांनी मठ बांधला होता. त्या मठाचे मठपती वासुदेव गोसावी खानाच्या हालचालींवर मठातून लक्ष ठेवून होते. खानानं आपल्या प्रचंड सैन्यासह वाईतून कूच केले. ते बघून वासुदेव गोसावींचं पत्र घेऊन एक स्वार मोरोपंतांना जाऊन भेटला. त्यानं मोरोपंतांना एक पत्र दिलं. त्यात समर्थ शिष्यांहस्ते समर्थांनी आशीर्वादपर पत्र दिलं आहे असं सांगितलं.

मोरोपंतानी पत्र वाचलं आणि राजांना खबर दिली. पत्रातला मजकूर असा होता–

विवेके करावे कार्य साधन। जाणार नरतनु हे जाणोन।
पूढील भविष्यार्थी मन। रहातोचि नये।।१।।
चालू नये असन्मार्गी। सत्यता बाणल्या अंगी।
रघुवीर कृपा ते प्रसंगी। दासमाहात्म्य वाढवी।।२।।
रजनीनाथ आणि दिनकर। नित्य करिती संचार।
घालिताती येरझार। लाविले भ्रमण जगदिशे।।३।।
आदिमाया मूळभवानी। हे सकल ब्रह्मांडाची स्वामिनी।।
येकांती विवेक करोनी । इष्ट योजना आखावी ।।४।।

यातल्या प्रत्येक ओळीचं आद्याक्षर घेतलं, तर राजांसाठी अफजलखानाची खबर होती, 'विजापूरचा सरदार निघाला आहे.'

समर्थ आणि त्यांच्या शिष्य वर्गानं राजांना असं सर्वतोपरी साहाय्य केलं. त्या जाणत्या राजानं या सगळ्याचा आणि आपल्या बुद्धिचातुर्याचा व्यवस्थित उपयोग करून अफजलखानाला सैन्यासह संपवला. स्वराज्याला गिळंकृत करायला आलेला तो अफजलखान नावाचा राक्षस नेस्तनाबूत केला. समर्थांना जेव्हा ही बातमी कळली, तेव्हा त्यांच्या डोळ्यांत पाणी उभं राहिलं. तडक त्यांनी घळीतलं गणेशाचं मंदिर गाठलं. त्याला हात जोडून म्हणाले, "गजानना, आहेस तू खरा विघ्नहर्ता! स्वराज्यावरचं हे विघ्न तूच दूर केलंस!" समर्थांनी अश्रूभरल्या नेत्रांनी लिहिलं –

"येश, कीर्ती प्रताप महिमा। उत्तम गुणासी नाही सीमा।
नाही दुसरी उपमा। देणे ईश्वराचे।।
धर्म स्थापनेचे नर। ते ईश्वराचे अवतार।
झाले आहेत पुढे होणार। देणे ईश्वराचे।।
उत्तम गुणाचा ग्राहिक । तर्क तीक्षण विवेक ।
धर्मवासना पुण्यश्लोक। देणे ईश्वराचे।।"

स्वराज्यावरचं महान संकट टळलं. समर्थ पुन्हा दासबोधाकडे वळले. आता दासबोधाचे शेवटचे काही दशक राहिले होते. समर्थांनी ते काम पूर्ण केलं.

स्वप्नीं जें जें देखिलें। तें तें जागृतीस उडालें।
सहजचि अनिर्वाच्य जालें। बोलतां न ये।।
ऐसें हें विवेकें जाणावें। प्रत्ययें खुणेसी बाणावें।
जन्ममृत्यूंच्या नांवें। शून्याकार।।
भक्तांचेनि साभिमानें। कृपा केली दाशरथीनें।

समर्थकृपेचीं वचनें। तो हा दासबोध।।
वीस दशक दासबोध। श्रवणद्वारें घेतां शोध।
मननकर्त्यांस विशद। परमार्थ होतो।।
वीस दशक दोनशें समास। साधकें पाहावें सावकास।
विवरतां विशेष पिशेष। फळों लागे।।
ग्रंथाचें करावें स्तवन। स्तवनाचें काय प्रयोजन।
येथें प्रत्ययास कारण। प्रत्ययो पाहावा।।

आता समर्थांच्या विचारांना दासबोधातून पूर्णत्व आलं होतं. कल्याण स्वामींनी पुन्हा एकदा मांड ठोकून बसून आपल्या सुंदर हस्ताक्षरात संपूर्ण दासबोधाची आणखी एक प्रत लिहून तयार केली. ती प्रत सगळ्या मठांत जाणार होती. प्रत्येक मठात त्या प्रतीची नक्कल उतरवली जाणार होती. समाजाचा उद्धार करणाऱ्या, समाजाला मार्गदर्शन करणाऱ्या त्या ग्रंथाच्या हजारो प्रती निघणार होत्या.

अफजलखानाच्या वधानं चवताळलेल्या आदिलशहानं नवीन डाव आखला. साक्षात औरंगजेबाचा मामा शाहिस्तेखान पुण्यावर चालून आला. राजे प्रतापगडावर होते. पुण्यात शिबंदी कमी होती. शाहिस्तेखानानं पुण्यावर ताबा मिळवला आणि लाल महालात मुक्काम केला. या राजकीय परिस्थितीनं समर्थांना पुन्हा अस्वस्थ केलं. त्यांना राजांची पुन्हा काळजी वाटायला लागली.

सुमारे दोन वर्षं शाहिस्तेखान लाल महालात होता. लाल महाल म्हणजे राजांच्या काळजाचा तुकडा होता. त्यांचं बालपण सगळं तिथंच तर गेलं होतं. समर्थांना काळजी वाटली. भावनेच्या भरात राजे काहीतरी करून बसतील. 'राजांना जिंदा या मुर्दा घेऊन येतो' असा पण करूनच शाहिस्तेखान पुण्यात तळ ठोकून होता. समर्थांचं आईचं काळीज पुन्हा थरकापलं. दासबोधातल्या काही निवडक ओव्या एकत्र करून त्यांनी राजांना पत्र पाठवलं. त्यात आईच्या मायेनं त्यांना चार शब्द सांगितले–

"करणे असले अपाये। तरी बोलोनी दावू नये।
परस्परेचि प्रत्यये। प्रचितीस आणावा।।
धटासी आणावा धट। उद्धटासि पाहिजे उद्धट।
खटनटासी खटनट। अगत्य करी।।
हुंब्यासी हुंबा लावून द्यावा। टोणप्यास टोणपा आणावा।
लौंदापुढें उभा करावा। दुसरा लौंद।।
जैशास तैसा जेंव्हा भेटे। तेंव्हा मजालसी बरी थाटे।

इतुकें होतें परि धनी कोठें। दृष्टीस न पडे।।
अमर्याद फितवेखोर। त्यांचा करावा संहार।
शोधिला पाहिजे विचार। यथातथ्य।।''

शिवाजी राजांच्या बाबतीत समर्थ हळवे होत असत. राजे जरी ईश्वराचा अवतार असले, तरी या म्लेंच्छांकडून त्यांच्या जिवाला सतत धोका होता आणि हे समर्थ जाणून होते. त्यामुळे जेव्हा जेव्हा राजांवर एखादं संकट कोसळे, तेव्हा समर्थ हळवे होत. राजांना पत्र पाठवत. त्यांना विश्वास असे की राजे आपल्या पत्रांचा नक्की अभ्यास करतील. असं पत्र पाठवून झालं की समर्थ थोडे निश्चिंत होत.

लाल महालात शिरून शाहिस्तेखानाची फौज मारून, पळून जाणाऱ्या खानाची बोटं छाटून राजांनी शाहिस्तेखानाला नामोहरम केलं. समर्थांनी राजांना ईश्वराचा अवतार म्हटलं होतं ते राजांनी आपल्या पराक्रमानं सिद्ध केलं. समर्थांना अपरिमित आनंद झाला.

राजांचा झंझावात पुन्हा सुरू झाला. समर्थांचंही कार्य जोमानं सुरू होतं. शाहिस्तेखानानं राज्याचं अपरिमित नुकसान केलं होतं. ते भरून काढण्यासाठी राजांनी सुरत लुटली. राज्याची विस्कटलेली घडी सावरण्यात दोन-तीन वर्षं सहज निघून गेली आणि पुन्हा राज्यावर संकट ओढवलं. दिल्लीला औरंगजेबाला भेटायला गेलेल्या राजांना औरंगजेबानं कैदेत ठेवलं. त्यांच्यावर खडा पहारा बसवला. शिवाजीराजे कैद झाले. या बातमीनं महाराष्ट्र चिंतेत पडला. समर्थांची झोप उडाली. राजे तिकडे दिल्लीत परमुलखात कैदेत होते. मनात असूनही कुणी मदतीला जाऊ शकत नव्हतं. समर्थांनी आपल्या उत्तर प्रदेशातल्या सर्व मठांत सूचना देऊन ठेवल्या.

''दुर्जन प्राणी समजावे। परी ते प्रकट न करावे।
सज्जनापरीस आळवावे। महत्त्व देऊनी।।
हीं धूर्तपणाची कामें। राजकारण करावें नेमें।
ढिलेपणाच्या संभ्रमें। जाऊ नये।।''

अशा भाषेत समर्थांनी त्या भागातल्या मठपतींना सूचना केल्या; मात्र आपल्या बुद्धिचातुर्याचा उपयोग करून शिवाजीराजे आग्र्याच्या कैदेतून सुटले आणि साधूवेषात, बैराग्याच्या वेषात आग्र्यातून ते निसटले. आग्र्याहून ते मथुरेला आले. तिथून ते तसेच बैराग्याच्या वेषातच रायगडावर पोचले. समर्थांनी उत्तर भारतात ठिकठिकाणी स्थापन केलेल्या मठांमध्ये काही बैरागी येऊन राहून गेले, या गोष्टीची कुठेही कसलीही कुणाजवळही वाच्यता न करता समर्थांनी मनोमन राजांचा हा प्रवास जाणून घेतला. ठिकठिकाणी मठ काढून आपण केलेल्या या

कार्याचं आता सार्थक झालं असं त्यांना वाटलं. राजे परतले. त्यांनी पुन्हा राज्य-बांधणीला सुरुवात केली. या राज्यबांधणीत राजांनी मग भ्रमंती सुरू केली. याच दरम्यान एक प्रसंग घडला.

समर्थांचीही भटकंती सुरूच होती. समर्थ एकदा रंगनाथ स्वामींच्या दर्शनाला गेले होते. तिथून ते साताऱ्याला आले. राजे तेव्हा सातारा परिसरातच होते. आपल्या भ्रमंतीत समर्थ आपल्या शिष्यांसह देहगाव इथं आले. दुपारची वेळ होती. आसपासच्या शेतातून ज्वारीची कणसं डोलत होती. समर्थांच्या शिष्यांनी समर्थांच्या परवानगीने चार-पाच ठिकाणची कणसं काढली. ती जाळात टाकून त्यांनी हुरडा भाजून खाल्ला. तोच त्यातल्या एका शेताचा मालक तिथं आला. त्याला वाटलं ही सगळी कणसं आपल्याच शेतातली आहेत. त्यानं काहीच न विचारता समर्थांच्या शिष्यांना काठीनं मारायला सुरुवात केली. आणखीही चार जणांना बोलावलं. समर्थ बाजूलाच एका दगडावर विसावले होते. 'हा' या माणसांचा म्होरक्या आहे हे समजल्यावर त्यांनी समर्थांनाही काठीनं मारायचा प्रयत्न केला. शिष्य मध्ये पडले, तरीही समर्थांना दोन फटके बसलेच. तोच एक शिष्य ओरडला,

"तुम्ही कोणाला मारत आहात? ते समर्थ रामदास आहेत. साक्षात शिवाजीराजे येतात त्यांच्या दर्शनाला!"

हे ऐकल्यावर तो शेतकरी घाबरला. "ही गोष्ट शिवाजीराजांना सांगू नका!" अशी तो विनवणी करू लागला. समर्थ म्हणाले, "आम्ही नाही सांगणार!" तरी राजांच्या कानावर ही गोष्ट गेलीच. त्यांनी त्या शेतकऱ्याला बोलावून घेतलं. तो शेतकरी फार घाबरला. दया करण्याबद्दल राजांच्या पाया पडू लागला. समर्थांनी राजांना या संदर्भात पत्र पाठवलं. त्यात त्यांनी लिहिलं. 'राजे, याला मी सांगतो तशी शिक्षा द्या. राजे, याला शेला-पागोटे देऊन याचा सत्कार करा!' ते ऐकून सगळे अचंबित झाले. राजांनाही नवल वाटलं; पण समर्थांनी पुढं लिहिलं होतं–

'राजे, शेतकरी हे स्वराज्याचे अन्नदाते आहेत, त्यांनी रक्ताचं पाणी करून शेत पिकवलंय. कोणीतरी कणसं तोडताहेत म्हटल्यावर तो प्रतिकाराला उभा राहिला. याचा अर्थ तो निद्रिस्त नव्हता. शिवाय त्यानं आणखी चार-पाच जण गोळा केले. म्हणजे त्याच्याकडे संघटना बनवायचं कौशल्य आहे. विशेष म्हणजे त्यानं हुरडा खाणाऱ्यांवर फार हल्ला केला नाही. तर मी त्यांचा म्होरक्या आहे हे कळल्यावर त्यानं माझ्यावर हल्ला केला. याचा अर्थ कुठल्याही कृत्याचा दोष अनुयायांचा नसून त्यांच्या पुढाऱ्यांचा आहे, हे तो जाणतो. राजे, असे जागरूक आणि हुशार शेतकरी नागरिक यांच्यामुळंच राज्याला बळ मिळतं. हा शेतकरी अशा नागरिकांचा प्रतिनिधी आहे. म्हणून शेला-पागोटं देऊन त्याचा सत्कार करा!'

समर्थांचं पत्र राजांच्या पार हृदयापर्यंत पोचलं. छोट्याशा घटनेतून समर्थांनी किती मोठा बोध सांगितला. राजांच्या सोबत मोरोपंत होते. समर्थांचा शब्द न् शब्द त्यांनी वाचला. 'मार्गदर्शक असावा तर असा. नुसतंच सांगत नाही तर प्रात्यक्षिकातून दाखवतो!' त्यांच्या मनात आलं. राजांच्या पाठोपाठ त्यांनीही समर्थांना मनोमन मुजरा केला.

हीच तर समर्थांची पद्धत होती. ते नुसतं सांगून किंवा शिकवून थांबत नसत तर त्याचं प्रात्यक्षिकही दाखवत असत. त्यांनी बांधलेलं प्रत्येक मारुती मंदिर आणि प्रत्येक मठ ही अशा प्रात्यक्षिकांचीच परिणती होती. अशी प्रात्यक्षिकं दाखवून अनेक ठिकाणचं यवनांचं वर्चस्व समर्थांनी स्वत:ही झुगारून दिलं होतं आणि रामभक्तांना संघटित करून हिंदू समाजालाही ते झुगारून द्यायला लावलं होतं. असं प्रात्यक्षिक त्यांनी महाराष्ट्रातच नव्हे तर भारतभर दाखवलं होतं.

'जितुकें आपणासी ठावें। तितुकें हळूहळू सिकवावें।
शाहाणे करूनि सोडावें। बहुत जन।।'

हे समर्थांचं तत्त्व होतं.

'होईल तें आपण करावें। न होता जनांकरवीं करवावें।
भगवद्भजन राहावें। हा धर्म नव्हे।।'

ही त्यांची पद्धत होती.

'आपण करावें करवावें। आपण विवरावें विवरवावें।
आपण धरावें धरवावें। भजन मार्गासी।।'

ही त्यांची रीत होती. याच सगळ्या संकेतानुसार समर्थांचं गुरू असणं, परमार्थाचा अधिकारी असणं हे विशेषत्वानं आणि चोखपणे सिद्ध होतं. समर्थांनी या सगळ्या कालखंडावर, महाराष्ट्रातल्या या परिस्थितीवर, यवनांकडून नाडल्या गेलेल्या हिंदू समाजावर आणि शिवाजीराजांच्या राज्यकारभारावरही आपला अमीट असा ठसा उमटवला. त्यांच्या सर्व लिखाणानं सरस्वतीच्या दरबारात स्थान मिळवलंच, रामरायाच्या मनात स्थान मिळवलंच, पण 'करुणाष्टके,' 'मनाचे श्लोक' इतर लिखाण याबरोबरच 'दासबोधा'नं तर लोकांच्या मनात मोठं स्थान मिळवलं. या सगळ्या गोष्टींनी समर्थ जनमानसात अधिकाधिक लोकप्रिय होत गेले. समर्थांना मात्र आता वेगळेच वेध लागले होते. शिवाजीराजांचा पराक्रम, त्यांचं जाणतेपण, त्यांचं राजकारणधुरंधर असणं, रयतेच्या मनांत त्यांनी मिळवलेलं अनमोल स्थान आणि आता दिगंत होणारी त्यांची कीर्ती बघून समर्थ सुखावले होते. आता राजांच्या या उदंड कर्तृत्वाला छत्र-चामराची आणि सिंहासनाधिष्ठित होण्याची गरज होती. समर्थांना आता त्याचेच वेध लागले होते.

दासबोध लिहून पूर्ण झाला. समर्थ शिवथर घळीतून बाहेर पडले. त्यानंतर त्यांनी बराच काळ चाफळला मुक्काम केला. चाफळला राहून त्यांनी आपल्या ठिकठिकाणच्या मठांचं आणि मारुती मंदिरांचं काम कसं चाललं आहे, याचा आढावा घेतला. मठपतींना काही सूचना केल्या. या सगळ्या कामासोबतच, वाचन, मनन, चिंतन, लेखन हे सतत चालूच होतं.

पावसाळा आला. या वर्षीचा पावसाळा जरा जास्तच होता. चाफळला सगळ्यांना हा पावसाळा बाधला. सगळ्यांना ताप, पडसं, खोकला सुरू झाला. लोक अगदी त्रासून गेले. समर्थांचीही प्रकृती बिघडली. त्यातच थंडी, वारा, पाऊस, ऊन यांची तमा न बाळगता केलेली भ्रमंती, रानावनात केलेला संचार हे सगळं आता अंगावर येत होतं. समर्थांची आता साठी जवळ आली होती. या सगळ्यांचा परिणाम म्हणजे समर्थांना कफाची व्याधी जडली. आधी चार दिवस ताप आला. खूप थंडी वाजून आली. मग फणफणून ताप भरला. समर्थांना उठवेना. कल्याण स्वामी, उद्धव स्वामी त्यांच्या सेवेत लागले. चार दिवसांनी समर्थांचा ताप उतरला; पण त्यांना खोकला झाला आणि झाला कफ. ताप कमी झाल्या झाल्या समर्थांनी स्नान केलं आणि रामरायाच्या तेरा अक्षरी मंत्रजपाला सुरुवात केली. ताप गेला, खोकलाही कमी झाला; पण कफ कमी होईना. काढे, मात्रा, चाटण सगळे उपाय सुरू होते... पावसाळा ओसरल्यावर चाफळला प्रचंड थंडी पडली. समर्थांना कफाचा त्रास जास्तच होऊ लागला. मग मात्र एक दिवस ठामपणे बसून त्यांनी मारुतीरायाची आराधना सुरू केली आणि कफाची व्याधी कमी होण्यासाठी खास मारुतीरायाची एक आरती रचली.

“फणीवर उठवीला, वेग अद्‌भुत केला।
त्रिभुवन जन लोकी, कीर्तीचा घोष केला।।

रघुपती उपकारे, दाटले थोर भारे।
परम धिर उदारे, रक्षिले सौख्य कारे।।
बहुप्रिय रघुनाथा, मुख्य तू प्राणदाता।
उठवी मज अनाथा, दूर सारूनि व्यथा।।
झडकरी भीमराया, तू करी दृढ काया।
रघुवीर भजना या, लाज वेगेसि जाया।।
तुजविण मजलागी, पाहता कोण आहे।
म्हणवूनि मन माझे, तुझि रे वाट पाहे।।
बहुतचि करुणा या, लोटली देवराया।
सहजचि कफ गेले, जाहली वज्रकाया।।
परमसुख विलासे, सर्व दासानुदासे।
पवन तनुज तोषे, वंदिला सावकाशे।।''

सतत तीन दिवस ते ही आरती म्हणत राहिले. गात राहिले. रामराया मारुतीरायासवे जणू धावून आला आणि समर्थांची कफाची व्याधी कमी झाली. त्यांच्या प्रकृतीला आराम पडला. लोककल्याणाच्या कामात स्वत:ला झोकून द्यायला समर्थ पुन्हा सिद्ध झाले. पुन्हा भ्रमंती सुरू झाली.

शिवाजी राजांनीही आपली स्वराज्यावरची पकड मजबूत केली. सिद्धी जोहर, अफजलखान, शाहिस्तेखान आणि औरंगजेब अशा चार मोठ्या गंडांतरातून राजांची आणि पर्यायानं स्वराज्याची सुटका झाली होती. तुळजाभवानीनं जणू समर्थांना दिलेला शब्द पाळला होता. तिनं तिच्या सामर्थ्यानं राजा वाढवला होता. 'तुझा तूच वाढवी राजा' हे समर्थांनी घातलेलं साकडं देवीनं मानलं होतं जणू. शिवाजीराजांनी संस्थापलेलं आणि समर्थांच्या मनात आकारलेलं स्वराज्य आता साकार झालं होतं.

तीनशे साठ किल्ले आता स्वराज्याचं रक्षण करत होते. राजांच्या पदरी जवळजवळ एक लाख सैन्य आपल्या जिवाची बाजी लावण्यास सज्ज होतं. स्वराज्यात स्त्रियांचा सन्मान होत होता. गायींना पुजलं जात होतं. ब्राह्मणांना संरक्षण होतं. मान होता. प्रजा सुखी आणि संतुष्ट होती. फार मोठ्या प्रमाणात यवनांचा नि:पात झाला होता. तिन्ही शाह्यांना राजांचा धाक निर्माण झाला होता. त्यामुळं यवनांची आक्रमणंही थांबली होती. तरीही राजांना सिंहासन नव्हतं. सगळ्यांचं हेच म्हणणं होतं की आता राजांनी छत्रपती व्हावं, सिंहासनाधिष्ठित व्हावं, महाराज व्हावं, सगळे जण राजांना हेच सुचवत होते; पण राजे संकोचत होते. तशातच एक घटना अशी घडली की राजांना सगळ्यांचं ऐकावंच लागलं.

झालं होतं असं–

काशीचे विद्वान, प्रकांड पंडित असलेले गागाभट्ट उत्तर हिंदुस्थानात चाललेल्या औरंगजेबाच्या अत्याचाराला कंटाळले होते. त्यांच्या कानावर शिवाजीराजांचा पराक्रम आला. तसे गागाभट्ट राजांना ओळखत होते. सुमारे दहा वर्षांपूर्वी ते महाराष्ट्रात आले होते. त्या वेळी राजांच्या सांगण्यावरून त्यांनी महाराष्ट्रात काही धार्मिक प्रश्नांचा निवाडा केला होता. शिवाय औरंगजेबाच्या कराल दाढेतून राजांनी बुद्धिचातुर्यानं स्वत:ची केलेली सुटकाही त्यांच्या कानावर आली होतीच. त्यातच औरंगजेबानं काशी इथलं प्रसिद्ध विश्वनाथाचं मंदिर पाडलं. तिथं मशीद बांधली. लोकांचं प्रचंड श्रद्धास्थान असं पायदळी तुडवलं गेलं. या घटनेनं गागाभट्टही संतापले. औरंगजेबाला विरोध करण्यासाठी त्यांच्या डोळ्यांसमोर एकच नाव आलं– महाराष्ट्रातले शिवाजीराजे. गागाभट्ट तडक नाशिकला आले. तिथल्या विद्वान मंडळींशी चर्चा करण्यासाठी त्यांनी नाशिकला मुक्काम केला. काशीचे विद्वान पंडित गागाभट्ट नाशिकला आले आहेत ही गोष्ट राजांच्या कानावर आली. राजांनी राजोपाध्ये शास्त्री आणि सोमनाथ भट्ट यांच्यासोबत गागाभट्टांना सन्मानानं निमंत्रण पाठवून पालखी पाठवली. गागाभट्टांच्या मनातही हेच होतं. ते राजांना भेटायला राजगडावर आले. राजांनी त्यांची भेट घेतली. त्या वेळी गागाभट्टांनी काशीच्या घटना राजांना सांगितल्या आणि म्हणाले,

''राजे, आपणच फक्त या म्लेंछाला नेस्तनाबूत करू शकता. बाकी संपूर्ण हिंदुस्थानात दुसरा कुणीच नाही. त्याला त्याच्या राज्यात घुसून मारावं लागेल!'' पंडितांचं हे बोलणं ऐकून राजे विचारात पडले. म्हणाले,

''पंडितजी, मी एका परगण्याचा सुभेदार. हीच माझी खरी ओळख. मी त्या मुलखात जाऊन स्वारी कोणत्या आधारावर करणार?'' राजांचं बोलणं ऐकून पंडितजी ताड्‌कन म्हणाले,

''राजे, मग बिरुदावली बदला. राजदंड, छत्रचामरं धारण करा. छत्रपती व्हा. सिंहासनाधीश्वर व्हा. सिंहासनाधिष्ठित व्हा!''

पंडितजींचं हे बोलणं तिथं असलेल्या सगळ्यांना पटलं. नुसतं पटलंच असं नव्हे, तर सगळ्यांनी उचलून धरलं. संकोचलेल्या राजांनी मग संकोचत या प्रस्तावाला मान्यता दिली आणि राजांचा राज्याभिषेक नक्की झाला. स्वत: गागाभट्टांनी शास्त्रार्थ बघून राजांना चक्रवर्ती सम्राटाच्या विधींनी अभिषेक केला. राजे सिंहासनाधिष्ठित झाले. छत्रपती झाले. अवघ्या महाराष्ट्र भूवर आनंद पसरला. जिजाऊ माँ साहेबांच्या डोळ्यांचं पारणं फिटलं. तर समर्थ...? समर्थ अत्यानंदानं भारावून गेले. आनंदानं जणू वेडे झाले आणि सगळ्या दऱ्याखोऱ्यांना, डोंगर पर्वतांना, सह्याद्रीच्या कडे-कपारींना, झाडा-झुडपांना, नद्या-नाल्यांना, धबधब्यांना,

सूर्याला, चंद्राला, तारकांना, नक्षत्रांना सांगत हिंडले की शिवाजीराजे छत्रपती झाले ऽ! शिवाजीराजे छत्रपती झाले ऽ!! सगळ्या चराचरातून, गड-किल्ल्यातून, मातीच्या कणाकणातून आवाज घुमत राहिला. 'गोब्राह्मण प्रतिपालक, क्षत्रियकुलावतंस, प्रौढ प्रताप पुरंधर, सिंहासनाधीश्वर श्री छत्रपती शिवाजी महाराऽऽऽजऽ!' ही ललकारी घुमली आणि अवघ्या महाराष्ट्र भूने आपल्या राजाला त्रिवार मुजरा केला.

समर्थ तेव्हा प्रतापगडावर होते. रायगडाकडे तोंड करून त्यांनीही मुजरा केला. त्या वेळी त्यांच्यासोबत गिरिधर स्वामी होते. समर्थांनी मुजरा केलेला बघताच त्यांनी नवलानं विचारलं,

"स्वामी, आपण मुजरा केलात? राजे तर आपल्याला गुरू, मार्गदर्शक मानतात. मग आपण कसा मुजरा केलात?"

समर्थ प्रसन्नतेनं हसले. म्हणाले, "गिरिधर, हा मुजरा आहे स्वराज्याच्या सिंहासनाला! हा मुजरा आहे त्या सिंहासनावर अधिष्ठित छत्र-चामरं धारण करणाऱ्या छत्रपतींना! माझ्या शिवबाला तर मी मिठीत घेऊन पाठ थोपटणार आहे. ऐक गिरिधरा ऐक! तो प्रतापगडचा किल्लेदार ललकारी देतोय ती ऐक!" म्हणत समर्थांनी कान टवकारले. गिरिधरालाही ध्यान द्यायला लावलं.

प्रतापगडचा किल्लेदार ललकारी देत होता... "महाराज ... सिंहासनाधीश्वर... सेना धुरंधर... प्रौढ प्रताप पुरंदर... क्षत्रिय कुलावतंस... राजा छत्रपती शिवाजी महाराज ऽऽऽ!" हे अवघ्या प्रतापगडानं ऐकलं, किल्ल्याच्या दगडा-दगडानी ऐकलं, समर्थांनी तर सर्वांगाचे कान करून ऐकलं. आनंदानं अंत:करण उचंबळून आलं त्यांचं. आपलं स्वप्न साकार होण्याचं दृश्य 'याचि देही याचि डोळा' पाहण्याचं भाग्य आपल्याला लाभलंय या विचारानं त्यांच्या डोळ्यांत पाणी उभं राहिलं. हिंदवी स्वराज्य स्थापन झालं होतं. त्या स्वराज्याला आता धनी मिळाला होता. मालक मिळाला होता. म्लेंच्छांचा संहार झालाच होता, निदान महाराष्ट्रापुरता तरी. समर्थ आनंदानं अक्षरश: वेडे झाले होते.

त्यांनी गिरिधरला सांगितलं, "गिरिधरा, कलम घे! मला माझा आनंद शब्दांत बांधायचा आहे." गिरिधरानं कलम घेतली. समर्थ सांगायला लागले,

स्वप्नी जे देखिले रात्री। ते ते तैसेचि होतसे।
हिंडता फिरता गेलो। आनंदवनभूवनी।।

कल्पांत मांडिला मोठा। म्लेंच्छ, दैत्य बुडावया।
कैपक्ष घेतला देवी। आनंदवनभूवनी।।

बुडाला औरंग्या पापी। म्लेंच्छसंहार जाहला।
मोडिली मांडिली क्षेत्रे। आनंदवनभूवनी।।

गळाले, पळाले, मेले। जाले देशधडी पुढे।
निर्मळ जाहली पृथिवी। आनंदवनभूवनी।।

उदंड जाहले पाणी। स्नानसंध्या करावया।
जप-तप-अनुष्ठान आनंदवनभूवनी।।

देव-भक्त एक जाले। मिळाले जीव सर्वही।
संतोष पावले तेणे। आनंदवनभूवनी।।

मनासी प्रचिती आली। शब्दी विश्वास वाटला।
कामना पुरती सर्वे। आनंदवनभूवनी।।

समर्थ सांगत गेले. गिरिधर लिहीत गेला. सगळं काव्य लिहून झाल्यावर गिरिधरानं विचारलं,

''स्वामी, काशीचं पौराणिक नाव आनंदवन आहे. तुम्ही काशीला गेला होतात तेव्हाच ते स्वप्न पाहिलं होतंत ना?'' समर्थ प्रसन्नपणे हसले. म्हणाले,

''होय गिरिधरा! मी काशीला चाळीस वर्षांपूर्वी हे स्वप्न पाहिलं होतं की, विष्णूचा अवतार सिंहासनावर विराजमान झाला आहे. आज ते स्वप्न पूर्ण झालं. गिरिधरा, माझ्या धडपडीचं सार्थक झालं. शिवाजीराजांनी स्वराज्याची सामर्थ्यशाली चळवळ उभी केली. माझे प्रयत्न म्हणजे त्या चळवळीला भगवंताचं अधिष्ठान आणि लोकांचं पाठबळ मिळावं म्हणून केलेली धडपड होती. ती आज सार्थकी लागली. आता हिंदूंचं राज्य आलंय. म्लेंच्छांना चांगलीच चपराक बसलीय. मला आता काही नको गिरिधरा! मी तृप्त आहे. धन्य आहे. कृतार्थ आहे!''

समर्थांच्या शब्दाशब्दातून आनंद नुसता ओसंडत होता. एरवी तटस्थपणे वावरणाऱ्या समर्थांचं हे रूप गिरिधराला नवीन होतं. तो एकटक पाहत बसला. शिवाजीराजांना राज्याभिषेक झाला आणि चार-पाच दिवसांनी समर्थ त्यांना भेटायला रायगडावर गेले. सोबत गिरिधर होताच. समर्थांना आलेलं बघून महाराजांना अतिशय आनंद झाला. ते पुढं झाले. समर्थांना वाकून नमस्कार करणार, तोच ते वाकायच्या आधीच समर्थांनी त्यांना मिठीत घेतलं. त्यांच्या मस्तकाचं अवघ्राण केलं आणि मग राजांना सामोरं धरून समर्थ राजांच्याकडे एकटक पाहत राहिले. शेजारी बसलेल्या जिजाऊंनी विचारलं,

“स्वामी, काय पाहता आहात?”

समर्थ प्रसन्नपणे हसले. म्हणाले, “माँसाहेब, साक्षात विष्णुरूप पाहतो आहोत. विष्णूचे पहिले दहा अवतार पाहण्याचं भाग्य आमच्या नशिबी नाही; पण विष्णूचा हा अवतार पाहण्याचं भाग्य आम्हाला लाभलं आहे. ते पाहतो आहोत. आम्ही पाहतो आहोत महाराष्ट्र भूचं सौभाग्य. आम्ही पाहतो आहोत शिवकल्याण राजा!” असं समर्थांनी म्हटल्यावर राजे संकोचले. समर्थांनी नंतर जिजाऊ माँ साहेबांना नमस्कार केला. म्हणाले,

“ज्या मातेनं स्वतःच्या पदरात आग बांधली आणि तीच आग आपल्या दुधातून आपल्या लेकाला पाजली त्या मातेला मी नमस्कार करतो.”

माँ साहेबांनीही समर्थांना प्रतिनमस्कार केले. तिघंही विराजमान झाले. बाळाजी आवजीदेखील तिथंच होते. त्यांनीही समर्थांना नमस्कार केला. त्यानंतर तिघांच्यात थोडी चर्चा झाली. समर्थ निघण्यासाठी उठले. माँ साहेबांनी विचारलं,

“स्वामी, असं अवचित येणं केलंत? काही काम?” समर्थ हसले. म्हणाले,

“आम्ही संन्यासी. आम्ही सगळीकडं भिक्षा मागायला जातो; पण आज इथं महाराष्ट्र भूचं सौभाग्य बघायला आलो. तिच्या ललाटीचा सौभाग्य मळवट बघायला, छत्रपतींचं दर्शन घ्यायला आलो! आता निरोप द्यावा.” समर्थ जाण्यासाठी उठले. माँ साहेब राजांना म्हणाल्या,

“शिवबा, स्वामींना भिक्षा घाला. साधू-संतांना असं रिकाम्या हातानं पाठवू नये.” माँ साहेबांचं बोलणं ऐकून राजे घुटमळले. समर्थांना काय भिक्षा घालावी हे त्यांना समजेना. त्यांनी सरळ माँ साहेबांना विचारलं,

“माँ साहेब, काय घालावी भिक्षा? आम्हाला काही सुचत नाही. स्वामींना द्यावं असं आमच्याजवळ काहीच नाही. तेच आम्हाला आशीर्वाद देत आलेत, मार्गदर्शन करत आलेत! आम्ही त्यांना काय द्यावं?”

राजांच्या मनाचा गोंधळ माँ साहेबांनी ओळखला. क्षणाचाही विचार न करता माँ साहेबांनी उत्तर दिलं,

“शिवबा, आत्तापर्यंत तुम्ही जे मिळवलंत ते सारं स्वामींच्या झोळीत टाका. त्यांचाच आशीर्वाद लाभलेला आहे या सगळ्याला!” राजे समजले. त्यांनी चौरंगावर ठेवलेल्या कलशातून हातावर पाणी घेतलं. समर्थांचा उजवा हात आपल्या डाव्या हातानं धरला आणि आपल्या उजव्या हातातलं उदक ते समर्थांच्या उजव्या हातावर सोडणार तोच –

“राजे थांबा! आम्हाला उमजलंय तुम्ही काय करणार आहात ते!” समर्थ गरजले. शिवबांचा हात थबकला. तो ओला हात आपल्या कपाळाला लावून समर्थ म्हणाले,

"शिवबा थांबा! अहो, हे राज्य त्या रामरायाचं आहे आणि ते सांभाळण्यासाठी रामरायानं आपल्याला निवडलं आहे. हे राज्य आपणच सांभाळावं. आम्ही पडलो संन्यासी! पृथ्वीतलावरच्या चतकोर भाकरी अणि तीन हात जमीन एवढ्याचवर आमचा अधिकार. आम्ही आमचा संन्यासी धर्म पाळतो. तुम्ही तुमचा राजधर्म पाळा. राजे, महाराष्ट्र भूचं सौभाग्य तुम्ही सालंकृत केलंत हीच आमच्यासाठी फार मोठी भिक्षा आहे. आम्ही ती भरून पावलो आहोत, शिवबा! आम्ही धन्य झालो आहोत, कृतार्थ झालो आहोत. शिवबा ऐका -

"रायांनी करावे राजधर्म। क्षत्री करावे क्षात्रधर्म।
ब्राह्मणी करावे स्वधर्म। नाना प्रकारे।।
तुरंग शस्त्र आणि स्वार। पहिलाच पहावा विचार।
निवडूनी जाता थोर थोर। शत्रू पळती।।
ऐशा प्रपंचाचा विवेक। स्वल्प बोलीलो काही एक।
ऐका मनोगते स्वामी सेवक। असता बरे।।"

हा तुमचा राजधर्म आहे. त्यानुसार तुम्हीच हे राज्य करावे. मागे आम्ही आपल्याला क्षात्रधर्म सांगितलाच आहे. त्यानुसार आचरण ठेवावे. हे राज्य मराठ्यांचे आहे. हिंदूंचे आहे. ते अक्षय तसेच राहील याची काळजी घ्यावी. रामराया आपल्याला सामर्थ्य देईल!"

राजांना असा मन भरून आशीर्वाद देत समर्थांनी राजांचा निरोप घेतला. निघताना राजांनी पुन्हा समर्थांना वंदन केलं. समर्थ महालातून बाहेर पडले. त्यांच्या पाठमोऱ्या आकृतीकडं जिजाऊ माँ साहेब पाहत होत्या. त्यांच्या डोळ्यांत पाणी भरलं होतं. झपझप पावलं टाकत समर्थ महालाच्या बाहेर पडत होते. त्यांच्याकडे पाहत, डोळ्यांतून ओघळणारं पाणी पुसायचं भान नसलेल्या जिजाऊ उद्‌गारल्या,

"शिवबा, असे नि:स्पृह संन्यासी आणि असे मार्गदर्शक हीच आपल्या राज्याची श्रीमंती आहे. त्यांना जपा. त्यांचं मार्गदर्शन घेत राहा!"

माँ साहेबांच्या मनातली हीच भावना राजांच्याही मनात आली. मान झुकवून त्यांनी माँ साहेबांच्या आदेशाचा सन्मान केला. त्यानंतर दोनच दिवसांनी मोरोपंत समर्थांना भेटायला आले. त्यांनी राजांनी दिलेला एक कागद समर्थांना दिला. राजांनी त्या पत्राद्वारे समर्थांना सज्जनगड भेट स्वरूपात दिल्याचा मजकूर होता. ते पत्र समर्थांना देऊन काही वेळ चाफळला समर्थांसोबत व्यतीत करून मोरोपंत परतले.

मात्र त्यानंतर काही दिवसांतच महाराष्ट्रभर आणि राजांच्यावर एक दु:खाचा

डोंगर कोसळला. जिजाऊ माँ साहेबांचं निधन झालं. राजे दु:खाच्या सागरात बुडून गेले. राजांच्या मनावर आणि महाराष्ट्रावर हा फार मोठा आघात होता. तरीही आपण उराशी बाळगलेलं हिंदवी स्वराज्याचं स्वप्न साकार झालेलं बघून जिजाऊ अत्यंत समाधानात, आनंदात होत्या. आपला लाडका लेक शिवबा या स्वराज्याचा अधिपती झालेला बघून तर त्यांच्या डोळ्यांचं पारणं फिटलं होतं. अत्यंत समाधानात, सुखाच्या भावनेत त्यांनी देह ठेवला. राजे मात्र या धक्क्यातून लगेच सावरू शकले नाहीत. त्यानंतर बऱ्याच दिवसांनी उराशी दु:ख बाळगून ते चाफळला समर्थांच्या भेटीला गेले. तिथं त्यांनी काही दिवस मुक्काम केला. रामरायाच्या अस्तित्वानं भारलेल्या त्या वातावरणात आणि समर्थांच्या सहवासात राजांचं दु:ख हलकं झालं. या वेळी त्यांचे पुत्र संभाजीराजेही त्यांच्यासोबत होते. त्यांना तर जिजाऊंचा फारच लळा होता. शिवाजीराजे समर्थांसोबत असले की संभाजीराजे दिवाकर गोसाव्यांसोबत चाफळच्या आसपासच्या जंगलात फिरत. शिकार करत. माहिती घेत. समर्थांच्या सहवासात राहून राजांचं दु:ख सुसह्य झालं. काही दिवस चाफळला राहून राजे रायगडावर परतले. समर्थांनीही आपल्या मनन, चिंतनाला सुरुवात केली. अधूनमधून राजांना ते काही मार्गदर्शनपर पत्रंही पाठवत असत. मग कधी त्या पत्रात –

"राजकारण बहुत करावे। परंतु कळोचि नेदावे।
परपीडेवरी नसावे। अंत:करण।।
इशारतीचे बोलो नये। बोलावयाचे लिहू नये।
लिहावयाचे सांगो नये। जबाबीने।।
करणे असेल अपाये। तरी बोलोनि दावो नये।
परस्परेचि प्रत्यये। प्रचितीस आणावा।।
कांटीनें कांटी झाडावी। परी कळोचि नेदावी।
कळकटेपणाचि पदवी। असों द्यावी।।
वेष दिसावा बावळा। अंतरी असाव्या नाना कळा।
सगट लोकांचा जिव्हाळा। मोडो चि नये।।"

समर्थांनी शिवाजीराजांना पाठवलेली पत्रं काय किंवा समर्थांनी केलेलं दासबोधाचं लिखाण काय यशस्वी जगण्यासाठीचे ते महामंत्र होते. समर्थ स्वत: सांगितलेली प्रत्येक गोष्ट अमलात आणत. संपूर्ण हिंदुस्थानात त्यांनी ठिकठिकाणी हजारो मंदिरं आणि मठ उभे केले; पण ते करण्यापूर्वी त्यांनी कसलाही गाजावाजा केला नाही. किंवा आपलं काम करण्याआधी त्याचा कुठे बोलबाला केला नाही. कधी कधी तर समर्थ अशा ठिकाणी अचानक जात, जिथे हिंदूंवर स्थानिक यवन

अत्याचार करीत असत; पण असे अचानक तिथे प्रकट होण्यापूर्वी समर्थ त्याबद्दल कोणालाच सांगत नसत. कधी कधी तर शिष्यांनाही कुठे जायचे आहे या गोष्टीची कल्पना नसायची.

'जाते स्थळ ते सांगेना। सांगितले तरी तेथे जाईना।
आपुली स्थिती अनुमाना। येवो चि नेदि।।'

असा समर्थांचा खाक्या होता; पण त्याचबरोबर

'दोष देखोनि झाकावे। अवगुण अखंड न बोलावे।
दुर्जन सापडोन सोडावे। परोपकार करूनी।।
दुर्जन प्राणी समजावे। परि ते प्रकट न करावे।
सज्जनापरीस आळवावे। महत्त्व देऊनी।।'

असं समर्थांचं जगण्याचं तत्त्व होतं. म्हणून तर दुष्ट म्हणवली जाणारी माणसं समर्थांच्या संगतीत आली की सज्जन होत असत.

समर्थ आता निश्चिंत होते. स्वराज्य अगदी बहरात होतं. शिवाजी महाराजांची छत्रपतींची कारकीर्द अत्यंत यशस्वी आणि सुनिश्चितपणे चालली होती. यवनांना चांगलाच वचक बसला होता. टोपीवाले इंग्रज अन् पोर्तुगीजही राजांना घाबरून होते. दिल्लीत बसून औरंगजेब महाराष्ट्र जिंकण्याची स्वप्नं बघत बसला होता. ती स्वप्नं प्रत्यक्षात उतरवण्याची तिळमात्रही चिन्हं नव्हती. राजांनी तीनशे साठ किल्ल्यांच्या साहाय्यानं आणि एक लाख फौजेच्या मदतीनं आपल्या राज्याच्या सगळ्या सीमा तर सुरक्षित केलेल्या होत्याच; पण त्याचबरोबर समुद्री आरमार उभं करून सागरी सीमाही सुरक्षित केली होती. महाराष्ट्र भू हिंदवी स्वराज्याचा टिळा भालावर मोठ्या अभिमानानं मिरवत होती.

समर्थांचं मात्र राजांकडं लक्ष होतं. राजे संभाजीराजांच्या बाबतीत थोडे दुःखी होते, थोडे अस्वस्थ होते. आईवेगळं पोर म्हणून जिजाऊंच्या कोडकौतुकात वाढलेले संभाजीराजे थोडेसे लाडावलेले आणि त्यामुळे काहीसे हट्टी झाले होते. म्हणूनच राजे अस्वस्थ होते. राजांची ही अस्वस्थता समर्थांपासून लपली नव्हती. समर्थ आता सज्जनगडावर राहत होते. शिवाजी महाराज दक्षिण दिग्विजयासाठी बाहेर पडले अन् समर्थांच्या दर्शनाला आले. समर्थांनी त्यांना आशीर्वाद दिले. काही उपदेश केला. त्यात,

"जेणें जें जें मनीं धरिलें। तें तें आधीच समजलें।
कृत्रिम अवघेंचि खुंटलें। सहजचि येणें।।
अखंड राहतां सलगी होते। अतिपरिचये अवज्ञा घडते।
याकारणें विश्रांती ते। घेतांच नये।।

जो दुसऱ्यावरी विश्वासला। त्याचा कार्यभाग बुडाला।
जो आपणचि कष्टत गेला। तोचि भला।।
अवघ्यास अवघें कळलें। तेंव्हां तें रितें पडिलें।
याकारणें ऐसें घडलें। न पाहिजे कीं।।''

असे महत्त्वाचे संदेश होते. शिवाजीराजे दक्षिण दिग्विजयावर गेले. ते बरेच दिवस त्या भागात होते. त्यांचा मुक्काम वेल्लोर इथं होता. तिथं बरेच दिवस ते मुक्काम करून होते. एके दिवशी त्यांना समर्थांची फार आठवण येऊ लागली. जिजाऊ माँ साहेब तर नव्हत्याच आता. समर्थांची आपल्यावर किती माया आहे, हे राजे जाणून होते. समर्थांसोबत असले की त्यांना जिजाऊ माँ साहेब सोबत असल्याची भावना व्हायची. वेल्लोरला राजे असेच आधी माँ साहेबांच्या आठवणीनं व्याकूळ झाले, आणि त्याच व्याकुळल्या अवस्थेत त्यांना समर्थांची आठवण झाली. असं वाटलं की समर्थ आता इथं असायला हवे होते. याच विचारात राजे मंचकावर पहुडले; पण त्यांना झोप येईना. त्यांची व्याकूळता वाढली. अचानक 'जय जय रघुवीर समर्थ' असा पुकारा करत समर्थ तिथं प्रकट झाले. राजांची व्याकूळता त्यांना समजली आणि ते थेट सज्जनगडावरून वेल्लोरला आले. आपल्या हठयोगावरच्या सामर्थ्यानं लघुमा सिद्धीनं समर्थ जणू वाऱ्यासवे तिथं पोचले. त्यांनी शिवाजीराजांना पोटाशी धरलं. त्यांच्या पाठीवरून हात फिरवला. राजे भारावले होते. राजांना आपली जपाची माळ देऊन, काही क्षण तेथे थांबून, समर्थ तेथून गुप्त झाले. ती जपाची माळ राजांनी सतत आपल्यासोबत बाळगली.

समर्थ सज्जनगडावर वास्तव्याला होते. शिवाजी महाराजांनी त्यांच्यासाठी एक लाकडी पलंग दिला होता. समर्थ त्या पलंगावर निजत. त्या पलंगावर निजलं म्हणजे त्यांना शिवाजीराजांची आठवण येई. शिवाय राजांनी समर्थांना एक कुबडीही भेट म्हणून दिली होती. त्या कुबडीत धारदार सुऱ्याचं पातं बेमालूम बसवलं होतं. ती गुप्ती होती. ती गुप्तीही समर्थ सतत आपल्याजवळ बाळगत असत. ती गुप्ती म्हणजे समर्थांचं संरक्षक हत्यार होतं. त्या हत्यारामागं राजांना समर्थांची वाटणारी काळजी दडलेली होती. सज्जनगडावर समर्थांचं दैनंदिन कामकाज चालूच होतं. एक दिवस समर्थ रामरायाच्या पुजेला बसले असताना चटका बसावा तसे उठले. कल्याण स्वामींनी विचारलं,

''स्वामी, काय झालं? काही घडलंय का?'' समर्थांनी दुःखानं मान हलवली. म्हणाले, ''आमचे मोठे बंधू गंगाधर स्वामी यांचा देहान्त झाला. कल्याणा, मातुःश्री गेल्या तेव्हा मी अनाथ झालो होतो. आता वडिलांच्या जागी असलेले वडीलबंधू गेले. मी पोरका झालो.''

समर्थांचे डोळे ओलावले होते. क्षणभर ते आठवणीत रमले. आपण लहानपणी हूडपणा करायचो आणि गंगाधर आपल्याला पाठीशी घालायचा, आपल्याला वडिलांच्या मारापासून वाचवायचा ते आठवलं, तसं समर्थांना भरून आलं. थोड्या वेळातच त्यांनी स्वतःला सावरलं. ते गुहेत एकांतात जाऊन बसले. शिवाजीराजांनीच त्यांच्यासाठी सज्जनगडावर हा ध्यानकक्ष बांधून दिला होता. समर्थांनी दोन-तीन दिवस एकांतात बसून काढले. श्रेष्ठांच्या मृत्यूचं दुःख कमी झाल्यावर ते बाहेर आले. समर्थांनी आपले दैनंदिन कार्यक्रम सुरू ठेवले. वाचन, चिंतन, मनन, लेखन, कीर्तन, प्रवचन, उपदेश हे सगळं सुरू केलं; पण त्यानंतर समर्थांनी एकांतात बसायचं सोडून दिलं. बसले तरी फार वेळ ते बसायचे नाहीत. त्यानंतर थोड्या दिवसांनी समर्थांचे पुतणे त्यांना भेटायला आले. काका-पुतण्यांची भेट झाली. समर्थांनी त्यांचं सांत्वन केलं. त्यांना काही दिवस ठेवून घेतलं. आपल्या कार्याबद्दल माहिती दिली. त्यांना काही बोधप्रद उपदेश केला. ते निघाले तेव्हा समर्थांनी त्यांना एक पत्र लिहून दिलं. खरं तर त्यांनी जांब गावी असतानाच पुतण्यांना हा उपदेश केला होता; पण त्या वेळी पुतण्यांची वयं कोवळी होती. म्हणून समर्थांनी पुन्हा तोच उपदेश एका पत्राद्वारे लिहून दिला–

बरें सत्य बोला यथातथ्य चाला। बहू मानिती लोक येणें तुम्हांला।

दिसामाजिं कांहींतरी तें लिहावें। प्रसंगी अखंडित वाचीत जावें।

हिशेबीं सदा न्याय सांडू नये रे। कदाचित अन्याय होता धकारे।

प्रचीती विणें बोलणें व्यर्थ वाया। विवेकें विणें सर्वही दंभ जाया।

म्हणोनि भले संगतीं सत्य चाला। जनीं दास तो बोधिताहे मुलाला।।

असा उपदेश करून समर्थांनी त्यांना मोठ्या प्रेमानं निरोप दिला. गंगाधर श्रेष्ठांच्या निर्वाणानंतर ही मुलं आपल्याला इथं येऊन भेटून गेली, आपण त्यांना चार शब्द सांगू शकलो याचं समर्थांना समाधान वाटलं. शिष्यांवर पुत्रवत् प्रेम करणारे समर्थ पुतण्यांना भेटून आनंदित झाले.

अशातच एक असा प्रसंग घडला की समर्थांचे शिष्य समर्थांसाठी काय करू शकतात याचं जणू प्रत्यंतर आलं. सज्जनगडावरच समर्थ आपल्या काही अनुयायांसोबत बोलत बसले होते. जोराचा वारा सुटला होता. त्या वाऱ्यानं

समर्थांच्या अंगावरची छाटी उडाली आणि हवेबरोबर तरंगत दरीत गेली. अचानक समर्थांच्या तोंडून उद्गार बाहेर पडला, "अरे कल्याणा, छाटी उडाली की रे!" कल्याणानं क्षणभरही विचार केला नाही. छाटीपाठोपाठ त्यानं दरीत उडी घेतली. तिथं जमलेल्या सगळ्यांना वाटलं आता कल्याण मरणार! शेकडो फूट खोल दरी आहे. त्या दरीत कल्याणनं उडी मारलीय. आता तो काही जगत नाही. त्यांनी चिंतेच्या स्वरात आपली भीती समर्थांना बोलून दाखवली.

"स्वामी, कल्याण आता जिवंत राहील असं वाटत नाही!"

समर्थ उठून दरीच्या काठावर गेले आणि त्यांनी हाक मारली,

"कल्याणा ऽ ऽ अरे छाटी सापडली का? घेऊन येतो आहेस ना?" समर्थांनी असं विचारताच खालून कल्याणचा आवाज आला,

"आलो स्वामी! छाटी मिळाली!" त्या आवाजाच्या पाठोपाठ कल्याण दरीतून वर आला. तोही अगदी सुखरूप. अंगावर कुठे साधा ओरखडाही नव्हता त्याच्या. तो समर्थांजवळ आला. त्यानं समर्थांना छाटी दिली. समर्थांनी विचारलं, "कल्याण, तुला कुठं लागलं नाही ना रे?"

कल्याण म्हणाला, "स्वामी, तुम्हीच तर झेललंत मला खाली! मग कसं लागेल मला?"

समर्थ प्रसन्नपणे हसले. हात जोडून म्हणाले, "रामराया, धन्य आहेस बाबा तू!" हे ऐकल्यावर मात्र तिथं जमलेल्या सगळ्यांनी कल्याणाचं कौतुक केलं!

समर्थांचं सगळं लक्ष शिवाजीराजांकडे लागलं होतं. दक्षिण दिग्विजयासाठी राजे दक्षिणेकडे जाऊन वर्ष होऊन गेलं होतं. तिथल्या त्यांच्या विजयी घोडदौडीच्या बातम्या एकापाठोपाठ एक समर्थांच्या कानावर येत होत्या. त्या बातम्यांनी समर्थ सुखावत होते. त्याच वेळी राजांच्या कुटुंबात चाललेल्या असंतोषाची खदखदही समर्थांच्या कानावर येत होती अन् त्यामुळं समर्थ प्रचंड अस्वस्थ होते. स्वराज्याला हे ग्रहण लागतं की काय अशी समर्थांना मनोमन भीती वाटत होती.

राज्याभिषेकानंतर दोन वर्षं विस्तारलेल्या राज्याची घडी बसवून, राजे दक्षिण स्वारीसाठी बाहेर पडले ते दीड वर्षांनं दक्षिणेची मोहीम अत्यंत यशस्वी करून प्रचंड लूट, हत्ती, घोडे, तोफा, शस्त्रास्त्रं घेऊन परतले. सतत दीड वर्ष केलेली ही धावपळ, पेशावरपासून तंजावरपर्यंत आणि ओखापासून अनंतपूरपर्यंत विस्तारलेलं मराठा साम्राज्य, आता त्याची करावी लागणारी व्यवस्था, त्यासाठीची धावपळ, दगदग हे सगळं राजांच्या अंगावर आलं. राजे आजारी पडले.

समर्थांपर्यंत ही बातमी पोचली आणि समर्थ अस्वस्थ झाले. गेले आठ-दहा दिवस त्यांना कसलेतरी संकेत मिळत होते. त्याचा अर्थ त्यांच्या लक्षात येत नव्हता. कधी त्यांना तुळजाभवानीचं शिखर दुभंगताना दिसायचं, तर कधी

चंद्रानं सूर्याला गिळलंय असं दिसायचं. कधी अचानक धरणी दुभंगलेली दिसायची. या संकेतांचा नीटसा अर्थ त्यांना समजत नव्हता. हे संकेत काहीतरी अशुभाची चाहूल देत आहेत या जाणिवेनं त्यांच्या पोटात खड्डा पडला होता आणि आता राजे आजारी पडल्याची बातमी...

समर्थांनी आता सत्तरी पार केली होती. पहिली बारा वर्षं सोडली तर पुढच्या बारा वर्षांचं तपाचरण, त्याच्या पुढची बारा वर्षं तीर्थाटन आणि त्यानंतर आत्तापर्यंतची भ्रमंती, भटकंती– तीही उन्हापावसाची, थंडीवाऱ्याची पर्वा न करता. आता समर्थांचं शरीर बोलायला लागलं होतं. कफाची व्यथा अधनंमधनं डोकं वर काढत होती; पण शिवाजीराजे खुशाल आहेत म्हणून समर्थही खुशाल होते. आता शिवाजीराजे आजारी आहेत, त्यांच्या प्रकृतीला उतार पडत नाहीय, आपल्याला हे असे अशुभाचे संकेत येताहेत याची परस्परांशी सांगड घातली तर काहीतरी विपरीत अर्थ निघत होता आणि मन त्या गोष्टीसाठी तयार नव्हतं. समर्थ रामरायापुढं बसून होते. त्याला सतत हाक मारत होते. अशुभ निवारणाचं साकडं घालत होते. अधूनमधून त्याला आपल्या भक्तीचा दाखला देत होते; पण एके दिवशी रामरायानं त्यांना स्वप्नात येऊन सांगितलं,

"रामदास, माझा नाइलाज आहे. या नियतीपुढं मी जाऊ शकत नाही. तसं करता आलं असतं तर मी माझा वनवास, पिताश्रींचा मृत्यू, सीतेचं अपहरण चुकवलं नसतं का? हे भयंकर संकट मी टाळू शकत नाही!"

रामरायाचं हे बोलणं ऐकलं आणि समर्थांच्या मनाची घालमेल सुरू झाली. त्यांची झोप उडाली. मनात अशुभाची सावली उभी राहिली... त्यानंतर थोड्याच दिवसांत छत्रपतींचा मृत्यू झाल्याचं समर्थांना समजलं. तेही रामरायानंच सांगितलं. अस्वस्थ मनानं समर्थ रामरायासमोर बसले होते. मन कशाततरी गुंतवावं म्हणून ते रामरायाची पूजा करत होते. पूजा करता करता त्यांच्याच हाताचा धक्का लागला आणि रामाच्या खांद्यावरचं धनुष्य तिरकं झालं. त्या क्षणी समर्थांचं मन चरकलं. 'पराक्रमाला छेद गेला' त्यांच्या मनानं घेतलं. त्यांच्या डोळ्यांतून घळघळा अश्रू वाहायला लागले. काही वेळातच त्यांना निरोप मिळाला. शिवाजीराजांचं देहावसान झालं. आता मात्र समर्थांना दुःखाचा उमाळा आवरेना. त्यांनी रामरायासमोर स्वतःला झोकून दिलं आणि ते विलाप करू लागले.

"शिवाजीराजांचा मृत्यू? साक्षात विष्णूच्या अवताराचा शेवट! समर्थांच्या स्वप्नांचा शेवट! मराठी माणसाच्या अस्मितेचा शेवट. महाराष्ट्र भूच्या अभिमानाचा शेवट! लेकी-सुनांच्या सन्मानाचा शेवट! एका धर्मराज्याचा शेवट!" समर्थांना दुःख आवरेना! त्यांच्या पोटात खड्डा पडल्यासारखं झालं. "आपण आता सत्तरी पार केली आहे. आपल्या कार्याचा शेवटचा टप्पा आहे हे आपण जाणतो

आहोत. हिंदवी स्वराज्य आणि शिवाजीराजे ऐन भरात असताना राजांचा मृत्यू व्हावा? महाराष्ट्र भूची पुण्याई संपली की काय?'' समर्थ अत्यंत दु:खी अंत:करणानं विलाप करत होते. त्यांच्या डोळ्यांतून घळघळा अश्रू वाहत होते. ते थांबायचं नावच घेईनात.

स्वराज्यावरचा सूर्य मावळला होता. शिवाजीराजांचा मृत्यू हा अत्यंत धक्कादायक होता. राजे असतानाच त्यांच्या कुटुंबात कलह सुरू झाला होता. समर्थांना आठवलं. राजांनी संभाजीराजांना सज्जनगडावर पाठवलं होतं, समर्थांच्या सहवासात राहायला. त्यांना वाटलं होतं की संभाजीराजे आपलं ऐकत नाहीत; पण समर्थांचं ऐकतील. आपण त्यांना समजून घेऊ शकलो नाही. स्वामी त्यांना समजून घेतील आणि समजावून सांगतीलही. त्याप्रमाणे संभाजीराजे सज्जनगडावर मुक्कामाला आले होते; पण त्या वेळी नेमके समर्थ तिथं नव्हते. ते तंजावरला गेले होते. त्यामुळं त्यांची वाट बघत काही दिवस संभाजीराजे तिथं राहिले. तिथल्या मुक्कामात त्यांनी काही ग्रंथांचं वाचन केलं. नंतर समर्थांची वाट बघून ते परत गेले आणि गेले ते रुसव्यानं, औरंगजेबाला जाऊन मिळाले. त्या वेळी कदाचित समर्थ सज्जनगडावर असते तर संभाजीराजांच्या वर्तणुकीनं वेगळं वळण घेतलं असतं! हा विचार येऊन समर्थ उद्विग्न होत असत. नंतर संभाजीराजांना पश्चात्ताप झाला आणि ते परत आले ही गोष्ट वेगळी; पण जे नको होतं ते घडून गेलं होतं. स्वराज्याची आणि पराक्रमी पण हट्टी असलेल्या लाडक्या लेकाची चिंता मनात ठेवूनच राजांनी प्राण सोडले असतील, या विचारानं समर्थ आणखीच दु:खी झाले. आपल्या या असहनीय दु:खाला वाट करून देण्यासाठी समर्थांनी स्वत:ला ध्यानकक्षात कोंडून घेतलं.

तीन महिन्यांनंतर समर्थ बाहेर आले, तेव्हा ते तीस वर्षांनी वृद्ध झाल्यासारखे दिसत होते. मातु:श्री रेणू आई, गंगाधर पंत किंवा प्रिय शिष्या वेणाबाई यांच्या मृत्यूनंतरही समर्थांनी एवढा शोक केला नव्हता. त्यांनी मातीच्या भांड्यानं पाणी प्यायला सुरुवात केली. मातीच्या परळातून[११] भिक्षा मागायला सुरुवात केली. लहानपणापासून त्यांना विश्वाची चिंता लागून राहिली होती आणि त्या चिंतेवरचं शिवाजीराजे हे उत्तर होतं, मार्ग होता, उपाय होता. अवघ्या पन्नासाव्या वर्षी शिवाजीराजांना मृत्यू यावा, हा समर्थांना फार मोठा मानसिक धक्का होता. का कोण जाणे पण आपलाही अंतकाळ जवळ आला आहे असं समर्थांना वाटायला लागलं. त्यांनीही निरवानिरव करायला सुरुवात केली. रामदासी संप्रदायाचा पसारा आता खूपच वाढला होता. सगळ्या भारतभर मंदिरं आणि मठ उभे होते. त्या मठाधिपतींना पत्रं पाठवून मठांची व्यवस्था उत्तम प्रकारे ठेवण्याबद्दलच्या सूचना केल्या. याच दरम्यान त्यांनी संभाजीराजांनाही एक पत्र पाठवलं. त्यात

त्यांनी शिवाजीराजांचा दाखला देऊन त्यांच्या पश्चात संभाजीराजांनी चाफळच्या रामाची सेवा पुढे चालू ठेवावी याबद्दलचे अकरा मुद्दे लिहिले. याच पत्रात औरंगजेबाचा पुत्र अकबर हा संभाजीराजांना येऊन मिळाल्याची खबर कानावर आल्याचा आणि त्याला हाताशी धरून काही राजकारण करण्याचाही उल्लेख समर्थांनी केला आणि शेवटी –

'इतके बोलितो स्वभावे। यात मानेल तितुके घ्यावे।
श्रोती उदास न व्हावे। बहु बोलिलो म्हणूनी।।'

असं समजुतीचं सांगून –

'औदार्ये धर्ममूर्ती। काय लिहणे तया प्रती।
धर्मस्थापनेची किर्ती। सांभाळली पाहिजे।।'

असं त्यांचं कौतुक करून, त्यांना गोंजारलं. समर्थांना शिवाजीराजे पुत्रासमान होते तर संभाजीराजे नातवासारखे!

यानंतर रायगडावर आणखी एक नाट्य घडलं. सोयराबाईंच्या काहीशा बेजबाबदार वागण्यामुळं सगळ्या किल्ल्यांचे किल्लेदार संभाजीराजांना येऊन मिळाले. त्यांनी संभाजीराजांचं नेतृत्व मान्य केलं. संभाजीराजे रायगडावर आले, तेव्हा दहा वर्षांचे राजारामराजे त्यांना भेटले. त्यांनीही संभाजीराजांचं नेतृत्व मान्य केलं.

त्याच दरम्यान शिवाजीराजांचा मृत्यू झाल्याचं कळल्यावर औरंगजेब सात लाखाची फौज घेऊन महाराष्ट्रात उतरला. इकडे सोयराबाईंनी अकबराला हाताशी धरून संभाजीराजांना ठार करायचं व राजारामाला गादीवर बसवायचं असं कारस्थान रचलं. हे संभाजीराजांना समजताच त्यांनी सोयराबाईंना तुरुंगात टाकलं. या कारस्थानात सामील असलेल्या अनाजी सूरनीस, बाळाजी आवजी आणि हिरोजी फर्जंद यांना हत्तीच्या पायाखाली दिलं. यानंतर संभाजीराजांनी राज्याभिषेक करवून घेतला. त्या वेळी त्यांनी समर्थांना आणण्यासाठी पालखी पाठवली; पण समर्थांची प्रकृती बरी नव्हती. त्यांनी राज्याभिषेकाला दिवाकर गोसावींना पाठवलं. त्यांच्यासोबत चार शहाणपणाच्या गोष्टी, विचार सांगणारं पत्र संभाजीराजांसाठी दिलं. या पत्रात समर्थांना वाटत असलेली संभाजीराजांबद्दलची माया, मराठ्यांच्या राज्याची चिंता आणि शिवाजीराजांबद्दल वाटणारा अभिमान हे सगळं शब्दाशब्दांतून जाणवतं. हे पत्र संभाजीराजांना लिहून समर्थांनी जणू आपलं शेवटचं कर्तव्य पूर्ण केलं. ते पत्रात लिहितात–

"अखंड सावधान असावें। दुश्चित्त कदापि नसावें।
तजविजा करीत बैसावें। एकांत स्थळी।।

काहीं उग्र स्थिती सांडावी। काहीं सौम्यता धरावी।
चिंता लागावी परावी। अंतर्यामीं।।
मागील अपराध क्षमावे। कारभारी हातीं धरावे।
सुखी करून सोडावे। कामाकडे।।

जनांचा प्रवाह चालिला। म्हणजे कार्यभाग आटोपला।
जन ठायीं ठायीं तुंबला। म्हणिजे खोटें।।
श्रेष्ठीं जें जें मिळविलें। त्यासाठीं भांडत बैसलें।
मग जाणावें फावलें। गलिमांसी।।
ऐसें सहसा करूं नये। दोघे भांडतां तिसऱ्यासी जये।
धीर धरून महत्कार्यें। समजून करावें।।

सकळ लोक येक करावे। गलीम निपटून काढावे।
ऐसे करिता कीर्ती धावे। दिगंतरी।।

समय, प्रसंग वोळखावा। राग निपटून काढावा।
आला तरी कळो नेदावा। जनांमध्यें।।

आहे तितुकें जतन करावें। पुढें आणिक मेळवावें।
महाराष्ट्रराज्य करावें। जिकडे तिकडे।।

शिवरायास आठवावे। जिवित्व तृणवत मानावें।
इहलोकी परलोकी राहावें। कीर्तीरूपे।।
शिवरायाचे आठवावे रूप। शिवरायाचा आठवावा साक्षेप।
शिवरायाचा प्रताप आठवावा। भूमंडळीं।।
शिवरायाचे कैसें चालणें। शिवरायाचें कैसें बोलणे।
शिवरायाचे सलगी देणें। कैसे असें।।
सकळ सुखांचा त्याग। करून साधिजे तो योग।
राज्यसाधनेची लगबग। ऐसी असे।।
त्याहुनि करावे विशेष। तरीच म्हणावे पुरुष।
या उपरि आता विशेष। काय लिहावें।।"

समर्थांनी संभाजीराजांना असं पत्र लिहून पाठवलं आणि त्यांच्या मनाला समाधान वाटलं. यानंतर मात्र समर्थांनी स्वत:ला जणू अलिप्त केलं.

समर्थांनी आत्तापर्यंत जे काही केलं होतं ते रामरायाच्या आज्ञेनुसार. त्यांना स्वत:ला शिष्यपरिवार, मठ, मंदिरं, मानमरातब,पालखी, पाद्यपूजा यातल्या कशाचीच आस कधीच नव्हती. आता तर ते अलिप्तच झाले होते. त्यांनी रामरायाला सांगितलं–

'माझी नि:स्पृहता गेली तुझ्या पायी। ती मज परत देई रामराया।
न लगे संप्रदाय न लगे वैभव। माझा अंतर्भाव उच्चारिला।।'

आता समर्थांना रामरायाला भेटण्याचे वेध लागले. त्याला भेटण्यासाठी ते चाफळला गेले. तिथं जाऊन त्यांनी रामरायाला सांगितलं–

'आज्ञेप्रमाणे परमार्थ। केला जाण म्यां यथार्थ।
आता देहाचा कंटाळा। आला असे जी दयाळा।'

असं रामरायाला विनवून समर्थांनी रामरायाकडे भक्तांसाठी एक मागणं मागितलं–

'आहे येकचि मागणे। कृपा करोनिया देणे।
ज्यासी दर्शनाची ईच्छा। त्याची पुरवावी आस्था।
ऐक सखया वचन। त्यासी देई दर्शन।।'

भक्तांसाठी असं मागणं मागून समर्थ रामरायाच्या मूर्तीसमोर बसून राहिले. त्यांनी डोळे मिटले होते. तोंडानं 'श्रीराम जय राम जय जय राम' या तेरा अक्षरी मंत्राचा जप चालला होता आणि एक विलक्षण घटना घडली. तो जप करता करता समर्थांची भावसमाधी लागली. त्यांना दिसलं. रामराया त्यांच्यासमोर उभा आहे. हातातलं धनुष्य-बाण त्यानं बाजूला काढून ठेवलं आहे. आपले दोन्ही हात पसरून तो समर्थांना बोलावतो आहे. त्यांना आपल्या मिठीत येण्याचं आमंत्रण देतो आहे. रामरायाचा चेहरा नेहमीसारखाच प्रसन्न आहे; पण त्यालाही एक कारुण्याची झालर आहे. रामरायाच्या डोळ्यांत आमंत्रण आहे. स्वागत आहे. समर्थांना समजलं; पण उमजलं नाही. समजलं अशासाठी की समर्थांच्या चेहऱ्यावर समाधान होतं. उमजलं नाही अशासाठी की उमजूनसुद्धा समर्थ दिङ्मुढ अवस्थेत तसेच बसले होते. तोच आवाज आला, ''रामदास, अरे रामराया तुला आमंत्रण देतोय, त्याच्या बाहूत येण्याचं! जाणार नाहीस काय?''

समर्थांनी मारुतीरायाचा आवाज ओळखला. 'जाणार आहे, जाणार आहे.' ते ओरडले आणि भावसमाधीतून जागे झाले. आता मात्र समर्थांना पूर्ण भान

आलं. त्यांना उमजलं, आपल्या कार्यसमाधीची वेळ जवळ आली आहे. त्यांना समाधान वाटलं. नाहीतरी शिवाजीराजे निवर्तल्यापासून समर्थ चैतन्यहीन अवस्थेतच जणू वावरत होते. आता रामरायानं प्रत्यक्ष बोलावलं होतं. ते समाधानानं जाणार होते. त्याच समाधानात त्यांनी रामरायाला हात जोडले. त्याच्या चरणावर मस्तक टेकवून आभार मानले.

आता किती बोलों घालों तृप्त जालों। विवेकें विरालों परब्रह्मीं।।
परब्रह्मीं जातां ब्रह्म चि तत्त्वता। विचारें पाहातां आपण चि।।
आपण चि असे कोणी न च दिसे। संशयाचें पिसें वाव जालें।।
वाव जालें भय सर्व संसारींचें। लाधलें हरीचें निजधाम।।
निजधाम बोधें विवेकें पहावें। दास जीवें भावें सांगतसे।।

चाफळला रामरायाचं दर्शन घेऊन, त्याच्याजवळ मन मोकळं करून समर्थ सज्जनगडावर परतले. आता त्यांना अखेरची निरवानिरव करायची होती. आपला शिष्यसंप्रदाय सभोवती घेऊन समर्थ बसले होते. आपला अंत जवळ आला आहे हे ओळखलेल्या समर्थांनी दोन ओळींचा एक श्लोक म्हटला–

'रघुकुलटिळकाचा वेध सान्निद्ध आला।
तदुपरी भजनाचा पाहिजे चांग केला।।'

तो श्लोक ऐकून समर्थशिष्य उद्धव अस्वस्थ झाला. समर्थ नवमीला देह ठेवणार आहेत हे उद्धवानं ओळखलं. डोळ्यांत पाणी आणून उद्धवानं तो श्लोक पूर्ण केला–

'अनुदिन नवमी ही मानसी आठवावी।
बहुत लगबगीने कार्यसिद्धी करावी।।'

उद्धवाचा श्लोक ऐकून समर्थांच्या चेहऱ्यावर हास्य उमटलं. आपली सूचना त्याच्या लक्षात आहे, हे बघून समर्थांना बरं वाटलं. त्याच दरम्यान राम-लक्ष्मण-सीता आणि हनुमान यांच्या पंचधातूच्या मूर्ती सज्जनगडावर आल्या. समर्थ तंजावरला गेले होते, तेव्हा तिथल्या अरणीकर नावाच्या आंधळ्या कारागिराला दृष्टी देऊन या मूर्ती घडवायला सांगितल्या होत्या. त्या मूर्ती माघ वद्य पंचमीला सज्जनगडावर पोचल्या. आपल्या डोळ्यांदेखत या मूर्ती गडावर आल्याचं बघून समर्थ धन्यता पावले. सज्जनगडावर राममंदिर बांधून तिथं या मूर्ती स्थापिल्या जाव्यात अशी समर्थांची इच्छा होती.

समर्थांनी रामरायाच्या या मूर्तींचं दर्शन घेतलं आणि आपल्याला त्याच्या चरणाजवळ घेण्याची विनंती केली. त्यानंतर समर्थांनी अन्नपाणी सोडलं. इतकी

वर्षं उन्हातान्हात, थंडीवाऱ्यात, पावसापाण्यात झिजवलेलं शरीर आता थकलं होतं. ते आता चिरविश्रांती मागत होतं. माघ वद्य अष्टमीला समर्थांनी दोन वाक्यं उच्चारली– "देवद्रोहियांचा नाशचि आहे, समुद्रतीरस्थांचा नाश आहे."

मृत्यूच्या आदल्या दिवशीही समर्थांना महाराष्ट्राची चिंता होती. म्हणूनच देवद्रोहियांचा म्हणजे म्लेंच्छांचा नाश होणार आहे असं भाकीत ते करतात. तर समुद्र तीरस्थांचा म्हणजे टोपीकर ब्रिटिशांचाही नाश होईल अशी भविष्यवाणी ते सांगतात. श्री रामाची निरामय भक्ती करणाऱ्या समर्थांच्या मनात राष्ट्रभक्ती किती ठासून भरली होती याचंच हे प्रत्यंतर होतं.

माघ वद्य नवमी उजाडली. समर्थ नवमीला देह ठेवणार ही बातमी कर्णोपकर्णी सगळीकडे पसरली. समर्थांच्या दर्शनासाठी लोकांच्या रांगा लागल्या. मात्र समर्थ शेजघरात होते. त्यांनी कुणालाही आत घेतलं नाही. बाहेर प्रचंड जनसमुदाय जमला होता. शेजघरात उद्धव गोसावी, अक्काबाई आणि भीम स्वामी होते. समर्थांच्या त्याच खोलीत एका बाजूला तंजावर येथून आणलेल्या मूर्ती ठेवल्या होत्या. समर्थांनी रामरायाच्या मूर्तींकडे नजर टाकली. रामरायाच्या नजरेत आमंत्रण होतं, दिलासा होता, आधाराचा हात होता. समर्थांच्या चेहऱ्यावर प्रसन्नता उमटली. त्यांनी उद्धव स्वामींकडे कटाक्ष टाकला. त्या नजरेचा अर्थ उद्धवानं ओळखला. त्यानं कागद आणि कलम घेतले. समर्थांनी बोलायला सुरुवात केली. त्यांचा आवाज चांगला खणखणीत होता. समर्थांनी सांगितलं, उद्धव स्वामींनी लिहिलं–

"राम आणि दास। दोघे पहुडले रामी।
हेही बोलावया। दुजा नुरेच ते धामी।।
माझी काया आणि वाणी। गेली म्हणाल अंत:करणी।
परी मी आहे जगत्‌जीवनी। निरंतर।।
आत्माराम दासबोध। माझे स्वरूप स्वत:सिद्ध।
असता न करावा हो खेद। भक्त जनी।।
नका करू खटपट। पहा माझा ग्रंथ नीट।
जेणे सायोज्यतेचि वाट। गवसेल की।।"

समर्थ थांबले. उद्धव स्वामींना म्हणाले, "हे माझ्या सगळ्या शिष्यांपर्यंत पोचवा." उद्धव स्वामींनी मान झुकवली. डोळ्यांतून खळ्ळकन अश्रू पडले. समर्थांनी नजर वळवली. रामरायाच्या त्या मूर्ती बाजूला होत्या. त्यावर नजर स्थिर केली. हात जोडून छातीजवळ घेतले. एक दीर्घ श्वास घेतला आणि तीन वेळा मोठ्या आवाजात रामनामाचा पुकारा केला.

'जय जय रघुवीर समर्थ ऽ ऽ

जय जय रघुवीर समर्थ ऽ ऽ

जय जय रघुवीर समर्थ' ऽ ऽ

समर्थांचा तो स्वर त्या दऱ्याखोऱ्यांत दुमदुमला. त्या दरीखोऱ्यांतून, त्या पर्वत रांगांतून तो ध्वनी प्रतिध्वनित होऊन आसमंतात निनादत राहिला. त्यानं अवघं आकाश व्यापलं. मेघांच्या कणांवरून तो ध्वनी खाली आला. तिथं जमलेल्या गर्दीवर पसरला. ते ऐकून त्या गर्दीनंही रामनामाचा पुकारा केला. रामनामाच्या त्या गजरानं अवघा आसमंत भरला. तो आकाशगामी गजर खाली उतरला; मात्र ते ऐकायला समर्थ नव्हते. समर्थांचे प्राण रामरायात विलीन झाले होते. तो रामनामाचा जयघोष मात्र अजून निनादत होता. आता तो थेट स्वर्गापर्यंत गेला. द्वारातून आत शिरला.

रामराया, प्रभू श्री रामचंद्र आपल्या दालनात होते; पण त्यांच्या चेहऱ्यावर अस्वस्थता होती. नजरेत प्रतीक्षा होती, हालचालीत उत्सुकता होती. तो कसलीतरी वाट बघतो आहे हे त्याच्याकडं बघून जाणवत होतं. स्वर्गाच्या दारापर्यंत आलेला तो गजर त्याच्या कानावर पडला आणि रामराया आसनावरून उठून उभा राहिला. "प्रभू, तुम्ही आसनावरून का उठलात? कोणी येणार आहे का? कोण येतंय? कोणाचं स्वागत करायचंय?" रामराया आसनावरून उठल्याचं बघून नवलानं सीतामाईनं विचारलं.

रामरायाचा चेहरा आता प्रसन्न होता. आता प्रतीक्षा संपली होती. तो म्हणाला, "देवी, माझा रामदास येतोय. ज्याच्या अस्तित्वानं महाराष्ट्र भू समर्थ बनली, हिंदू धर्म अधिक समर्थ झाला, तो माझा प्रिय भक्त समर्थ रामदास येतोय. त्याच्या स्वागतासाठी मी उत्सुकतेनं उठून उभा राहिलो आहे." रामरायानं उत्तर दिलं आणि द्वाराकडे बघून बाहू पसरले. समर्थांची प्राणज्योत रामरायाच्या बाहूत विसावली. रामरायानं समर्थांना हृदयाशी कवटाळलं. आत्मरूपात आत्मा समर्पित झाला.

समर्थांच्या शरीरातून निघालेली आत्मज्योत रामरायाच्या मूर्तीत विसावली. उद्धव स्वामी, आक्का, भीम स्वामी यांना हुंदका आवरेना. समर्थांचा निष्प्राण देह समोर होता. तो होता निष्प्राण; पण ते रूप इतकं तेजस्वी दिसत होतं की असं वाटत होतं कुठल्याही क्षणी समर्थ डोळे उघडतील, उठून उभे राहतील आणि त्यांच्या खणखणीत स्वरात आपल्याला ऐकायला येईल, "जय जय रघुवीर समर्थ!" पण आता ते होणार नव्हतं. सज्जनगडावर रामरायाचं मंदिर बांधण्याचं स्वप्न अपुरं राहिलं होतं. दिवाकर गोसावी ते स्वप्न छत्रपती संभाजी राजांकडून पूर्ण करून घेणार होते. संभाजीराजांनी ते पूर्णही केलं; पण ते बघायला समर्थ नव्हते.

दिवाकर गोसावींना ही बातमी दुपारीच समजली. समर्थ भर दुपारी साडेबारा वाजता रामरायात विलीन झाले. दिवाकर गोसावी तेव्हा महाबळेश्वरला होते. घोड्यावरून तडक त्यांनी रायगड गाठला. संभाजीराजांना ही बातमी सांगितली. दुःखानं विदीर्ण झालेल्या मनानं दोघं रात्रीत गडावर पोचले. दिवाकर समर्थांजवळ जाऊन उभा राहिला. समर्थांच्या चेहऱ्यावर एक विलक्षण तेज पसरलं होतं आणि एक विलक्षण असं गूढ हास्यही! दिवाकर समजला. ते तेज होतं ते समर्थ असल्याचं. आणि गूढ हास्य होतं हिंदुत्वाच्या विजयाचं. तेच तेज आणि तेच हास्य घेऊन समर्थ पंचतत्त्वात विलीन झाले. दिवाकर गोसावींनी सज्जनगडावरच समर्थांना अग्नी दिला. संभाजीराजांनी तिथंच समर्थांची समाधी बांधली.

नारायण सूर्याजी ठोसर असं लहानपणी नाव असलेला, मोठेपणी रामदास असं नाव धारण केलेला, रामरायाची भक्ती करणारा, समर्थ असलेला, समर्थ दिसणारा असा एक संन्यासी. जो नुसताच बैरागी किंवा संन्यासी नव्हता, तो एक लढवय्या संन्यासी होता. योद्धा संन्यासी होता. त्याचा पोशाख बैराग्याचा होता, ओळख संन्यासी म्हणून होती, प्रवृत्ती लढवय्याची होती, वृत्ती समाज सुधारकाची होती. उद्दिष्ट होतं हिंदू संघटन, ध्येय होतं हिंदूंचं राज्य, आस होती रामभक्तीची, उद्देश्य होता राष्ट्रशक्ती, वावर होता भ्रमिष्टासारखा; पण तत्त्व होतं राजकारण! नारायण हे मूळ नाव, संत रामदास हे संबोधन; पण समर्थ, समर्थ रामदास ही बिरुदावली. समर्थ रामदास हे प्रतीक, 'समर्थ' हीच शक्ती, 'समर्थ' अशी भक्ती, समर्थ हीच ओळख आणि समर्थ हेच वास्तव. 'समर्थ'!!!

❖

शब्दांचे अर्थ :

१.	खापऱ्या	–	खापराचे तुकडे
२.	भिंगोऱ्या	–	भोवरे
३.	खाट उठणे	–	मिरच्यांमुळे ठसका लागणे
४.	अंकणाचं	–	अंकण - दहा हात
५.	साफा	–	रुमाल, फेटा
६.	कुंभ्या	–	सुशोभित खांब
७.	शेमल्यानं	–	टोकाने
८.	पायठा	–	घाट
९.	गायली	–	श्रीकृष्ण शंकर देव यांच्या 'समर्थ रामदास' या ग्रंथावर आधारित
१०.	अपलक	–	पापणी न हलवता
११.	परळातून	–	परळ - मातीचे उथळ पात्र